തകഴി

വായനയും പുനർവായനയും

thakazhi
vayanayum punarvayanayum
•
editor
rajesh chirappadu
•
first edition
july 2012
•
typesetting
star communications, thiruvananthapuram
•
published
chintha publishers, thiruvananthapuram
•

•
cover
ambeesh
•

വിതരണം
ദേശാഭിമാനി ബുക്ക് ഹൗസ്
H O തിരുവനന്തപുരം–695 035
www.chinthapublishers.com
chinthapublishers@gmail.com

ബ്രാഞ്ചുകൾ
ഹെഡ്ഡാഫീസ് കുന്നുകുഴി • ഓവർബ്രിഡ്ജ് തിരുവനന്തപുരം • കെ എസ് ആർ ടി സി ബസ് സ്റ്റേഷൻ ആലപ്പുഴ • കെ എസ് ആർ ടി സി ബസ് സ്റ്റേഷൻ എറണാകുളം • മച്ചിങ്ങൽ ലെയ്ൻ തൃശൂർ • ഐ ജി റോഡ് കോഴിക്കോട് • കെ എസ് ആർ ടി സി ബസ് സ്റ്റേഷൻ കോഴിക്കോട് • എൻ ജി ഒ യൂണിയൻ ബിൽഡിങ് കണ്ണൂർ • സെൻട്രൽ ബസ് ടെർമിനൽ കോംപ്ലക്സ് താവക്കര കണ്ണൂർ

CO - 1787 / 2968

തകഴി

വായനയും പുനർവായനയും

എഡിറ്റർ
രാജേഷ് ചിറപ്പാട്

ചിന്ത പബ്ലിഷേഴ്സ്
തിരുവനന്തപുരം-695 035

രാജേഷ് ചിറപ്പാട്

കണ്ണൂർ ജില്ലയിലെ ഇരിട്ടിയിൽ ജനനം. അമ്മ: പരേതയായ മേരി സി പി, അച്ഛൻ: ചാക്കോ. ആശാൻ മെമ്മോറിയൽ എൽ പി സ്കൂൾ മട്ടിണി, പെരിങ്കരി ഗവണ്മെന്റ് യു പി എസ്, വെളിമാനം സെന്റ് സെബാസ്റ്റ്യൻ ഹൈസ്കൂൾ, മട്ടന്നൂർ പഴശ്ശിരാജ എൻ എസ് എസ് കോളേജ് എന്നിവിടങ്ങളിൽ വിദ്യാഭ്യാസം. തലശ്ശേരി കേരള സ്കൂൾ ഓഫ് ആർട്സിൽനിന്ന് ചിത്രകല അഭ്യസിച്ചു. *പകൽ, തിരുത്ത്* തുടങ്ങിയ സമാന്തരമാസികകൾ നടത്തി. കവിതാരചനയ്ക്ക് വിദ്യാഭ്യാസകാലത്ത് നിരവധിസമ്മാനങ്ങൾ നേടിയിട്ടുണ്ട്. കേരള ഭാഷാ ഇൻസ്റ്റിറ്റ്യൂട്ടിന്റെ യുവപരിഭാഷകർക്ക് നൽകുന്ന എം പി കുമാരൻ അവാർഡ് ലഭിച്ചു. ആനുകാലികങ്ങളിൽ നിരൂപണങ്ങൾ, ലേഖനങ്ങൾ എഴുതുന്നു. പ്രസിദ്ധീകരിച്ച കൃതികൾ: *മാംസനിബദ്ധം* (കവിതകൾ), *ദലിത് വർത്തമാനം* (എഡിറ്റർ), *അംബേദ്കർ: ജീവിതം കൃതി ദർശനം*, *പുതുകാലം പുതുകവിതകൾ* (എഡിറ്റർ) *സ്വത്വം വർഗം മൃദുഹിന്ദുത്വം* (എഡിറ്റർ, രാജേഷ് കെ എരുമേലിക്കൊപ്പം) *കെ ഇ എൻ സംഭാഷണങ്ങൾ* (സമാഹരണം പി എസ് പൂഴനാടിനൊപ്പം), *എം എഫ് ഹുസൈൻ എന്ന ഇതിഹാസം* (സമാഹരണം പി പി സത്യനോടൊപ്പം), *മതമൗലികവാദവും ഇന്ത്യൻ മതേതരത്വവും* (പരിഭാഷ).

ഇപ്പോൾ ചിന്ത പബ്ലിഷേഴ്സിൽ സബ് എഡിറ്റർ.

ജീവിതപങ്കാളി : വിജില ചിറപ്പാട്

വിലാസം : എഡിറ്റോറിയൽ വിഭാഗം
ചിന്ത പബ്ലിഷേഴ്സ്
എ കെ ജി സെന്ററിനു സമീപം
തിരുവനന്തപുരം.

ഫോൺ : 9605077791

email : rajeshchirappadu@gmail.com

ഉള്ളടക്കം

ഭാഗം 2

പുനർവായന

ഭാഗം 3

ഓർമ

തകഴി ശിവശങ്കരപ്പിള്ള
ജീവിതരേഖ

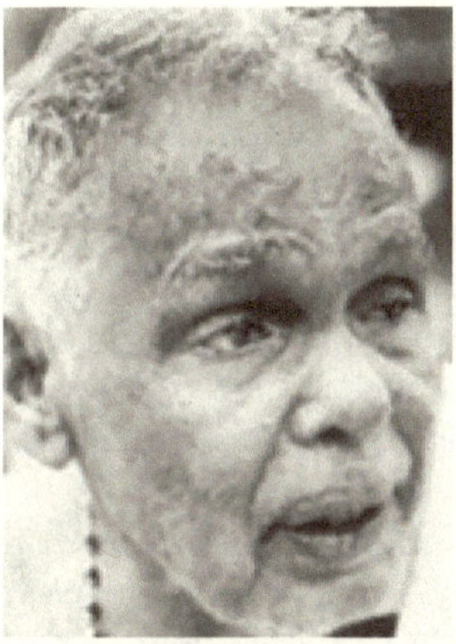

ആയിരത്തിത്തൊള്ളായിരത്തി പന്ത്രണ്ട് ഏപ്രിൽ 12 ന് ആലപ്പുഴജില്ലയിലെ തകഴി എന്ന ഗ്രാമത്തിൽ ജനിച്ചു. പിതാവ്: ശങ്കരക്കുറുപ്പ്. മാതാവ്. പാർവതി അമ്മ. തിരുവനന്തപുരം ലോ കോളേജിൽനിന്ന് പ്ലീഡർഷിപ്പ് കോഴ്സ് പാസായി. തുടർന്ന് അമ്പലപ്പുഴ മുനിസിഫ് കോടതിയിൽ പ്രാക്ടീസ് ചെയ്തു. നെടുമുടി തെക്കേ മുറിയിൽ ആമപറച്ചിയിൽ കമലാക്ഷി (കാത്ത) ജീവിതസഖിയായി.

1934 ൽ ആദ്യ നോവൽ *ത്യാഗത്തിന്റെ പ്രതിഫലം* പ്രസിദ്ധീകരിച്ചു. ആദ്യ കഥാസമാഹാരം 1935 ൽ പുറത്തിറങ്ങിയ *പുതുമലർ*. *ചെമ്മീൻ* എന്ന നോവൽ രാജ്യാന്തര പ്രശസ്തി നേടി.

കേന്ദ്ര സാഹിത്യ അക്കാദമി അവാർഡ് (*ചെമ്മീൻ*) കേരള സാഹിത്യ അക്കാദമി അവാർഡ് (*ഏണിപ്പടികൾ*) വയലാർ അവാർഡ് (*കയർ*) എന്നിവ നേടി.

1984 ൽ ജ്ഞാനപീഠപുരസ്കാരം ലഭിച്ചു. 1989 ൽ കേന്ദ്ര സാഹിത്യ അക്കാദമി വിശിഷ്ടാംഗത്വം നൽകി ആദരിച്ചു. കേരള യൂണിവേഴ്സിറ്റിയും എം ജി യൂണിവേഴ്സിറ്റിയും ഡി ലിറ്റ് ബിരുദം നൽകി. കേരള സാഹിത്യ അക്കാദമി പ്രസിഡന്റ്, ദേശീയ ചലച്ചിത്ര നിർണയ സമിതിയംഗം, കേന്ദ്ര സാഹിത്യ അക്കാദമി അംഗം എന്നീ നിലകളിൽ പ്രവർത്തിച്ചു. നിരവധി വിദേശരാജ്യങ്ങൾ സന്ദർശിച്ചിട്ടുണ്ട്. 1999 ഏപ്രിൽ 10 ന് അന്തരിച്ചു.

എഡിറ്ററുടെ കുറിപ്പ്

അടിമകളേക്കാൾ അടിമജീവിതം നയിച്ചിരുന്ന കീഴാള മനുഷ്യരുടെ സങ്കടങ്ങളും സംഘർഷങ്ങളും സ്വപ്നങ്ങളും പ്രതിരോധങ്ങളും മലയാള സാഹിത്യത്തിൽ ആവിഷ്കരിക്കുന്നതിൽ തകഴി ശിവശങ്കരപ്പിള്ള വഹിച്ച പങ്ക് ചെറുതല്ല. മലയാള സാഹിത്യത്തിലെ വരേണ്യ ഭാവുകത്വത്തിനെതിരായ ബദൽ ഭാവുകത്വ നിർമിതിയിൽ പുരോഗമനസാഹിത്യത്തിന് സവിശേഷമായ സ്ഥാനമുണ്ട്. ഈ സാഹിത്യപ്രസ്ഥാനത്തിന്റെ സഹയാത്രികനായിരുന്നു തകഴി. തോട്ടികൾ, കർഷകത്തൊഴിലാളികൾ,മത്സ്യത്തൊഴിലാളികൾ, ലൈംഗികത്തൊഴിലാളികൾ തുടങ്ങി വരേണ്യസമൂഹം പുറത്തുനിർത്തിയ ജനസമൂഹങ്ങളുടെ ജീവിതമാണ് തകഴി ആവിഷ്കരിച്ചത്.

സാഹിത്യത്തിൽ അതുവരെ നിലനിന്നുപോന്ന ഭാവുകത്വ സങ്കൽപ്പനങ്ങളെയും അതിന്റെ പ്രത്യയശാസ്ത്രനായകത്വത്തെയും പൊളിച്ചെഴുതി, മലയാള സാഹിത്യത്തിൽ സമരോത്സുകനവോത്ഥാനത്തിന് തുടക്കം കുറിക്കുകയായിരുന്നു തകഴിയുൾപ്പെടെയുള്ള അന്നത്തെ എഴുത്തുകാർ.

തന്റെ രചനകൾ തകഴി എന്ന ഗ്രാമത്തിനപ്പുറം ലോകത്തേക്കുവളരുന്നത്, സ്വന്തം ഗ്രാമത്തിലിരുന്നുകൊണ്ട് നിസ്സംഗതയോടെ വീക്ഷിക്കുകയായിരുന്നു തകഴി. ഒരു ഗ്രാമത്തിന്റെ പേര് ഒരു സർഗാത്മക ലോകത്തിന്റെ പേരായി വികസിക്കുന്ന അപൂർവതകൂടിയായിരുന്നു ഇത്.

തകഴികൃതികളിലെ കീഴാളജീവിതത്തെക്കുറിച്ചും വർഗപരമായ അതിന്റെ ഉള്ളടക്കങ്ങളെക്കുറിച്ചും നിരവധി പഠനങ്ങൾ ഉണ്ടായിട്ടുണ്ട്. എങ്കിലും കീഴാള മനുഷ്യരുടെ സ്വത്വസംഘർഷങ്ങളെക്കുറിച്ചും ജാതിയുടെ സൂക്ഷ്മാധികാരത്തെക്കുറിച്ചുമുള്ള ജാഗ്രതകൾ തകഴിയുടെ രച

നകളിൽ എങ്ങനെയാണ് പ്രവർത്തിക്കുന്നതെന്ന അന്വേഷണങ്ങൾ വേണ്ടവിധം നടന്നിട്ടില്ലെന്നുകാണാം.

തൊഴിലിടത്തുനിന്ന് അനുഭവിക്കേണ്ടി വരുന്ന പീഡനങ്ങൾക്കും ചൂഷണങ്ങൾക്കും സാമ്പത്തികമായ ഉള്ളടക്കം മാത്രമല്ല, ഉണ്ടായിരുന്നതെന്ന് കുട്ടനാട്ടിലെ കർഷകത്തൊഴിലാളിസമരങ്ങളിൽനിന്ന് മനസിലാക്കാം. അവരുടെ സമരം കൂലിവർധനവിനുവേണ്ടിയോ മറ്റ് തൊഴിലവകാശങ്ങൾക്കുവേണ്ടിയോ മാത്രമായിരുന്നില്ല. ചിരട്ടയിൽ ഭക്ഷണം കൊടുക്കുന്നതിനെതിരെയും അവർ ധീരമായ സമരം നയിച്ചു. ഒരേസമയം സാമ്പത്തികമായും സാമൂഹികമായും അടിച്ചമർത്തപ്പെട്ടവരായിരുന്നു കർഷകത്തൊഴിലാളികൾ എന്നാണിതിനർഥം. ഈ ഇരട്ട ചൂഷണത്തിന്റെ ഇരവൽക്കരണത്തെ സൂക്ഷ്മമായി ആവിഷ്കരിക്കുന്നതിൽ തകഴിയുടെ കൃതികൾ പലപ്പോഴും പരാജയപ്പെടുന്നു.

എന്നാൽ, ജാതിവ്യവസ്ഥ ഒരു ജനതയ്ക്കു നൽകിയ കീഴാളാ, വസ്ഥയിൽനിന്ന് 'തൊഴിലാളി' എന്ന അവസ്ഥയിലേക്കുള്ള സാംസ്കാരിക/ രാഷ്ട്രീയ പരിണാമത്തെ തകഴി ആവിഷ്കരിക്കുന്നുണ്ട്.

ഈ രീതിയിലുള്ള തകഴികൃതികളുടെ പുനർവായനകൾ വേണ്ടവിധം ഇവിടെ നടന്നിട്ടില്ല. എന്നാൽ ഒറ്റപ്പെട്ട ചില ശ്രമങ്ങൾ കാണേണ്ടതുണ്ട്. യഥാർഥത്തിൽ ഇത്തരം, പുനർവായനകളിലൂടെയാണ് തകഴി എന്ന എഴുത്തുകാരനും, കൃതിയും കാലാതിവർത്തിയാവുന്നത്. വേലുക്കുട്ടി അരയന്റെ *ചെമ്മീൻ ഒരു നിരൂപണം* എന്ന കൃതിയെ പരാമർശിക്കാതെയും പഠിക്കാതെയും തകഴിയുടെ *ചെമ്മീൻ* എന്ന നോവലിനെക്കുറിച്ച് ഇന്ന് എഴുതാനാവില്ല. അത്തരം പുനർവായനകളുടെ സാധ്യതകളെക്കൂടി ഈ പുസ്തകം അന്വേഷിക്കുകയാണ്.

തകഴി ജന്മശതാബ്ദിയിലാണ് ഈ പുസ്തകം പുറത്തിറങ്ങുന്നത്. തകഴിവായനകളിലേക്കും പുനർവായനകളിലേക്കും ഓർമകളിലേക്കും മലയാളം സജീവമാകേണ്ട സന്ദർഭമാണിത്. ഇതിൽ ചേർത്തിട്ടുള്ള ലേഖനങ്ങൾ ഓരോകാലത്തും ഓരോ സന്ദർഭങ്ങളിലും എഴുതപ്പെട്ടവയാണ്. അതുകൊണ്ട് തന്നെ തകഴികൃതികളുടെ വായനാ വൈവിധ്യങ്ങളെ ഈ പുസ്തകത്തിൽ കണ്ടെത്താനാവുമെന്നാണ് പ്രതീക്ഷിക്കുന്നത്. എന്നാൽ തകഴികൃതികളെക്കുറിച്ചുള്ള ഒരു സമഗ്ര ഗ്രന്ഥമാണിതെന്നുള്ള അവകാശവാദവുമില്ല.

ലേഖനങ്ങൾ ഉൾപ്പെടുത്താൻ അനുവാദം തന്ന മലയാളത്തിലെ പ്രമുഖരായ എഴുത്തുകാർക്ക്, എന്റെ കടപ്പാടും കൃതജ്ഞതയും.

മലയാള നോവൽ/കഥാശാഖയിൽ നവോത്ഥാനത്തിന്റെ വിത്തുകൾ പാകിയ തകഴിയോടുള്ള ആദരവായി ഈ പുസ്തകം വായനക്കാർക്ക് മുമ്പിൽ സമർപ്പിക്കുന്നു.

രാജേഷ് ചിറപ്പാട്

ഭാഗം 1
വായന

യോജിപ്പും വിയോജിപ്പും

ഇ എം എസ് നമ്പൂതിരിപ്പാട്

ആറു പതിറ്റാണ്ടിലേറെക്കാലത്ത് കേരളത്തിന്റെ സാംസ്കാരിക ലോകത്ത് തിളങ്ങിനിൽക്കുന്ന പ്രതിഭാശാലിയാണ് തകഴി ശിവശങ്കരപ്പി ള്ള.

1930കളുടെ ആദ്യവർഷങ്ങളിൽ മറ്റേതാനും സാഹിത്യകാരന്മാരോ ടൊപ്പം അദ്ദേഹം മലയാള സാഹിത്യത്തിന്റെ പുരോഗതിയിൽ തനതായ സംഭാവനകൾ നൽകാൻ തുടങ്ങി. അദ്ദേഹത്തിന്റെ അനശ്വര കൃതികൾ ഇതര ഭാഷകളിലേക്കും തർജമ ചെയ്തു കഴിഞ്ഞിട്ടുണ്ട്. ആ നിലയ്ക്ക് 'വിശ്വസാഹിത്യകാര'ൻമാരുടെ നിരയിലേക്ക് അദ്ദേഹം ഉയർന്നിരിക്കു കയാണ്.

പ്രതിഭാശാലികളായ മറ്റു സാംസ്കാരിക നായകന്മാരെപ്പോലെ തക ഴിയും ജീവിക്കുന്ന മനുഷ്യരുടെ വികാര വിചാരങ്ങൾക്ക് കലാസുഭഗ മായ രൂപം നൽകുകയാണ് ചെയ്തത്. ദേശീയ സ്വാതന്ത്ര്യം, സാമൂഹിക സമത്വം മുതലായ ആധുനിക സാമൂഹികമൂല്യങ്ങൾക്ക് കലാസുഭഗമായ രൂപം നൽകുക മാത്രമല്ല അദ്ദേഹം ചെയ്തത്. ആ സാമൂഹികമൂല്യ ങ്ങൾ ഉയർത്തിപ്പിടിക്കുന്നവരുടെ ഇടയിൽ തന്നെ ഇടതുപക്ഷത്തിന്റെ രാഷ്ട്രീയ നിലപാടുകൾ പ്രതിഫലിപ്പിക്കുക കൂടി അദ്ദേഹം ചെയ്തു.

ഇതാണ് മറ്റു പലരേയുമെന്നപോലെ തകഴിയേയും ആദരിക്കാൻ എനിക്ക് പ്രേരണ നൽകിയത്. പക്ഷേ, ഇതിനൊരു മറുവശം ഉണ്ടെന്നു കൂടി പറയാതിരുന്നാൽ ഞാൻ അദ്ദേഹത്തോടു തന്നെ നീതി ചെയ്തു വെന്ന് പറയാൻ കഴിയുകയില്ല.

കേരളത്തിന്റെ സാമൂഹിക ജീവിതത്തിൽ വന്നുകൊണ്ടിരുന്ന മാറ്റ ങ്ങളുടെ പരിണാമമെന്ന് നിലയ്ക്ക് തൊഴിലാളിവർഗം ഒരു സ്വതന്ത്ര വിപ്ലവ രാഷ്ട്രീയ ശക്തിയായി വളരുകയാണെന്ന സത്യം തകഴിയുടെ

വിഖ്യാത കൃതികളിൽ പ്രതിഫലിക്കുന്നില്ല. തന്റെ കൃതികളിൽ അദ്ദേഹം വരച്ചുകാണിക്കുന്ന 'കുട്ടനാടിന്റെ ചിത്ര'ത്തിൽ ആ പ്രദേശത്ത് വളർന്നു വരാൻ തുടങ്ങിയ കർഷക തൊഴിലാളി പ്രസ്ഥാനത്തിന് സ്ഥാനമില്ല. ആ പ്രസ്ഥാനം രാജ്യത്തിന് നൽകിയത് നന്മയല്ല, തിന്മയാണ് എന്ന തന്റെ അഭിപ്രായം അദ്ദേഹം മറച്ചുവച്ചിട്ടില്ല.

ഇക്കാര്യത്തിൽ അദ്ദേഹത്തിന്റെ നിലപാടിനോട് വിയോജിപ്പ് പ്രകടിപ്പിക്കുമ്പോൾ തന്നെ അദ്ദേഹത്തിന്റെ സംഭാവനകൾ പൊതുവെ വിലപ്പെട്ടതാണെന്ന് ഞാൻ അംഗീകരിക്കുന്നു.

1996

തകഴിയും മലയാള സാഹിത്യത്തിലെ വഴിത്തിരിവും

പി ഗോവിന്ദപ്പിള്ള

തകഴി ശിവശങ്കരപ്പിള്ള തകഴിയെന്ന കഥാകാരനെ എങ്ങനെയാണ് വിലയിരുത്തുന്നത്? ടി എൻ ജയചന്ദ്രൻ ഉന്നയിച്ച ഈ ചോദ്യത്തിന് തകഴി ഇപ്രകാരം മറുപടി പറഞ്ഞതായി കാണുന്നു.

> വാസ്തവത്തിൽ ഞാനെന്തു ചെയ്തു എന്നാലോചിക്കാറുണ്ട്. മലയാള സാഹിത്യവും ജീവിതവും ഗതിമുട്ടി നിന്ന ഒരു കാലഘട്ടമുണ്ടായിരുന്നു. ആ കാലഘട്ടത്തിൽ ജീവിതവും സാഹിത്യവും പുതിയൊരു സരണിയിലൂടെ പ്രവഹിപ്പിക്കാൻ വേണ്ടി തന്റേടത്തോടുകൂടി പ്രവർത്തിച്ചവരിൽ ഒരാൾ എന്ന് എന്നെപ്പറ്റി ഭാവിയിൽ, ചരിത്രത്തിന്റെ വല്ല മൂലയിലും രേഖപ്പെടുത്താൻ കഴിഞ്ഞാൽ ഭാഗ്യമായി. ആശാനെപ്പോലെയോ ചന്തുമേനോനെപ്പോലെയോ എന്തെങ്കിലും സംഭാവന നൽകാൻ ഞങ്ങളിലാർക്കും കഴിഞ്ഞിട്ടില്ല എന്ന് തോന്നുന്നു. ആശാൻ ഒരു ജനവിഭാഗത്തെ മുഴുവൻ കെട്ടിയിരുന്ന ചങ്ങലയുടെ ആദ്യത്തെ കണ്ണി പൊട്ടിച്ച ആളാണ്. ഭദ്രമായ ജീവിത നിരീക്ഷണവും യുക്തിബോധവുമാണ് ആശാനിൽ എന്നെ ആകർഷിച്ച ഗുണങ്ങൾ. തോട്ടിയും കുട്ടനാടൻ പുലയനും നസ്രാണിയും – അവരുടെയൊക്കെ ചില്ലറ ചിത്രങ്ങൾ ഞാനും സംഭാവന ചെയ്തിട്ടുണ്ട്. ഞാനെന്താണെന്നും എന്റെ ജയാപജയങ്ങൾ എന്തൊക്കെയാണെന്നും നിശ്ചയിക്കേണ്ടത് ഭാവി തലമുറയാണ്. (നോവലിന്റെ ശിൽപ്പശാല – 1970)

തകഴിയുടെ പ്രതീക്ഷ ഒട്ടും അസ്ഥാനത്തല്ല എന്നാണ് ഈ ലേഖകന്റെ ഉറച്ച അഭിപ്രായം. വേണമെങ്കിൽ അതിൽ ഒരു ഭേദഗതി വരുത്താവുന്നതാണ്. "മലയാള സാഹിത്യവും ജീവിതവും ഗതിമുട്ടി നിന്ന

കാലഘട്ടത്തിൽ ജീവിതവും സാഹിത്യവും പുതിയൊരു സരണിയിലൂടെ പ്രവഹിപ്പിക്കാൻ വേണ്ടി തന്റേടത്തോടുകൂടി പ്രവർത്തിച്ചവരിൽ ഒരാൾ" താൻ ആണെന്ന് മാത്രമേ പലപ്പോഴും അതിരു കവിഞ്ഞ വിനയമൊന്നും പ്രകടിപ്പിക്കാൻ മുതിരാത്ത തകഴി ഇവിടെ വിനയാമ്പിതനായി പറഞ്ഞു വയ്ക്കുന്നത്. 'പലരിൽ ഒരാൾ' എന്നത് 'പലരിൽ മുമ്പൻ' എന്നാക്കി മാറ്റുന്നതിൽ തീരെ അതിശയോക്തിയില്ല. ദേവിനെയും ബഷീറിനെയും പൊറ്റെക്കാടിനെയും മറ്റും ഒരുവിധത്തിലും പിൻനിരയിലേക്ക് തള്ളാനല്ല അങ്ങനെ പറയുന്നത്. തകഴിയുടെ സമകാലികരും സമധർമികളും ആയ ഈ മൂവർക്കും ഓരോരോ കാര്യങ്ങളിൽ തകഴിയേക്കാൾ മേന്മ അവകാശപ്പെടുകയും ചെയ്യാം. എന്നാൽ ഈ പുതുയുഗധർമത്തിന്റെയും പുതുയുഗ അഭിരുചിയുടെയും ഏറ്റവും മുതിർന്ന ആവിഷ്കർത്താവ് തീർച്ചയായും തകഴി തന്നെ.

മലയാള സാഹിത്യചിന്തയിലും പ്രയോഗത്തിലും ഇരുപതാം നൂറ്റാണ്ടിന്റെ നവോത്ഥാന ധാരകൾക്ക് തുടക്കം കുറിച്ചവർ രാജരാജവർമ്മയും കുമാരനാശാനും മറ്റുമായിരുന്നെങ്കിലും 1930കളുടെ ഉത്തരാർധത്തിൽ ഈ ധാരകൾ കൂലം കുത്തി പ്രവഹിക്കുന്ന മഹാനദിയായി പരിണമിക്കുന്നത് പുരോഗമന സാഹിത്യ പ്രസ്ഥാനത്തിന്റെ ആവിർഭാവത്തോടെയാണ്. ഈ വമ്പിച്ച പരിണാമത്തിന് സൈദ്ധാന്തികമായ പിൻബലം നൽകിയത് എ ബാലകൃഷ്ണപിള്ള, എം.പി പോൾ, മുണ്ടശേരി, ഇ എം എസ് തുടങ്ങിയ നിരൂപക കേസരികളും സ്വാതന്ത്ര്യസമര സേനാനികളും ആയിരുന്നുവെങ്കിൽ ഈ കുതിച്ചുചാട്ടത്തിന്റെ സർഗാത്മക പ്രതിഭകൾ ചങ്ങമ്പുഴയും ശങ്കരക്കുറുപ്പും കേശവദേവും തകഴിയും പൊറ്റെക്കാടും പൊൻകുന്നം വർക്കിയും ബഷീറും മറ്റുമായിരുന്നു. ശ്രീനാരായണ ഗുരുദേവനിൽ ആരംഭിച്ച കേരളത്തിലെ നവോത്ഥാന പ്രസ്ഥാനം 1930കളിൽ അതിന്റെ രണ്ടാം ഘട്ടത്തിലേക്ക് പ്രവേശിച്ചു. ജാതിവിരുദ്ധ പോരാട്ടങ്ങളും സ്വാതന്ത്ര്യസമരവും ആയി വികസിച്ച ഈ ഒന്നാം ഘട്ടത്തിന്റെ സ്വഭാവം ലിബറൽ ജനാധിപത്യം വരെ മാത്രമേ എത്തിയിരുന്നുള്ളൂവെങ്കിൽ, രണ്ടാം ഘട്ടത്തെ വേർതിരിക്കുന്നത് വർഗസമരവും സോഷ്യലിസ്റ്റ് കമ്യൂണിസ്റ്റ് ചിന്തകളുമാണ്. ഈ സോഷ്യലിസ്റ്റ് പരിവർത്തനം രാഷ്ട്രീയത്തിൽ മാത്രം ഒതുങ്ങുന്നതല്ല. സാഹിത്യം, കല, ജീവിതശൈലി തുടങ്ങിയ സാംസ്കാരിക മേഖലകളിലും ഈ സാമ്യവാദ പ്രവണത അനുരണനങ്ങൾ സൃഷ്ടിക്കുന്നു. സാഹിത്യത്തിന്റെയും കലയുടെയും സാമൂഹികധർമത്തെയും രാഷ്ട്രീയ അന്തർധാരയെയും കുറിച്ച് പ്രായാധിക്യത്തിന്റെ ഭാരം പേറുന്ന പിൽക്കാലത്തെ തകഴി ആശയക്കുഴപ്പത്തിന് ഇട നൽകാവുന്ന ചില പ്രഖ്യാപനങ്ങളും പരാമർശങ്ങളും നടത്താറുണ്ട്. എങ്കിലും തകഴിയെ തകഴിയാക്കിയ കാലത്തൊക്കെ അവയെല്ലാം സംബന്ധിച്ച് തികച്ചും ശാസ്ത്രയുക്തവും ആദർശനിഷ്ഠവും ആയ നിലപാടുകളാണ് തകഴിക്കുണ്ടായിരുന്നത്. ഇത് വ്യക്തമാക്കാൻ എത്ര ഉദാഹരണങ്ങൾ വേണമെങ്കിലും അദ്ദേഹത്തിന്റെ കൃതികളിൽ നിന്നും പ്രസംഗ

ങ്ങളിൽ നിന്നും ഉദ്ധരിക്കാവുന്നതാണ്. എങ്കിലും സൗകര്യത്തെ മുൻനിർത്തി മേൽ പരാമർശിച്ച തകഴി-ജയചന്ദ്ര സംവാദത്തെ തന്നെ നമുക്കാശ്രയിക്കാം.

തകഴി കുട്ടിക്കാലം മുതലേ കഥാവായനയിൽ അതീവ തൽപ്പരനായിരുന്നു. തന്റെ അച്ഛനിൽ നിന്നും കേട്ട് രസിക്കാൻ കഴിഞ്ഞ പുരാണ കഥാസാഗരത്തെ ഹൈസ്കൂളുകളിൽ എത്തിയപ്പോഴേക്കും അദ്ദേഹം തരണം ചെയ്തു. പിന്നീട് വായനയിൽ ഏറിയ കൂറും ഇംഗ്ലീഷ് പുസ്തകങ്ങളായി. ചാൾസ് ഡിക്കൻസ്, വാൾട്ടർ സ്കോട്സ്, വിക്ടർ ഹ്യൂഗോ, ഒ ഹെൻട്രി തുടങ്ങിയ പടിഞ്ഞാറൻ കഥാകൃത്തുക്കളുടെ കൃതികളാണ് അക്കാലത്ത് ഗ്രന്ഥശാലകളിലും വിദ്യാലയങ്ങളിലും ധാരാളമായി ലഭിച്ചുവന്നത്. എല്ലാമെല്ലാം ആർത്തിയോടെ ആ ചെറുപ്പക്കാരൻ വായിച്ചു തള്ളി. അവരിൽ ഡിക്കൻസ് അദ്ദേഹത്തിന് വളരെ പഥ്യമായി. ഹ്യൂഗോ ആകട്ടെ തകഴിയെ ഹഠാദാകർഷിച്ചു. അതൊരു ജീവിതകാല സ്വാധീനമായി മാറുകയും ചെയ്തു. എന്നാൽ ഇംഗ്ലീഷുകാരുടെ സി വി രാമൻപ്പിള്ളയായ (സി.വി. മലയാളിയുടെ സ്കോട്ടായും വിശേഷിപ്പിക്കപ്പെടാറുണ്ട്) വാട്ടർ സ്കോട്ട് തകഴിയെ കാര്യമായി സ്പർശിച്ചില്ല. ഈ വസ്തുത തകഴിയുടെ സാഹിത്യ പക്ഷപാതത്തെയും മൂല്യസിദ്ധാന്തത്തെയും സിദ്ധവൽക്കരിക്കുന്ന ഒന്നാണ്. തകഴിയുടെയും സിവിയുടെയും ആഖ്യാനമാതൃകയിലുള്ള വൈജാത്യത്തെപ്പറ്റി *തകഴിയുടെ ചെറുകഥകൾ* എന്ന ആദ്യകാല കൃതിയുടെ സുവർണ ജൂബിലി പതിപ്പിൽ ചേർത്തിരിക്കുന്ന പഠനത്തിൽ കെ പി അപ്പൻ പറയുന്നത് തികച്ചും ശരിയാണ്. വാൾട്ടർ സ്കോട്ടിന്റെ കൃതികളോട് തകഴിക്ക് തോന്നാതിരുന്ന അഭിനിവേശത്തിന്റെ കാരണം ഈ വസ്തുതയിൽ നിന്നു തന്നെ ഉരുത്തിരിയുന്നു.

പ്രസിദ്ധ റഷ്യൻ സാഹിത്യ സൈദ്ധാന്തികനായ മിഖായേൽ ബാക്തിന്റെ ചില കണ്ടെത്തലുകളെ ഉപജീവിച്ചുകൊണ്ട് തകഴിയുടെ ആഖ്യാനരീതി അവലംബിക്കുന്ന സംവാദ സമ്പ്രദായത്തെ സിവിയുടെയും മറ്റും ഏകതാനാഖ്യാന രീതിയുമായി അപ്പൻ താരതമ്യപ്പെടുത്തി തകഴിക്കനുകൂലമായി വിധിക്കുന്നതും യുക്തിയുക്തമാണ്. എന്നാൽ ഇപ്രകാരമുള്ള ശരിയായ നിഗമനങ്ങളിൽ ചെന്നെത്തുന്ന അപ്പന്റെ നിരൂപക ബുദ്ധി പുരോഗമന സാഹിത്യ പ്രസ്ഥാനത്തോടുള്ള അദ്ദേഹത്തിന്റെ വിപ്രതിപത്തിയെ മറികടക്കാൻ സഹായിക്കുന്നില്ല. പുരോഗമന സാഹിത്യ പ്രസ്ഥാനത്തിന്റെ ഉത്ഭവത്തിലും വളർച്ചയിലും തകഴിക്കുള്ള പങ്ക്, തൊഴിലാളി വർഗത്തിന്റെ വിമോചക ദൗത്യത്തിലുള്ള അദ്ദേഹത്തിന്റെ അചഞ്ചലമായ വിശ്വാസം തുടങ്ങിയവയെല്ലാം അംഗീകരിച്ചുകൊണ്ടുതന്നെ പുരോഗമന സാഹിത്യപ്രസ്ഥാനവുമായി തകഴിക്കുണ്ടെന്ന് അപ്പൻ ധരിച്ചുവശായിട്ടുള്ള അകൽച്ചയിൽ ഊന്നിനിൽക്കാനാണ് തന്റെ മുൻവിധികൾ അപ്പനെ നിർബന്ധിക്കുന്നത്. പുരോഗമന സാഹിത്യപ്രസ്ഥാനത്തിന്റെ ചോദ്യം ചെയ്യാത്ത അടിമയായിരുന്നില്ല തകഴിയെന്ന ഫലിതം തട്ടിവിടുന്ന അപ്പന്റെ സങ്കൽപ്പ പ്രകാരം പുരോഗമന സാഹിത്യ പ്രസ്ഥാ

നത്തുള്ളവരെല്ലാം അതിന്റെ അടിമകളായിരിക്കണം എന്നാണ് അപ്പന്റെ ഉത്തരവ് എന്ന് തോന്നുന്നു. ഇ എം എസ്, എം പി പോൾ, മുണ്ടശേരി, ശങ്കരക്കുറുപ്പ്, ചങ്ങമ്പുഴ, പി ശങ്കരൻ നമ്പ്യാർ തുടങ്ങി എത്രയോ വ്യത്യസ്തരായ ആളുകൾ പോറ്റി വളർത്തിയ ഈ പ്രസ്ഥാനത്തിൽ എല്ലാവരും ഒരേ മൂശയിലിട്ട് വാർത്തവരായിരിക്കണമെന്നോ എല്ലാവരും ഒരേ സ്വരത്തിൽ സംസാരിക്കുന്നവരായിരിക്കണമെന്നോ അപ്പൻ ശഠിച്ചാലും പുരോഗമനവാദികൾക്ക് ആ ശാഠ്യമില്ല. സ്റ്റാലിനെപ്പറ്റി എന്തോ തകഴി പറഞ്ഞുവെന്നതും പുരോഗമന സാഹിത്യപ്രസ്ഥാനത്തിന്റെ അടിമയായിരുന്നില്ല തകഴി എന്നതിന്റെ തെളിവായി അപ്പൻ ഹാജരാക്കുന്നുണ്ട്. സ്റ്റാലിൻ പറഞ്ഞതൊക്കെ ശരിവയ്ക്കുന്നവർക്കേ പുരോഗമന സാഹിത്യ പ്രസ്ഥാനത്തിൽ സ്ഥാനമുണ്ടായിരുന്നുള്ളൂവെങ്കിൽ കോൺഗ്രസുകാരനായ കെ എ ദാമോദരമേനോനും വിപ്ലവ ചിന്തകനായിരുന്ന കേസരി ബാലകൃഷ്ണപിള്ളയും കൊച്ചി സംസ്ഥാനത്തെ അഭിജാത വിദ്യാഭ്യാസ മേഖലകളിൽ വിഹരിച്ചിരുന്ന പ്രൊഫ. പി ശങ്കരൻ നമ്പ്യാരും എങ്ങനെ അതിനെ അനുകൂലിച്ചു എന്ന് അന്വേഷിക്കേണ്ട ഭാരം തകഴിയെ, അദ്ദേഹം കൂടി ജന്മം നൽകിയ പ്രസ്ഥാനത്തിൽ നിന്ന് അകറ്റി നിർത്താൻ വെമ്പുന്ന അപ്പനില്ല.

കമ്യൂണിസത്തോടും പുരോഗമന സാഹിത്യ പ്രസ്ഥാനത്തോടും കടുത്ത ശത്രുത പുലർത്തിയിരുന്ന മഹാമതികളായ കുട്ടികൃഷ്ണമാരാരുടെയും സഞ്ജയൻ എന്ന എം ആർ നായരുടെയും സരണിയിൽ ചരിക്കുന്ന അപ്പനെ പോലുള്ളവർ നേരിടുന്ന ഒരു കനത്ത പ്രതിബന്ധമാണ് തകഴിയുടെയും പൊറ്റെക്കാടിന്റെയും ബഷീറിന്റെയും കേശവദേവിന്റെയും മറ്റും സാഹിത്യം. തകഴിയുടെ പ്രസ്ഥാനത്തെ 'ഓക്കാന പ്രസ്ഥാനം' എന്ന് വിളിച്ചാക്ഷേപിച്ച സഞ്ജയൻ ഇന്ന് ജീവിച്ചിരുന്നെങ്കിൽ തകഴിയെപ്പറ്റി അതേ ആക്ഷേപം ആവർത്തിക്കുമായിരുന്നോ? അതേപോലെ തന്നെ അഭിഭാഷക വരേണ്യനും യാഥാസ്ഥിതിക പ്രമാണിയും ആയിരുന്ന മള്ളൂർ ഗോവിന്ദപ്പിള്ള തകഴിയുടെ *പതിത പങ്കജം* 'ശുദ്ധമാന തെറി'യാണ് എന്ന് അന്ന് വിധിച്ചത് ഇന്നാവർത്തിക്കാൻ ആരെങ്കിലും ധൈര്യപ്പെടുമോ? മള്ളൂരിന്റെയും സഞ്ജയന്റെയും കാൽനഖേന്ദു മരീചികൾ പുതുയുഗത്തിന്റെ പുതുഭാഷാ പ്രയോഗങ്ങൾ കൊണ്ട് പിന്തുടരാൻ ശ്രമിക്കുന്ന അപ്പന് 'ഓക്കാന'വും 'തെറി' യും അതേപടി ആവർത്തിക്കാനാവുകയില്ല. അതുകൊണ്ട് "അയാളൊരു കമ്യൂണിസ്റ്റുകാരനാണെങ്കിലും ആള് യോഗ്യനാണ്" എന്ന് ചിലർ പറയുന്നതിന്റെ സാഹിത്യ നിരൂപണപ്പതിപ്പാണ് അപ്പൻ മുതൽ പേരുടെ വിലയിരുത്തലുകൾ. തകഴി പുരോഗമന സാഹിത്യകാരനാണെങ്കിലും പുരോഗമന സാഹിത്യകാരനല്ല എന്ന വിധത്തിലുള്ള വിചിത്രവാദങ്ങൾ കൊണ്ട് ഒരു പുതുയുഗ പ്രഭാതത്തിന്റെ പ്രപഞ്ചകരെ അവരുടെ അടിസ്ഥാനങ്ങളിൽ നിന്നും അടർത്തിയെടുത്ത് നടത്തുന്ന 'സ്തുതി'ക്കാണ് നമ്മുടെ ഭാഷയിൽ 'നിന്ദാസ്തുതി' എന്ന് നാമകരണം ചെയ്തിരിക്കുന്നത്.

എങ്കിലും ഒരു കാര്യം അപ്പൻ കൂട്ടർക്ക് അനുകൂലമായി പറയാതിരിക്കാനാവില്ല. അടുത്ത കാലത്തായി തന്റെ മൂലപ്രകൃതിയെ തള്ളിപ്പറഞ്ഞ് യാഥാസ്ഥിതികരുടെ കയ്യടി വാങ്ങിക്കാൻ തകഴിയും മുതിർന്നു കാണുന്നു. ഹരിപ്പാട്ടു വച്ച് ചേർന്ന പുരോഗമന കലാസാഹിത്യ സംഘം സംസ്ഥാന സമ്മേളനത്തിൽ തകഴി നടത്തിയ ചില പരാമർശങ്ങൾ അത്തരത്തിലുള്ളവയാണ്. പിന്നീട് ആ പരാമർശങ്ങളെ വിശദീകരിച്ചു കൊണ്ട് നടത്തിയ പ്രസ്താവനയിൽ ഇ എം എസിനെ ജാതി ചൊല്ലി അധിക്ഷേപിക്കാനും തകഴി മടിച്ചില്ല. എന്നാൽ വാർധക്യസഹജമായ ഈ സ്ഥലജലഭ്രമങ്ങളും ഓർമപ്പിശകുകളും അരനൂറ്റാണ്ടിലേറെക്കാലം മലയാള സാഹിത്യത്തിനും പുരോഗമന പ്രസ്ഥാനത്തിനും തകഴി നൽകിയ അമൂല്യ സംഭാവനകളുടെ ശോഭ മായ്ക്കാൻ പര്യാപ്തമല്ല.

ഹരിപ്പാട് സമ്മേളനത്തിൽ വച്ച് പുരോഗമന കലാ സാഹിത്യസംഘം പ്രസിഡന്റ് പ്രൊഫ. എം എൻ വിജയൻ നടത്തിയ ഒരു പരാമർശവും വലിയ വാദകോലാഹലങ്ങൾക്ക് വഴിവച്ചു. തകഴിയുടെ *ചെമ്മീൻ* മനോഹരവും വിലപ്പെട്ടതുമായ ഒരു ആഖ്യായികയാണെങ്കിലും അത് അദ്ദേഹത്തിന്റെ ആഖ്യായികകളിൽ ഏറ്റവും മെച്ചപ്പെട്ടതാണ് എന്ന് താൻ കരുതുന്നില്ലെന്നുമാണ് വിജയന്റെ പരാമർശം. അദ്ദേഹത്തിന്റെ കൃതികളിൽ *ചെമ്മീനേക്കാൾ* അർഥപുഷ്ടയിയും ശിൽപ്പചാതുരിയും മൂല്യബോധവും സാമൂഹിക യാഥാർഥ്യാവബോധവും *രണ്ടിടങ്ങഴി, തോട്ടിയുടെ മകൻ, കയർ* മുതലായവയ്ക്കുണ്ട് എന്ന് ആരെങ്കിലും അഭിപ്രായപ്പെട്ടാൽ അതിൽ വലിയ അപാകതകളൊന്നുമില്ല. അതൊരു അപരാധവുമല്ല. ഒരു സാഹിത്യകാരനെ ആദരിച്ചാരാധിക്കുന്നവർ അദ്ദേഹത്തിന്റെ എല്ലാ കൃതികളും ഒരേപോലെ ഉദാത്തവും അനുപമവും ആണ് എന്ന് അനുവദിച്ചുകൊടുക്കണമെന്നത് ശഠിക്കുന്നത് ശുദ്ധ പോഴത്തം മാത്രമാണ്. *കയർ* എഴുതിയതിന് മുമ്പും *ചെമ്മീൻ* എഴുതിയതിന് ശേഷവും സ്വന്തം കൃതികളിൽ തകഴി ഏറ്റവും കൂടുതൽ ഇഷ്ടപ്പെടുന്നത് ഏതാണ് എന്ന് ചോദിച്ചപ്പോൾ അദ്ദേഹം തന്നെ ജയചന്ദ്രനോട് പറഞ്ഞത് *രണ്ടിടങ്ങഴി* ആണെന്നത്രെ. അപ്പോൾ മറ്റാർക്കും അങ്ങനെ പറഞ്ഞുകൂടെന്നുണ്ടോ?

തകഴിയുടെ മറ്റു പല സാഹിത്യ സിദ്ധാന്ത നിലപാടുകളും അത്യാധുനികർ എന്ന് അവകാശപ്പെടുന്ന അപ്പൻ പ്രഭൃതികളായ യാഥാസ്ഥിതികർക്ക് രുചിക്കുന്നതാണ് എന്ന് തോന്നുന്നില്ല. ഉദാഹരണത്തിന് "ശുദ്ധ സാഹിത്യ" വാദികൾക്ക് എതിരെ തകഴി പറയുന്നത് ശ്രദ്ധിക്കൂ. കേസരി ബാലകൃഷ്ണപിള്ളയുമായുള്ള തന്റെ ബന്ധത്തെക്കുറിച്ച് തകഴി പറയുന്നു:

> എനിക്കിരുത്തം വന്നത് എന്റെ തിരുവനന്തപുരം ജീവിതത്തോടു കൂടിയാണെന്ന് തോന്നുന്നു.തിരുവനന്തപുരവും എ ബാലകൃഷ്ണ പിള്ളയും കൂടി (ആണ്, തകഴിയെ തകഴിയാക്കിയത്) ഞാൻ ആദ്യമായി മാർക്സിസം പഠിച്ചത് അന്നാണ്. 'ലിറ്ററേച്ചർ' എന്ന് പറയുന്നത് വെറും സാഹിത്യം മാത്രമല്ല പൊളിറ്റിക്സും സോഷ്യോള

ജിയും ഹിസ്റ്ററിയും എല്ലാം അതിനകത്തുണ്ട്. ചരിത്രത്തിന്റെ ഒരു ആധുനിക വീക്ഷണം ഉണ്ടാകുന്നതിന് അത് എന്നെ സഹായിച്ചു.

സാഹിത്യത്തിലും കലയിലും രാഷ്ട്രീയവും സാമൂഹിക വിജ്ഞാനീയവുമെല്ലാം കടന്നുവരുന്നതിനെ കർശനമായി എതിർക്കുന്ന ഗുപ്തൻനായർ, അപ്പൻ തുടങ്ങിയ പ്രൊഫസർമാർക്ക് സ്വീകാര്യമാവില്ല; കേസരിയുടെയും തകഴിയുടെയും നിലപാടുകൾ. ഈ ലേഖനത്തിന്റെ ആദ്യം കൊടുത്ത ഉദ്ധരണിയിൽ പറഞ്ഞിരിക്കുന്ന പ്രകാരം 'മലയാള സാഹിത്യവും ജീവിതവും ഗതിമുട്ടി നിന്ന ഒരു കാലഘട്ടത്തിൽ അവയെ പുതിയൊരു സരണിയിലൂടെ പ്രവഹിപ്പിക്കാൻ വേണ്ടി തന്റേടത്തോടുകൂടി പ്രവർത്തിക്കാൻ" തകഴിയെ പ്രാപ്തനാക്കിയത് ഈ ശിക്ഷണവും വീക്ഷണവും ആണ്. അരാഷ്ട്രീയവാദികൾക്ക് ദഹിക്കാത്ത വീക്ഷണം.

സാഹിത്യരചനയുടെ ആത്മസംതൃപ്തി വാദവും തകഴിക്ക് സ്വീകാര്യമല്ല. തീർച്ചയായും തനിക്ക് ഇഷ്ടപ്പെട്ടത് ചെയ്യുന്ന ആർക്കും ഏതു തൊഴിലിലും ആത്മസംതൃപ്തി ഉണ്ടാകും എന്നത് തീർച്ച. രാഷ്ട്രത്തിനുവേണ്ടി പട്ടിണി കിടന്ന ഗാന്ധിക്ക് പട്ടിണിയിലും തൂക്കുമരമേറിയ കയ്യൂർ സഖാക്കൾക്ക് രക്തസാക്ഷിത്വത്തിലും ആത്മസംതൃപ്തി അനുഭവപ്പെട്ടിരിക്കാം. മദ്യപാനിക്ക് മദ്യസേവയിലും സ്ത്രീപീഡകന് പീഡനത്തിലും അങ്ങനെ തന്നെ. അത്തരത്തിലുള്ള സംതൃപ്തിയെ കുറിച്ചല്ല സാഹിത്യത്തിലെ ആത്മസംതൃപ്തിക്കാർ വാദിക്കുന്നത്. സാഹിത്യത്തിന്റെ സാമൂഹിക പ്രസക്തിയെയും പ്രതികരണത്തെയും നിഷേധിക്കാനുള്ള ഒരു അടവാണ് അവർക്ക് ആത്മസംതൃപ്തിവാദം. തകഴി ആ പക്ഷത്തല്ല. അദ്ദേഹം പറയുന്നു:

> "എനിക്ക് കുറേ കാര്യങ്ങൾ പറഞ്ഞു തീർക്കാനുണ്ട്. അതിനുള്ള വാഹനം മാത്രമാണ് കഥയും കഥാപാത്രങ്ങളും. പറയാനുള്ള സംഗതിയാണാദ്യം രൂപമെടുത്തുവരുന്നത്. അതു കഴിഞ്ഞാൽ പിന്നെ എഴുത്തായി. ഉദാഹരണത്തിന് എന്റെ *രണ്ടിടങ്ങഴി* തന്നെ എടുക്കാം. എന്റെ അച്ഛന്റെ മരണമാണ് സത്യത്തിൽ അതിന് കാരണം. 1122-ൽ പുന്നപ്ര-വയലാർ സമരം കൃഷി ഒരു വ്യവസായമാക്കി മാറ്റി. ഒരു കൃഷിക്കാരനായിരുന്ന എന്റെ അച്ഛനിൽ ആ മാറ്റത്തിന്റെ പ്രതിഫലനങ്ങൾ എനിക്ക് കാണാൻ കഴിഞ്ഞു. കൃഷിക്കാരനും കാർഷികത്തൊഴിലാളിയും തമ്മിലുള്ള ബന്ധത്തിൽ ഈ മാറ്റം വലിയ വിപ്ലവം വരുത്തി. അതു പറയാനാണ് ഞാൻ *രണ്ടിടങ്ങഴി* എഴുതിയത്.

അങ്ങനെ അദ്ദേഹത്തിന് "പറഞ്ഞുതീർക്കാനു"ള്ള കുറേ കാര്യങ്ങളിൽ ഏറ്റവും കൂടുതൽ അധഃസ്ഥിതരെയും പീഡിതരെയും കുറിച്ചാണുതാനും. അദ്ദേഹത്തിന് ഏറ്റവും ഇഷ്ടപ്പെട്ട സ്വന്തം കൃതിയായ *രണ്ടിടങ്ങഴിയെ* പറ്റി പറയുന്നത് വായിക്കൂ.

> *രണ്ടിടങ്ങഴി* എന്റെ തന്നെ ജീവിതത്തിന്റെ ഭാഗമാണത്. എന്റെ നേരിട്ടുള്ള അനുഭവത്തിന്റെ ചിത്രീകരണവുമാണ്. കുട്ടനാടിന് ഇന്ത്യയുടെ ഭൂപടത്തിലും അതുവഴി ലോകഭൂപടത്തിലും ഈ നോവൽ വഴി സ്ഥാനം കണ്ടെത്തി എന്ന അഭിമാനം ഈ നോവലിന്റെ കാര്യത്തിൽ എനിക്കുണ്ട്.

തകഴിയുടെ അധഃസ്ഥിത പക്ഷപാതത്തിന്റെയും സോഷ്യലിസ്റ്റ് മൂല്യബോധത്തിന്റെയും മറ്റൊരു സാക്ഷ്യപത്രമാണ് താഴെ ചേർക്കുന്ന അദ്ദേഹത്തിന്റെ ഏറ്റുപറച്ചിൽ.

> നല്ലപോലെ അലങ്കരിച്ച ഒരു ഡ്രോയിംഗ് റൂം ഞാനിതുവരെ ചിത്രീകരിച്ചിട്ടില്ല. എനിക്കത് പരിചയമില്ലെന്നല്ല. അതുമായുള്ള അടുപ്പം പോരായെന്നതാകാം. അതെന്റെ കുറവാണ് എന്ന് ഞാൻ കരുതുന്നു. ബുദ്ധിപരമായി അടുപ്പമുള്ള കാര്യങ്ങൾ ചിത്രീകരിക്കുമ്പോൾ മാത്രമേ ഞാൻ വിജയിക്കാറുള്ളൂ.

ഈ പക്ഷപാതം തകഴിയുടെ കുറവല്ല, കരുത്താണ്. ഈ പക്ഷപാതമാണ് അദ്ദേഹത്തെക്കൊണ്ട് *രണ്ടിടങ്ങഴിയും തോട്ടിയുടെ മകനും, ഏണിപ്പടികളും, കയറും* എന്നല്ല *ചെമ്മീനിലെ* പോലും ഹൃദയഹാരികളായ രംഗങ്ങളെ ചിത്രീകരിക്കാൻ പ്രാപതനാക്കിയത്.

ആധുനിക കേരളത്തിന്റെ സ്രഷ്ടാക്കളിൽ മഹാന്മാരായ സാമൂഹിക പരിഷ്കർത്താക്കളോടും രാഷ്ട്രീയ വിപ്ലവകാരികളോടുമൊപ്പം ആധുനിക സാഹിത്യകലാകോവിതർക്കും അതുല്യമായ സ്ഥാനമാണുള്ളത്. ആ നിരയിൽ തകഴിയുടെ സ്ഥാനം അനുപമമായി ചരിത്രം പ്രകീർത്തിക്കും. അതുകൊണ്ട് ഈ ലേഖനത്തിന്റെ ആദ്യം ചേർത്ത ഉദ്ധരണിയിലെ തകഴി ശിവശങ്കരപ്പിള്ളയുടെ പ്രതീക്ഷ ഒട്ടും അസ്ഥാനത്തല്ല.

(1996)

തോട്ടിയുടെ മകനും തൊഴിലാളിവർഗ സാഹിത്യവും

പ്രൊഫ. എസ് ഗുപ്തൻനായർ

തിരുവനന്തപുരം യൂണിവേഴ്സിറ്റി കോളേജിൽ മലയാളം എംഎ വിദ്യാർഥികളുടെ പഠനഗവേഷണങ്ങൾ ലക്ഷ്യമാക്കി നല്ല നിലയിൽ ഒരു ചർച്ചാവേദിയുണ്ടായിരുന്നു. പുറമേ നിന്ന് വരുന്ന പ്രഗത്ഭൻമാർ അതിൽ പങ്കെടുത്തു സംസാരിക്കുക പതിവാണ്. ചിലപ്പോൾ അധ്യാപകരിലാരെങ്കിലും തന്നെ ഒരു വിഷയം അവതരിപ്പിച്ചുകൊണ്ട് സംസാരിക്കും. നാൽപ്പത്തിയഞ്ച് വർഷം മുമ്പ് ഒരു സായാഹനത്തിൽ 'നോവലിലെ പുത്തൻ പ്രവണതകൾ' എന്ന വിഷയത്തെപ്പറ്റി ഞാൻ സംസാരിക്കുകയായിരുന്നു. അതിനിടയിൽ തകഴിയുടെ *തോട്ടിയുടെ മകൻ* പരാമർശവിഷയമായി. ആ പേര് പറയാത്ത താമസം, എന്റെ സഹാധ്യാപകരിൽ ഒരാൾ ചാടിയെഴുന്നേറ്റ് പ്രകടമായ ജുഗുപ്സയോടും രോഷത്തോടും അയാൾക്ക് "തോട്ടിയുടെ തൊട്ടി" എന്ന പേരിടാമായിരുന്നില്ലേ" എന്ന് ചോദിച്ചു. "അത് ഓരോരുത്തരുടെയും രുചിഭേദം പോലെയായിരിക്കും" എന്ന എന്റെ മറുപടി ഒരു കൂട്ടച്ചിരിയിൽ വിലയിച്ചുപോയി. അനുക്രമവികസ്വരമായ മലയാള ഭാഷയുടെ അത്ഭുത പരിണാമങ്ങളെപ്പറ്റിയൊന്നും മനസിലാക്കാൻ കൂട്ടാക്കാതെ രാമചരിതാദി പ്രാചീന കൃതികളിൽ സംശുദ്ധനായിരുന്നു അദ്ദേഹം. അതിനാൽ ആരും ആ അഭിപ്രായത്തെ ഗൗരവമായി പരിഗണിച്ചില്ല.

പുരോഗമന സാഹിത്യ പ്രസ്ഥാനം ഉണ്ടാകുന്നതിനു മുമ്പ് തന്നെ തകഴിയും ദേവും ബഷീറുമൊക്കെ അവശരുടെയും ആർത്തരുടെയും കഥകൾ എഴുതിത്തുടങ്ങിയിരുന്നപ്പോൾ അവരുടെ പ്രസ്ഥാനം ശക്തി നേടി, എഴുത്തിന്റെ പിന്നിൽ കൂടുതൽ കൂടുതൽ സാമൂഹിക വിവേകമുണ്ടായിത്തുടങ്ങി. തകഴിയുടെ രണ്ടാമത്തെ സാഹിത്യ ഗുരുനാഥനായ എ ബാലകൃഷ്ണപിള്ളയാണ് (ആദ്യത്തെ സാഹിത്യഗുരു കൈനിക്കര

കുമാരപിള്ള) ബൽസാക്, മോപ്പസാൻ, ഫ്ളബേർ മുതലായ ഫ്രഞ്ച് രാജശിൽപ്പികളിലേക്ക് തകഴിയുടെ ശ്രദ്ധ തിരിച്ചുവിട്ടത്. അതോടെ ചിന്താഗതിയും രചനാതന്ത്രവും ആകെ മാറി. എന്തും വെട്ടിപ്പൊളിച്ചു പറയുന്നതിലുള്ള ആ ആസക്തി മാത്രമേ അന്ന് ശ്രദ്ധാവിഷയമായിത്തീർന്നുള്ളൂ. ആദ്യത്തെ നോവലായ *ത്യാഗത്തിന്റെ പ്രതിഫലം* തന്നെ പാവങ്ങളുടെ കഥയാണ്. പ്ലീഡർഷിപ്പ് പരീക്ഷയ്ക്ക് പഠിക്കാനായി തിരുവനന്തപുരത്ത് എത്തിയ തകഴി, അന്ന് പ്രായേണ ദരിദ്രർ കുടിയേറി പാർക്കുന്ന നന്തൻകോട്ടാണ് താമസിച്ചിരുന്നത്. നെല്ല് കുത്തി അരി വിറ്റ് കാലയാപനം ചെയ്യുന്ന ചിലരുടെ ജീവിതം നിരീക്ഷിച്ച ശേഷം എഴുതിയ ആ ലഘുനോവൽ മാറ്റത്തിന്റെ തുടക്കമായിരുന്നു. തന്റെ സ്നേഹപാത്രമായ അനുജനെ കോളേജിൽ പഠിപ്പിക്കാൻ രഹസ്യമായി വ്യഭിചാരവൃത്തിയിലേർപ്പെടുന്ന പാറുക്കുട്ടിയാണ് നായിക. നെല്ലുകുത്തുകാരി അവസാനം ക്ഷയരോഗ ബാധിതയായി. സഹോദരനായ ഗോപി തന്റെ പെങ്ങളുടെ വ്യഭിചാരവൃത്തിയെപ്പറ്റി മനസിലാക്കിയപ്പോൾ നാണിച്ചു നാടുവിട്ടുപോയി. അങ്ങനെ അനാഥയായി തീർന്ന പാറുക്കുട്ടി അനുകമ്പാശൂന്യയായി, അഗണ്യയായി മരിച്ചു. ഇവിടെ കഥയുടെ രസത്തിന് വേണ്ടിയുള്ള വളച്ചുകെട്ടൊന്നുമില്ല. വളരെ മെച്ചപ്പെട്ട രചനാതന്ത്രവുമില്ല. പക്ഷേ ഒരു ഹൃദയാലുവിന്റെ സുസ്പഷ്ടമായ ശബ്ദമുണ്ട്. ആർക്കും ആ വേശ്യയോട് അനുകമ്പയല്ലാതെ മറ്റൊന്നും തോന്നുകയില്ല. മലയാള സാഹിത്യത്തിൽ 1940–50 കാലത്ത് സംഭവിച്ച മാറ്റങ്ങൾ ഏറിയ പങ്കും നമ്മുടെ കഥയെഴുത്തുകാരിലൂടെയാണ് സംഭവിച്ചത്. *ഓടയിൽ നിന്നും* (1944), *തോട്ടിയുടെ മകനും* (1949) *രണ്ടിടങ്ങഴിയും* (1949) *ബാല്യകാല സഖിയും* (1944) *വിഷകന്യകയും* (1948) ഒക്കെ പുറത്തുവന്നത് ഈ ദശകത്തിലാണ്. എല്ലാറ്റിന്റെയും അടിയൊഴുക്കായി വർത്തിക്കുന്നത് രണ്ട് ചോദനങ്ങളാണ്. അമാന്യങ്ങളെന്ന് കരുതിയിരുന്ന വിഷയങ്ങളെപ്പറ്റി ധൈര്യമായി എഴുതുക, ദുരിതമനുഭവിക്കുന്നവരോടുള്ള അനുകമ്പയും അന്തസ്താപവും പ്രകടിപ്പിക്കുക.

ഈ ദശകത്തിൽ തന്നെയാണ് ഇന്ത്യ സ്വാതന്ത്ര്യം പ്രാപിച്ചതും കമ്യൂണിസ്റ്റ് പാർട്ടി കൽക്കത്താ തീസിസ് അവതരിപ്പിച്ചതും. തൊഴിലാളിവർഗ ജനാധിപത്യത്തിന് പകരം 'പീപ്പിൾസ് ഡെമോക്രസി' നടപ്പിലാക്കണമെന്നുള്ള ആഹ്വാനവും ഈ കാലത്ത് തന്നെയാണ് കേട്ടത്. പക്ഷേ ഇന്ന് അധ്വാനിക്കുന്ന വർഗത്തെ മറന്നുകൊണ്ട് ഒന്നും ചെയ്യാനാവില്ലെന്നും മാർക്സിസ്റ്റുകാർക്കെന്ന പോലെ വലതുകക്ഷിക്കാർക്കും മനസിലായിരുന്നു. അവരെ ഒന്നുകിൽ കൂടെ നിർത്തുക. അല്ലെങ്കിൽ ഉപകരണങ്ങളാക്കുക. തൊഴിലാളിവർഗ സാഹിത്യമെഴുതിയ ഇവിടത്തെ പ്രമുഖരിൽ കേശവദേവും ഒരുകാലത്ത് കമ്യൂണിസ്റ്റുകാരനായിരുന്നു. പിന്നീട് അവരുടെ ശക്തനായ എതിരാളിയായി മാറി. വീണ്ടും കമ്യൂണിസ്റ്റായി. തകഴിയാകട്ടെ, ഇടതുപക്ഷ ചായ്‌വുള്ള ഒരെഴുത്തുകാരനെന്ന തന്റെ സാമാന്യമായ നിലപാട് എന്നും നിലനിർത്തിപ്പോന്നു. തൊഴിലാളി

പ്രസ്ഥാനത്തിൽ പങ്കെടുത്ത ദേവ് ആലപ്പുഴയിലെ തൊഴിലാളികളുടെ കഥ എഴുതിയതിനേക്കാൾ ശ്രദ്ധേയമാണ് ചെറുതരം ഭൂവുടമയായ തകഴി തൊഴിലാളികളുടെ കഥയെഴുതുന്നത്. *തോട്ടിയുടെ മകൻ, രണ്ടിടങ്ങഴി, ചെമ്മീൻ* – ഈ മൂന്ന് നോവലുകളിലൂടെ മൂന്ന് വിഭിന്ന വർഗക്കാരുടെ കഥകൾ തകഴി പറഞ്ഞു. വിഭിന്ന തൊഴിലുകളിൽ ഏർപ്പെട്ടിരുന്നവർ എന്നു മാത്രമല്ല, മൂന്നും കീഴ്ജാതികളിൽപ്പെട്ടവരുമാണ്. ഹീനജാതിക്കും ഹീനമായ തൊഴിൽ ചെയ്യുന്നവനും ഹീനമായ അനുഭവങ്ങൾ ബ്രഹ്മാവിനാൽ വിധിക്കപ്പെട്ടിരിക്കുന്നു എന്നാണ് ഭാരതീയന്റെ പരമ്പരാഗതമായ മനോഭാവം. മുൽക് രാജിന്റെ ഒരു കഥാപാത്രത്തിന്റെ വാക്കുകൾ ഇപ്രകാരമാണ്. “ഞങ്ങൾ അവരുടെ അഴുക്കുകൾ വൃത്തിയാക്കുന്നതിനാൽ ഞങ്ങളും അഴുക്കാണെന്ന് അവർ വിചാരിക്കുന്നു (അൺടച്ചബ്ൾ)”.

ഈ ‘അഴുക്കായ’ മനുഷ്യരെക്കുറിച്ച് രചിക്കപ്പെട്ട മൂന്ന് നോവലുകളിലൂടെയാണ് തകഴി വിശ്വപ്രശസ്തനായതെന്നുള്ളത് വളരെ അർഥവത്താണ്. പഴയ ഭൂസ്വാമിയിൽ നിന്ന് പുതിയ ബൂർഷ്വാ എങ്ങനെ വ്യത്യസ്തനായിരിക്കുന്നു എന്നതിനെപ്പറ്റി *കമ്യൂണിസ്റ്റ് മാനിഫെസ്റ്റോ*വിൽ പറയുന്ന ഭാഗം ഇപ്രകാരമാണ്:

> എവിടെയൊക്കെ ബൂർഷ്വായ്ക്ക് മേൽക്കൈ ലഭിച്ചുവോ അവിടെയൊക്കെ അവർ (പഴയ) ജന്മിത്വത്തിന്റെ പിതൃസാധാരണമായ ഭാവത്തിന്റെയും ഗ്രാമീണ ലാളിത്യത്തിന്റെയും ബന്ധങ്ങൾ നിർദയം തകർത്തുകളഞ്ഞു. മനുഷ്യനെ അവന്റെ യജമാനനുമായി ബന്ധിപ്പിക്കുന്ന ആ സ്നേഹച്ചരട് അവൻ പൊട്ടിച്ചുകളഞ്ഞു. അതിന്റെ സ്ഥാനത്ത് കൊടിയ സ്വാർഥതയും കാശിന് കാശ് എന്ന പുതിയ നീതിയും സ്ഥാനം പിടിച്ചു. മതാത്മകമായ തീവ്രതയും വീരോചിതമായ ഉത്സാഹവും അതിഭാവുകത്വവും എല്ലാം ആത്മശ്ലാഘിയുടെ ലാഭനഷ്ട കണക്കാകുന്ന തണുതണുത്ത വെള്ളത്തിൽ മുക്കിത്താഴ്ത്തിക്കളഞ്ഞു. ഒറ്റവാക്കിൽ പറഞ്ഞാൽ ചൂഷണത്തിന് വേണ്ടി – നഗ്നമായ നിർലജ്ജമായ, നേർക്കുനേരെയുള്ള മൃഗീയമായ–ചൂഷണത്തിന് വേണ്ടി.

ഈ മാറ്റം നേരിട്ടു കണ്ട വ്യക്തിയാണ് തകഴി. തന്റെ തലപ്പുലയൻ മരിച്ചപ്പോൾ പൊട്ടിക്കരഞ്ഞ ചെറുകിട ജന്മിയാണ് തകഴിയുടെ അച്ഛൻ. എന്നാൽ പുഷ്പവേലി ഔസേപ്പ് എന്ന പുതിയ മുതലാളി ഭൂവുടമയായപ്പോൾ മാർക്സ് ചൂണ്ടിക്കാണിച്ച ആ മാറ്റങ്ങളെല്ലാം സംഭവിച്ചുകഴിഞ്ഞിരുന്നു. “കൂലിക്ക് വേല, വേലയ്ക്ക് കൂലി” അതിരുകവിഞ്ഞുള്ള ആത്മബന്ധങ്ങളെല്ലാം അപ്രസക്തം.

The bourgeoisis has stripped of its hao every occupation hither to honoured and looked up to with reverent awe *communist manifesto*.

കോരൻ പതിവ് പോലെ രണ്ട് കറ്റയെടുത്ത് പുട്ടിലിട്ടുകൊണ്ട്

ഇത്തിരി വെള്ളം കുടിക്കാൻ പോയപ്പോൾ ഔസേപ്പ് ചോദിച്ചു, "എന്താടാ പുട്ടിലീല്?"

"രണ്ട് കതിരാ. അടിയൻ ഇന്നൊന്നും കഴിച്ചില്ല. വെള്ളം കുടിക്കാനാ"

"കതിരോ? അവിടിട്, ഇവിടതൊന്നും നടപ്പില്ല"

തമ്പുരാൻ എഴുന്നേറ്റ് അവന്റെ അടുത്തേക്ക് ചെന്നു.

"ഒന്നും കഴിച്ചില്ലെങ്കിൽ തറയിൽചെന്ന് കഴിക്കണം. ഇതൊന്നും പാടില്ലെന്ന് കരാറായപ്പോഴേ പറഞ്ഞിട്ടില്ലേ? കറ്റ അവിടിട്."

കോരൻ സ്തബ്ധനായി നിന്നുപോയി. "ഇടെടാ അവിടെ."

തമ്പുരാൻ അലറി. അവൻ ജീവച്ഛവമായി.

ആദ്യമൊക്കെ ഇത്തരം അപമാനങ്ങൾ മൗനമായി സഹിച്ചവർ ക്രമേണ എതിർക്കാൻ ധൈര്യപ്പെട്ടു. "അതു കള്ളമാ തമ്രാ" എന്ന് യജമാനന്റെ മുഖത്ത് നോക്കി പറയാനുള്ള ധൈര്യം കോരനുണ്ടായി.

കർഷകന്റെ വിപ്ലവം അവിടെ ആരംഭിക്കുന്നു. പക്ഷേ, എല്ലാ തൊഴിലാളികളും വിപ്ലവത്തിലേക്ക് ഒന്നിച്ചെടുത്തു ചാടുകില്ല എന്ന ലോക നീതി തകഴിക്ക് നന്നായറിയാം. തൊഴിലാളികളുടെ ഇടയിലുമുണ്ട് ധീരോദാത്തനും ധീരോദ്ധതനും ധീരലളിതരനും കരിങ്കാലികളും. ഒടുവിൽ പറഞ്ഞ കൂട്ടരെ കണ്ടില്ലെന്ന് നടിക്കുന്ന കപടനാട്യമോ പ്രത്യയശാസ്ത്ര ദാസ്യമോ തകഴിയെ ഒരിക്കലും ശല്യപ്പെടുത്താറില്ല. ഇവിടെയാണ് *തോട്ടിയുടെ മകന്റെ* സാമൂഹിക പ്രസക്തി. തകഴിയുടെ കലാപരമായ സത്യസന്ധതയും അവിടെ കാണാം.

തോട്ടിയുടെ മകൻ

തകഴി എന്തുകൊണ്ട് *തോട്ടിയുടെ മകനിലെ* നായകനെ ഒരു കരിങ്കാലിയാക്കി എന്ന ചോദ്യം മുമ്പ് ആരെങ്കിലും ചോദിച്ചിട്ടുണ്ടോ എന്നറിഞ്ഞുകൂടാ. ഞാൻ എന്നോടു തന്നെ ചോദിച്ചിട്ടുണ്ട്. *ചെമ്മീനും ഏണിപ്പടികളും* കൂടി വായിച്ചു കഴിഞ്ഞപ്പോഴാണ് എനിക്ക് അതിന്റെ ഉത്തരം ലഭിച്ചത്. മനുഷ്യന്റെ മൗലിക വാസനയാണ് ആർത്തി – അത്യാഗ്രഹം. ഉയരണം, കൂടുതൽ പണമുണ്ടാക്കണം, വലിയ വീടുണ്ടാക്കണം; പടികൾ ഓരോന്നും ചവുട്ടിക്കയറണം; കൂടെ നിൽക്കുന്നവനെ ചവുട്ടി മറിച്ചിട്ടാണെങ്കിലും ചാടിക്കയറണം. ഇത് സാമൂഹിക മനുഷ്യന്റെ സഹജ വാസനയാണ്. ചിലരതിന് ധർമ്യമായ മാർഗങ്ങൾ അവലംബിക്കുന്നു. ചിലർ നീചമാർഗങ്ങൾ അവലംബിക്കുന്നു. വ്യത്യാസം അത്രമാത്രം.

തകഴി ഈ പ്രമേയത്തിന്റെ പല മുഖങ്ങൾ മിക്ക നോവലുകളിലൂടെയും ധ്വന്യാത്മകമായി അവതരിപ്പിക്കുന്നു. പത്തുള്ളവന് അത് നൂറാക്കണം. നൂറുള്ളവന് ആയിരമാക്കണം. മുക്കുവന് വലക്കാരനാകണം. വലക്കാരന് അരയനാകണം (*ചെമ്മീൻ*). ക്ലാർക്കിന് സൂപ്രണ്ടാവണം. സൂപ്രണ്ടിന് സെക്രട്ടറിയാവണം. സെക്രട്ടറിക്ക് ചീഫ് സെക്രട്ടറിയാകണം (*ഏണിപ്പടികൾ*). ഈ കയറ്റത്തിന് വേണ്ടി കഴുതക്കാലും പിടിക്കും. ദാസ

വിധേയത്വം അഭിനയിക്കും. ഇതൊക്കെ മനുഷ്യസഹജമാണ്. അർഥകാമങ്ങളുടെ ആർജനം ധർമാധിഷ്ഠിതമായിരിക്കണമെന്ന് വ്യാസൻ തുടങ്ങിയ മാമുനികൾ ഉറക്കെപ്പറഞ്ഞിട്ടുണ്ട്. പക്ഷേ, ആരും കേൾക്കുന്നില്ല. ചില ദുർമ്മോഹികൾ ജീവിതവിജയം നേടുന്നു. അപ്പോൾ മുനിമാർക്ക് തെറ്റിപ്പോയോ എന്ന് നാം സംശയിക്കുന്നു. തകഴിയുടെ *ധർമ്മനീതിയോ? അല്ല ജീവിതം* എന്ന നോവലിലെ വിഷയലമ്പടനായ ഗണേശപിള്ളയുടെ ദുർമോഹങ്ങൾ അനിരുദ്ധമായി പുരോഗമിക്കുന്നു. "അങ്ങനെയൊക്കെയാണ് ജീവിതം" എന്ന് തകഴി സ്പഷ്ടമായിത്തന്നെ നമ്മോട് പറയുന്നു. ജീവിതേച്ഛ പോലെ തന്നെ പ്രബലമാണ് സുഖേച്ഛയും. എന്നാൽ ചിലരുടെ കാര്യത്തിൽ വിധി ഇടപെടുന്നു. സ്വപ്നങ്ങൾ തകരുന്നു. ഉള്ളതും ഉണ്ടാക്കാനാഗ്രഹിച്ചതും ഒന്നും അനുഭവിക്കാനിടവരാതെ മരിച്ചു മണ്ണടിഞ്ഞു പോകുന്നു. ചുടലമുത്തുവിന്റെ കാര്യത്തിൽ സംഭവിച്ചത് അതാണ്.

അപ്പോൾ *തോട്ടിയുടെ മകന്റെ* കഥ കേവലമൊരു പ്രോലിറ്റേറിയൻ കഥ മാത്രമല്ല. കൂടുതൽ മൗലികമായ ധാർമിക പ്രശ്നങ്ങളെ സ്പർശിക്കുന്ന കഥയാണ്.

മുപ്പത് വർഷക്കാലം മുനിസിപ്പാലിറ്റിയിൽ തോട്ടിവേല ചെയ്ത ഇശക്കുമുത്തു ഇറ്റുവെള്ളമിറക്കാൻ കിട്ടാതെ, മകനെ കാണാതെ നാക്കുവരണ്ടു മരിക്കുന്നിടത്തു വച്ചാണ് കഥയുടെ തുടക്കം. താൻ ചെയ്തുപോന്ന തോട്ടിപ്പണി തന്റെ മകന് തന്നെ പതിച്ചുകൊടുക്കണമെന്ന് ഓവർസിയറെ കണ്ട് അപേക്ഷിക്കുകയും അതു സാധിക്കുകയും ചെയ്തിരുന്നു ആ തന്ത. ചുടലമുത്തു എങ്ങെല്ലാമോ തെണ്ടിത്തിരിഞ്ഞു കഞ്ഞിത്തെളിയുമായെത്തിയപ്പോൾ കിഴവൻ മരിച്ചുകഴിഞ്ഞിരുന്നു. ഈ വികാരസാന്ദ്രമായ രംഗത്തോടു കൂടിയാണ് കഥ മുന്നോട്ടുനീങ്ങുന്നത്. ആദ്യം മുതൽ തന്നെ തോട്ടിപ്പണിയോട് അറപ്പും വെറുപ്പുമുള്ളവനാണ് ചുടലമുത്തു. പക്ഷേ, മറ്റൊരു പണിയും അവനറിയില്ല. അതുകൊണ്ട് തോട്ടിയായി. വെറുപ്പോടെ അവൻ ആ പണി ചെയ്തു. അന്നേ നിശ്ചയിച്ചതാണ് തന്റെ മകനെയെങ്കിലും തോട്ടിയല്ലാതെ വളർത്തിയെടുക്കണമെന്ന്.

തോട്ടികളുടെ ഇടയിൽ പതുക്കെ പതുക്കെ സംഭവിച്ചുകൊണ്ടിരുന്ന മാറ്റങ്ങളെപ്പറ്റി ആദ്യം മുതൽ തന്നെ തകഴി സൂചന നൽകുന്നുണ്ട്. സംഘടിച്ചു നിൽക്കണമെന്നും അക്രമത്തെ ചെറുക്കണമെന്നും ഒക്കെ മുറുമുറുപ്പ് ആരംഭിച്ചുകഴിഞ്ഞു. തോട്ടികളുടെ സാമൂഹിക ജീവിതവും ചുടലമുത്തുവിന്റെ വൈയക്തിക ജീവിതവും സമാന്തരമായിട്ടാണ് വർണിക്കപ്പെടുന്നത്. സംഘടന വേണമെന്ന് ആദ്യം പറയുന്നത് പിച്ചാണ്ടിയാണ്. കയറ്റാപ്പീസുകാർക്ക് സംഘമുണ്ട്. ആശാരിമാർക്ക് സംഘമുണ്ട്. അവർക്കും ഒരു സംഘം വേണം. സംഘമുണ്ടാക്കുന്ന ഒരാൾ ചന്ദനക്കാവിലുണ്ട്. അയാളെ വിളിക്കണം. (യൂണിയൻ പ്രവർത്തകൻ എന്നൊന്നുമല്ല തകഴി പറയുന്നത്. സംഘമുണ്ടാക്കുന്നയാൾ അതാണ് തോട്ടിയുടെ സ്വാഭാവിക ഭാഷ.).

ആ മുനിസിപ്പാലിറ്റിയിലെ ഓവർസിയർ തോട്ടികളുടെ പിച്ചച്ചട്ടിയിലെ ഒരോഹരി തട്ടിയെടുക്കുന്ന നികൃഷ്ടനാണ്. തോട്ടികൾ ഒന്നടങ്കം പണി മുടക്കിയാലോ നടപ്പുദീനം (മസൂരി) വന്ന് ചത്തുതുലഞ്ഞാലോ ഓവർസിയർക്ക് ഒട്ടും കൂസലില്ല. അയാൾ പാണ്ടിയിൽ നിന്ന് നാഡികളെക്കൊണ്ടു വരും. പണ്ട് നായന്മാർ പിണങ്ങിയപ്പോൾ മാർത്താണ്ഡവർമ്മ മറവപ്പടയെ ഇറക്കിയല്ലോ. അതേ ഞായം തന്നെ. അതൊരു പഴയ തന്ത്രമാണ്.

പിച്ചാണ്ടി പേടിച്ചു പേടിച്ചാണ് സംഘടനക്കാര്യം പറയുന്നത് “നമ്മളൊന്നിച്ചു നിൽക്കണമെന്നും മറ്റും ഞാനിപ്പം പറഞ്ഞു. നാളെ ഓവർസിയറദ്യം അറിയും. അദ്യത്തിന്റെ ചൂരലുവച്ച് രണ്ടടിയും അര രൂപ പിടിത്തോം എനിക്ക്. അല്ല, അത് ഞാനിപ്പറേന്നതിന് എല്ലാ മാസ്തിലുമൊള്ളതാ.

എന്തൊരു നിഷ്കളങ്കത! ഈ നിഷ്കളങ്കനായ ഈ പിച്ചാണ്ടിയെയാണ് ചുടലമുത്തു വഞ്ചിച്ചത്.

ചന്ദനക്കാവിൽ പോയി നേതാവിനെ വിളിച്ചുകൊണ്ടു വന്നതും ചുടലമുത്തു തന്നെ. നേതാവ് വന്ന് പ്രസംഗിച്ചു. ചിലതൊന്നും അവർക്ക് മനസിലായില്ല എങ്കിലും അതു കേട്ടപ്പോൾ അനിർവചനീയമായ ചില സ്തോഭങ്ങളിളകി. ഒരുണർവ്. ഒരു വമ്പിച്ച ശക്തി സമുച്ചയം. “അങ്ങനെ അന്ന് തോട്ടികളുടെ യൂണിയൻ അവിടെ സ്ഥാപിതമായി. ഓരോരുത്തരായി ഫാറത്തിൽ ഒപ്പിട്ടു.” പക്ഷേ ചുടലമുത്തുവിന് മാത്രം സംശയങ്ങൾ വർധിക്കുകയായിരുന്നു. മേലാളരോട് പിണങ്ങുന്നത് ശരിയാണോ? സംഘത്തിൽ ചേർന്നാൽ വിചാരിച്ച പോലെ സ്വന്തമായി വളരാനൊക്കുമോ? തോട്ടി എന്നും തോട്ടിയായിരിക്കണമോ? ആ അലർച്ചയും ആവേശവും ഒക്കെ അവന് പരിഹാസ്യമായി തോന്നി. ഭയം അവനെ പിടികൂടി. ആരുമറിയാതെ അവൻ പുറത്തുചാടി. അങ്ങനെ സംയോജകൻ വിയോജകനായി.

ഓവർസിയർ അവനെപ്പാട്ടിൽ പിടികൂടി. ആദ്യം ശരിക്കൊന്നു വിരട്ടി. ഒരു കടലാസുപൊതി കാഴ്ചവച്ച് അവൻ രക്ഷപ്പെട്ടു. ഉത്സാഹികളിൽ ചിലരുടെ പേരു പറഞ്ഞു കൊടുക്കുകയും ചെയ്തു. അതെ, വർഗവഞ്ചന തന്നെ. ചുടലമുത്തു ഉത്സാഹിച്ചാൽ സംഘം പൊട്ടിക്കാമെന്ന് അയാൾക്ക് മനസിലായി. എന്തെന്നാൽ എല്ലാ തോട്ടികളും അവന്റെ കയ്യിൽ നിന്ന് കടം പറ്റിയിട്ടുണ്ട്. ചുടലമുത്തുവിന് പണം പലിശയ്ക്ക് കൊടുപ്പുണ്ട്. കൈയിൽ പണമുണ്ട്. കിട്ടുന്ന പണമൊക്കെ മുനിസിപ്പൽ പ്രസിഡന്റിനെ ഏൽപ്പിക്കാമെന്ന് അന്ന് അവനേറ്റു. ഒരു പറമ്പും പുരയും വാങ്ങാൻ നേരത്ത് തിരിച്ചുകൊടുത്താൽ മതി. വെറും വാക്കാൽ കരാർ. പ്രസിഡന്റല്ലേ പറഞ്ഞത് അവിശ്വസിക്കേണ്ട കാര്യമില്ല.

ചുടലമുത്തുവിന് വളരാനുള്ള വഴി തുറന്നു കിട്ടി. അന്നത്തെ യൂണിയൻ പഴയ ഇന്ത്യൻ നാഷണൽ കോൺഗ്രസ് പോലെയാണ്. നിവേദനങ്ങൾ സമർപ്പിക്കുക, ഒത്തുതീർപ്പിലെത്തിച്ചേരുക. അത്രമാത്രം. ചുടലമുത്തുവിന്റെ സഹായത്തോടെ ഓവർസിയർ ഒരെതിർ യൂണിയൻ ഉണ്ടാ

ക്കി. "വഞ്ചീശമംഗളത്തോടെ യോഗം പിരിഞ്ഞു" എന്നെഴുതിയ തകഴിയുടെ ധ്വന്യാത്മകത പ്രശംസനീയമാണ്.

ഇതിനിടയ്ക്ക് ചുടലമുത്തു തനിക്കിണങ്ങിയ ഇണയെ കണ്ടെത്തി – വള്ളി. നല്ല അടക്കവും ഒതുക്കവുമുള്ള തോട്ടി പെണ്ണാണ് വള്ളി. അവൻ തന്റെ പഴയ കുടിൽ പരിഷ്കരിച്ച് പൊറുതി തുടങ്ങി. തോട്ടികളുടെ ഇടയിൽ പെട്ടിയും കട്ടിലും മൊന്തയും ചെമ്പുകലവും ഒക്കെയുള്ള ഒരേയൊരു വീട്. വള്ളിയെ നാമം ചൊല്ലാൻ അവൻ പഠിപ്പിച്ചു. ചുടലമുത്തു ചങ്ങാതികളുടെ കൂട്ടത്തിൽ നിന്ന് ഉയരുകയാണ്. സ്വയം സംസ്കൃതീകരിക്കുന്നു. ഒരുദിവസം അവൻ ഭാര്യോട് ചോദിച്ചു "എന്നും ഇങ്ങനെ തോട്ടിയായിരുന്നാൽ മതിയോ?" അവൾക്കാ ചോദ്യത്തിന്റെ അർഥം മനസിലായില്ല. "തോട്ടിക്കെന്താണൊരു കുഴപ്പം? സനേഹമായിട്ടു നമ്മളിരുന്നാൽ പാടുപെട്ടാലും നമുക്ക് സുഖമാ."

ചുടലമുത്തുവിന്റെ ഉൽക്കർഷേച്ഛ വള്ളിക്കില്ല. അവൾക്ക് ചെറിയ ജീവിത സുഖങ്ങൾ മതി. ചുടലമുത്തുവാകട്ടെ ആകാശകോട്ട കെട്ടുന്നവനാണ്. ഉയരാൻ വേണ്ടി അവൻ ഉറ്റവരെയും ഉടയവരെയും ഉപേക്ഷിക്കും. അയലത്തെ തോട്ടിയും കെട്ടിയോളും മരിച്ചാലും അവൻ അനങ്ങുകയില്ല. വള്ളിയെ വളർത്തിയ അപ്പച്ചിയെ കൂടെത്താമസിപ്പിക്കാൻ അവൻ വിസമ്മതിച്ചു. ആ സാധുസ്ത്രീ ആരോരുമില്ലാതെ കടപ്പുറത്തു കിടന്നു ചത്തു. തോട്ടികളുടെ ഇടയിൽ മസൂരിയോ കോളറയോ പരന്നാൽ ഒട്ടേറെയെണ്ണം ചത്തൊടുങ്ങും. എട്ടുപത്തു കൊല്ലത്തിലൊരിക്കൽ രണ്ടിലൊന്ന് പിടികൂടും. ഈച്ച പോലെ ചത്തുവീഴും. ചുടലമുത്തു നിർവികാരൻ. അവന് അവന്റെ കാര്യം.

വള്ളിക്ക് തന്റെ ഭർത്താവിന്റെ പോക്ക് അത്ര ശരിയല്ലെന്നറിയാം. പ്രസിഡന്റിനെ ഏൽപ്പിച്ച പണം തിരിച്ചുകിട്ടുമോ എന്നും അവൾക്കു സംശയമുണ്ട്. വീട് നടത്തുന്നവളുടെ പ്രായോഗിക ബുദ്ധി ഒരിക്കൽ അവൾ തുറന്നു പറയുക തന്നെ ചെയ്തു. "ഇങ്ങനെ കുത്തിക്കൊന്ന് ചക്രമുണ്ടാക്കിയാല് അതിരിക്കത്തില്ല."

ചുടലമുത്തുവിന് ഒരു മനംമാറ്റവുമില്ല. എങ്ങനെയും സമ്പാദിക്കണം. പണം പെരുപ്പിക്കണം. തോട്ടികളുടെ ഇടയിൽ നിന്നും മാറി പാർക്കണം. പറമ്പും പുരയും ഉണ്ടാക്കണം. മകനുണ്ടായപ്പോൾ അവന് തോട്ടികളുടെ ഇടയിൽ പതിവില്ലാത്ത പേരിട്ടു. മോഹനൻ. ആളുകൾ ചിരിച്ചു. മോഹനൻ തോട്ടി! മകനുവേണ്ടി അവൻ ലോഭമില്ലാതെ കാശ് ചെലവാക്കി. അവനെ പള്ളിക്കൂടത്തിലയച്ചു. പക്ഷേ തോട്ടിയുടെ മകനായിട്ടല്ലാതെ അവനെയാരും കാണുന്നില്ല. അധ്യാപകർ തല്ലുന്നു. അവകാശങ്ങൾ നി, ഷേധിക്കപ്പെടുന്നു. ചുടലമുത്തുവിന്റെ സ്പ്നങ്ങൾ തകരുകയാണ്. മസൂരിയുടെ ഊഴം കഴിഞ്ഞ് കോളറയുടെ ഊഴം വന്നു. കോളറ അവനെയും വിട്ടില്ല. അവനും ഭാര്യയും മരിച്ചു. മകൻ ഓടിപ്പോയി. അവൻ സ്വപ്നം കണ്ട പറമ്പും പുരയും എവിടെ? പ്രസിഡന്റിനെ ഏൽപ്പിച്ച പണം എവിടെ?

പിന്നത്തെ കഥ തകഴി വളരെ വേഗം പറഞ്ഞവസാനിപ്പിച്ചു. മോഹനൻ തോട്ടിയായിത്തന്നെ വളർന്നു. പക്ഷേ, അവൻ പുതിയ തോട്ടിയാണ്. വർഗബോധമുള്ള തോട്ടി. ജോലി കഴിഞ്ഞാൽ കുളിച്ചൊരുങ്ങി പൗഡറിട്ട് അന്തസായി നടക്കും. സിഗററ്റ് വലിക്കും. (ബീഡിയല്ല) "ഒരു കീഴ്‌വണക്കമില്ലെന്ന് " ആളുകൾക്ക് പരാതി.

മോഹനൻ പ്രതികാരമൂർത്തിയായി വളരുകയാണ്. പ്രസിഡന്റിന്റെ പുതിയ ബംഗ്ലാവ്. അവന്റെ രോഷം ആളിക്കത്തിച്ചു. തന്റെ അച്ഛൻ പാടുപെട്ടു സമ്പാദിച്ച പണവും അതിലുണ്ട്. ഒരർധരാത്രിയിൽ ആ വീട് കത്തിയെരിയുന്നത് നഗരവാസികൾ കണ്ടു. കൂട്ടുകാർ മോഹനനെ നോക്കി. അവൻ അപ്പോൾ ആർത്തു ചിരിച്ചു.

ഈ നോവലിന് സാമൂഹികവും രാഷ്ട്രീയവും ധാർമികവുമായ മുഖങ്ങളുണ്ട്. മൂന്നും ഇഴ പിരിയാതെ പരസ്പരം മുറുകി നിൽക്കുന്നു. തോട്ടിയുടെ ജീവിതത്തിലെ ജുഗുപ്സാവഹമായ മാലിന്യത്തെയും അടിമത്തത്തെയും നിസ്സഹായതയെയും പച്ചയായി വിവരിക്കുന്ന ആദ്യഭാഗങ്ങൾ ആ വർഗത്തിന്റെ പരമമായ ദൈന്യത്തെ അനുകമ്പയോടെ തുറന്നുകാട്ടുന്നു. ക്രമേണ തോട്ടികൾക്ക് ബോധമുണ്ടാക്കുകയും അവർ വിപ്ലവമാർഗത്തിലേക്ക് കൂട്ടായി നീങ്ങുകയും ആത്മാഭിമാനമുള്ള ഒരു വർഗമായി മാറുകയും ചെയ്യുന്നിടത്തു വച്ചാണ് നോവൽ അവസാനിക്കുന്നത്.

കഥ പറഞ്ഞു തീർക്കുന്ന വേളയിൽ ന്യായീകരിക്കാനാവാത്ത ധൃതി കാണിക്കുന്നുണ്ട്. മോഹനന്റെ വളർച്ചയെ, അവന്റെ വ്യക്തിത്വത്തിന്റെ വികാസത്തെ അൽപ്പം കൂടി സാവകാശമായി ചിത്രീകരിച്ചിരുന്നെങ്കിൽ രചനാ സങ്കേതത്തിൽ കൂടുതൽ മെച്ചപ്പെട്ട കൃതിയാകുമായിരുന്നു. *തോട്ടിയുടെ മകൻ.* ഈ നിലയിലും അത് ഒന്നാംകിട കൃതിയാണ്.

താൻ തൊഴിലാളികളെ പറ്റിയാണ് എഴുതുന്നതെന്ന ബോധം തകഴിക്കുണ്ട്. തൊഴിലാളികളിൽ ബോധമുണ്ടാക്കുന്നതും അജ്ഞതയിൽ നിന്നും അടിമത്തത്തിൽ നിന്നും അവർ മോചനം നേടുന്നതും പടിപടിയായിത്തന്നെ വർണിക്കുന്നുണ്ട്. അവർ സംഘടിച്ചത് കോൺഗ്രസിന്റെ കൊടിക്കീഴിലോ കമ്യൂണിസ്റ്റുകാരന്റെ കൊടിക്കീഴിലോ എന്നൊന്നും തകഴി വിസ്തരിക്കുന്നില്ല. "അക്രമരഹിതമായിരിക്കണം സമരം" എന്ന ആഹ്വാനം ആദ്യകാലത്ത് നാം കേൾക്കുന്നുണ്ട്. അത് ഗാന്ധിയുടെ മാർഗമാണെന്നും നമുക്കറിയാം. ഒടുവിൽ മോഹനനും പിച്ചാണ്ടിയുടെ മകനും സുന്ദരത്തിന്റെ മകനും ഓരോ ചുവന്ന മാലയാണ് ധരിച്ചിരുന്നതെന്നൊരു സൂചനയുണ്ട്. ആലപ്പുഴയിലെ തൊഴിലാളികളുടെ രക്ഷാകർതൃത്വം മാറിയതിന്റെ സൂചനയാണത്. കൂടുതലൊന്നും പറഞ്ഞിട്ടില്ല. പ്രസംഗഘോഷവുമില്ല. രണ്ട് സന്ദർഭങ്ങളിൽ മാത്രം തോട്ടിയുടെ വായിൽ കൊള്ളാത്ത രാഷ്ട്രീയ തത്വജ്ഞാനം തകഴി അവനെക്കൊണ്ട് പറയിക്കുന്നുണ്ട്. "നമുക്ക് വ്യക്തിയെ മറന്നിട്ട് ആ വ്യക്തി പ്രതിനിധീകരിക്കുന്ന സമുദായ സ്ഥിതിയെ എതിർക്കാം. ആ എതിർപ്പിൽ നിന്റെ പ്രതികാരത്തിന്റെ ലക്ഷ്യമായ വ്യക്തിയും നശിക്കും." പിച്ചാണ്ടിയുടെ മകന്റെ വാക്കുകളാ

ണ്. വിവരമില്ലാത്ത ഒരു നടൻ നാടകത്തിൽ ചില വാചകങ്ങൾ കാണാതെ പഠിച്ചു പറയുന്നതുപോലെ തോന്നും. ആദ്യന്തം പ്രതിസ്ഫുരിക്കുന്ന ധ്വന്യാത്മകതയ്ക്ക് ഇവിടെ ഭംഗം വന്നു.

അത്യാർത്തി പിടിച്ച ചുടലമുത്തുവിന്റെ മനോരാജ്യ കോട്ടകൾ തകർന്ന് തരിപ്പണമായതായി വർണിച്ചപ്പോൾ നോവലിന് ഉൽകൃഷ്ടമായ ധാർമിക ലാവണ്യം സിദ്ധിച്ചു. ചുടലമുത്തു ചീത്ത മനുഷ്യനല്ല. മറ്റു തോട്ടികളെപ്പോലെ മദ്യപാനമില്ല. ശുചിത്വ ബോധമുണ്ട്. ഭാര്യയോടും മകനോടും സ്നേഹമുണ്ട്. പക്ഷേ, ഒരു വലിയ ദോഷം അവന്റെ സ്വഭാവത്തെ ഇടിച്ചുതാഴ്ത്തി. അതവനെയും നാശത്തിലേക്ക് താഴ്ത്തിക്കളഞ്ഞു.

തോട്ടിയുടെ മകനും തൊട്ടുകൂടാത്തവനും

1945ലെ ഒരു ദിവസം മുൽക്രാജ് ആനന്ദിന്റെ *അൺടച്ചബ്ൾ, കൂലി* എന്നീ നോവലുകളെപ്പറ്റി സംസാരിക്കുന്നതിനിടയിലാണ് തകഴി, താനെഴുതാൻ പോകുന്ന പുതിയൊരു നോവലിനെപ്പറ്റി ആദ്യമായി പറഞ്ഞതെന്ന് പ്രൊഫ. മുണ്ടശ്ശേരി *തോട്ടിയുടെ മകൻ* നിരൂപണം ചെയ്തുകൊണ്ട് *മംഗളോദയ*ത്തിൽ എഴുതി (വായനശാലയിൽ ഒന്നാം ഭാഗം). പന്ത്രണ്ട് കൊല്ലം മുമ്പ് പ്രസിദ്ധീകരിച്ച *അൺടച്ചബ്ൾ* തകഴിയെ പ്രചോദിപ്പിച്ചിരിക്കുമെന്നതിൽ സംശയമില്ല. ഈ രണ്ട് നോവലുകളും തമ്മിലുള്ള കാലഭേദംപോലെ പ്രധാനമാണ് ദേശഭേദവും. ബ്രാഹ്മണ മേധാവിത്വം കൊടികുത്തി വാഴുന്ന വടക്കേന്ത്യയിലെ അയിത്തക്കാരന്റെ നില ഇവിടത്തേതിലും ദയനീയമാണ്. പൊതുകിണറിൽനിന്നും അവന് വെള്ളം കോരാൻ അവകാശമില്ല. ഏതെങ്കിലും സവർണൻ കോരിയെടുത്ത് അവന്റെ (അല്ലെങ്കിൽ അവളുടെ) പാത്രത്തിലൊഴിച്ചു കൊടുക്കുകയാണ് പതിവ്. സൽബുദ്ധിയുള്ള സവർണരിലാരെങ്കിലും ആ വഴി വരുന്നതുവരെ അയിത്തക്കാരന് അവിടെ കാത്തുകെട്ടിക്കിടക്കണം. കേരളത്തിൽ ഇത്ര കലശലായ പരാധീനതയൊന്നുമില്ല. വിശേഷിച്ചും ക്ഷേത്ര പ്രവേശന വിളംബരത്തിനുശേഷം. എങ്കിലും ഹീനജാതിയോട് വെറുപ്പുണ്ട് ഇവിടെയും. തല്ലും പിടിയും തീവയ്പ്പുമൊന്നുമില്ല.

മുൽക്രാജ് ഈ നോവൽ മിക്കവാറും എഴുതിയത് ഇംഗ്ലണ്ടിൽ വച്ചാണ്, ബാക്കി കുറെ കപ്പലിൽ വച്ചും. ഇതിന്റെ കൈയെഴുത്ത് പ്രതിയുമായി അദ്ദേഹം മഹാത്മജിയെ സന്ദർശിച്ചുവെന്നും മഹാത്മജി ചില ഭേദഗതികൾ നിർദേശിച്ചു എന്നും മുൽക്രാജ് തന്നെ എവിടെയോ എഴുതിയിട്ടുണ്ട്. അതിന്റെ ഫലമാണോ എന്ന് നിശ്ചയമില്ല ഗാന്ധിജിയുടെ പ്രത്യക്ഷമായ സാന്നിധ്യമുണ്ട് നോവലിൽ. ബഖാ ഗാന്ധിജിയെ കാണുന്നു. പ്രസംഗം കേൾക്കുന്നു. ആ പ്രസംഗം അവന്റെ അന്തരംഗത്തെ അഗാധമായി സ്പർശിക്കുന്നു.

ബഖാ ഉത്സാഹിയായ ഒരു തോട്ടിപ്പയ്യനാണ്. 18 വയസ്സ്. അവന്റെ ജീവിതത്തിലെ ദുശ്ശകുനം പിടിച്ച ഒരു ദിവസം എന്നാണ് കഥാകൃത്ത്

നമ്മോട് പറയുന്നത്. ഒരൊറ്റ ദിവസം! അത് സാങ്കേതിക വൈദഗ്ധ്യത്തിന്റെ ഭാഗമാണ്. അക്കാരണത്താൽ നോവലിൽ വിഭജനരേഖകളൊന്നുമില്ല. 120 പേജ് ഒറ്റ ഒഴുക്കായി പോകുകയാണ് (ഹച്ചിൻസൺ ഇന്റർനാഷണൽ ഓഥേഴ്സ് 1947). നോവലിന്റെ പ്രാരംഭത്തിൽ തന്നെ തോട്ടിക്കോളനിയുടെ ഹൃദയസ്പൃക്കായ ഒരു വർണനയുണ്ട്. ഇരുളിൽ മുങ്ങി മഴയിൽ കുതിർന്ന് കുനിഞ്ഞു കുത്തി നിൽക്കുന്ന ശുചിത്വശൂന്യമായ ഒരിടം. മനുഷ്യവാസത്തിന് യോജിക്കാത്ത പട്ടണപ്രാന്തം നരകതുല്യം. അവിടെ തോട്ടികൾ മാത്രമല്ല, ചെരുപ്പുകുത്തികളും അലക്കുകാരും ക്ഷുരകന്മാരും എല്ലാമുണ്ട്. അവർ തമ്മിലുമുണ്ട് ഉച്ചനീചത്വങ്ങൾ.

ബഖാ ചുടലമുത്തുവിനെപ്പോലെ പ്രതിഷേധക്കാരനായിട്ടല്ല ജോലി തുടങ്ങുന്നത്. നേരം പുലരുംമുമ്പുതന്നെ തന്തക്കിഴവൻ മകനെ പണിക്ക് പറഞ്ഞയയ്ക്കുന്നു. പന്നീടെ മോനെ, തന്തയ്ക്ക് പിറക്കാത്തവനെ തുടങ്ങിയ അഭിസംബോധനകളേ കിഴവന്റെ നാക്കിൽനിന്ന് വീഴൂ. അതൊക്കെ കേട്ട് അവന്റെ ചെവി തഴമ്പിച്ചു കഴിഞ്ഞു. തോട്ടിക്ക് ആരും ആഹാരം നൽകുകയില്ല, ആഹാരം വലിച്ചെറിയുകയാണ്. ചിലപ്പോൾ മൂന്നാം നിലയിൽനിന്നാണ് ഒരു ചപ്പാത്തിയുടെ ഏറു വരുന്നത്. ഇവറ്റകളെ ഈ ഭൂമുഖത്തുനിന്ന് തൂത്തെറിയണമെന്നാണ് ജാതിക്കുശുമ്പന്മാർ പറയുന്നത്.

ബഖാ മറ്റു കുട്ടികളേക്കാൾ ഭാവനാസമ്പന്നനാണ്. അവന് ഒട്ടേറെ ദിവാസ്വപ്നങ്ങളുണ്ട്. സാഹേബുമാരുമായി കൂടിച്ചേർന്ന് രസിച്ചങ്ങനെ കഴിയുന്നതിനെപ്പറ്റി അവൻ സങ്കൽപ്പിക്കും. ഉത്തരക്ഷണത്തിൽത്തന്നെ ഒരു മാന്യന്റെ കൈയിൽനിന്ന് അവന് തല്ല് കിട്ടും; അറിയാതെ ഒന്ന് തൊട്ടുപോയതിന്. തല്ലുമ്പോൾ അയിത്തമായോ എന്ന് ആരും ആലോചിക്കാറില്ല. ഹീനജാതിക്കാരന്റെ സ്ത്രീയെ പ്രാപിക്കുന്ന മേൽജാതിക്കാരനും അതാലോചിക്കാറില്ലല്ലോ (ബഖായുടെ സുന്ദരിയായ സഹോദരിയെ പലർക്കും നോട്ടമുണ്ട്).

തന്റെ വൃത്തികെട്ട ചുറ്റുപാടിൽനിന്ന് എങ്ങനെ രക്ഷ പ്രാപിക്കാൻ കഴിയുമെന്ന് അവൻ ആലോചിക്കാറുണ്ട്. വല്ലപ്പോഴും ഒരു സിഗററ്റ് വലിക്കാൻ കിട്ടുന്നതുകൊണ്ടോ ഒരു സിനിമ കാണുന്നതുകൊണ്ടോ രക്ഷയാകുകയില്ലെന്ന് അവനറിയാം. തോട്ടിയായി ജനിച്ചാൽ തോട്ടിയായി മരിക്കണമെന്ന് ആലോചിക്കായ്കയല്ല. നോവലിന്റെ അവസാനത്തിൽ അവന്റെ മുന്നിൽ തുറന്നുകിട്ടുന്ന മൂന്നുവഴികൾ നോവലിസ്റ്റ് ധ്വന്യാത്മകമായി അവതരിപ്പിക്കുന്നു. ഏതാണ് ശരിയെന്ന് അവന് നിശ്ചയിക്കാൻ കഴിയുന്നില്ല. എങ്കിലും മഹാത്മജിയുടെ പ്രസംഗം കേട്ടപ്പോൾ അവന് ലഭിച്ച ഉത്തേജനം അനിർവചനീയമായിരുന്നു.

പ്രസംഗം കേൾക്കുന്നതിനുമുമ്പ് അവന്റെ മുന്നിൽ വന്നുപെട്ടത് രക്ഷാസൈന്യക്കാരനായ ഒരു മിഷണറിയാണ് – കേണർ ഹച്ചിൻസൺ. അത്യന്തം സ്നേഹഭാവത്തിൽ സായിപ്പ് അവന്റെ തോളിൽ കയ്യിട്ടപ്പോൾ അവൻ അന്തംവിട്ടുപോയി. സാഹേബ് അവനോട് യേശുമിശിഹായെപ്പറ്റി പറഞ്ഞു. യേശുമിശിഹാ ആരാണെന്ന് അവൻ സാഹേബിനോട് ചോദി

ച്ചു. അപ്പോൾ സാഹേബ് അവനെ പള്ളിയിലേക്ക് ക്ഷണിച്ചു. യേശുമിശിഹായുടെ ദൃഷ്ടിയിൽ ബ്രാഹ്മണനും ഭങ്ഗിയും ഒരുപോലെയാണെന്ന് പറഞ്ഞത് അവന് തികച്ചും ബോധ്യമായില്ലെങ്കിലും കഷ്ടിച്ചു മനസിലായി. പക്ഷേ "നാമെല്ലാം പാപികളാണ്" എന്ന് സാഹേബ് പറഞ്ഞത് അവന് തീരെ പിടികിട്ടിയില്ല. ആകപ്പാടെ അവന് ബോറടിച്ചു തുടങ്ങിയിരുന്നു. സാഹേബ് ആദിപാപത്തിലേക്ക് കടക്കുംമുമ്പ് അവൻ തെന്നിമാറിക്കളഞ്ഞു.

അവൻ ചിന്താവ്യാകുലനായങ്ങനെ നടക്കുമ്പോൾ 'മഹാത്മാഗാന്ധി കീ ജയ്' എന്ന ആകാശഭേദിയായ വിളികൾ മുഴങ്ങിക്കേട്ടു. ജനസമുദ്രം ഇരമ്പുന്നു. അവനും ഒഴുക്കിൽപ്പെട്ട് അറിയാതെ നീങ്ങിപ്പോയി. "ഗാന്ധിജി ഹരിജനങ്ങളെപ്പറ്റിയാണിന്ന് സംസാരിക്കാൻ പോകുന്നത്" എന്ന് ആരോ വിളിച്ചുപറഞ്ഞു. 'ഹരിജന' മെന്നു പറഞ്ഞാൽ തോട്ടിയും ചെരുപ്പുകുത്തിയും ഒക്കെയാണെന്ന് അവൻ ധരിച്ചുവച്ചിട്ടുണ്ട്. അപ്പോൾ അവന്റെയും കാര്യമാണ്. അവന് ഗാന്ധിയെ ശരിക്കൊന്നു കാണണം. ഒരു മരത്തിൽ പൊത്തിപ്പിടിച്ചു കയറിയ അവന് ഗാന്ധിജിയുടെ ഒരു ദൂരക്കാഴ്ച കിട്ടി. ആരവമടങ്ങി. ഗാന്ധിജിയുടെ നേർത്ത ശബ്ദം കേട്ടുതുടങ്ങി. ഓരോ വാക്കും ത്രാസിലിട്ടു തൂക്കിപ്പറയുന്നതുപോലെ തോന്നി. കൂട്ടത്തിൽ അദ്ദേഹം ഇങ്ങനെയും പറഞ്ഞു: "എനിക്കിനി ഒരു ജന്മമുണ്ടെങ്കിൽ ബ്രാഹ്മണനോ ക്ഷത്രിയനോ വൈശ്യനോ ശൂദ്രനോ ആയി ജനിക്കാൻ ആഗ്രഹമില്ല. ഒരു ഹരിജനായി എനിക്ക് ജീവിക്കണം. എനിക്ക് തോട്ടിപ്പണി ഇഷ്ടമാണ്. എന്റെ ആശ്രമത്തിൽ പതിനെട്ട് വയസുള്ള ഒരു ബ്രാഹ്മണക്കുട്ടി തോട്ടിപ്പണി ചെയ്യുന്നുണ്ട്. മറ്റൊന്നിനുമല്ല, ആശ്രമത്തിലെ തോട്ടിയെ ശുചിത്വം പഠിപ്പിക്കാൻ..."

ഗാന്ധിജിയുടെ ഈ വാക്കുകൾ ബഖായെ കോരിത്തരിപ്പിച്ചു. അവന് തന്റെ ജീവിതം പാവനമായ ആ കൈകളിൽ അർപ്പിക്കണമെന്ന് തോന്നി. ജനക്കൂട്ടം പിരിഞ്ഞുപോകുമ്പോൾ എല്ലാവരും ഗാന്ധിയെപ്പറ്റിയും അന്നത്തെ പ്രസംഗത്തെപ്പറ്റിയും മാത്രമാണ് സംസാരിക്കുന്നത്. ബഖാ ശ്രദ്ധിച്ചു. 'ഗാന്ധി ശുദ്ധ ഹംബഗാണ്. വിഡ്ഢിയാണ്' എന്നൊരാൾ. "അദ്ദേഹം ഈശ്വരാവതാരമാണ്" മറ്റൊരാൾ. കവിയും പത്രാധിപരുമായ ഒരു ബുദ്ധജീവി ഒരു ബാരിസ്റ്ററുമായി സംസാരിക്കുന്നതും അവൻ കേട്ടു. "ഈ നല്ല വർത്തമാനം കൊണ്ടൊന്നും കാര്യം നടക്കില്ല. അഴുക്കു മാറ്റാൻ യന്ത്രം വരണം. ഫ്ളഷ് സിസ്റ്റം നടപ്പാക്കണം. അപ്പോൾ തോട്ടികൾ സ്വതന്ത്രരാകും. അവരുടെ അസ്പൃശ്യതയും മാറും."

അതുകേട്ട് ബാരിസ്റ്റർ ബഷീർ പരിഹാസ സ്വരത്തിൽ പറഞ്ഞു: "അതെ, മാസ് പ്രൊഡക്ഷൻ! തൂപ്പുകാരുടെ സർവാധിപത്യം! ഡയലെക്ടിക്കൽ മെറ്റീരിയലിസം! അങ്ങനെ അങ്ങനെ..." അവർ അങ്ങനെ തർക്കിച്ചുകൊണ്ടു നടന്നു മറഞ്ഞു.

കവി പറഞ്ഞത് ശരിയാണെന്ന് ബഖായ്ക്ക് തോന്നി. പക്ഷേ, അയാൾ എന്തോ വലിയ വാക്കുകളൊക്കെ ഉപയോഗിച്ചു. അഴുക്കു മാറ്റുന്ന ആ

യന്ത്രം എങ്ങനെയിരിക്കുമെന്ന് അവൻ ആലോചിച്ചു. അവന് ആകപ്പാടെ വിശ്വാസം വന്നില്ല. ഗാന്ധി പറഞ്ഞതാണ് കൂടുതൽ ഹൃദ്യമായി തോന്നിയത്. ഗാന്ധി ഒടുവിൽ പറഞ്ഞ വാക്കുകൾ അവന്റെ തലയിൽ മുഴങ്ങി. "നിങ്ങളുടെ ആത്മാവിന്റെ മോക്ഷത്തിനുള്ള ശക്തി ഈശ്വരൻ നിങ്ങൾക്ക് തരട്ടെ." അതിന്റെ അർഥം എന്താണോ എന്തോ? തനിക്ക് ഈ കക്കൂസുകൾ വിട്ടൊരു ജീവിതമില്ലെന്നോ? എന്തെങ്കിലുമാകട്ടെ. ഗാന്ധിയോ യന്ത്രമോ എന്ന് തീർച്ചയാക്കാൻ കഴിയാതെ അവൻ നടന്നുനീങ്ങി. ഒരു കാര്യം തീർച്ച. ഗാന്ധി അവന് കൂടുതൽ ആത്മവീര്യം നൽകി.

തകഴിയുടെ 'തോട്ടിയും' മുൽക്‌രാജിന്റെ അസ്പൃശ്യനും തമ്മിൽ ഗണ്യമായ ചില വ്യത്യാസങ്ങളുണ്ട്. തകഴി മൂന്ന് തലമുറയുടെ കഥയിലൂടെ തോട്ടികളുടെ ജീവിതത്തിന് വന്ന പരിവർത്തനത്തെ ഘട്ടം ഘട്ടമായി വിവരിക്കുകയാണ്. ആനന്ദാകട്ടെ തോട്ടിയുടെ ആത്മാവിന്റെ ഒരപഗ്രഥനമാണ് നടത്തുന്നത്. ഒരു ദിവസത്തെ കഥ പറയുക എന്ന സാങ്കേതികമായ അഭ്യാസംകൊണ്ട് സാധിക്കുന്നത് തോട്ടിയുടെ ബാഹ്യജീവിതത്തിന്റെ ഒരു സംഗ്രഹിത വീക്ഷണം നൽകുക എന്നതാണ്. അതിലൊതുക്കാവുന്നതെല്ലാം ഒതുക്കിയത് കലാവൈദഗ്ധ്യം തന്നെ.

രണ്ടുപേരുടെയും നായകന്മാർ തമ്മിൽ വളരെ അന്തരമുണ്ട്. ആനന്ദിന്റെ ബഖാ മിക്കവാറും ഒരു കുട്ടിയാണ്. അവന്റെ ചിന്തകൾ നിഷ്കളങ്കവും. ചുടലമുത്തുവാകട്ടെ അത്യാർത്തിയാൽ മനോരാജ്യക്കോട്ട കെട്ടുന്ന മലർപ്പൊടിക്കാരനാണ്. നന്നായിട്ടൊന്നു ജീവിക്കണമെന്നുണ്ട്. അതിനുവേണ്ടി പല കാപട്യങ്ങളും കാണിച്ചു. ഒടുവിൽ എല്ലാം തവിടുപൊടിയായി!

മറ്റൊരു വലിയ വ്യത്യാസം തകഴി ചിത്രീകരിക്കുന്ന കുടുംബദീപമായ വള്ളി എന്ന ഭാര്യ. വൃത്തികെട്ട തോട്ടികളുടെ ഇടയിലും കുലീനത്വമുണ്ട് എന്ന് നമ്മെ പഠിപ്പിക്കുന്നു. ചുടലമുത്തുവിനെ അവൾ യഥാർഥമായി സ്നേഹിക്കുന്നു. പക്ഷേ, അയാളുടെ പോക്ക് തെറ്റാണെന്നവൾക്കറിയാം. എങ്കിലും ശാസിക്കുന്നില്ല, ശല്യപ്പെടുത്തുന്നില്ല. ഭാരതീയ കുടുംബിനിയുടെ മാതൃകയെ തോട്ടിയുടെ ചെറ്റക്കുടിലിലും കാണാമെന്നുള്ള ആ സൂചന ഉത്തേജകമാണ്.

ആനന്ദിന്റെ നോവലിൽ ഒരു നായികയില്ല. ബഖായുടെ സഹോദരി സോഹ്നിക്ക് നായികയുടെ സ്ഥാനം നൽകാൻ ആവുകയില്ല. തകഴിയുടെ ഭാഷ പതിവുപോലെ ഈ നോവലിലും അനലംകൃത സുന്ദരമാണ്. എന്നാൽ അതേ സമയം വികാര സംവേദനത്തിനും പര്യാപ്തവുമാണ്. ശുദ്ധമായ മലയാളമൊഴികൊണ്ട് ഏതു വികാരത്തെയും ആവിഷ്കരിക്കാമെന്ന് തകഴിക്കറിയാം. അപൂർവം ചില സംസ്കൃത പ്രയോഗങ്ങൾ അസ്ഥാനത്ത് കടന്നുവന്നപ്പോൾ ചോറ്റിൽ കല്ലുകടിക്കുന്നതുപോലെ തോന്നുകയും ചെയ്തു. അശ്രദ്ധകൊണ്ടാവണം അങ്ങനെ എഴുതിപ്പോയത്. രണ്ടാമത് വായിച്ചെങ്കിൽ വെട്ടിക്കളയുമായിരുന്നു.

നൈറ്റ്സോയിൽ ഡിപ്പോവിൽ വച്ച് ചുടലമുത്തു വള്ളിയെ കണ്ട

പ്പോൾ അവൾ 'ആനതാസ്യയായി' നിന്നുപോലും. മുഖം കുനിച്ചു നിന്നാൽ എത്രയോ സുന്ദരം. ഒരിക്കൽ കൂടി ഈ വാക്ക് 'അവനതാസ്യ' വേഷത്തിലും പ്രത്യക്ഷപ്പെടുന്നുണ്ട്. തകഴിയുടെ ഭാഷയ്ക്ക് ഒട്ടും ഇണ ങ്ങാത്ത ഈ പ്രയോഗം എങ്ങനെ കയറിവന്നു എന്നറിഞ്ഞുകൂടാ. മൂന്നോ നാലോ ദിക്കിൽ പരിമിതമായ തോതിൽ ആലങ്കാരിക ഭാഷയും തകഴി പ്രയോഗിക്കുന്നുണ്ട്. "ചന്ദ്രികയുള്ള രാത്രിയിൽ കണവനുമൊത്തു കല്ലോ ലങ്ങളാൽ ആന്ദോളിതമായ മച്ചുവായിൽ പോകുമ്പോൾ..." ഇത്യാദി. ഇതും തകഴിവഴിയല്ല.

റിയലിസമാണ് തകഴിയുടെ ആയുധം. ആ റിയലിസം റൊമാന്റിക് ആകരുതെന്ന് തകഴിക്ക് നിർബന്ധമുണ്ട്. സ്വയം അനുഭവിച്ചറിയാത്ത തോട്ടിയുടെ ജീവിതത്തെ തകഴി ഇത്ര തന്മയത്വത്തോടെ എങ്ങനെ പകർത്തി? അതാണ് കാണുന്ന കണ്ണിന്റെ ഗുണം. എല്ലാം കാണണമെന്നു തന്നെയല്ല. കുറേ കണ്ടുകഴിഞ്ഞാൽ ശേഷമൊക്കെ അന്തർദൃഷ്ടി കൊണ്ട് കാണാം. അങ്ങനെയാണ് എല്ലാ നോവലിസ്റ്റുകളും പ്രപഞ്ചത്തെ രസമയമായി സൃഷ്ടിക്കുന്നത്.

മുൽക്‌രാജിന്റെ ഭാഷ ശുദ്ധീകൃതവും കാവ്യാത്മകവുമായ ഇംഗ്ലീ ഷാണ്. ഇന്ത്യാക്കാരേക്കാൾ പുറംലോകത്തെ വായനക്കാരെ ലാക്കാക്കു ന്നതുകൊണ്ട് ഇന്ത്യൻ സമ്പ്രദായങ്ങളെപ്പറ്റി പലതും വിവരണാത്മക മായി എഴുതേണ്ടി വരും. ഇതൊരു പരാധീനതയാണ്. ഈ പരാധീനത യുടെ ഇടയിലും പഞ്ചാബിലെ തോട്ടികളുടെ ദൈനംദിന സംഭാഷണ ത്തിന്റെ നാടൻ ചുവ ഇംഗ്ലീഷിലൂടെ ആവിഷ്കരിക്കാൻ മുൽക്‌രാജിനും കഴിഞ്ഞു. അങ്ങനെയാണ് പന്നീട് മോനും തന്തയ്ക്ക് പിറക്കാത്തവനും കൂത്തിച്ചിമകനും ഒക്കെ വേഷം മാറി സായിപ്പിന്റെ ഭാഷയിൽ കയറിപ്പ റ്റുന്നത്. മറ്റു സന്ദർഭങ്ങളിൽ സൗകര്യമുള്ള ശൈലി പ്രയോഗിക്കുന്നു. ഒടുവിലത്തെ ഭാഗത്തെ സംഭാഷണം രണ്ട് ബുദ്ധിജീവികൾ തമ്മിലായ തിനാൽ വിഷയത്തിന് അനുരൂപമായ പ്രൗഢി കാണാം. ചുരുക്കത്തിൽ വിദേശഭാഷയുടെ വൈദേശികത്വം ശ്രദ്ധിക്കാതെ നാം വായിച്ചുപോകു ന്നു. സാധാരണക്കാരന്റെ മലയാളത്തിലെഴുതുന്ന തകഴിക്ക് ഇത്തരം പൊരുത്തപ്പെടലുകളൊന്നും ആവശ്യമില്ല. അനായാസമെന്നു നമ്മെ തെറ്റി ദ്ധരിപ്പിക്കുന്ന ഈ എഴുത്തിന്റെ പുറകിൽ വലുതായ അഭ്യാസബലമു ണ്ട്. കളമെഴുത്തുകാരൻ വിരലുകൾക്കിടയിലൂടെ അരിപ്പൊടിയും മഞ്ഞ പ്പൊടിയും കരിപ്പൊടിയും ഒക്കെ അതിവേഗം തൂകുമ്പോൾ എത്ര നാളത്തെ അഭ്യാസത്തിന്റെ ഫലമാണ് ആ കൈയൊഴുക്കമെന്ന് നമുക്ക് മനസിലാകും. വെറുതേ പൊടി തൂവിപ്പോയാൽ മനോഹരമായ സംര ചന സാധ്യമല്ല. അതുപോലെയാണ് തകഴിയുടെ എഴുത്തും. അത്ഭുത കരമാണ് ആ കൈത്തഴക്കം. അതിവേഗമാണ് ആ എഴുത്തും.

'തോട്ടിയുടെ മകനും' 'കണ്ണാടിയും'

തകഴിയുടെ *തോട്ടിയും* ദേവിന്റെ *കണ്ണാടിയും* (1961) പര

സ്പരതോലനം അർഹിക്കുന്ന രണ്ട് പ്രശസ്ത കൃതികളാണ്. രണ്ടും തൊഴിലാളിവർഗ നോവലുകൾ. ആലപ്പുഴപ്പട്ടണം തന്നെ രണ്ടിന്റെയും പശ്ചാത്തലം. അവിടുത്തെ കയർത്തൊഴിലാളികളാണ് ആദ്യം സംഘടിച്ചത്. പക്ഷേ, രണ്ടാമതാണ് അവരെപ്പറ്റിയുള്ള നോവൽ നമുക്ക് ലഭിച്ചത്. ദേവിന് തൊഴിലാളിരംഗത്ത് പ്രവർത്തിച്ച സാനുഭവമുണ്ട്. സ്വാഭാവികമായിത്തന്നെ നോവലിൽ ഏറ്റവും സ്മരണീയമായ രംഗങ്ങൾ തൊഴിലാളി പ്രവർത്തകൻ പ്രത്യക്ഷപ്പെടുന്നവയാണ്. സ്മരണീയ കഥാപാത്രം 'കാറ്റ്' എന്ന തൊഴിലാളി പ്രവർത്തകനുമാണ്. തകഴി പുറത്തുനിന്നാണ് എല്ലാം നോക്കിക്കണ്ടത്, ദേവ് അകത്തുനിന്നും. പ്രശസ്ത മാർക്സിസ്റ്റ് ചിന്തകരായ സി അച്യുതമേനോനും എൻ ഇ ബാലറാമും ദേവിന്റെ *കണ്ണാടിയെ* ലക്ഷണമൊത്ത പ്രോലിറ്റേറിയൻ നോവലായി പ്രശംസിച്ചിട്ടുണ്ട്. ആലപ്പുഴയിലെ അസംഘടിതരായിരുന്ന കയർ ഫാക്ടറി തൊഴിലാളികൾ. – മുതലാളി ദൈവമാണെന്ന് വിസ്വസിച്ച തൊഴിലാളികൾ – ക്രമേണ അസ്വസ്ഥരാകുന്നതും ഒന്നിച്ചു നിൽക്കാൻ പഠിക്കുന്നതും പണിമുടക്കുന്നതും പൊലീസ് മർദനത്തെ ചെറുക്കുന്നതും എല്ലാം ദേവ് സത്യാത്മകമായി ചിത്രീകരിച്ചു. പ്രേമവിവാഹം കഴിച്ചശേഷം കൊച്ചിയിൽ നിന്ന് ഒളിച്ചോടി ആലപ്പുഴ എത്തിയ കൊച്ചുരാമന്റെയും നീലിയുടെയും കഥയാണ് ദേവ് പറയുന്നത്. ആദ്യഭാര്യ ഗോമതിയുമായുള്ള ദേവിന്റെ പ്രേമവിവാഹവും കൊച്ചിയിൽ വച്ചായിരുന്നു. ഒളിച്ചോട്ടവും ജീവിതത്തിന്റെ ഭാഗമാണ്. കൊച്ചുരാമനും നീലിക്കും വറീത് മുതലാളിയുടെ കയർ ഫാക്ടറിയിൽ ജോലി കിട്ടി. മുതലാളിയെ സന്തോഷിപ്പിക്കാൻവേണ്ടി ഇരുവരും മതം മാറി. വർക്കിയും ഏലിയും ആയി. അവർ പുതിയ ജീവിതം ആരംഭിച്ചു. 'കാറ്റ്' എന്ന പേരിൽ അറിയപ്പെടുന്ന നിസ്വാർഥനും സംഘടനാ വിദഗ്ധനുമായ തൊഴിലാളി പ്രവർത്തകന്റെ ആദർശസുന്ദരമായ ഒരു ചിത്രം ദേവ് ഇതിൽ വരച്ചിട്ടുണ്ട്. നമ്മുടെ തൊഴിലാളി പ്രവർത്തകന്മാരെല്ലാം 'കാറ്റിനെ' പോലെ ആയിരുന്നെങ്കിൽ എന്ന് നാം ആഗ്രഹിച്ചുപോകും. ഫാക്ടറിയിലെ മൂപ്പന്മാർ കാറ്റിനെക്കുറിച്ച് അപവാദങ്ങൾ പ്രചരിപ്പിക്കുന്നുണ്ട്. കാറ്റാകട്ടെ സംശുദ്ധമായ ജീവിതമാണ് നയിക്കുന്നത്. തൊഴിലാളിപ്പെണ്ണായ അന്നയ്ക്ക് കാറ്റിനോട് തോന്നുന്ന പ്രേമവും സംശുദ്ധമാണ്. പക്ഷേ, അയാൾ ആർക്കും പിടികൊടുക്കാതെ, പ്രസ്ഥാനം തന്നെ തന്റെ പ്രേമഭാജനം എന്ന മട്ടിൽ ജീവിക്കുകയാണ്. "ഇനി നാം തമ്മിൽ കാണാനിടയില്ലെന്ന്" പറഞ്ഞ് കാറ്റ് അന്നയോട് യാത്ര പറയുമ്പോൾ അന്നയുടെ ഹൃദയത്തോടൊപ്പം നമ്മുടെ ഹൃദയവും പിടയും. എങ്കിലും പറയട്ടെ, (ഞാൻ മുമ്പൊരിക്കൽ എഴുതിയതുപോലെ) രാഗദ്വേഷാദി വികാരങ്ങളെയെല്ലാം കർശനമായി സംയമം ചെയ്ത്, ഏതാണ്ട് ഊർദ്ധ്വരേതസായി തീർന്ന ഈ അപൂർവ്യക്തി യഥാർഥ ജീവിതത്തിൽ മിക്കവാറും അസുലഭനാണ്. സ്നേഹിക്കുന്ന പെണ്ണിനോടു പോലും മയവും മാർദവവും കാണിക്കാത്ത 'കാറ്റ്' ആ പേരു സൂചിപ്പിക്കുന്നതു പോലെ മണ്ണിനോടു ചേർന്നല്ല സഞ്ചരിക്കുന്നത്. ആകാശത്തിലൂടെയാ

ണ്. ഈ വിപ്രതിപത്തികളൊക്കെയുണ്ടെങ്കിലും ദേവിന്റെ അനശ്വര സൃഷ്ടികളിലൊന്നാണ് 'സദാഗതി'യായ ആ 'കാറ്റ്'.

തോട്ടിയുടെ മകനേക്കാൾ തൊഴിലാളിവീര്യം *കണ്ണാടി*യിലാണ് കാണുക. പക്ഷേ അതുകൊണ്ട് 'തോട്ടി' തൊഴിലാളിവർഗത്തിന്റെ നോവൽ അല്ലാതാകുന്നില്ല. ഒരുവേള അത് സോഷ്യലിസ്റ്റ് റിയലിസമല്ലെന്നു വരാം. സോഷ്യലിസ്റ്റ് ഹ്യൂമനിസം എന്ന് വിളിച്ചാൽ ധാരാളമായി കരിങ്കാലിപ്പണി ചെയ്ത തോട്ടിയെ നായകനാക്കിയെങ്കിലും ആദരവോടെയാണ് തകഴി അവരുടെ ജീവിതം ചിത്രീകരിക്കുന്നത്. തകഴിക്ക് പതിവുള്ള ഉറക്കറ വിചാരിപ്പൊന്നും ഇതിലില്ല. നാരിസ്തന ജഘന സങ്കീർത്തനങ്ങളില്ല. വ്യഭിചാരം കൊണ്ട് കാലക്ഷേപം ചെയ്യുന്ന തൊഴിലാളിപ്പെണ്ണുങ്ങളില്ല. (*അവന്റെ സ്മരണകൾ*) ഒന്നിന് പുറകെ മറ്റൊന്നായി ഭർത്താക്കന്മാരെ സ്വീകരിക്കുന്ന പാപ്പി അമ്മമാരുമില്ല. (*പാപ്പി അമ്മയും മക്കളും*) എഴുത്തുകാരന്റെ മനോനിയന്ത്രണത്തിന്റെ ഫലമാണിത്. തകഴിയുടെ സാഹിത്യജീവിതത്തിലെ പ്രശംസനീയമായ ഒരു വ്യതിയാനം ഇവിടെ സംഭവിച്ചു എന്ന് തോന്നുന്നു. 'ആന്റി ഹീറോ' എന്ന് വ്യവഹരിക്കപ്പെടുന്ന തിന്മയേറിയ നായകന്റെ പദവിയിലേക്കെത്തുന്നില്ലെങ്കിലും ധീരോദാത്തൻ തന്നെയാവണം നായകൻ എന്ന പ്രഹത സങ്കൽപ്പത്തെ തകഴി തള്ളിക്കളഞ്ഞു. ഏറ്റവും നല്ല ഉദാഹരണമാണ് *ഏണിപ്പടികളിലെ* കേശവപിള്ള. നായകനല്ലെങ്കിലും *ചെമ്മീനിലെ* ചെമ്പൻകുഞ്ഞും ഇതേ വർഗം തന്നെ. *അന്നകരനീന* എഴുതിയപ്പോൾ ടോൾസ്റ്റോയിയും *കുറ്റവും ശിക്ഷയും* എഴുതിയപ്പോൾ ദസ്തയേവ്സ്കിയും എത്രയോ മുമ്പ് തനി കറുപ്പും തനി വെളുപ്പുമല്ലാത്ത നായകനെ നമുക്ക് കാട്ടിത്തന്നിരുന്നു. മലയാളത്തിൽ ഇത്തരമൊരു തന്റേടം കാട്ടാൻ തുനിഞ്ഞ പഥപ്രദർശകന്മാരിൽ മുഖ്യനാണ് തകഴി.

മുൽക് രാജ് ആനന്ദിന്റെ *തൊട്ടുകൂടാത്തവനെപ്പ*റ്റി പറയുമ്പോൾ ഇ എം ഫോസ്റ്റർ എഴുതി "ഇത് അവർണനീയമാംവണ്ണം വൃത്തിയുള്ള" ഒരു നോവലാണെന്ന്. *തോട്ടിയുടെ മകനെപ്പറ്റിയും* എനിക്ക് പറയാനുള്ള അതുതന്നെ. "വൃത്തികെട്ട ഒരു പ്രമേയത്തെപ്പറ്റി എഴുതപ്പെട്ട വൃത്തിയുള്ള ഒരു നോവൽ."

(1996)

തകഴിയും മിത്തും

കാക്കനാടൻ

മനുഷ്യന് മഹത്തായ സംഭാവനകൾ നൽകിയിട്ടുള്ള ഒരു കലാകാരൻ മരണത്തിന്റെ അനിവാര്യതയിൽ അലിഞ്ഞുതീരുമ്പോൾ ആൾക്കാർ മിഴിപൂട്ടി പറയാറുണ്ട്. അദ്ദേഹം കുറേനാൾ കൂടി ജീവിച്ചിരുന്നെങ്കിൽ അതിശ്രേഷ്ഠമായ കുറെ രചനകൾ കൂടി നമുക്ക് ലഭിക്കുമായിരുന്നു എന്ന്. ആ പ്രമാണം എനിക്ക് സ്വീകാര്യമായി തോന്നിയിട്ടില്ല.

അടുത്തിടെ നമ്മെ അനാഥരാക്കി മൺമറഞ്ഞുപോയ തകഴിച്ചേട്ടനെ ഓർത്തുകൊണ്ടാണ് ഞാനിതു പറയുന്നത്. അദ്ദേഹം എഴുതാനിരുന്ന, അല്ലെങ്കിൽ എഴുതിക്കൊണ്ടിരുന്ന പുതിയ കൃതിയെക്കുറിച്ച് മറ്റു പലരോടുമെന്ന പോലെ എന്നോടും സംസാരിച്ചിട്ടുണ്ട്. പറഞ്ഞുകേട്ടിടത്തോളം തീർച്ചയായും അതൊരു മഹാസംഭവം ആകുമായിരുന്നുവെന്ന് ഞാനും വിശ്വസിക്കുന്നു. പക്ഷേ, അതൊരു നഷ്ടമായി ഞാൻ പരിഗണിക്കുന്നില്ല. തകഴിച്ചേട്ടന് ചെയ്യാനുള്ളത് അദ്ദേഹം ചെയ്തു. ആ ജീവിതയാത്ര സഫലമായി, ധന്യമായി.

തകഴി എന്ന എഴുത്തുകാരൻ മലയാള ഭാഷയുടെ ചൈതന്യമാണ്. തകഴി എന്ന വ്യക്തി എന്നെ സംബന്ധിച്ചിടത്തോളം (മറ്റു പലരും ഈ അവകാശവാദം ഉന്നയിക്കും) ചേട്ടൻ മാത്രമല്ല ഗുരുവും വഴികാട്ടിയും ഒക്കെയായിരുന്നു. സ്നേഹവാത്സല്യങ്ങൾ കൊണ്ട് എന്നെ ഇത്രയധികം വീർപ്പുമുട്ടിച്ചിട്ടുള്ള വ്യക്തികൾ മറ്റധികമില്ല. സ്നേഹവാത്സല്യങ്ങളോടൊപ്പം സ്നേഹപൂർവമുള്ള ശാസനയും ശകാരവും ഞാനേറ്റുവാങ്ങിയിട്ടുണ്ട്.

ജ്ഞാനപീഠം അവാർഡ് നേടിയ *കയർ* വരെ തകഴിയുടെ പ്രതിഭ ഇഴപിരിഞ്ഞു കിടക്കുകയാണ്. തഴക്കര പുഞ്ചയുടെ കഥാകാരൻ എന്ന് പാറപ്പുറത്തിനെ വിശേഷിപ്പിക്കുന്നതുപോലെ കുട്ടനാടിന്റെ കാഥികൻ

എന്ന് തകഴിയെ വിശേഷിപ്പിച്ചാൽ ശരിയാവില്ല എന്നെനിക്ക് തോന്നുന്നു. കുട്ടനാടിന്റെ ഈ കഥാകൃത്ത് ലോകത്തിന്റെ മുഴുവൻ കഥ പറയാനാണ് ശ്രമിച്ചത്. ഡോൺ നദിക്കരയിലെ മനുഷ്യജീവിതത്തെ കുറിച്ചെഴുതിയ മിഖായേൽ ഷോളക്കോവ് പമ്പയുടെയും കാവേരിയുടെയും ഗംഗയുടെയും തീരങ്ങളെക്കുറിച്ചു കൂടിയാണ് എഴുതിയത്. ഏതു മഹാസാഹിത്യകാരനും ഒരു പ്രദേശത്തിന്റെ ഭൂമിശാസ്ത്രപരമായ അതിർത്തികൾക്കുള്ളിൽ ഒതുങ്ങിനിന്നുകൊണ്ടെഴുതുമ്പോഴും ആ പ്രദേശം മനുഷ്യൻ അധിവസിക്കുന്ന ഈ വിശാലമായ ലോകമായി വളരുന്നു. മനുഷ്യൻ നേരിടേണ്ടി വരുന്ന ദശാസന്ധികൾ അവന്റെ ജീവിതസമസ്യകൾ, അവന്റെ സുഖദു:ഖങ്ങൾ, അവന്റെ ദാർശനിക പ്രശ്നങ്ങൾ ഒക്കെ സാർവലൗകികമാണ്. സാർവജനീനമാണ്. സമാനമാണ്. ഒരു വലിയ കലാകാരന്റെ ജീവിതവീക്ഷണം എപ്പോഴും മൊത്തത്തിലുള്ളതാണ്. ഈ പ്രത്യേകതയ്ക്ക് തകഴിയും ഒരപവാദമല്ല. അതുകൊണ്ടാണ് തകഴിയുടെ കഥകളും കഥാപാത്രങ്ങളും ലോകത്തിന്റെ മുഴുവൻ, മനുഷ്യരാശിയുടെ മുഴുവൻ ഒസ്യത്തായി തീരുന്നത്.

കറുത്തമ്മയും പരീക്കുട്ടിയും പഴനിയും ചെമ്പൻകുഞ്ഞും പുറക്കാട്ടു കടപ്പുറത്ത് മാത്രമല്ല, മനുഷ്യൻ ഉള്ള ഇടങ്ങളിലൊക്കെ ജീവിക്കുന്നു. ഹെമിങ്‌വേയുടെ ഹാരിമോർഗൻ (Earnest Hemingway - *To have and have not*) നീണ്ടകര കടപ്പുറത്തും ജീവിക്കുന്നു എന്നു ഞാൻ വിശ്വസിക്കുന്നു. എത്ര റസ്കോൾ നിക്കോഫുമാർ നമ്മുടെ ചുറ്റിലും എന്നും സഞ്ചരിക്കുന്നു! അങ്ങനെയെങ്കിൽ ചെമ്പൻകുഞ്ഞ് ജമൈക്കയിലും ഫ്ളോറിഡയിലും ജീവിക്കുന്നു.

ചെമ്മീനാണ് തകഴിയുടെ ഏറ്റവും മികച്ച കൃതിയെന്ന് ഞാൻ പറയുന്നില്ല. പക്ഷേ *ചെമ്മീനി*ലെ കഥാപാത്രങ്ങളെ ഉദാഹരണായി എടുത്തുകാട്ടാൻ ഒരു കാരണമുണ്ട്. സമീപകാലത്ത് *മാതൃഭൂമി*യുടെ 'തകഴിപ്പതിപ്പിൽ' പ്രശസ്ത നോവലിസ്റ്റും കഥാകൃത്തും നിരീക്ഷണ പടുവുമായ എൻ പി മുഹമ്മദ് '*ചെമ്മീൻ*' മുൻനിർത്തി ശ്രദ്ധേയമായ ഒരു ലേഖനം എഴുതുകയുണ്ടായി. ആ നോവലിനോടുള്ള എൻ പിയുടെ സമീപനം പുതുമയുള്ളതും ഹൃദ്യവുമായി എനിക്ക് തോന്നി. നവീനകാല സാഹിത്യത്തിൽ മിത്തുകളുടെ സ്വാധീനവും സ്വഭാവവും പ്രത്യക്ഷപ്പെട്ടു തുടങ്ങുന്നതിനു മുമ്പുതന്നെ *ചെമ്മീൻ* എന്ന കൃതിക്ക് മിത്തിന്റെ പരിവേഷം നൽകാൻ തകഴിക്ക് കഴിഞ്ഞു എന്ന് എൻ പി സമർഥിക്കുന്നു. എൻ പിയുടെ നിരീക്ഷണത്തിന്റെ അടിസ്ഥാനത്തിൽ *ചെമ്മീൻ* ഒരു പുനർവായന ആവശ്യപ്പെടുന്നു എന്നാണെനിക്ക് തോന്നുന്നത്. മുമ്പും എനിക്കിങ്ങനെ തോന്നിയിട്ടുണ്ട്. പക്ഷേ എൻ പിയുടെ ലേഖനമാണ് നമുക്ക്, അനുവാചകർക്ക് ഒരു പുതിയ വെളിച്ചം പകർന്ന് നൽകുന്നത്.

യുക്തിവാദികളും പഴയ ജീവൽ സാഹിത്യകാരും മറ്റും *ചെമ്മീനിന്* എതിരെ ഉന്നയിക്കുന്ന ആരോപണങ്ങൾക്ക് യുക്തിയുക്തമായ മറുപടിയാണ്, കാര്യ-കാരണങ്ങൾക്കും ലളിതവും പലപ്പോഴും അബദ്ധജ

ടിലവുമായ യുക്തിവാദത്തിനും അതീതമാണ് യഥാർഥ കലാസൃഷ്ടി എന്ന് ഉച്ചത്തിൽ ഉദ്ഘോഷിക്കുന്ന എൻ പിയുടെ വിലയിരുത്തൽ.

നമുക്ക് തകഴിയെ വീണ്ടും വീണ്ടും വായിക്കാം. ഒരു പുതിയ കാഴ്ചപ്പാടോടെ സമീപിക്കാം. ആ വലിയ മനുഷ്യന്റെ സ്മരണയോട്, ആത്മാവിനോട് നീതി പാലിക്കാൻ, ആദരവ് പ്രകടിപ്പിക്കാൻ ഈ ഒരു വഴിയേ നമ്മുടെ മുമ്പിലുള്ളൂ.

അദ്ദേഹത്തിന്റെ ഓർമ്മ നമ്മുടെ വഴികളിൽ നമ്മെ ശക്തരാക്കട്ടെ. ധന്യരാക്കട്ടെ.

(1999)

ചേന്നപ്പറയനും പട്ടിയും

എം എൻ കാരശേരി

തകഴി ശിവശങ്കരപ്പിള്ളയുടെ *വെള്ളപ്പൊക്കത്തിൽ* ചെറുകഥ; രാജ്യമായ രാജ്യത്തൊക്കെ വെള്ളം കയറിയ കൂട്ടത്തിൽ ചേന്നപ്പറയന്റെ കുടില് തകർന്നതിന്റെയും അയാളുടെ പട്ടി ചത്തതിന്റെയും വിവരണം നൽകുന്നു.

ഒറ്റവായനയിൽ അടിയാളന്മാരുടെ ദാരിദ്ര്യവും ജന്തുക്കളോടുള്ള അവഗണനയും എടുത്തുകാണിക്കുന്ന ലളിതമായ രചനയാണിത്. കാർഷിക തൊഴിലാളികളായ പട്ടികജാതിക്കാർ നേരിട്ട ദുരിതങ്ങളുടെയും ജാതി പീഡനങ്ങളുടെയും പുരാവൃത്തങ്ങൾ *രണ്ടിടങ്ങഴി* തുടങ്ങിയ നോവലുകളിലും അനവധി ചെറുകഥകളിലും തകഴി ചിത്രീകരിച്ചിട്ടുണ്ട്. അതദ്ദേഹത്തിന്റെ വിളഭൂമികളിലൊന്നുതന്നെ.

ഇന്ന് വീണ്ടും *വെള്ളപ്പൊക്കത്തിൽ* എന്ന കഥ വായിക്കുമ്പോൾ വെള്ളം ഇറക്കം പിടിക്കുന്നതായും ഇതുവരെ ശ്രദ്ധിച്ചിട്ടില്ലാത്ത ഒരു കര തെളിയുന്നതായും തോന്നുന്നു. ഇവിടെ ഈ ലളിതമായ രചന ചില സങ്കീർണഭാവങ്ങളിലേക്ക് പടരുകയാണ്.

സമൂഹത്തിലെ നിമ്നോന്നതങ്ങൾ സൂചിപ്പിച്ചുകൊണ്ടാണ് തുടക്കം – "നാട്ടിലെ പൊക്കം കൂടിയ സ്ഥലം ക്ഷേത്രമാണ്" അവിടെയും വെള്ളമെത്തി കഴിഞ്ഞിരിക്കുന്നു. ക്ഷേത്രത്തിൽ ആളുകളും ജന്തുക്കളും ഭേദഭാവന കൂടാതെ "ഐകമത്യമായി കഴിയുന്നു". പ്രകൃതിയിലെ ഒരാപത്ത് അവർക്കിടയിലെ ഉച്ചനീചത്വങ്ങൾ തൽക്കാലം ഇല്ലായ്മ ചെയ്തിരിക്കുകയാണ്.

വള്ളമില്ലാതെ കുടിലിൽ കുടങ്ങിയ ചേന്നപ്പറയനെയും കുടുംബത്തെയും കുഞ്ഞേപ്പൻ വന്ന് കരയ്ക്കെത്തിച്ചു. അപ്പോൾ സ്വന്തം പട്ടിയുടെ കഥ ചേന്നൻ മറന്നു. അവിടെക്കിടന്ന് ആ സാധുജീവി എങ്ങനെ അവസാനിച്ചുപോയി എന്നതിന്റെ വിസ്താരമാണ് കഥ.

ഇവിടെക്കാണുന്ന ജന്തുസ്നേഹം ഇന്ത്യൻ സാഹചര്യത്തിൽ പുതിയതാണെന്ന് പറയാനാവില്ല. ഇത്തരം പരിഗണനകൾക്ക് പയ്യിനുവേണ്ടി സ്വന്തം തല കൊടുക്കാൻ ഒരുങ്ങിയ ദിലീപ മഹാരാജാവിന്റെയും തന്നെ സേവിച്ചു കൂടിയ നായ്ക്കുവേണ്ടി ഉടലോടെ സ്വർഗം പൂകാനുള്ള അവസരം ഉപേക്ഷിക്കുവാൻ തയ്യാറായ ധർമപുത്രരുടെയും കാലത്തോളം ഇന്ത്യയിൽ പഴക്കമുണ്ട്. എങ്കിലും കേരളീയ സാഹചര്യത്തിൽ ഇണങ്ങിനിൽക്കുന്ന ഒരു ജീവിയോട് മനുഷ്യജീവികൾ കാണിക്കുന്ന ഉദാസീനത എത്ര കടുപ്പമേറിയതാണെന്ന് ഈ കഥ തെളിച്ചെഴുതുന്നുണ്ട്.

സൂക്ഷ്മവായനയിൽ തകഴിയുടെ പട്ടി ഒരു വ്യക്തി തന്നെയായി വളരുന്നത് കാണാം.

ചേന്നപ്പറയനും കുടുംബവും വള്ളത്തിൽ രക്ഷപ്പെടുകയും മറവിയുടെ വെള്ളപ്പൊക്കത്തിൽ പട്ടിയെ ഉപേക്ഷിക്കുകയും ചെയ്യുന്ന ഘട്ടത്തിൽ കഥാകൃത്ത് പട്ടിയെ പരാമർശിക്കുന്നത് 'അത്' എന്നാണ്. തുടർന്നുള്ള ആഖ്യാനത്തിൽ പ്രധാന സന്ദർഭങ്ങളിലെല്ലാം പട്ടി 'അവൻ' ആണ്. അവൻ പുറപ്പെടുവിക്കുന്നത് "നിസ്സഹായനായ ഒരു മനുഷ്യന്റെ ശബ്ദത്തോട് സാദൃസ്യമുള്ള ശബ്ദപരമ്പരകൾ" ആണ്.

അവന്റെ ദീനരോദനത്തോട് വായുഭഗവാൻ അനുകമ്പ കൊള്ളുന്നതായും വടക്കെങ്ങോ ഒരു വീട്ടിലിരുന്ന് വീട്ടുകാവൽക്കാരൻ *രാമായണം* വായിക്കുമ്പോൾ അതു ശ്രദ്ധിക്കും പോലെ പട്ടി നിശ്ശബ്ദനായി വടക്കോട്ടു നോക്കി നിൽക്കുന്നതായും എടുത്തുപറഞ്ഞിട്ടുണ്ട്.

> തകഴി തുടരുന്നു: ആ നിശീഥിനിയുടെ നിശേഷനിശബ്ദതയിൽ ശ്രുതിമധുരമായ രാമായണം വായന ഒരിക്കൽ കൂടി എങ്ങും പരന്നൊഴുകി. നമ്മുടെ ശുനകൻ ആ മാനവശബ്ദം ചെവിയോർത്തു കേട്ട് കുറച്ചധികം നേരം നിശ്ചലം നിന്നു. ഒരു ശീതമാരുത പ്രവാഹത്തിന്റെ ആ ശാന്തമധുരമായ ഗാനം ലയിച്ചു.

മരണത്തിന്റെ ശീതള പ്രവാഹത്തിൽ ലയിച്ചില്ലാതെയാകുന്നതിന് മുമ്പ് രാമായണപാരായണം കേട്ടുകിടക്കുന്ന ഒരാളുടെ ചിത്രം തന്നെയാണിത്.

വിശപ്പിന്റെയും ചുറ്റുമുള്ള ജീവികളുടെയും ശല്യപ്പെടുത്തലിൽ പൊറുതികെടുന്ന പട്ടിയുടെ വിവരണം പിന്നെപ്പിന്നെ വർധിക്കുകയാണ്. തന്റെ മോങ്ങലുകളും നിലവിളികളും വിജനതയുടെ പരപ്പിൽ ശ്രദ്ധ കിട്ടാതെ ഒടുങ്ങിത്തീരുമ്പോൾ അവൻ "ഇടയ്ക്കിടയ്ക്ക് എന്തോ നിരാശനായി പിറുപിറക്കുന്നു" എന്ന് തകഴി നിരീക്ഷിക്കുന്നുണ്ട്; പട്ടിയുടെ മാനസികാവസ്ഥ അതിന്റെ ഉള്ളിൽക്കടന്നു നിന്ന് പകർത്തിവെയ്ക്കുന്നുമുണ്ട് – വിശപ്പകറ്റാനും ദേഹം നിലനിർത്താനുമുള്ള അവന്റെ ആകാംക്ഷ മലവെള്ളം പോലെ കുതിച്ചുയരുകയാണ്.

രണ്ടു മനുഷ്യർ ആ വഴിക്ക് തോണിയിൽ വന്ന ഘട്ടത്തിൽ അവൻ "വായ് പൊളിച്ചടച്ചു ശബ്ദിച്ചു; പ്രാർഥിച്ചു". ആ ഭാഗം ഇങ്ങനെയാണ് അവസാനിക്കുന്നത്.

വള്ളം അകലെയായി. ഒന്നുകൂടെ പട്ടി മോങ്ങി. വള്ളക്കാരിൽ ഒരുവൻ തിരിഞ്ഞുനോക്കി.

"അയ്യോ!"

അതു വള്ളക്കാരൻ വിളിച്ചതല്ല. ആ ശ്വാനന്റെ ശബ്ദമായിരുന്നു.

"അയ്യോ!"

പിന്നെ, "ലോകത്തോടന്ത്യയാത്ര പറയും പോലെ മുറുമുറുത്തുകൊണ്ട്" പട്ടി പുരപ്പുറത്തു കയറി.

തുടർന്നുവരുന്ന പ്രധാന രംഗം കുല കക്കാൻ വന്ന കള്ളന്മാരോട് യജമാന സ്നേഹമുള്ള ആ പട്ടി ഏറ്റുമുട്ടുന്നതാണ്. കഷ്ടം! ആ അത്യാപത്തിനിടയിലും മുതല് കക്കാനാണ് മനുഷ്യന് വാസന! മുതല് കാക്കാനായില്ലെങ്കിലും ഒരു കള്ളന് കണക്കിന് ഒരു കടി കൊടുക്കാൻ പട്ടിക്ക് കഴിഞ്ഞു.

ഒടുക്കം പട്ടിയുടെ അടുത്തേയ്ക്ക് ചത്ത പശുവിന്റെ ദേഹം ഒഴുകിയെത്തി. ആ ഇറച്ചി കടിച്ചുപറിച്ചു തിന്നാനാരംഭിച്ച ഘട്ടത്തിലാണ് അവന്റെ തലയ്ക്ക് "ഠേ" എന്ന് അടി വീഴുന്നത്. അവന്റെ കഥ കള്ളന്മാരുടെ സാമർത്ഥ്യത്തിൽ അലഞ്ഞുതീർന്നു:

ആരാണ് ഈ പട്ടി?

ഇയാൾ നമ്മുടെ നാട്ടിലെ ഏതു പട്ടികജാതിക്കാരനുമാണെന്ന് ഞാൻ വിചാരിക്കുന്നു. ഇയാൾ അധ്വാനിക്കുവാനും വിള കാക്കുവാനും ഒപ്പം പട്ടിണി കിടക്കുവാനും വിധിക്കപ്പെട്ട ഇവിടുത്തെ കാർഷിക തൊഴിലാളിയാകുന്നു. ഏതു ദുരവസ്ഥയിലും ഉത്തരവാദിത്തം വിടാത്ത പണിയാളൻ ആകുന്നു. ജീവിതത്തിന്റെ പുറമ്പോക്കുകളിൽ വിട്ടുംവെച്ച് നിങ്ങൾ മറന്നുപോയ കുടിയാനാകുന്നു; അഴുക്കിലും നിരക്ഷരതയിലും വറുതിയിലും നിങ്ങൾ ജീവിക്കാൻ വിട്ട അധഃകൃതനാകുന്നു.

അങ്ങനെ, നിശബ്ദം ജലപ്രവാഹത്തിൽ ഒഴുകിയകന്ന് മറഞ്ഞ് ആണ്ടുപോവുന്ന ഒരു ശരീരം മാത്രമായി ഇയാളെ മാറ്റിനിർത്തുവാൻ തകഴിക്ക് മനസില്ല. നിസ്സഹായവും അവഗണിതവും ആയ അന്ത്യം വന്നെത്തുന്നതിന് തൊട്ടുമുമ്പ് ജന്മിയും ഉടമയും മേലാളനും ആരാണെന്ന് പട്ടിക്ക് ശരിക്കും വെളിവ് കിട്ടുന്നുണ്ട്. അവന്റെ മുറുമുറുപ്പിന് കഥാകാരൻ ഭാഷ്യം തീർത്തിരിക്കുന്നു – "ഇനി ഒരിക്കലും മനുഷ്യനെ സ്നേഹിക്കുകയില്ല" എന്ന് പറയുകയാവാം. പരാതികൾ പ്രതിഷേധവും നിസ്സഹകരണവുമായി വളരുകയാണ്.

നിസ്നേഹതയുടെ ശൂന്യതയിൽ, പേമാരിയും ഇരുട്ടും മലവെള്ളവും കൂടിച്ചേർന്ന് സൃഷ്ടിക്കുന്ന ഭീകരാന്തരീക്ഷത്തിൽ ഭയങ്കരമായ വിശപ്പും ഇതര ജന്തുക്കളുടെ നിരന്തരമായ ശല്യവും വാഴ്ച നടത്തുന്ന ചുറ്റുപാടിൽ ജീവിതത്തിനും മരണത്തിനും ഇടയ്ക്ക് ഒരു നേർത്ത വരമ്പിൽ ഒറ്റപ്പെട്ട് നിൽക്കുന്ന ഈ സാധുമൃഗം ഇവിടത്തെ ഓരോ ദളിതനായും രൂപം മാറുന്നുണ്ട്.

ഒപ്പം, കഥാരംഭത്തിൽ കടന്നുവന്ന കാർഷികത്തൊഴിലാളിയായ പറയൻ ചേന്നൻ ഒരു മേലാളനായി കോലം മാറിപ്പോകുന്നു.

ജന്മിമാർക്കും ഉടയവൻമാർക്കും മുതലാളിമാർക്കും ചേർന്ന വിധമാണ് അയാളുടെ പെരുമാറ്റം. ആയുഷ്കാലം മുഴുവൻ തന്നെ സേവിച്ച കാവൽക്കാരനെ മറന്ന് സ്വാർഥത്തിന്റെ കരകളിലേക്ക് ജീവിതപ്രാരബ്ധങ്ങളുടെ കുത്തൊഴുക്കിൽ നിന്ന് അയാൾ രക്ഷപ്പെടുന്നു.

"ക്ഷുൽപീഡിതനായ ആ മൃഗം"ദീനരോദനം പുറപ്പെടുവിക്കുന്ന രംഗം ചിത്രീകരിക്കുമ്പോൾ "കടപ്പുറത്ത് യജമാനൻ ഇപ്പോൾ അത്താഴം ഉണ്ണുകയായിരിക്കും" എന്ന് കൂട്ടിച്ചേർക്കുവാൻ കഥയെഴുത്തുകാരൻ ശ്രദ്ധിച്ചിട്ടുണ്ട്! യജമാനൻ എന്ന വാക്ക് ഇവിടെ പലവിധ അർഥമാനങ്ങൾ കൊണ്ടുവരുന്നു.

ഒടുക്കം, വെള്ളമിറങ്ങിയപ്പോൾ മടങ്ങിയെത്തിയ യജമാനൻ ആ "യജമാന ഭക്ത" ന്റെ ദേഹം തിരിച്ചറിയുവാൻ കൂടി പ്രയാസപ്പെടുന്നേടത്താണ് കഥ അവസാനിക്കുന്നത്. രൂപം കൊണ്ടല്ലെങ്കിൽ ഭാവം കൊണ്ട് ചേന്നൻ ഉൾപ്പെടുന്നത് മറുചേരിയിലാണ്.

അക്ഷരവിദ്യയിൽ നിന്നും സംസ്കാരത്തിന്റെ ഭിന്നതലങ്ങളിൽ നിന്നും മാറ്റിനിർത്തപ്പെട്ട വ്യക്തികളുടെ ദുരന്തത്തിന്റെ ഒരു ധാരയും ഇവിടെ മലവെള്ളത്തിൽ അടിയൊഴുക്കായി പ്രവഹിക്കുന്നുണ്ട്. ആ രാമായണ കഥയും ഗാനത്തെയും രാഗത്തെയും കുറിച്ചുള്ള പരാമർശങ്ങളുമെല്ലാം അതിന്റെ സൂചനകളാകുന്നു.

സ്വാർഥനും കള്ളനും ക്രൂരനുമായ മനുഷ്യന്റെ സാമ്രാജ്യത്തിൽ പ്രാണികൾ ഏറ്റുവാങ്ങുന്ന പീഡനങ്ങൾ ഈ ചിത്രങ്ങൾക്ക് മുമ്പിൽ നിന്ന് ആരും ഓർത്തുപോകും. അപ്പോഴും ആ സാധുജീവി പ്രാണൻ വെടിഞ്ഞത് യജമാനനു വേണ്ടിയാണ്. അവൻ മരിച്ചുതാണതാകട്ടെ, പ്രകൃതികോപത്തിന്റെ കൊടുമയിലല്ല, മനുഷ്യമോഹത്തിന്റെ കൊടുരതയിലാണ്.

തകഴി പറയുകയാവാം.

പ്രകൃതിയേക്കാൾ നിസ്നേഹവും നിഷ്ഠുരവും ആവാൻ സംസ്കൃതിക്ക് കഴിയും.

(1996)

രണ്ടിടങ്ങഴിയുടെ അളവ്

കെ പി രാമനുണ്ണി

മുതലാളിത്തത്തിലേക്ക് പരിണമിച്ചുകൊണ്ടിരിക്കുന്ന ജന്മിത്വവുമായി സംഘടിതരായ കർഷകത്തൊഴിലാളികളുടെ സംഘർഷമാണ് തകഴിയുടെ *രണ്ടിടങ്ങഴി*യിലെ പ്രമേയമെന്ന് പറയാം. എന്നാൽ ജന്മിത്വ–മുതലാളിത്ത കൂട്ടുകെട്ടിന്റെ നൃശംസതകളെ പരമ്പരാഗത കേരളീയ മൂല്യങ്ങളുടെ മുന്നിൽവച്ച് അളക്കുമ്പോഴുള്ള ക്ഷോഭമാണ് കൃതിയുടെ ശിൽപ്പത്തെ മുന്നോട് നയിക്കുന്നത്. പരമ്പരാഗത കേരളീയ മൂല്യങ്ങൾ എന്നതുകൊണ്ട് ഇവിടെ ഉദ്ദേശിക്കുന്നത് ഈ മണ്ണിന്റെ പൈതൃകത്തിൽ കണ്ടെടുക്കാവുന്ന ഒരുതരം സമത്വാകാംക്ഷ മതങ്ങൾ തമ്മിലുള്ള സൗഹൃദം, സ്ത്രീപ്രാധാന്യം എന്നിവ തന്നെയാണ്.

സാധാരാണഗതിയിൽ അടിമത്തം ഏറ്റവും മോശം, അതിനുശേഷം ഉടലെടുത്ത ഫ്യൂഡലിസം അൽപ്പംകൂടി ഭേദം, തുടർന്ന് സംഭവിച്ച മുതലാളിത്തം കുറച്ചുകൂടി മെച്ചപ്പെട്ടത് എന്ന രീതിയിലാണല്ലോ ചരിത്രവികാസഘട്ടങ്ങൾ വിലയിരുത്തപ്പെടാറുള്ളത്. ഇതിന് നേരെ വിപരീതമായി കഴിഞ്ഞുപോയ ഏതോ സുവർണകാലവുമായി താരതമ്യപ്പെടുത്തിയാണ് വെളുത്ത, ശമയൽ, മറിയ, കോരൻ തുടങ്ങിയ നോവലിലെ കഥാപാത്രങ്ങൾ കൃതിയിലുടനീളം തങ്ങൾ നേരിടുന്ന പുതു ജന്മിത്വ–മുതലാളിത്ത ജീർണതകളോട് കലഹിക്കുന്നത്.

കാളിപ്പറയന്റെ മകൾ ചിരുതയെ കല്യാണം കഴിക്കാൻ കോരനും ചാത്തനും മൽസരിക്കുന്നിടത്ത് വച്ചാണ് നോവലിന്റെ തുടക്കം. ഒടുവിൽ നാട്ടിലൊന്നുമില്ലാത്ത പെൺപണം നൽകി അവളെ കെട്ടാൻ മോഹിച്ച കോരൻ പണവും നെല്ലും സംഘടിപ്പിക്കാൻ വലിയ ജന്മിമാരായ പുഷ്പവേലിൽക്കാരുടെ ഓണപ്പണി ഏൽക്കാൻ തീരുമാനിക്കുന്നു. അപ്പോൾ അയാളോട് അയാളുടെ അച്ഛൻ വെളുത്ത പറയുന്നത് എവിടെ ചെന്ന്

പണിക്ക് നിൽക്കുന്നതിന് മുൻപും അറയ്ക്കൽ വീട്ടിലെ സ്വന്തം തമ്പുരാനോട് അനുവാദം വാങ്ങണമെന്നാണ്. കാരണം തമ്പുരാന്റെ ചോറാണ് അവന്റെ തടി. കോരന്റെ തള്ളയെ വെളുത്ത കെട്ടിക്കൊണ്ടു വന്നത് വലിയ തമ്പുരാൻ ഉള്ളകാലത്തായിരുന്നു. ആ അടിയന്തിരത്തിന് സകല ചെലവുകളും ചെയ്തതും വലിയതമ്പുരാനാണ്. തലമുറകളായി അറയ്ക്കൽ വീട്ടുകാരും വെളുത്തയുടെ കുടുംബവും തമ്മിലുള്ള ബന്ധം സ്നേഹത്തിന്റേതും വിശ്വാസത്തിന്റേതുമായിരുന്നു. പുഷ്പവേലിൽ ഔസേപ്പിന്റെ ഓണപ്പണിക്കാരനായി ചേർന്ന മുതൽ അവിടെ നിന്നുള്ള പെരുമാറ്റത്തിൽ കോരന് അസ്കൃത തോന്നാൻ കാരണം അച്ഛൻ അയവിറക്കിയിരുന്ന പഴയ പൊന്നു തമ്പുരാക്കന്മാരെക്കുറിച്ചുള്ള കഥകൾ ഓർത്തായിരിക്കാം. നോവൽ മുന്നോട്ട് നീങ്ങുമ്പോഴും പണ്ടത്തെ കാലവും അന്നത്തെ ജന്മിമാരും നന്മയുടെ പ്രതീകവും മുതലാളിത്ത സ്വഭാവത്തിലേക്ക് മാറിക്കഴിഞ്ഞ പുതിയ തമ്പുരാക്കന്മാർ തിന്മയുടെ പ്രതീകവുമായി ഇടയ്ക്കിടെ അവതരിക്കുന്നത് കാണാം.

തുലാമാസത്തിൽ പുറവേലിക്ക് കട്ടവയ്ക്കാൻ പുഷ്പവേലിലെ വേലക്കാരെല്ലാം ഒരുമിച്ച് കൂടിയ അവസരമായിരുന്നു അത്. സദ്യയുടെ കൂടെ ഒരു കുടം കള്ളുമുണ്ടായിരുന്നു. തലപ്പുലയനായ ശമയൽ ഒഴിച്ച് കൊടുത്ത കള്ള് കുടിച്ച് കിറുങ്ങിയ പണിക്കാർ പൊതുകാര്യങ്ങൾ ചർച്ച ചെയ്യാൻ തുടങ്ങി. ഈ പറേരും പെലേരുമില്ലെങ്കിൽ എങ്ങനാ പുഞ്ചക്കണ്ടം കൃഷി നടക്വാ എന്നായിരുന്നു ചേന്നന്റെ സംശയം. പറേരും പെലേരും ഇല്ലെങ്കിൽ, പണി എടുത്തില്ലെങ്കിൽ, തമ്പുരാക്കന്മാർ അടക്കം എല്ലാവരും പട്ടിണിയാവുമെന്ന് ഇട്യാതി ബോധിപ്പിച്ചു. തമ്പുരാക്കന്മാർ താമസിക്കുന്ന പറമ്പെല്ലാം പറേൻ വെള്ളത്തീന്ന് കുത്തിപ്പൊക്കീതാണെന്നായിരുന്നു കോരന്റെ അവകാശവാദം. സംസാരം പ്രതിഷേധമായി പരിണമിച്ചതും തലപ്പുലയനായ ശമയൽ തന്റെ കുട്ടിക്കാലത്തെ വൻകിട കൃഷിക്കാരുടെ കഥകൾ തുടങ്ങി. നേരും നെറിയുമുണ്ടായിരുന്ന അവർ കൃഷി ചെയ്തിരുന്നത് നെല്ല് വിറ്റ് സ്വത്തുണ്ടാക്കാനായിരുന്നില്ല. മനുഷ്യർക്ക് തിന്നാനായിരുന്നു. ജന്മിത്വത്തിലേക്ക് മുതലാളിത്തം കുടിയേറിയതിന്റെ ദുര്യോഗങ്ങൾ അപ്പോൾ അവിടെ അറിയാതെ അനാവൃതമായിക്കൊണ്ടിരുന്നു.

പെലയരും തമ്പുരാക്കളും തമ്മിലുള്ള സ്നേഹസൗഹൃദങ്ങളെപ്പറ്റി ആവേശപ്പെട്ടതു കൊണ്ടായിരിക്കാം പുഷ്പവേലിൽ ഔസേപ്പിന്റെ പണിക്കാരനായ ചേന്നൻ താൻ തന്റെ തമ്പുരാനുമായി പിണങ്ങിയെന്നും തല്ല് മേടിച്ചെന്നും വച്ച് മറ്റുള്ളവർക്ക് എന്താ എന്ന് വീമ്പടിച്ചത്. പത്രാസ് കാണിക്കാനായി കുറച്ച് ദിവസം പണിക്ക് പോകാതെ ഇരുന്നപ്പോൾ അയാൾക്ക് പക്ഷേ, കിട്ടിയത് സ്നേഹത്തോടെയുള്ള ശിക്ഷണമല്ല, കിരാതമായ മർദനമായിരുന്നു. തമ്പുരാന്റെ ആൾക്കാർ ചേന്നന്റെ കാലൊടിച്ചു. പുര വലിച്ച് പൊളിച്ചു. ചട്ടിയും കലവും തല്ലിപ്പൊട്ടിച്ചു. കുഞ്ഞിക്കുട്ടികളെ കായലിൽ ചാടിച്ചു. അപ്പോൾ പുഷ്പവേലിൽ കുടുംബക്കാർക്ക്

ചേന്നന്റെ പറയക്കുടിലിലുള്ളവരോട് തലമുറകളായി ഉണ്ടെന്ന് പറയുന്ന വാത്സല്യം കള്ളമല്ലേയെന്ന് കോരന് തോന്നിപ്പോയി. ഇതിനെച്ചൊല്ലി അയാൾ കയർത്തപ്പോൾ കുഞ്ഞപ്പി പക്ഷേ, ചിരിക്കുകയാണ് ചെയ്തത്. അടിയാരെ തല്ലിക്കൊന്ന് ആറ്റിൽ താഴ്ത്താൻ വരെ തമ്പുരാക്കന്മാർക്ക് അധികാരമുണ്ടത്രെ. എന്നാലും പുഷ്പവേലിലെ തമ്പുരാൻ ചേന്നന് കൊടുത്ത തല്ല് ഇച്ചിരി കൂടിപ്പോയില്ലേയെന്ന് കുഞ്ഞാപ്പിക്കും അഭിപ്രായമുണ്ട്. പഴയ തമ്പുരാക്കന്മാർ തല്ലി കാലൊടിച്ചാലും കുഴപ്പമില്ലായിരുന്നു. കാരണം അവർ പിന്നെ അതോർത്ത് കരയുകയും കൂടെയിരുന്ന് ശുശ്രൂഷിക്കുകയും ചെയ്യുമായിരുന്നു. അന്ന് തല്ല് കൊള്ളുന്നത് പ്രയോജനമുള്ള കാര്യമായിരുന്നു. കൊച്ചു ജനിച്ചാൽ പേറ്റു ചെലവ്, പേരിടീല്, കല്യാണം, ചാക്കാല എല്ലാം തമ്പുരാന്റെ വകയായിരിക്കും ഇതിൽ കുറെയൊക്കെ കാര്യമുണ്ടെന്ന് കോരനും തോന്നി. തന്റെ അപ്പൂപ്പൻ മരിച്ചപ്പോൾ അറയ്ക്കൽ വീട്ടിൽനിന്നും ശവദാഹത്തിന് വടിയും കുത്തിപ്പിടിച്ച് എഴുന്നള്ളിയതും ശവം കുഴിയിൽ വച്ചപ്പോൾ ആ വൃദ്ധൻ പൊട്ടിപ്പൊട്ടി കരഞ്ഞതുമെല്ലാം അയാളുടെ ഓർമയിൽ സ്വപ്നം പോലെ തെളിഞ്ഞു.

ഇങ്ങനെ സഹാനുഭൂതിയോടുകൂടിയ പഴയ മേലാളത്തവും മനുഷ്യത്വരഹിതമായ പുതിയ ജന്മിത്വ–മുതലാളിത്തകൂട്ടുകെട്ടും തമ്മിലുള്ള വൈരുധ്യത്തിൽനിന്നാണ് ആ പറയരിലും പുലയരിലും അനീതികൾക്കെതിരെ പടവെട്ടാനുള്ള വീര്യം പലപ്പോഴും ഉരുത്തിരിയുന്നത്.

പഴയ തമ്പുരാക്കന്മാർ കീഴാളപ്പെണ്ണുങ്ങൾക്ക് അന്തസും അഭിമാനവും അനുവദിച്ച് കൊടുത്തിരുന്നതിന്റെ ചിത്രങ്ങളും ഇടയ്ക്കിടെ കൃതിയിൽ തെളിഞ്ഞ് കാണാം. പുഷ്പവേലിൽ ഔസേപ്പിന്റെ മകനായ ചാക്കോ ചിരുതയുടെ പിറകേ ചിറിയും ഒലിപ്പിച്ച് നടക്കുകയും വഴിയിൽവച്ച് കയറിപ്പിടിക്കുകയും മറ്റും ചെയ്യുന്നതാണ് സാഹചര്യം. സംഗതി കോരനോട് പറഞ്ഞ് പ്രശ്നം കുളമാക്കരുതെന്ന് മറിയ അവളെ ഉപദേശിക്കുന്നു. പണ്ടത്തെ തമ്പുരാക്കന്മാർ ചീത്ത ഒരു നോട്ടംകൊണ്ട് പോലും പുലയപ്പെണ്ണുങ്ങളെയും പറയപ്പെണ്ണുങ്ങളെയും കളങ്കപ്പെടുത്താത്ത കാര്യം അത്തരം സന്ദർഭങ്ങളിലെല്ലാം നോവലിൽ സ്മരിക്കപ്പെടുന്നു.

സ്നേഹത്തിന്റെയും കാരുണ്യത്തിന്റെയും മൂർത്തികളായ ഗതകാലതമ്പുരാക്കന്മാർ – വിദ്വേഷത്തിന്റെയും ക്രൂരതയുടെയും പര്യായങ്ങളായ പുതിയ ജന്മിമാർ– സന്മാർഗത്തിന്റെയും നന്മയുടെയും മൂർത്തികളായ കഴിഞ്ഞകാലത്തെ മേലാളന്മാർ–വഷളന്മാരും പെണ്ണ് പിടിയന്മാരുമായ ഇന്നത്തെ മുതലാളിത്തപുത്രന്മാർ.

ഇത്തരത്തിൽ നോവലിൽ നിരന്തരം സ്ഥാപിക്കപ്പെടുന്ന വൈരുധ്യം ചരിത്രപരമായി എത്രത്തോളം ശരിയായിരുന്നെന്ന് ആലോചിക്കേണ്ടതുണ്ട്. ജന്മിത്തം മുതലാളിത്തമായി പരിണമിക്കുന്ന ഘട്ടത്തിന് മുൻപുള്ള കാലത്തും തമ്പുരാക്കന്മാർ പുലയരെയും പറയരെയും അതികഠിനമായി പണിയെടുപ്പിച്ചിരുന്നില്ലേ, ചൂഷണം ചെയ്തിരുന്നില്ലേ അനുസരണക്കേട്

കാണിച്ചാൽ കാല് തല്ലിയൊടിച്ചിരുന്നില്ലേ? ഉണ്ട് എന്ന് തന്നെയാണ് ഉത്തരം. മേൽപ്പറഞ്ഞതൊന്നും നടക്കാത്ത ഒരു പഴംകാലവും ചരിത്രത്തിൽ മൂർത്തമായി തൊട്ടുക്കാണിക്കാൻ സാധിക്കുകയുമില്ല. അപ്പോൾ വെളുത്തയും തലപ്പുലയൻ ശമയലും കുഞ്ഞാപ്പിയും കോരനുമെല്ലാം ഓർമകളിൽ ആഘോഷിക്കുന്ന സുവർണകാലം സമത്വാകാംക്ഷയെന്ന പരമ്പരാഗത കേരളീയ മൂല്യത്തിൽനിന്നും വാറ്റിയെടുത്ത സങ്കൽപ്പസത്തയാണെന്ന് വരുന്നു. അതായത് മാവേലിയുടെ നാടുവാഴ്ചപോലെ പഞ്ചാംഗത്തിൽ ഒരിക്കലും കൃത്യപ്പെടുത്താൻ സാധിക്കാത്തതും എന്നാൽ പാരമ്പര്യത്തിന്റെ അനുഭവബോധപ്രകാരം അനിവാര്യമായി സംഭവിച്ചിരിക്കേണ്ടതുമായ ഒരു കാലം. ഇങ്ങനെയൊരു കാലത്തോടുള്ള പൂർവികമായ കടപ്പാടുകൊണ്ട് കൂടിയായിരുന്നു പുഷ്പവേലിൽ ഔസേപ്പിന്റെ അനീതിക്കും അക്രമങ്ങൾക്കുമെതിരെ കർഷകത്തൊഴിലാളി യൂണിയനെ ഉപാധിയാക്കി പോരാടാൻ കോരൻ തുനിഞ്ഞത്. അതായത് കമ്യൂണിസ്റ്റ് പാർട്ടിയുടെ സ്വാധീനത്തിനും തൊഴിലാളി യൂണിയനുകളുടെ ഉത്ഭവത്തിനും മുൻപുതന്നെ കേരളത്തിൽ ധാരാളം കോരന്മാർ വ്യവസ്ഥിതിയെ നേരെയാക്കിയെടുക്കാനുള്ള പൊറുതികേടുമായി വെമ്പുന്നുണ്ടായിരുന്നു. സമത്വാകാംക്ഷയെന്ന കേരളീയ മൂല്യത്തിന്റെ പ്രചോദനങ്ങളായ അവരുടെ സാന്നിധ്യംകൊണ്ടാണ് മറ്റ് ഇന്ത്യൻ സ്റ്റേറ്റുകളിലൊന്നും കാണാത്ത വിധം നമ്മുടെ നാട്ടിൽ തൊഴിലാളി പ്രസ്ഥാനങ്ങളും ഇടതുപക്ഷ പ്രസ്ഥാനങ്ങളും വേരുപിടിച്ച് വോട്ടെടുപ്പിലൂടെയുള്ള ആദ്യത്തെ മന്ത്രിസഭയെ സാധ്യമാക്കിയത്.

എന്താണ് പരമ്പരാഗതമായ ആ കേരളീയ മൂല്യം? കൃത്യമായൊരു ഉൽപ്പാദനകാലം തൊട്ടുകാണിക്കാൻ സാധ്യമല്ലാത്തതിനാൽ സ്വർഗത്തിൽനിന്നും പരശുരാമഭൂമിക്ക് വരദാനപ്പെട്ട് കിട്ടിയതാണോ അത്? ഒരിക്കലുമല്ല. ചരിത്രാതീതകാലം മുതൽക്കുള്ള സാമൂഹികാനുഭവങ്ങളിൽനിന്നും ഉറകൂടി സ്വരൂപിതമായതാണ് പരമ്പരാഗതമായ കേരളീയ മൂല്യസമുച്ചയങ്ങൾ എല്ലാം തന്നെ. നമ്മുടെ നാടിന്റെ ഭൂമിശാസ്ത്രത്തിന് ആ മൂല്യസാന്ദ്രീകരണം ഉണ്ടാക്കിയെടുത്തതിൽ നിർണായകമായ പങ്കുണ്ടായിരുന്നു.

നീണ്ട കടൽത്തീരത്താലും എങ്ങും പച്ചപ്പ് നിറഞ്ഞ ഭൂമിയാലും നദികളാലും തടാകങ്ങളാലും അനുഗൃഹീതമാണല്ലോ കേരളം. പടുകൂറ്റൻ ജലാശയതടങ്ങളെ ചുറ്റിപ്പറ്റിയുള്ള ജനകേന്ദ്രങ്ങൾക്കിടയിൽ ഭീമാകാരങ്ങളായ ശൂന്യസ്ഥലികൾ അതിരിടുന്ന ഉത്തരേന്ത്യയിലെ ഭൂപ്രകൃതിയായിരുന്നില്ല നമ്മുടേത്. അതിനാൽ കൂട്ടായ ജീവിതസംരംഭങ്ങൾക്കും വലിയ തോതിലുള്ള കൃഷിപ്പാടങ്ങൾക്കുംപകരം ഒറ്റയ്ക്കൊറ്റക്കുള്ള പ്രവർത്തനങ്ങളും കാടുകൾക്കിടയിൽ ചെറിയ കൃഷിസ്ഥലങ്ങളും ഇവിടെ രൂപം കൊണ്ടു. Surplus extraction പ്രക്രിയ കുറഞ്ഞ തോതിലും സാവധാനത്തിലുമായതുകൊണ്ട് ബൃഹത്തായ രാഷ്ട്രീയശക്തി ഒരിക്കലും വളർന്ന് വന്നില്ല. പെരുമാക്കൾക്കുപോലും നാടുവാഴികളുടെ മുകളിൽ

നാമമാത്രമായ അധികാരമേ ഉണ്ടായിരുന്നുള്ളൂ. നാടുകൾ ചെറുത്, ക്ഷേത്രങ്ങൾ ചെറുത്, അധികാരങ്ങൾ ചെറുത്, സങ്കൽപ്പങ്ങൾ ചെറുത് എന്നതായിരുന്നു അവസ്ഥ. അന്യനാട്ടിൽ ചെന്ന് പടകൂടി അധികാരം സ്ഥാപിക്കാനോ അന്യദേശത്തുള്ളവർക്ക് ഇവിടെ വന്ന് ആക്രമണം നടത്താനോ എളുപ്പമല്ലാത്ത തരത്തിലായിരുന്നു കടലിന്റെയും മലയുടെയും കിടപ്പ്. വൻതോതിൽ കച്ചവടം നടത്തി ലാഭമുണ്ടാക്കാൻകൂടി കേരളത്തിലെ ഭൂപ്രകൃതിയും പരിതഃസ്ഥിതിയും ആളുകളെ അനുവദിച്ചില്ല. കുരുമുളകിന് നല്ല വിലനൽകാൻ വിദേശികൾ തയാറായപ്പോൾപ്പോലും നാട്ടിലും കാട്ടിലുമുള്ള വള്ളികളിൽനിന്നും ഉള്ളത് ഉരിഞ്ഞ് കൊടുക്കുക എന്നല്ലാതെ തെങ്ങും പ്ലാവും വെട്ടി മാറ്റി കുരുമുളക് കൃഷി ചെയ്ത് കച്ചവടം പൊടിപൊടിക്കാൻ ആരും ആലോചിച്ചില്ല. വൈശ്യർ എന്നൊരു വർഗമേ കേരളത്തിൽ ഉണ്ടായിരുന്നില്ല. മൂലധനവിരുദ്ധമായ സമ്പ്രദായങ്ങളും മൂലധനവിരുദ്ധമായ ജീവിത ദർശനങ്ങളും മനുഷ്യനും മനുഷ്യനും തമ്മിലുള്ള അന്തരം ഈ മണ്ണിൽ കുറച്ച് നിറുത്തി. പ്രജകൾ കഞ്ഞി കുടിക്കുമ്പോൾ സാമൂതിരി കഞ്ഞി ഊറ്റി ചോറുണ്ണും. പ്രജകൾ മുണ്ടുടുക്കുമ്പോൾ സാമൂതിരി ഒരു രണ്ടാം മുണ്ട് പുതയ്ക്കുകകൂടി ചെയ്യും എന്ന വ്യത്യാസമല്ലാതെ ഉത്തരേന്ത്യയിലെ ചക്രവർത്തിയും ജനവും തമ്മിലുള്ള അജഗജാന്തരം ഇവിടെ ഉണ്ടായിരുന്നില്ല.

മുപ്പത്തിരണ്ട് മഹാഗ്രാമങ്ങൾ സ്ഥാപിച്ച് മുന്നേറിയ ഉത്തരേന്ത്യൻ ആര്യ-ബ്രാഹ്മണരുടെ കുടിയേറ്റക്കാലത്ത് പോലും മനുഷ്യനും മനുഷ്യനും തമ്മിലുള്ള സമത്വാവബോധം പറ്റെ തകർക്കുംവിധം ആരും ആരെയും അടിമപ്പെടുത്തുന്നതിൽ എത്തിക്കുന്ന സംഘർഷങ്ങൾ കേരളത്തിൽ ഉണ്ടായില്ല. അല്ലെങ്കിൽ ഭൂപ്രകൃതി അതിന് അനുവദിച്ച് കൊടുത്തില്ല. ഏതെങ്കിലുമൊരു സമൂഹത്തിന്റെ ജീവനോപാധികളായ വെള്ളവും ഫലഭൂയിഷ്ഠമായ ഭൂമിയും വരത്തർക്ക് തട്ടിപ്പറിക്കേണ്ടി വരുമ്പോഴാണല്ലോ സാധാരണ സംഘർഷം ഉടലെടുക്കുന്നത്. ഇവിടെ സകലയിടത്തും വെള്ളവും സകലയിടത്തും ഫലഭൂയിഷ്ഠതയുമായതിനാൽ ആര്യബ്രാഹ്മണർ ഒരു സ്ഥലത്ത് തമ്പടിച്ചപ്പോൾ ആദി ദ്രാവിഡർ അത്ര തന്നെയോ അതിൽക്കൂടുതലോ നല്ലതായ മറ്റൊരു സ്ഥലത്തേക്ക് അങ്ങ് നീങ്ങിപ്പോയെന്ന് മാത്രം. സംഘർഷത്തിനുള്ള അവസരം സൃഷ്ടിക്കപ്പെട്ടില്ല. ഇരുമ്പായുധങ്ങളുടെയും മറ്റും ഉപയോഗത്തിൽ പ്രാവീണ്യമുള്ള വരത്തർ കാടിനെയും മൃഗങ്ങളെയും മെരുക്കുന്ന കാര്യത്തിൽ തദ്ദേശീയരുടെ സഹായം തേടുകയും ഒരുതരം പരസ്പരാശ്രിതത്വം സംജാതമാവുകയും ചെയ്തു. ഇങ്ങനെ ചെറിയവനായാലും വലിയവനായാലും സ്വയം നിർണയാവകാശമുള്ള 'തന്റേടങ്ങൾ' പതിച്ച് നൽകിയ കേരളീയ സാഹചര്യമാണ് സമത്വാവബോധത്തിന്റെ വിത്ത് ഇവിടെ പാകിയതും മാനവരെല്ലാം ഒന്നാകുന്ന മഹാബലികാലത്തെ സങ്കൽപ്പത്തിൽ സൃഷ്ടിച്ചതും. ജാതിഘടനയുടെ ഉച്ചനീചത്വങ്ങൾ നമ്മുടെ മണ്ണിലും നടമാടിയെങ്കിലും കീഴാള സ്വത്വത്തെ മേലാളരുടെ മുന്നിൽ തലയുയർത്തിപ്പി

ക്കുന്ന തെയ്യം, തിറ പോലുള്ള ഭാവനോൽപ്പന്നങ്ങളും ഒപ്പത്തിനൊപ്പം നിലനിന്നു. പരമ്പരാഗതമായ ഈ സംസ്കാരിക ഘടനയായിരിക്കണം സമത്വാവബോധമെന്ന പ്രധാന കേരളീയ മൂല്യത്തെ തന്റെ നോവലിന്റെ ചാലക ശക്തിയാക്കാൻ തകഴിയുടെ സർഗചോദനകളെ പ്രേരിപ്പിച്ചത്.

*രണ്ടിടങ്ങഴി*യിൽ വായിച്ചെടുക്കാവുന്ന മറ്റൊരു കേരളീയ മൂല്യം പെട്ടെന്നൊന്നും തകർക്കാനാകാത്ത മതമൈത്രിയുടെതാണെന്നും പറയാം. നാട്ടാർക്ക് ആദ്യമായി പ്രായപൂർത്തി വോട്ടവകാശം ലഭിച്ച തെരഞ്ഞെടുപ്പിന്റെ ചിത്രീകരണമാണ് സന്ദർഭം. ക്രൈസ്തവ പുരോഹിതർ പള്ളിയിൽ പ്രസംഗങ്ങൾ നടത്തി പുലയന്റെയും പറയന്റെയും കുടിലുകൾ സന്ദർശിച്ച് അവരെ മതം മാറ്റാൻ ശ്രമിച്ചുകൊണ്ടിരിക്കുന്നു. അതേ സമയം മാനത്ത് വീട്ടുകാരുടെ മഠത്തിൽ താമസിച്ചുകൊണ്ട് ഒരു സന്യാസി പണ്ട് ക്രിസ്ത്യാനികളായ പുലയനെയും പറയനെയുമെല്ലാം ശുദ്ധികർമം ചെയ്ത് ഹിന്ദുമതത്തിലേക്കും ചേക്കേറിപ്പിക്കുന്നു. കുഞ്ഞാപ്പിയും ഇട്ട്യാതിയുമെല്ലാം മാർക്കം കൂടാൻ തയാറായി നിൽക്കുകയാണ്. മാർക്കം കൂടിയാൽ ക്രിസ്ത്യാനികളായ തമ്പുരാക്കന്മാരും അവരും ഒരേ ജാതിയാകുമെന്നാണത്രെ പള്ളീലച്ചന്മാർ ഉപദേശിച്ചിരിക്കുന്നത്. അങ്ങനെയാണെങ്കിൽ കൊച്ചിലേ മാർക്കംകൂടിയ ശമയലച്ചൻ ഇപ്പോഴും പുലയനല്ലേയെന്ന് കോരൻ പരിഹസിക്കുന്നു. മറ്റ് വല്ല സംസ്ഥാനങ്ങളിലുമാണെങ്കിൽ വർഗീയകലാപം സൃഷ്ടിക്കാവുന്ന ഈ മതംമാറ്റശ്രമങ്ങൾ തിരഞ്ഞെടുപ്പിന് മുൻപ് വോട്ട് തട്ടാനുള്ള കളിപ്പീര് മാത്രമായാണ് ഇവിടെ ആളുകൾ കാണുന്നത്. നായർ തമ്പുരാക്കന്മാരും മാപ്പിളതമ്പുരാക്കന്മാരും തമ്മിലുള്ള പിണക്കം തീർന്നെന്ന് തിരഞ്ഞെടുപ്പ് പ്രാസംഗികൻ പ്രഖ്യാപിച്ചപ്പോൾ അല്ലെങ്കിൽ എന്ത് മതപരമായ പിണക്കം, സ്വത്ത് സംബന്ധമായ കുതികാൽ വെട്ടുകളല്ലാതെ എന്ന് കോരനും കൂട്ടരും ചിരിച്ച് പോകുന്നു. പാവങ്ങളായ ഹിന്ദുക്കൾക്കും മാപ്പിളമാർക്കും പിണങ്ങേണ്ട കാര്യമെന്താണെന്ന് അവർക്ക് തന്നെയറിയില്ല. മതങ്ങൾ തമ്മിലുള്ള മൈത്രിയുടെയും സഹജീവനത്തിന്റെയും നീണ്ട പാരമ്പര്യമാണ് കക്ഷിരാഷ്ട്രീയ പ്രേരിതമായ സമുദായ വിഭജന ശ്രമങ്ങളെ കേരളത്തിൽ എപ്പോഴും തോൽപ്പിക്കുന്നത്.

വെറുതെയല്ല, സമൂർത്തമായ ചരിത്ര സാഹചര്യങ്ങൾ കൊണ്ടായിരുന്നു. മതങ്ങൾക്കിടയിൽ മാതൃകാപരമായ ബന്ധം ഇവിടെ ഉടലെടുത്തത്. ക്രിസ്ത്യാനിറ്റിയായാലും ഇസ്ലാമായാലും ആക്രമണകാരികളായല്ല, വിരുന്നുകാരായാണ് കേരളക്കരയിൽ എത്തിയിരുന്നത്. തോമാസ്ലീഹയുടെയും നബിതിരുമേനിയുടെയും കാലത്തുതന്നെ ഇവിടെ എത്തിപ്പെട്ടുവെന്ന് പലരും വിശ്വസിക്കുന്ന ലോകത്തിലെ രണ്ട് പ്രബല മതങ്ങളും ഏറ്റവും ശ്രേഷ്ഠരായ വ്യക്തികളിലൂടെയായിരുന്നു പ്രതിനിധീകരിക്കപ്പെട്ടത്. ഇസ്ലാമായാലും ക്രിസ്ത്യാനിറ്റിയായാലും നാടിന്റെ സംസ്കാരങ്ങൾ സ്വാംശീകരിച്ച് മണ്ണിന്റെ മതങ്ങളായി മാറുകയും അവരിൽനിന്നും ഭൂരിപക്ഷ സമുദായം പല മൂല്യങ്ങളും സ്വീകരിക്കുകയും

ചെയ്തു. മതങ്ങൾക്കിടയിലെ Shared spaces കേരളത്തിലേതുപോലെ ലോകത്ത് മറ്റൊരിടത്തും കാണാൻ സാധിക്കുകയില്ല.

*രണ്ടിടങ്ങഴി*യുടെ ആലംബമായി വർത്തിക്കുന്ന മറ്റൊരു പരമ്പരാഗത കേരളീയ മൂല്യം സമൂഹത്തിലെ സ്ത്രീയുടെ പദവിയും പ്രാധാന്യവുമാണ്. നോവൽ തുടങ്ങുന്നതുതന്നെ ചിരുതയെ കല്യാണം കഴിച്ച് കിട്ടാൻ കോരൻ കൊടുക്കേണ്ടതായ പെൺപണത്തെക്കുറിച്ചുള്ള ചർച്ചയിലാണ്. കീഴാളരായ പറയർക്കിടയിൽ സ്ത്രീകുടുംബത്തെ പാപ്പരാക്കുന്ന സ്ത്രീധനമല്ല, മറിച്ച് അവർക്ക് കൊടുക്കേണ്ട പെൺപണമാണ് നിലനിൽക്കുന്നത്. കാളിപ്പറയൻ ആവശ്യപ്പെടുന്ന വലിയ പെൺപണം നൽകിയാലും ചിരുത തന്നെ കല്യാണം കഴിക്കണമെങ്കിൽ അവളുടെ ഇഷ്ടംകൂടി വേണമെന്നും കോരന് അറിയാം. ചിരുതയുടെ അമ്മയ്ക്ക് ചാത്തൻ തന്റെ മകളെ വിവാഹം കഴിക്കുന്നതിലാണ് താൽപ്പര്യമെന്നതിനാൽ ആ സ്ത്രീ അതിനുവേണ്ടി പരിശ്രമിക്കുന്നുമുണ്ട്. ഏതായാലും സ്ത്രീക്കും അവളുടെ ഇഷ്ടാനിഷ്ടങ്ങൾക്കുമുള്ള പ്രാധാന്യം കേരളത്തിലെ കീഴാള ജാതികളിൽ വലിയ തോതിൽ നിലനിന്നിരുന്നതിന്റെ സാക്ഷ്യങ്ങളാണ് ഇവിടെയെല്ലാം പ്രത്യക്ഷപ്പെടുന്നത്. കഥയുടെ അവസാന ഭാഗത്ത് താൻ പൊലീസ് പിടിയിലാവുമെന്ന് ഉറപ്പിക്കുന്ന കോരൻ ചിരുതയുടെയും അവൾക്ക് ജനിക്കാൻ പോകുന്ന കുഞ്ഞിന്റെയും കാര്യമാലോചിച്ച് വേവലാതിപ്പെടുന്നു. ജീവിതാവസാനംവരെ കാരാഗൃഹത്തിൽ കിടക്കേണ്ടി വരുമെന്ന് സംശയിക്കുന്ന അയാൾ തന്റെ പ്രിയയെ ചാത്തന് കൈപിടിച്ച് ഏൽപ്പിക്കുകയാണ്. എന്നാൽ ഭർത്താവിന് ഭാര്യയെ മറ്റൊരാൾക്ക് കൈപിടിച്ച് കൊടുക്കാൻ അധികാരമില്ലെന്ന് അവൾ ക്ഷോഭിക്കുന്നു. ആ കൈപിടിച്ച് കൊടുക്കലൊന്നും വകവയ്ക്കാത്ത ചിരുത ചാത്തന്റേതാവാനും സമ്മതിക്കുന്നില്ല. ചിരുതയുടെ സമ്മതമില്ലാതെ ഒരടി മുന്നോട്ടുവയ്ക്കാൻ ചാത്തനും ധൈര്യമില്ല. വീടിന്റെ പുറത്ത് കാവൽ പട്ടിയെപ്പോലെ കിടന്നാണ് ചാത്തൻ അവളെ സംരക്ഷിക്കുന്നത്. അയാളുടെ നിസ്വാർഥ സേവനത്തിൽ മനസലിഞ്ഞ് പോകുന്ന ചിരുത തന്റെ ഒരു മിഴിയനക്കം മതിയല്ലോ ആ മനുഷ്യന്റെ ജീവിതാഭിലാഷത്തെ പൂവണിയിക്കാനെന്ന് പലപ്പോഴും ചിന്തിക്കുന്നുണ്ട്. പക്ഷേ, അവൾ അത് ചെയ്യാതിരിക്കുന്നത് എന്തെങ്കിലും പാപബോധം കൊണ്ടോ വിക്ടോറിയൻ സദാചാരബോധംകൊണ്ടോ അല്ല. കോരനെ ജീവിതത്തിലെ പുരുഷനായി സ്വീകരിച്ച തനിക്കിനി മറ്റൊരു പുരുഷൻ വേണ്ട എന്ന സ്വയം തീരുമാനത്തിന്റെ അടിസ്ഥാനത്തിലാണ്.

പരമ്പരാഗത കേരളീയ മൂല്യങ്ങളെ *രണ്ടിടങ്ങഴി*യുടെ ചാലകശക്തിയാക്കുന്ന തകഴി ആ പ്രക്രിയയിലൂടെ നോവലിന്റെ പ്രമേയപരിമിതിയെ അതിലംഘിക്കുകയാണ് സത്യത്തിൽ ചെയ്യുന്നത്. ജന്മിത്വത്തിനെതിരെ കേരളത്തിലെ കർഷകത്തൊഴിലാളികളുടെ ഉയർത്തെഴുന്നേൽപ്പ് ചിത്രീകരിക്കുന്ന കൃതി അതോടെ എങ്ങനെ ഈ ഉയർത്തെഴുന്നേൽപ്പിനുള്ള മനോവിപ്ലവം ചരിത്രപരമായി ഉരുത്തിരിഞ്ഞുവന്നു എന്നതിലേക്കുകൂടി

ചിന്തകളെ വ്യാപിപ്പിക്കുന്നു. എന്തുകൊണ്ട് മറ്റ് സംസ്ഥാനങ്ങളെ അപേക്ഷിച്ച് കേരളത്തിൽ മനുഷ്യനും മനുഷ്യനും തമ്മിലുള്ള സമത്വബോധം കൂടുതൽ നിലനിൽക്കുന്നു. എന്തുകൊണ്ട് ആ മൂല്യത്തിനെതിരായുള്ള നീക്കങ്ങൾ അതികഠിനം എതിർക്കപ്പെടുന്നു? എന്തുകൊണ്ട് ഇടതുപക്ഷപ്രസ്ഥാനങ്ങൾ ഇവിടെ അതിവേഗം ശക്തിപ്രാപിച്ച് വന്നു? എന്തുകൊണ്ട് കേരളത്തിലെ കീഴാളജാതിക്കാരുടെ അവസ്ഥ താരതമ്യേന മെച്ചപ്പെട്ടതായി? നിക്ഷിപ്ത താൽപ്പര്യക്കാർ കിണഞ്ഞ് ശ്രമിച്ചിട്ടും എന്തുകൊണ്ട് ഇവിടെ വർഗീയ കലാപങ്ങൾ വളർത്താൻ സാധിക്കുന്നില്ല? എന്ന് തുടങ്ങി ഒരുപാട് വിഷയങ്ങളിലേക്കുള്ള പ്രവേശന മാർഗമായി നോവൽ അങ്ങനെ വ്യാപനശക്തി ആർജിക്കുന്നു. അതുകൊണ്ടാണ് വീണ്ടുംവീണ്ടും അളക്കുമ്പോൾ *രണ്ടിടങ്ങഴി*യുടെ ഉള്ളടക്കം പറക്കണക്കിന് വിപുലമാകുന്നത്.

(2011)

ആലാപനവും ആക്രോശവും

ഇ പി രാജഗോപാലൻ

ഫ്രോയിഡിനെ ആണധികാരിയായി കാണുന്നതുകൊണ്ടു കൂടിയാവണം തകഴിക്കഥകളിലെ സ്ത്രീസ്വത്വപ്രമേയം വലുതായി ചർച്ച ചെയ്യപ്പെടാതിരിക്കുന്നത്. ഫ്രോയിഡിയൻ മനോവിശ്ലേഷണഫലങ്ങൾ തകഴിയെ സ്വാധീനിച്ചുവെന്നത് ശരിയാണെന്നതുപോലെ ശരിയാണ് സ്ത്രീസ്വത്വത്തെ ഉയർത്തിപ്പിടിക്കുന്ന ചില സന്ദർഭങ്ങൾ അദ്ദേഹത്തിന്റെ കഥകളിലുണ്ടെന്നത്. ഫ്രോയിഡിനെ താൻ മുഴുവനായും സ്വീകരിച്ചിട്ടില്ല എന്നും സ്വന്തംനാട്ടിലെ ആധുനികതയുടെ ഭാഗമായ സ്ത്രീസ്വാതന്ത്ര്യവിഷയത്തെ അതിന്റെ സാമൂഹികമായ ധ്വനികളോടെ തകഴി ഉൾക്കൊണ്ടു എന്നും പറയാവുന്നതാണ്. എന്നാൽ ഈ വകയിൽപ്പെട്ട അധികം കഥകളില്ല. ഉള്ളവയിൽ സവിശേഷമാണ് 'ആ സുന്ദരിയുടെ ഭർത്താവ്.' ആണധികാരപ്രമേയത്തെ ഈ ചെറുകഥയിൽ വികസിപ്പിക്കുന്നു; ബദൽ സമീപനത്തിന്റെ സാധ്യതകൾ തുറക്കുകയും ചെയ്യുന്നു.

സംഗീതത്തെ ആത്മാവിഷ്കാരമായി കാണുന്നവളാണ് ഇതിലെ സ്ത്രീ. ഭർത്താവിന് ഇത് ഒട്ടും ഇഷ്ടമല്ല. ഇത് സംഗീതത്തോടുള്ള ഇഷ്ടക്കേടല്ല. ഭാര്യയെ സ്വന്തം സ്വത്തായി കാണുന്നയാളാണ് ഭർത്താവ് (കഥയിൽ ആണുങ്ങൾക്കൊന്നും പേരില്ല) രമണി (ഭാര്യ) ആരുടെയും കാഴ്ചയിൽ വരുന്നത് തനിക്ക് സഹിക്കുന്നില്ല. അതാണ് അയാളുടെ തനതായ ഉള്ളടക്കം. ഭാര്യയെ വീട്ടിലെ തടവുകാരിയാക്കാനാണ് അയാളുടെ താൽപ്പര്യം. രമണി കലോൽസവത്തിന് പോകുന്നത് അയാൾ തടയുന്നു. അവളുടെ സംഗീതാലാപനത്തെപ്പറ്റി ലേഖനം പ്രസിദ്ധീകരിച്ച പത്രത്തിന് നോട്ടീസയപ്പിക്കുകയും ചെയ്യുന്നു. വീട്ടിനകത്തിരുന്ന് അവൾ പാടുന്നത് ആളുകളെ ആകർഷിക്കുന്നുവെന്ന് കണ്ട്, അതും അയാൾ നിരോധിക്കുന്നു. കഥ നിർമമമായ ഒരു ചെറിയ വാക്യംകൊണ്ടാണ് ഈ സ്വത്വനിഗ്രഹത്തെ അടയാളപ്പെടുത്തുന്നത്; "അവൾ പിന്നീടുപാടിയില്ല."

തുടർന്ന് അയാൾ നിരോധിക്കുന്നത് അവളുടെ സൗന്ദര്യത്തെ തന്നെയാണ്. മുല്ലപ്പൂ ചൂടുന്നതും ചാന്തുപൊട്ടിടുന്നതും പ്രസന്നയായി നിൽക്കുന്നതും അയാൾ തടയുന്നു. ഈ ഘട്ടം മുതൽ അയാൾ ചിത്തരോഗിയെപ്പോലെയാണ്. സാരികളെല്ലാം അയാൾ കത്തിക്കുന്നു; ഇതിന്റെ സ്വാഭാവികമായ പരിണാമമാണ് ഉറങ്ങിക്കിടക്കുന്ന ഭാര്യയുടെ മുടിക്കെട്ടാകെ അയാൾ കത്രിച്ചുകളയുന്നത്.

പഴയ പാലങ്ങളെക്കുറിച്ച് പറയാറുണ്ട് – പാലമുറയ്ക്കാൻ വേണ്ടി നരബലി നടത്തിയിട്ടുണ്ട് എന്ന്. മധ്യവർഗകുടുംബങ്ങൾ ഭദ്രമാകാനായി സ്ത്രീയുടെ സ്വത്വത്തെ ബലികൊടുക്കുന്നതിന്റെ യാഥാർഥ്യം ഇന്നത്തെ സമൂഹത്തിലുണ്ട്. ഭർത്തൃഭക്തി, ചാരിത്ര്യദീക്ഷ, മക്കളോടുള്ള സ്നേഹം, സമാധാനദീക്ഷ, ഒതുക്കം, അടക്കം, കുലീനത, തറവാടിത്തം തുടങ്ങി നിരവധി പര്യായങ്ങൾകൊണ്ട് ഈ യാഥാർഥ്യത്തെ മൂല്യവത്തായ ഒന്നായി മാറ്റിയെടുക്കാൻ ആണധികാരത്തിന്റെ നിർമിതിയായ പൊതുസംസ്കാരം ശ്രമിച്ചു പോരുന്നു. സ്വാതന്ത്ര്യത്തിനായുള്ള പ്രവർത്തനം ക്ലേശകരമാണെന്നറിയുന്ന സ്ത്രീകൾ തന്നെയും അടിമത്തത്തെ ഈ വാക്കുകലിലേക്ക് വിവർത്തനം ചെയ്ത് അടങ്ങിയൊതുങ്ങിക്കഴിയുന്നതും പതിവു കാഴ്ചയാണ്. ഈ കഥയിലെ രമണിതന്നെ ചിലഘട്ടങ്ങളിൽ 'നല്ല ഭാര്യ'യെന്ന പ്രരൂപത്തിന് (Type) ഇണങ്ങുന്നവളായി സ്വയം ചിട്ടപ്പെടുത്താൻ ശ്രമിക്കുന്നത് ശ്രദ്ധേയമായ കാര്യമാണ്.

എന്നാൽ ഇതല്ല രമണിയുടെ ഉള്ള്. മാധവി എന്ന സുഹൃത്തിനോടുള്ള സംഭാഷണത്തിൽ രമണി 'എന്റെ ആന്തരമായ ജീവിതം' എന്നൊരു പ്രയോഗം നടത്തുന്നുണ്ട്. അത്തരമൊന്ന് എത്ര സ്ത്രീകൾക്കുണ്ട്? കുടുംബപ്രത്യയശാസ്ത്രത്തിനപ്പുറം സ്വയം നിർവചിക്കാനും നിർവഹിക്കാനും എത്ര സ്ത്രീകൾക്കാണ് സാധിക്കുന്നത്? രമണി ഒരു എതിർമാതൃകയായിത്തീരുന്നത് ഈ പശ്ചാത്തലത്തിലാണ്. സംഗീതം തന്റെ ആത്മാവിഷ്കാരമാണ്. അതിൽ താൻ സമർപ്പിതയുമാണ്. പാടുന്നത് ശാസ്ത്രീയ സംഗീതമാണ് എന്നതിനാൽ ചില പരിമിതികൾ ഉണ്ടെന്ന് പറയണം. അതിലെ ചിട്ടകൾ, പരമ്പരാഗതമായ കീർത്തനങ്ങളുടെ ആവർത്തനം എന്നിവയെക്കുറിച്ച് കഥയിൽ സൂചനയുണ്ട്; തോടികീർത്തനം, നഗുമോ കീർത്തനം എന്നിങ്ങനെ. എന്നിരിക്കിലും സംഗീതത്തിന്റെ സാധ്യതകളെ, സ്വാതന്ത്ര്യത്തെ അവൾ അറിയുന്നുണ്ട്. കുടുംബത്തിനും ഭർതൃശുശ്രൂഷയ്ക്കും പുറത്തുള്ള ഒന്നാണത്. സംഗീതംപോലെ തന്നെയാണ് അവളുടെ ആദർശകാമുക സങ്കൽപ്പവും. അത് ഭാഗികമായി ഭാവനയും അതേസമയം യാഥാർഥ്യവുമാണ്. സംഗീത സഭയിലെ അധ്യക്ഷൻ കുറിച്ചുകൊടുത്ത കത്തിനെപ്പറ്റി കഥ മൗനം പാലിക്കുന്നു. "ആ കടലാസെവിടെ?" എന്ന ചോദ്യത്തിന് "അതു കീറിക്കളഞ്ഞു" എന്നതാണ് അവളുടെ മറുപടി. ഈ രഹസ്യപ്രശ്നം കഥയിൽ പ്രത്യക്ഷത്തിൽ പരിഹൃതമാവുന്നില്ല ആകാശത്തിലെ ചന്ദ്രനെ മുൻനിറുത്തി കഥ "ആ ചന്ദ്രനെ അവൾ സൂക്ഷിച്ചുനോക്കിക്കൊണ്ടിരുന്നു" എന്ന് സൂചിപ്പിക്കുന്നുണ്ട്.

അടുത്ത ഖണ്ഡത്തിൽ രമണിയെപ്പറ്റിയുള്ള ഒരു ലേഖനം പത്രത്തിൽ വന്നതിന്റെ വിവരണമാണ്. ലേഖകനെപ്പറ്റിയുള്ള ചില സംശയങ്ങൾ തൊട്ടടുത്ത ഖണ്ഡത്തിൽ സ്നേഹിതയായ മാധവി കളിയായി ഉന്നയിക്കുന്നുണ്ട്. ഇനി വരുന്ന ഖണ്ഡത്തിൽ കലോൽസവത്തിന് ക്ഷണിക്കാൻ വരുന്ന യുവാവുണ്ട്. ഇയാളാണോ ('കലാപ്രണയി' എന്ന് കഥയിൽ പറയുന്നു) അവളുടെ ആദർശത്തിലെ ജീവിതപങ്കാളി? വ്യക്തമല്ല. കഥ ഈ പ്രശ്നവും പരിഹരിക്കാതെ വിടുന്നു. സംഗീതത്തെ മാത്രം ഇഷ്ടപ്പെടുന്ന ഗായികയെന്ന തന്റെ സ്വതന്ത്രസ്വത്വത്തെ മാനിക്കുന്ന പുരുഷനാണയാൾ. ഇത് ഒരു യാഥാർഥ്യമെന്നതിനപ്പുറം അവളുടെ മാനസിക നിർമിതിയാണെന്ന സമീപനം കഥയിൽ നിഴലിക്കുന്നുണ്ട്. അങ്ങനെയൊരു ആദർശാത്മക വ്യക്തിത്വത്തെ, തന്റെ സങ്കടസംഘർഷങ്ങൾക്കിടയിൽ, സ്വയമറിയാതെ അവൾ തേടുന്നുണ്ട്. കഥയിൽ നിന്ന്: "ചിലപ്പോൾ അങ്ങുദൂരേക്ക് അവൾ നോക്കാറുണ്ട്. ആ കണ്ണുകൾക്ക് നവ്യമായ ഒരു പ്രകാശവും അപ്പോൾ ഉണ്ടാകാറുണ്ട്. അവളുടെ മുഖം പൂർവാധികം പ്രസന്നമാകും. അത് ഒരു ക്ഷണനേരമേ നിൽക്കാറുള്ളൂ." തന്റെ ആദർശവ്യക്തിത്വവുമായുള്ള മൗനസംവാദമാണിത്. ഈ ഭാഗത്തിന് തൊട്ടുതാഴെയായിട്ടാണ് അലസമെങ്കിലും പ്രമേയപരമായി സ്ഫോടനാത്മകമൂല്യമുള്ള ആ വാക്യം കഥയിൽ ഉള്ളത്: "ഒരു ദിവസം അവൾ കളിയായി, ചിരിച്ചുകൊണ്ട് ചോദിച്ചു: "ഈ താലികൂടി ഞാൻ അഴിച്ചുപെട്ടിയിൽ വച്ചേക്കട്ടോ?'' ഇത് ഭർത്താവിൽ പ്രതികരണമുണ്ടാക്കാത്ത ചോദ്യമാണ്. ആണധികാരചിഹ്നത്തെ തിരസ്കരിക്കാനുള്ള അവളുടെ താൽപ്പര്യത്തെ ചൂണ്ടിക്കാണിക്കുന്ന ഈ ചോദ്യം അവളുടെ മനസിൽ മാത്രം മുഴങ്ങിയതാണോ? അല്ല, അവൾ കളിയായി പറയുകയാണെന്ന് നടിച്ചുകൊണ്ട് തന്റെ ധീരത വെളിപ്പെടുത്തുകയാണോ? കഥയിലെ സുപ്രധാനമായ നിമിഷമാണിത് എന്ന് ഉറപ്പിക്കണം. ഇതിന് തൊട്ടുതാഴെയാണ് സാരിയൊക്കെ താൻ "ദഹിപ്പിച്ചുകളഞ്ഞു" എന്ന ഭർത്താവിന്റെ പ്രസ്താവന വരുന്നത്. ഇത് ആ സന്ദർഭത്തിന്റെ ഗാഢത കൂട്ടുകയും ചെയ്യുന്നു.

സംഗീതത്തെയും അലങ്കാരവസ്ത്രത്തെയും നിരോധിച്ചിട്ടും ഭർത്താവധികാരിക്ക് തൃപ്തിയാകുന്നില്ല എന്നത് ആൺകോയ്മ സങ്കീർണമായ ഒരു വിഷയമാണെന്ന് ബോധ്യപ്പെടുത്തുന്നു. അതിന് വിധ്വംസകമായ പ്രവർത്തനങ്ങളിലൂടെ സ്വന്തമസ്തിത്വം വെളിപ്പെടുത്തിക്കൊണ്ടേയിരിക്കണം. അതാണ് തലമുടിക്കെട്ട് മുറിക്കുന്നതിലേക്ക് നീളുന്നത്.

രമണിയുടെ നിറുത്തൽ ചെയ്യപ്പെട്ട സംഗീതാനുശീലനത്തിന്റെ ദൃശ്യാവിഷ്ക്കാരം പോലെയാണ് തലമുടിയുടെ വർണന വരുന്നത്. "തിങ്ങി ഇടതൂർന്നു ചുരുണ്ടുമുട്ടുകവിഞ്ഞു നിന്നിരുന്നു" എന്ന വിവരണം അത് സാരിപോലുള്ള ഒരു വസ്ത്രവുമായി നേടുന്ന സാമ്യത്തെയും ധ്വനിപ്പിക്കുന്നുണ്ട്. 'കേശപ്രവാഹം' 'അവൾ അതിനെ ലാളിക്കുന്നത്' എന്നീ പ്രയോഗങ്ങൾ സംഗീതസാധനയുമായി സാമ്യപ്പെട്ട്, ബിംബപദവി നേടുന്നവയാണ്. നിരോധിക്കപ്പെട്ട സംഗീതത്തിലെയും വസ്ത്രത്തിലെയും

സ്വാതന്ത്ര്യവും സർഗാത്മകതയും ഇങ്ങനെ പരോക്ഷമായി പുനരവതരിക്കുന്നു. ഇതിനോടുള്ള ഭർത്താവിന്റെ രോക്ഷം തന്നെയാണ് മുടിക്കെട്ടറുക്കലിലുള്ളത്. പരോക്ഷമായ കൊലപാതകം തന്നെയാണത്. (അയാൾ ഒരു ഘാതകനെപ്പോലെ...' എന്നുതന്നെ കഥയിൽ കാണുക).

ഈ സന്ദർഭം സ്ത്രീയെ നേരത്തേ പറഞ്ഞ, കുടുംബപ്രത്യയശാസ്ത്രവുമായി ബന്ധപ്പെട്ട മൂല്യങ്ങൾകൊണ്ട് എന്നെന്നും തടവിലാക്കാൻ കഴിയില്ല എന്ന് വ്യക്തമാക്കുന്നു. ദമിതമായ സ്വത്വബലമൊക്കെയും ഇവിടെ സ്ഫോടനാത്മകമായ പ്രകാശനം നേടുന്നു. "ഹോ! ദ്രോഹീ?!" എന്ന് ഭർത്താവിനെ ഭാര്യ അഭിസംബോധന ചെയ്യുന്നു. അയാളുടെ ന്യായീകരണവചനത്തെ വിചിത്രമായൊരു ഭാവനകൊണ്ട് അവൾ ധിക്കരിക്കുകയുമാണ്. മുടിയുടെ നൈസർഗികത "അത് ഇനിയും വളരും" എന്ന വാക്യത്തിൽ തെളിയുന്നു. "ആ ഭാഗ്യവാൻ അന്ന് അതിൽ വിരലുകൾ കോർത്തുകളിച്ചുകൊള്ളും" എന്ന വാക്യം സ്വത്വാഭിമാനവും സമത്വവും പുലരുന്ന ദാമ്പത്യത്തിന്റെ ആദർശദീപ്തികൊണ്ട് സവിശേഷമാവുകയും ചെയ്യുന്നു. എന്നാൽ ആരാണ് "ആ ഭാഗ്യവാൻ?" കഥയിൽ ഉത്തരമില്ല. തന്റെ രഹസ്യ കാമുകൻ ഒരു വ്യക്തിയല്ല – അത് ആദർശാത്മകമായ ഒരു സത്തയാണ്. ആ സത്തയെ സംബന്ധിച്ച വിശ്വാസവും വ്യക്തതയും പ്രതീക്ഷയും ഇതിലെ സ്ത്രീക്കുണ്ട്.

കഥ ആരംഭിച്ചത് സംഗീതത്തെക്കുറിച്ചുള്ള ചില ക്ലാസിക്കൽ വിവരണങ്ങളിലാണ്. അവ രമണിയുടെ സ്വത്വസൂചകങ്ങൾ തന്നെ. എന്നാൽ അവ മാത്രമല്ല അവളുടെ നേര്. കഥയുടെ അവസാനഖണ്ഡത്തിൽ 'ആക്രോശിച്ച്', 'അമറി' എന്നീ ക്രിയകൾ സ്ത്രീയുടെ നീക്കങ്ങളായി കാണാം. സംഗീതംപോലെ ഇവയും സ്വത്വത്തെ സൂചിപ്പിക്കുന്നവയാണ്. ആക്രാമകമായ തോതിലും സ്ത്രീസ്വത്വപ്രകാശനം നടക്കുമെന്ന് കഥ ഇവ്വിധം എളുപ്പത്തിൽ വ്യക്തമാക്കുന്നു.

തലമുടി ഇന്ത്യൻ സ്ത്രീയാഖ്യാനത്തിലെ ഒരു തുടർബിംബമാണ്. ദ്രൗപതിയുടെ ശപഥകഥയിലാണ് ഇതിന്റെ ഒരു ആദിമമായ രൂപം. നിരവധി നാടൻ കഥകളിൽ, കഥാഗാനങ്ങളിൽ തലമുടിയുടെ പെൺനേരുകൾ ഇഴപിരിഞ്ഞ് കിടക്കുന്നു. ചെറുകഥകളിൽ നിരവധി സന്ദർഭങ്ങൾ തലമുടിയുമായി ചേർന്ന് പ്രശ്നഭരിതമായിട്ടുണ്ട്. സാറാ ജോസഫിന്റെ മുടിത്തെയ്യം, വോൾഗയുടെ തെലുങ്കുകഥയിലെ സീതയുടെ തലമുടി എന്നിവ സാന്ദ്രസാക്ഷ്യങ്ങൾ. ഇവയെക്കുറിച്ചുള്ള പഠനത്തിൽ തകഴിയുടെ ഈ ചെറുകഥയ്ക്കും ഇടം കിട്ടേണ്ടതുണ്ട്.

ഒരു കാര്യം കൂടി പറഞ്ഞുകൊണ്ട് ഈ കുറിപ്പ് നിറുത്താം. തകഴി 'ആ സുന്ദരിയുടെ ഭർത്താവ്' പ്രസിദ്ധീകരിച്ച കാലത്ത് എങ്ങനെയൊക്കെ വായിക്കപ്പെട്ടിരിക്കാം? വിലക്ഷണ മനഃശാസ്ത്രത്തിന്റെ വെളിച്ചത്തിൽ ഇതിലെ ഭർത്താവിനെ കണ്ട വായനക്കാർ കുറേയുണ്ടായിരുന്നിരിക്കാം. ഭാര്യയോട് സഹതപിച്ച ചിലരും ഉണ്ടായിരുന്നുവെന്നു വരാം. അവർപോലും കഥയുടെ ഒടുക്കത്തെ വാക്യങ്ങളുടെ ഭാഷാശാസ്ത്രം

ഗൗരവത്തോടെ നോക്കിയിരിക്കാനിടയില്ല. "അവളുടെ മുഖത്തെ നിന്ദ ഒരുത്തനും വർണിക്കാവുന്നതല്ല" എന്ന വാക്യത്തിലെ കർത്താവ് ("ഒരുത്തൻ") പുരുഷനാണ് എന്നും പുരുഷാഖ്യാനത്തിന് സ്ത്രീജീവിതത്തെ വേണ്ടവിധം വിവരിക്കാനാവില്ല എന്ന (സ്ത്രീവാദാനുകൂലമായ) നിഗമനം ഇതിലുണ്ട് എന്നും അന്ന് ആരും ശ്രദ്ധിച്ചുകാണില്ല. അവൾ അമറി: ''ഭ...ർത്താ...വ്!'' ഇതാണ് കഥയിലെ ഏറ്റവും ഒടുവിലെ വാക്യം. 'ഭർത്താവ്' എന്ന വാക്കിനെ ഇങ്ങനെ മാത്രകളായി ചീന്തിച്ചീന്തിയെടുക്കുന്നത് കർക്കശമായ അധികാരവിമർശമാണെന്ന് അറിയാൻ ഇന്ന് ഒട്ടും പ്രയാസവുമില്ല.

(2011)

അവതാരികയിൽ ചില തിരുത്തലുകൾ

എസ് വി വേണുഗോപൻ നായർ

മുപ്പതു കൊല്ലം മുമ്പ് പ്രൊഫ. ജോസഫ് മുണ്ടശേരി തകഴിയുടെ തെരഞ്ഞെടുത്ത കഥകളുടെ അവതാരികയിൽ എഴുതി: "പൊതുവെ നോക്കിയാൽ കാലിക ജീവിതത്തിന്റെ യാഥാർഥ്യങ്ങളിൽ തറഞ്ഞു നിൽക്കുന്നതാണ് തകഴിയുടെ ഭാവനാശക്തി എന്നു കാണാം." അദ്ദേഹം വീണ്ടും അടിവരയിട്ടു പറയുന്നു: "എനിക്കെന്റെ സ്നേഹിതനെക്കുറിച്ചുള്ള അഭിമാനം സമകാലിക ജീവിതത്തിലെ പൊരുത്തക്കേടുകളെ തന്റെ കഴിവിന്റെ പരമാവധി നോക്കി പഠിച്ചു തികഞ്ഞ ആത്മവിശ്വാസത്തോടു കൂടി എഴുതി എന്നതാണ്."

പ്രൊഫസറുടെ പിന്നാലെ വന്ന പല നിരൂപകരും ഈ 'സമകാലിക'ത്തിന്റെ കുറ്റിയിൽ തന്നെ തകഴിയുടെ കഥകളെ പ്രായേണ തളച്ചുനിർത്തി. മുണ്ടശേരി മാസ്റ്ററുടെ പാണ്ഡിത്യത്തോടും അന്യാദൃശമായ അപഗ്രഥനാ പാടവത്തോടുമുള്ള ആദരവ് ഉള്ളിൽ സൂക്ഷിച്ചുകൊണ്ടു തന്നെ പറയട്ടെ. അദ്ദേഹം തന്റെ സ്നേഹിതനായ ഈ കഥാകൃത്തിന്റെ കഥകളുടെ ആത്മചൈതന്യം കണ്ടറിവാൻ മിനക്കെടാതെയാണ് 'ബാലിശം' എന്നുതന്നെ വിശേഷിപ്പിക്കേണ്ടി വരുന്ന ഈ പ്രസ്താവന നടത്തിയത്. സമകാലിക പ്രാധാന്യമുള്ള ഇതിവൃത്തങ്ങൾ സ്വീകരിച്ചതുകൊണ്ടല്ല, സാർവജനീനവും സാർലൗകികവുമായ ചില ജീവിതസത്യങ്ങളെ ആ കഥകൾ പുൽകുന്നതു കൊണ്ടാണ് അവ കാലത്തെയും, അതിനൊത്ത് നമ്മുടെ കഥാസാഹിത്യത്തിൽ ആവിർഭവിച്ച അഭിരുചികളുടെ തകിടം മറിച്ചിലുകളെയും അതിജീവിച്ചത്.

ദീർഘയാത്ര എന്ന കഥയിലെ വൃദ്ധദമ്പതികൾ നീണ്ട യാത്രയിലാണ്. തങ്ങൾ യാത്ര ചെയ്യുന്ന കാളവണ്ടി തന്നെയാണ് അവരുടെ വീട്. അവർ അപരിചിതമായ ഒരു ഗ്രാമത്തിൽ എത്തുന്നു. അവിടെവച്ച് കാള

ചത്തുപോയി. ആ ദു:ഖത്തിൽ കുലുങ്ങാതെ എന്തോ ഓർത്തുകൊണ്ടിരുന്ന ആ കിഴവനും ഭാര്യയും. "വൃദ്ധ ദീർഘമായി നിശ്വസിച്ചിട്ട്" വൃദ്ധന്റെ മുഖത്തുനോക്കി സഗദ്ഗദം അയാൾ എന്തോ ഉച്ചരിച്ചു. വൃദ്ധൻ തല കുനിച്ചിരുന്നു കരയാൻ തുടങ്ങി. അവൾ അയാളുടെ അടുത്തു ചെന്നിരുന്ന് പുറംതലോടി ആശ്വസിപ്പിച്ചു. ആർക്കും ആ രംഗത്തിന്റെ പൊരുൾ മനസിലായില്ല" അവർ പറഞ്ഞതും കരഞ്ഞതും ഋഷഭനഷ്ടത്തെപ്പറ്റിയായിരുന്നില്ലെന്നു വ്യക്തം.

അവരുടെ ഭാഷ അറിയില്ലെങ്കിലും ഈ രംഗം നോക്കിനിന്ന മറ്റൊരു വൃദ്ധന് അവരുടെ ഭാഷണത്തിന്റെ പൊരുൾ പിടികിട്ടി. അയാൾ തൊണ്ടയിടറി പറഞ്ഞത് ഇങ്ങനെ, "ഒരു ദിവസം വഴിയിൽ കിടന്നു ഞാനുമങ്ങു പോകും. പിന്നെ നിനക്ക് കൂട്ടാരാണെന്നും", അവൾ പറഞ്ഞത് "അങ്ങനെ ദൈവം വരുത്തുകയില്ല ഞാൻ ഈ ദു:ഖവും കണ്ടുകൊണ്ട് കണ്ണടയ്ക്കും" എന്നുമാണെന്ന് ആ വയസൻ ചുറ്റും നിന്ന ചെറുപ്പക്കാർക്ക് പറഞ്ഞുകൊടുത്തു. അമ്മാവന് അതെങ്ങനെ മനസിലായി എന്ന അവരുടെ ചോദ്യത്തിന് അയാൾ മറുപടി പറഞ്ഞു. ഇതല്ലാതെ അവർക്ക് ഒന്നും പറയാനില്ല. പറയാൻ കാണുകയില്ല."

അതെ, വൃദ്ധരുടെ സാർവജനീനമായ ആ ഭാഷ മറ്റൊരു വൃദ്ധനേ മനസിലാകൂ. കാലദേശാതിവർത്തിയായ ആ ഭാവം സമാനമനസ്കനേ ഉൾക്കൊള്ളാൻ കഴിയൂ. ഇങ്ങനെ ഒരുതിരിവ് ഇതിവൃത്തത്തിൽ സൃഷ്ടിക്കാതെ ഇനിയെങ്ങനെ യാത്ര തുടരും എന്ന കൊടുംവിഷാദത്തിൽ ആ ദമ്പതികളെ നിറുത്തി കഥ അവസാനിപ്പിച്ചിരുന്നെങ്കിൽ, ആർക്കും എഴുതാവുന്ന ഒരു യഥാതഥ പത്ര റിപ്പോർട്ടായേനേ ഇക്കഥ. കാൽപ്പനികതയ്ക്ക് വളർന്നു കയറുവാൻ വളക്കൂറുള്ള മണ്ണൊരുക്കുക എന്ന ധർമമേ തകഴിയുടെ കഥകളിൽ റിയലിസത്തിനുള്ളൂ.

തണ്ടിന് ഇരുവശവും നിന്ന് ആ വണ്ടി വലിച്ചുകൊണ്ട് ആ വൃദ്ധദമ്പതികൾ തങ്ങളുടെ യാത്ര തുടരുന്ന ദൃശ്യം കൂടി കാണിച്ചു തന്നിട്ടാണ് കഥാകൃത്ത് പിന്മാറുന്നത്. എത്ര അനായാസമായി തകഴി ആ വണ്ടിയെ ദുർഭരമായ ജീവിതത്തിന്റെ പ്രതീകമാക്കി മാറ്റി! യുഗാന്തരങ്ങളിലേക്ക് കൽപ്പാന്തത്തോളം നീളുന്നതാണോ പെരുവഴി. അഴിവില്ലാത്ത പ്രതിരൂപങ്ങളാണ് ആ യാത്രികർ.

വർഷങ്ങൾക്ക് ശേഷം, ശരീരമാകെ ഞൊറിഞ്ഞ് അസ്ഥികൂടമായി രൂപാന്തരം പ്രാപിച്ച നിലയിൽ നാട്ടിൽ തിരിച്ചെത്തുന്ന പഴയ കാമുകനെ നോക്കി, പല്ലില്ലാത്ത മോണ കാട്ടി ചിരിക്കുന്ന പഴയ കാമുകിയെ അവതരിപ്പിച്ചുകൊണ്ടാണല്ലോ പ്രസിദ്ധമായ *മാഞ്ചുവട്ടിൽ* അവസാനിക്കുന്നത്. ഈ ഉത്തരോപാഖ്യാനം ഒഴിവാക്കിയിരുന്നെങ്കിൽ അന്തസാരശൂന്യമായ ഒരു ബാല്യകാല പ്രണയഭംഗത്തിന്റെ ഗാഥ മാത്രമാകുമായിരുന്നു ഈ കഥ. ഇതിനെയും ജീവിതത്തിന്റെ അനന്തമായ ആവർത്തനമെന്ന (eternal repetition) ദർശനത്തിൽ കൊണ്ട് തൊടുക്കുന്നു തകഴി. താൻ അനുഭവിച്ചറിഞ്ഞ ജീവിതത്തിന്റെ നിരർഥകതയെ നോക്കി നിഷ്കാമം

ചിരിച്ചുനിൽക്കുന്ന പാപ്പിക്ക് ഒരു സന്യാസിനിയുടെ ഭാവഗരിമയുണ്ട്. ആ പുനഃസമാഗമത്തിന് പശ്ചാത്തലമായി നിൽക്കുന്ന മാവും, മാമ്പഴം പൊഴിക്കുന്ന കാറ്റും, കാറ്റിനോട് മാമ്പഴം കെഞ്ചുന്ന ഗാനവും, മാഞ്ചുവട്ടിലെ കൗമാരാനുരാഗ കുതൂഹലങ്ങളും അനശ്വരമായി ആവർത്തിച്ചുകൊണ്ടേയിരിക്കുന്ന പ്രതിഭാസങ്ങളാണ്.

വികൃതിയായ ഒരു കുട്ടി കൂടു തുറന്നു വിട്ടതുകൊണ്ട് തന്റെ ഉപജീവന മാർഗമായ തത്ത നഷ്ടപ്പെട്ട ഒരു പക്ഷിശാസ്ത്രക്കാരന്റെ കഥയാണ് *വിമോചനം.* ആ കഥയ്ക്ക് തകഴി എന്തിന് *വിമോചനം* എന്ന് പേരിട്ടു? ആ പാവത്തിന്റെ ഖഗനഷ്ടമല്ല കഥാലക്ഷ്യം എന്ന് വ്യക്തം. കൂടു തുറന്ന പാടെ ചിറകടിച്ചു പറന്നുയർന്ന ആ കിളിയുടെ ബന്ധനവിമുക്തിയാണോ കേന്ദ്രബിന്ദു? കരഞ്ഞുകൊണ്ട് ആകാശത്തിൽ തന്റെ കിളിയെ തിരഞ്ഞുനടന്നു നീങ്ങുന്ന ആ പക്ഷിശാസ്ത്രക്കാരനിൽ കഥ അവസാനിപ്പിച്ചിരുന്നെങ്കിൽ മുൻചൊന്നവയിലൊന്ന് ആവിഷ്കരിക്കുകയായിരുന്നു തകഴിയുടെ ഉന്നം എന്നുപറയാം. എന്നാൽ പുറംവേലിയിലെ കൈതയിൽ ഏകാകിനിയായി തന്റെ പഴയ യജമാനനെ കാണുവാൻ നിരാഹാരമായി നൊയമ്പു നോറ്റിരുന്ന കിളിയുടെ ദയനീയമായ അന്ത്യത്തിലാണ് കഥ അവസാനിക്കുന്നത്.

വിമോചനം എന്ന മരീചികയുടെ നേരെയുള്ള തെളിമയുറ്റ ഉപഹാസമാണ് കഥാലക്ഷ്യം; ഒരളവിൽ ദാർശനികമായ ഹാസ്യം തന്നെ. ഗഗനാചാരിയായങ്ങുയർന്നു ചെന്നപ്പോൾ, ആരോടും വിധേയത്വമില്ലാത്ത ജീവിതത്തിന്റെ നിരർഥകത ആ പറവയ്ക്ക് ബോധ്യപ്പെട്ടിരിക്കണം. 'ഒരിക്കൽ കൈവിട്ടുകളഞ്ഞാൽ ബന്ധനം പോലും തിരിച്ചുകിട്ടുകയില്ല' എന്ന ഇരുണ്ട ഫലിതത്തിലേക്കും ഈ കഥ നീളുന്നുണ്ട്. *കയർ* മാറ്റി നിർത്തിയാൽ ഹാസ്യം തകഴിക്ക് ആഭിമുഖ്യമധികമില്ലാത്ത രസമാണെന്നു പറയാം. തകഴിയിൽ നർമം ഉണരുമ്പോഴൊക്കെ അത് ഇരുണ്ട ഫലിതത്തിലേക്കാണ് ചിറകടിച്ചുപോവുക.

വിമോചനത്തിൽ എന്തു സമകാലികതയാണുള്ളത്?

ഇന്ത്യാ വിഭജനം പശ്ചാത്തലമാക്കി രചിച്ച *കറാച്ചിയിൽ നിന്ന്* എന്ന കഥ ഈ വിമോചനവുമായി ചേർത്തു വായിക്കേണ്ടതാണെന്ന് തോന്നുന്നു. എച്ചിൽവീപ്പയുടെ ഉപഭോക്താക്കൾ എന്ന നിലയിലാണ് കൃഷ്ണകുമാറും അബ്ദുള്ളയും ഉറ്റചങ്ങാതിമാരായത്. പാകിസ്ഥാൻ പിറന്നതോടെ അബ്ദുള്ള കറാച്ചിയെന്ന പറുദീസയെ സ്വപ്നം കണ്ടു. കൂട്ടുകാരന്റെ വിലക്ക് വകവയ്ക്കാതെ അവൻ ആ സ്വപ്നഭൂമിയിലേക്ക് ട്രെയിൻ കയറി. കറാച്ചിയിൽ നിന്നും വരുന്ന ഓരോ ട്രെയിനിലും അബ്ദുള്ളയെ പ്രതീക്ഷിച്ച് കൃഷ്ണകുമാർ സ്റ്റേഷനിൽ നിലയുമായി. ആ കാത്തുനിൽപ്പിൽ സംവത്സരങ്ങൾ കടന്നുപോയി. ഒടുവിലൊരുനാൾ മേലാകെ നീരുവന്ന് വീർത്ത നിലയിൽ, പഴയ തുരുമ്പിച്ച എച്ചിൽപീപ്പയുടെ ചുവട്ടിൽ അവൻ അബ്ദുള്ളയെ കണ്ടു.

വിമോചനം എന്ന മരീചികയ്ക്ക് പുറകേയുള്ള പാച്ചിലും എല്ലാ മോഹങ്ങളും തകർന്നുള്ള തിരിച്ചുവരവും തന്നയല്ലേ ഇതിലെയും പ്രമേയം? ശൂന്യാകാശം നോക്കിപ്പറന്ന ആ കിളിയുടെ അപരാർഥമല്ലേ അബ്ദുള്ള? ആ പക്ഷി ശാസ്ത്രക്കാരന്റെ ദൈന്യമല്ലേ കൃഷ്ണകുമാറിന്റെ മുഖത്തും പ്രതിബിംബിക്കുന്നത്? ഒരു സാധാരണ സംഭവത്തിന് ചില്ലറ മാന്ത്രികസ്പർശം കൊണ്ടു ദാർശനിക ഗൗരവമേകാൻ തകഴിയുടെ പ്രതിഭയ്ക്ക് കഴിയും. പാകിസ്ഥാനെ സ്വന്തം വാഗ്ദത്ത ഭൂമിയായി കണ്ട് ആവേശം കൊള്ളുന്ന ഒരു കഥാപാത്രമുണ്ട് *കയറിലും* - പീരുകണ്ണ് മുതലാളിയുടെ ചെറുമകൻ സുലൈമാൻ.

പട്ടിണി കൊണ്ടു ചാകാറായിട്ടും കുടുംബമഹത്വത്തിന്റെ സ്മാരകങ്ങളായ വാളും ചെമ്പുപട്ടയവും ചുമന്നു ഞെളിഞ്ഞു നടക്കുന്ന ആ പിച്ചക്കാരൻ മരണമില്ലാത്ത മറ്റൊരു ഹാസ്യചിത്രമാണ് (കഥ - പാരമ്പര്യം) ഇന്ന് വാളിനും ചെമ്പുപട്ടയത്തിനും പകരം കാലാനുസാരിയായി മറ്റെന്തെങ്കിലുമാകും പാരമ്പര്യ മഹത്വപ്രദർശനാർഥം ചുമന്ന് നടക്കുക.

രണ്ടാംലോക മഹായുദ്ധത്തിന്റെ വരവോടെ മലയാള സാഹിത്യത്തിൽ ഒട്ടേറെ പട്ടാളക്കഥകളുണ്ടായി. നാടാകെ പടർന്ന വറുതിയും, അതിനൊരറുതിയുണ്ടാക്കാൻ പട്ടാളത്തിൽ ചേർന്നവർ അയച്ച മണിയോർഡറുകൾ ഗ്രാമാന്തരീക്ഷത്തിൽ പടർത്തിയ സന്തോഷവും ആ ആഹ്ലാദത്തിനും തൊട്ടുപുറകെ പാഞ്ഞെത്തിയ മരണക്കമ്പികളുമായിരുന്നു ഒട്ടുമിക്ക കഥകളുടെയും വിഷയം. എന്നാൽ തകഴിയുടെ പട്ടാളക്കാരൻ തേടുന്നത് തന്നെ തിരിച്ചറിയുന്ന ഒരു മനുഷ്യജീവിയേയാണ്. കാരണം അയാളൊരു മൂടില്ലാത്താളിയാകുന്നു. കോഴിക്കോടു മുതൽ നാഗർകോവിൽ വരെ ഒരു കുശലാന്വേഷണത്തിന് ആർത്തി പൂണ്ട് അയാൾ യാത്ര ചെയ്തു. പലരോടും പറഞ്ഞു "ഞാൻ രാമനാണ്" എല്ലാവരും ഒരു മറു ചോദ്യം ചോദിച്ചു "ഏതു രാമൻ?"

ചിന്നക്കടയിലെ ഒരു ഹോട്ടലിന്റെ വാതിൽപ്പലകയിൽ പിച്ചാത്തി കൊണ്ട് കോറിയിരുന്ന 'രാമൻ' എന്ന വാക്ക് ചൂണ്ടിക്കാട്ടി, ഹോട്ടലുടമ പോറ്റിയോട് അവൻ പറഞ്ഞു. "അതു ഞാൻ വരച്ചതാണ്" പക്ഷേ പോറ്റി മിണ്ടിയില്ല.

രാമന്റെ അസ്തിത്വവ്യഥ കാലദേശങ്ങളുടെ സീമയിലൊതുങ്ങുന്നതല്ല. ആധുനിക സാഹിത്യം ഈദൃശവ്യസനങ്ങൾ ശക്തമായി മലയാള കഥയിൽ അവതരിപ്പിക്കുന്നത് 1965 ന് ശേഷമാണ്. അതിനും എത്രയോ മുമ്പാണ് തകഴിയുടെ പട്ടാളക്കാരൻ തന്നെത്തിരിഞ്ഞ് അലഞ്ഞത്.

ഒടുവിൽ ഒരുവീട്ടിൽ സംബന്ധക്കാരനായി ചേക്കേറിയപ്പോൾ രാമന് നേരെ കുശലാന്വേഷണം വന്നു, "എന്താ ഇവിടെ നിക്കുന്നെ?"

"ചുമ്മാതെ"

തകഴി പറയുന്നു "അയാൾക്ക് ബന്ധുക്കളുണ്ടായി."

കല്യാണ രാത്രി തന്നെ, ഭാര്യയെ കന്യകയായി വിട്ട് യുദ്ധഭൂമിയിലേക്ക് വണ്ടി കയറുന്ന രാമന് തന്റെ അസ്ഥിത്വം ഉറപ്പിക്കാൻ കഴി

ഞ്ഞുവോ? അയാൾ അവളുടെ കഴുത്തിലിട്ട ആ വരണമാല്യം പോലെ ഉണങ്ങിക്കരിഞ്ഞ ഒരു മേൽവിലാസം മാത്രമേ അയാൾക്ക് നേടുവാൻ കഴിഞ്ഞുള്ളൂ. വായനക്കാരൻ തീരെ പ്രതീക്ഷിക്കാത്ത വളവുകളിലേക്ക് തകഴി കഥയെ വെട്ടിത്തിരിച്ചു കൊണ്ടുപോകും. മിക്കപ്പോഴും സാധാരണത്വത്തിന്റെ രാജപാതയിൽ നിന്ന് അസാധാരണതകളുടെ ഊടുവഴികളിലേക്കുള്ള തകഴിയുടെ ടിസ്റ്റ് അമ്പരപ്പിലേക്കും ഹാസ്യത്തിലേക്കുമല്ല ജീവിതത്തിന്റെ നിഗൂഢ യാഥാർഥ്യങ്ങളിലേക്കാണ് വായനക്കാരനെ നയിക്കുക.

അലസമായ വായനയ്ക്ക് അത്യന്തസാധാരണമായ ഒരു പ്രമേയമാണ് *അതിരുവഴക്ക്* എന്ന കഥയുടേതെന്ന് തോന്നും. നാലു സെന്റിനെ ചൊല്ലി പപ്പുനായരും ചാക്കോയും തമ്മിലുണ്ടായ തർക്കം കത്തിക്കുത്തിലും രണ്ടാമന്റെ മരണത്തിലും കലാശിച്ചു. പപ്പുനായർ ജയിലിലുമായി. സഹപാഠികളും സുഹൃത്തുക്കളുമായിരുന്നു നായരുടെ മകൻ രാമനും ചാക്കോയുടെ മകൻ ഔതക്കുട്ടിയും. ഈ സംഭവത്തോടെ അവർ അകന്നു. പിന്നെ പരസ്പരം ഭയന്നാണ് അവർ നാൾ കഴിച്ചത്. തർക്കഭൂമി അനാഥമായി കാടുപിടിച്ചു കിടന്നു. വർഷങ്ങൾ പലതു കഴിഞ്ഞു. ഒരു നാൾ ആ ചെറുപ്പക്കാർ സംസാരിച്ച് ഒത്തുതീർപ്പിലെത്തി. ഇരുവരും ചേർന്ന് ആ കാട് വെട്ടിത്തെളിച്ചു. അവിടെ ചേക്കേറിയിരുന്ന മൂന്നുനാലു പാമ്പുകളെ തല്ലിക്കൊന്നു. അവർ ആ തുണ്ടുഭൂമി തുല്യമായി വീതിച്ചെടുത്തു. മൃത്യുവിന് ജീവിതത്തിന്റെ കൊടിപ്പടം നിതാന്തമായി താഴ്ത്തിക്കെട്ടാനാവില്ല. മരണത്തിന്റെ കാൽപ്പാടുകൾ മായ്ച്ച് ജീവിതം മുന്നോട്ടുപോവും. ഇവിടെ കാടും പാമ്പും പ്രതീകങ്ങളുടെ പദവിയിലേക്ക് ഉയരുന്നു. വിദ്വേഷത്തിന്റെ വിഷ സർപ്പങ്ങളെയും അവ കുടിയേറിയ കാടിനെയും നശിപ്പിച്ച് സ്നേഹത്തെ കുടിയിരുത്തുകയാണ് ആ യുവാക്കൾ.

“ഗൂഢ തടത്തിൽ മൃഗീയത മരുവും കാടുകളുണ്ടവ കരിയട്ടെ
വാരുറ്റോരു നവീനയുഗത്തിൽ വാകത്തോപ്പുകൾ വിരിയട്ടെ”

എന്ന് വൈലോപ്പിള്ളി പാടിയത് പിൽക്കാലത്താണല്ലോ.

കേശവൻനായർ പാട്ടത്തിന് കൃഷി ചെയ്തിരുന്ന അമ്പതുപറക്കണ്ടം ഔതക്കുട്ടി തഞ്ചത്തിൽ കൈക്കലാക്കി. ആ പാവത്തിന് പിന്നെ കൃഷി ചെയ്യാൻ മണ്ണില്ല. എങ്കിലും എന്നും കേശവൻനായർ ആ പാടത്തു ചെല്ലും. നെല്ലിൽ ചെറിയ പഴുപ്പ് കണ്ടപ്പോൾ അയാളുടെ മനം നീറി. ഔതക്കുട്ടിയെ തേടിപ്പിടിച്ചു വിവരം പറഞ്ഞു. മാത്രമല്ല, നിന്ന് വേണ്ടതു ചെയ്യിക്കയും ചെയ്തു. കേശവൻനായരുടെ മനോഗ്രസ്തിയായിട്ടല്ലാ തകഴി ഈ ‘പിരാന്ത്’ അവതരിപ്പിക്കുന്നത്. ഒരായുസ് മുഴുവൻ മണ്ണിനെ സ്നേഹിച്ച ആ കൃഷിക്കാരന്റെ മനസിന് ഇങ്ങനെയേ ചലിക്കാനാവൂ. ചതിയനായ ഔതക്കുട്ടിയെയോ ജീവിതത്തെ തന്നെയോ വെറുക്കുന്ന ഒരുവനാക്കി കേശവൻനായരെ മാറ്റി കഥ അവസാനിപ്പിക്കാമായിരുന്നു. ഒരു കുട്ടനാടൻ ദുരന്ത കഥാപാത്രത്തിനപ്പുറം പരമ്പരാഗത കർഷകനിൽ കുടികൊള്ളുന്നതും സാർവജനീനവുമായ ഒരു ഉദാത്ത ഭാവത്തിലേക്ക്

കേശവൻനായരെ ഉയർത്തിയിട്ടേ കുട്ടനാടിന്റെ ഗാഥാകാരന് പിന്മാറാൻ കഴിയു (കഥ – 'കൃഷിക്കാരൻ').

മൂന്ന് തലമുറകളിൽ ഭാനുമതി കാമുകനോട് പറയുന്നു "വരാം, എവിടെ വേണമെങ്കിലും വരാം."

അന്നേരം മുത്തശ്ശി അവളുടെ മുന്നിൽച്ചാടി വീണു. 'നീ പോകു മോടീ."

ആ കമിതാക്കൾ വേർപെട്ടു. പുതുമ ഒട്ടും അവകാശപ്പെടാനില്ലാത്ത ഈ സന്ദർഭത്തെ അവിടെ അവസാനിപ്പിക്കുന്നില്ല തകഴി. കഥ തുടരുന്നു. – കഴിഞ്ഞ അമ്പതു കൊല്ലമായി മുത്തശ്ശിയുടെ കാതിൽ മുഴങ്ങുന്ന വാചകമാണത്. ഭാനുമതിയുടെ അമ്മയും അതിനുമുമ്പ് ഈ മുത്തശ്ശിയും കേട്ടതാണീ ചോദ്യം.

എന്നും മുത്തശിമാരും അമ്മമാരും ഈ ചോദ്യം ചോദിച്ചുകൊണ്ടിരിക്കും – 'നീ പോകുമോടീ?'

ആ ചോദ്യം കേട്ടുകൊണ്ടു തന്നെ മക്കൾ പോവുകയും ചെയ്യും. സാധാരണത്വത്തിൽ നിന്ന് തകഴിയുടെ രചനകളെ ഉയർത്തിക്കൊണ്ടു പോകുന്ന സാർവജനീന സത്യങ്ങളുടെ സന്നിവേശം പ്രൊഫ. എം. അച്യുതൻ കണ്ടെത്തുന്നുണ്ട്. *ചെറുകഥ ഇന്നലെ—ഇന്ന്* എന്ന ഗ്രന്ഥത്തിൽ അദ്ദേഹം എഴുതി "തകഴിയുടെ കഥകളിൽ സാർവജനീനങ്ങളായ ഈ അനുഭവസത്യങ്ങളെ ഉള്ളൂ. ഈ വസ്തുനിഷ്ഠതയാണ്, ഈ സത്യനിഷ്ഠതയാണ്, ഈ സാർവജനീയതയാണ് തകഴിയുടെ കഥകളുടെ ബലത്തിനാസ്പദം".

തകഴിയുടെ കഥകൾ വായിച്ചപ്പോൾ മുണ്ടശേരി മാസ്റ്ററുടെ നാക്കത്തങ്ങനെ ഒരു ചോദ്യം വന്നു നിന്നുപോലും!! "മോപ്പാസാങ്ങായാലും തകഴിയായാലും മറ്റാരായാലും പുരുഷന്റെ ലൈംഗിക വൈകൃതങ്ങളെ അത്രയൊന്നും കൊട്ടിഘോഷിക്കാത്തതിന്റെ രഹസ്യം? അവനെ സംബന്ധിച്ചിടത്തോളം സദാചാര ലോപമെന്നൊന്നില്ലെന്നോ? സ്ത്രൈണ ജീവിതത്തിലെ താളം തെറ്റലുകൾക്കിത്രയേറെ പ്രാധാന്യം കൽപ്പിക്കാൻ എന്റെ സ്നേഹിതനെ പ്രേരിപ്പിച്ചത് അവയിലടങ്ങിയ ലൈംഗികലിപ്സ മാത്രമല്ല, അവയുമായുള്ളിപ്പിടച്ചിട്ടുള്ള സാമ്പത്തിക വൈഷമ്യം കൂടിയാണ്".

ഈ പ്രസ്താവവും കേവലമായ അകലെക്കാഴ്ചയിൽ നിന്ന് ഉദ്ഗമിച്ചതാണെന്ന് പറയാതിരിക്കാനാവില്ല. ഭാര്യയെ അവിശ്വസിക്കുകയും അവളിൽ സദാ കഴുകനേത്രങ്ങൾ വ്യാപരിപ്പിച്ചു കൊണ്ടിരിക്കുകയും ചെയ്യുന്ന ലൈംഗിക വൈകൃതം ബാധിച്ച പല ഭർത്താക്കന്മാരെയും കാണാം തകഴിക്കഥകളിൽ.

മീനു സ്വന്തം ദാമ്പത്യത്തെപ്പറ്റി സഖിയോടു പറയുന്നു – "ഒരു പുരുഷന് അടിമപ്പെട്ടു കഴിയുക; ഭാര്യയുടെ ജീവിതം നരകമാണ് കമലേ. അവൾ ലോകം കണ്ടുകൂടാ, നോക്കിക്കൂടാ, മിണ്ടിക്കൂടാ! അമ്പ! എന്തൊരു സൂക്ഷിക്കലാണ്!!"

ഇതിന് നേർവിപരീതമാണ് വിരഹിണിയായ കമലയുടെ ദർശനം – "ആ അടിമത്തം ഒരു സ്ത്രീക്ക് ആവശ്യമാണു മീനു."

അന്യഥാ ചിന്തിക്കുമ്പോൾ താൻ ഭാഗ്യവതിയാണെന്ന് മീനുവിനും തോന്നുന്നുണ്ട്. (*ചങ്ങാതികൾ*).

പതിനാറു വയസുള്ള ഭാനുമതിയമ്മയെ മുപ്പത്തഞ്ചിനുമേൽ പ്രായമുള്ള മേനോൻ വിവാഹം കഴിച്ചു. കൊല്ലം ഇരുപത് പിന്നിട്ടിട്ടും അവൾ അമ്മയായില്ല. അവൾ ഭർത്താവിന് എന്തോ ഒന്ന് നൽകേണ്ടതായുണ്ട്. അതുപോലെ എന്തോ ഒന്ന് കിട്ടേണ്ടതായിട്ടുമുണ്ട്. രണ്ടും നടന്നിട്ടില്ല. ഭർത്താവിനെ ഒരു ഭാഗ്യദോഷിയായി കണ്ട് സഹതപിക്കുന്ന അവൾ തന്റെ മാതൃത്വലോഭനങ്ങളുടെ സാഫല്യം തേടുന്നത് ഒരു പൂച്ചകുഞ്ഞിലാണ്. (*പ്രതീക്ഷകൾ*)

രാത്രി തന്റെ മുറിയിൽ ഒളിച്ചുകടന്നു കൂടിയ കാമുകന്റെ വികാരാവേഗത്തെ ഒരു സഹോദരിയുടെ നിലയിൽ നിന്നുള്ള ഉപദേശങ്ങളും യുക്തിവാദങ്ങളും കൊണ്ട് ശീതീകരിച്ച്, അയാളെ മടക്കി അയക്കുന്ന മാലതിയെന്ന മിടുക്കിയാണ് *സാഹസത്തിലെ* നായിക.

പുരുഷന്റെ ലൈംഗികതയുടെ താളം തെറ്റലുകൾക്കല്ലേ ഈ കഥകളിൽ പ്രാമുഖ്യം? എന്നല്ല, പുരുഷന്റെ ലൈംഗിക വൈകൃതങ്ങളോട് അനുഭാവപൂർവം പ്രതികരിച്ച് സ്ത്രീക്ക് ജന്മായത്തമായുണ്ടെന്ന് കരുതപ്പെടുന്ന ഉദാത്തമായ സഹിഷ്ണുതയുടെ ഉന്നത വിതാനങ്ങളെ അധിരോഹണം ചെയ്യുന്നുമുണ്ട് ഈ കഥകളിലെ സ്ത്രീകൾ.

ബംഗ്ലാവ് പണിക്ക് പോയ ചിരുതയെ ഗർഭിണിയാക്കിയത് സായ്വാണ്. പ്രസവവേദനയിൽ അവൾ പുളയുമ്പോൾ ഉൽക്കണ്ഠാകുലനായി ഉഴലുന്ന ഭർത്താവിനോട് അവൾ കൂസലന്യേ പറയുന്നു, "താനങ്ങ് പോ. ഇതു തന്റേതല്ല".

"ഏനിനി ചത്താ മതി" എന്ന് ചിരുത തേങ്ങുമ്പോൾ അവൾ തന്നെ വെളിപ്പെടുത്തിയ ആ ചാരിത്ര്യഭംഗത്തിന്റെ കഥയറിഞ്ഞ വൃദ്ധയായ നീലി പറയുന്നു, "നീ ചാക്." അവളും കുഞ്ഞും മരിക്കുകയും ചെയ്തു (*വെളുത്ത കുഞ്ഞ്*). ലോകദൃഷ്ടിയിൽ സമുന്നതനായ ഒരു പുരുഷന്റെ സദാചാര ലോപത്തിന്റെ ഇരയാണ് ഈ ചിരുത. അവൾ കാട്ടുന്ന ധീരമായ സത്യസന്ധത ഉന്നതകുലജാതകൾക്ക് പോലും അപ്രാപ്യമാണ്. വൃദ്ധയായ നീലി ഒരു വിശുദ്ധ പാരമ്പര്യത്തിന്റെ നാവാണ്. അവൾക്ക് ഇങ്ങനെ ക്രൂരമായേ പറയാനാവൂ. വല്യവീട്ടിലെ കൊച്ചമ്മമാരല്ല പാടത്തെ ചേറിൽ കഴിയുന്ന നീലികളും ചിരുതമാരുമാണ് വ്രതവിശുദ്ധകളെന്ന് തകഴി തന്റെ കഥകളിലും നോവലുകളിലും കൂടി പലവുരു വ്യക്തമാക്കിയിട്ടുള്ളതാണല്ലോ.

ഭാര്യയും അമ്മയുമായിരിക്കെ കാമുകിയായി പോയ ഒരുവൾ തന്റെ മരിച്ചുപോയ കാമുകനിൽ ഏകാഗ്രമനസ്കയായി അയാളെ ധ്യാനിച്ച്, അഭൗമമായ പാതിവ്രത്യം പരിരക്ഷിക്കുവാൻ ഭർത്താവിനെയും സകല ഭൗതിക സുഖങ്ങളെയും ഉപേക്ഷിക്കുന്ന വിചിത്രമായ കഥയാണ് *പതിവ്രത.*

തന്റെ ഭർത്താവുമായി ഒരു രാജിക്ക് കഴിയാത്തതിന് കാരണം അനുജത്തിയോട് അവൾ വ്യക്തമാക്കുന്നു.

"ഞാൻ പതിവ്രതയാണനുജത്തി."

"പതിവ്രതയോ!"

"അതേ പിന്നീട് ഞാൻ പ്രസവിച്ചിട്ടില്ല."

"പിന്നെ അവിടെ പാർത്തത്."

"എന്റെ കുട്ടികളുടെ അച്ഛന്റെ കൂടെ പാർത്തു."

ഉദ്യോഗം കിട്ടാതെ തെണ്ടിയായിത്തീർന്ന ബിരുദധാരിയാണ് ഗോപാലൻനായർ. അയാൾ പണ്ടു താമസിച്ച ലോഡ്ജിലെ തൂപ്പുകാരി ഭഗവതി ഇപ്പോൾ ചെറിയ ഹോട്ടൽ നടത്തുന്നു. അവൾ അമ്മയറിയാതെ ഗോപാലൻ നായർ എന്ന പഴയ കാമുകന് ഭക്ഷണം കൊടുക്കുന്നു. അയാൾ ഗതിമുട്ടി സ്ഥലം വിട്ടുകഴിഞ്ഞ് മകനെ തേടിവന്ന വൃദ്ധരായ മാതാപിതാക്കളെയും അവൾ ദിവസങ്ങളോളം പോറ്റുകയും ആശ്വസിപ്പിക്കുകയും ചെയ്യുന്നു. അമ്മയുടെ ശകാരവും എതിർപ്പും വകവയ്ക്കാതെ. (*ഒരു സാധാരണ ത്യാഗം*).

"ലൈംഗിക ലിപ്സയുമായി അള്ളിപ്പിടിച്ചിട്ടുള്ള സാമ്പത്തിക വൈഷമ്യം" എന്ന മുണ്ടശേരിയുടെ പ്രയോഗത്തെ പുറന്തിരിഞ്ഞുനിന്നു ഉപഹസിക്കുന്ന കഥകളാണ് *പതിവ്രതയും ഒരു സാധാരണ ത്യാഗവും.*

(1996)

രണ്ടിടങ്ങഴി വായിക്കുമ്പോൾ

പ്രൊഫ. വി എൻ മുരളി

സാഹിത്യത്തിൽ സാമൂഹിക ചിന്തയ്ക്കും രാഷ്ട്രീയ ചിന്തയ്ക്കും സ്ഥാനമുണ്ടെന്ന് മലയാളി മനസിലാക്കുന്നത് തകഴിയും ദേവും ബഷീറും വർക്കിയും അന്തർജനവും എഴുതിത്തുടങ്ങുമ്പോഴാണ്. പുരോഗമന സാഹിത്യപ്രസ്ഥാനം സൃഷ്ടിച്ച അന്തരീക്ഷമാണ് ഈ എഴുത്തുകാർക്ക് പ്രചോദനമായത്.

മാറുന്ന കേരളത്തെ അടയാളപ്പെടുത്താനാണ് ഈ എഴുത്തുകാരെല്ലാം ശ്രദ്ധിച്ചത്. എഴുത്തിന്റെ പുരോഗമനാത്മക ധർമം ഇവരുടെ കൃതികളിലൂടെയാണ് നമ്മൾ അറിഞ്ഞത്. ഈ മൂന്നുപേരിൽ പ്രധാനിയാണ് തകഴി ശിവശങ്കരപ്പിള്ള. *രണ്ടിടങ്ങഴി* മുതൽ *കയർ* വരെയുള്ള അദ്ദേഹത്തിന്റെ കൃതികൾ കേരളത്തിന്റെ വികാസ പരിണാമങ്ങളുടെ നേർചിത്രമാണ്. *രണ്ടിടങ്ങഴിയിലൂടെ* സാഹിത്യത്തെ മനുഷ്യവൽക്കരിക്കുകയാണ് തകഴി ചെയ്തത്. രാജാവിനും രാജ്ഞിക്കും മാത്രം അവകാശപ്പെട്ടിരുന്ന നായക-നായികാ പദവികൾ *രണ്ടിടങ്ങഴി*യിൽ കോരനിലേക്കും ചിരുതയിലേക്കും മാറുമ്പോൾ കേരളം അടിമുടി മാറുന്ന അനുഭവം നമുക്കുണ്ടാകുന്നു. കർഷകത്തൊഴിലാളികൾ സാഹിത്യത്തിന്റെ കേന്ദ്രസ്ഥാനത്തേക്ക് കടന്നുവരുന്നു. അധഃസ്ഥിതന്റെ, ദളിതന്റെ, ജീവിതത്തിന് വർഗബോധത്തിന്റെ കരുത്തുണ്ടാകുന്നു.

എങ്ങനെയാണ്, കേരളം മാറി വന്നത് എന്ന് പഠിക്കാൻ തകഴിയുടെ ഈ ജന്മശതാബ്ദിവേള പ്രയോജനപ്പെടുത്താവുന്നതാണ്. 1922 ൽ ആശാൻ *ദുരവസ്ഥ* എഴുതുന്നു. 1937 ൽ ചങ്ങമ്പുഴയുടെ *വാഴക്കുല* ഉണ്ടാകുന്നു. 1948 ൽ തകഴിയുടെ *രണ്ടിടങ്ങഴി* പ്രകാശിതമാകുന്നു. *ദുരവസ്ഥ*യിലെ ചാത്തനിൽ നിന്നാരംഭിച്ച് ചങ്ങമ്പുഴയുടെ *മലയപ്പുലയനി*ലൂടെ *രണ്ടിടങ്ങഴി*യിലെത്തുമ്പോൾ മലയാള സാഹിത്യം അടിമുടി മാറുകയാണ്. വൈലോപ്പിള്ളി പറഞ്ഞതുപോലെ:

"തുടുവെള്ളാമ്പൽ പോയ്കയല്ല ജീവിത-
ത്തിന്റെ കടലേ കവിതയ്ക്കു ഞങ്ങൾക്ക് മഷിപ്പാത്രം"

എന്ന രീതിയിൽ സാഹിത്യത്തിന്റെ സമീപനം തിരുത്തപ്പെടുന്നു. രാജാവിന് മാത്രമല്ല, ചാത്തനും കോരനും ചിരുതയ്ക്കുമെല്ലാം ജീവിതമുണ്ടെന്നും പ്രേമമുണ്ടെന്നും അതു സാഹിത്യത്തിൽ ചിത്രീകരിക്കപ്പെടേണ്ടതാണെന്നും മാറി ചിന്തിക്കാൻ അവസരമുണ്ടാകുന്നു. സാവിത്രി അന്തർജനത്തെ ചാത്തന്റെ ജീവിതത്തിലേക്ക് ഇറക്കിക്കൊണ്ടു വന്നതിലൂടെ ആശാൻ വരുത്തിയ വിപ്ലവം മലയാളി വേണ്ടത്ര മനസിലാക്കിയോ? പിൽക്കാലത്ത് ഇ എം എസ് എന്ന ഒരു നമ്പൂതിരി യുവാവ് ചാത്തന്മാർക്ക് വ്യക്തിത്വവും ജീവിതവും നൽകാനായി ഭൂപരിഷ്കരണത്തിന് നേതൃത്വം നൽകിയത് കേരള ചരിത്രമാണ്. സമുദായത്തിലെ സ്ഥാനമാനങ്ങളെല്ലാം വലിച്ചെറിഞ്ഞ്, പൂണൂൽ പൊട്ടിച്ച്, കുടുമ മുറിച്ച്, മനുഷ്യനായി സാമൂഹികവിപ്ലവത്തിന്, അതുവഴി രാഷ്ട്രീയ മാറ്റത്തിന് നേതൃത്വം നൽകുകയായിരുന്നു ഇ എം എസ് സാവിത്രി അന്തർജനത്തിലൂടെ ആശാൻ വരുത്തിയ വിപ്ലവം ഇ എം എസ്. സ്വന്തം ജീവിതം കൊണ്ട് കാണിച്ചു തന്നു എന്നതാണ് 'ചരിത്രത്തിൽ മനുഷ്യന്റെ നേരിട്ടുള്ള ഇടപെടലിന്റെ' പ്രാധാന്യം. സ്വന്തം ജീവിതത്തെ ഡീ-ക്ലാസിഫൈ ചെയ്തുകൊണ്ടാണ് മാർക്സിസത്തിന്റെ യഥാർഥ ചൈതന്യം ഇ എം എസ് സമൂഹത്തിന് കാണിച്ചുകൊടുത്തത്.

സാവിത്രി അന്തർജനത്തിന്റെ ഡീ ക്ലാസിഫിക്കേഷൻ *ദുരവസ്ഥ*യിൽ ആശാൻ വിവരിക്കുന്നത് നോക്കുക:

"പീഡയകന്നുടൻ പിന്നെയും കൊയ്യും ഞാൻ
ചൂടേറുമുച്ചവെയിൽ സഹിച്ചും
കറ്റകൾ കൂട്ടി ഞാൻ കെട്ടുമുടയോർ തൻ
മുറ്റത്തു പേറിക്കൊണ്ടിറക്കും
കൊറ്റിന്നെളിയ ചെറുമികൾ ചെയ്തിടും
മറ്റെന്തു വേലയും ഞാനെടുക്കും"

അന്തഃപുരത്തിനകത്ത് ജീവിച്ചിരുന്ന സാവിത്രി അന്തർജനം കൊറ്റിനുവേണ്ടി കൃതാർഥതയോടെ പണിയെടുക്കുന്നവളായി മാറുമെന്നുള്ള വിവരണം നമ്പൂതിരി സ്ത്രീ മനുഷ്യസ്ത്രീയായി മാറുമെന്ന സൂചനയാണ്.

ആരാണ് വിതയ്ക്കുന്നത്, പക്ഷേ ആരാണ് കൊയ്യുന്നത്? ഈ ചോദ്യം കേരളത്തിന്റെ സാമൂഹികഘടനയെ ഇളക്കിമറിച്ച ചോദ്യമാണ്. ചങ്ങമ്പുഴ വാഴക്കുലയിൽ ഉയർത്തുന്നത് മൗലികമായ ഈ പ്രശ്നമാണ്. ഇടശേരി, *പുത്തൻ കലവും അരിവാളും* എന്ന കൃതിയിൽ ഉന്നയിക്കുന്നതും ഇതേ പ്രശ്നം തന്നെ.

ആരേപോയ പുകിൽക്കിപ്പാട
ത്തരിമയോടാരിയൻ വിത്തിട്ടു

* * * * *

ആരേ, കൊയ്തുമെതിച്ചതിയ്യാണ്ടിൽ
കോമൻ വിളയിച്ച പൊന്നാര്യൻ"

വിതച്ചവന് കൊയ്യാൻ അവകാശം കിട്ടുന്നതിനായി കേരളത്തിൽ നടന്ന പോരാട്ടങ്ങളുടെ പരമ്പരകളാണ് ഈ സന്ദർഭത്തിൽ നമുക്കോർമ്മ വരുന്നത്. വാഴ വെച്ചവന് കുല വെട്ടാൻ അവകാശം ഇല്ലേ എന്ന ചോദ്യ മാണ് *വാഴക്കുലയിൽ* മുഴങ്ങി നിൽക്കുന്നത്. ചങ്ങമ്പുഴ ഉണർത്തിവിട്ട ഈ അവകാശബോധം കേരള ചരിത്രത്തിൽ വരുത്തിയ മാറ്റം ചെറുത ല്ലല്ലോ. കയ്യൂരും കരിവെള്ളൂരും മൊറാഴയും മുനയൻകുന്നും കാവുമ്പാ യിയും ഇന്നും നമ്മുടെ സ്മരണകളിലെ ഇരമ്പമാണ്. ചങ്ങമ്പുഴയ്ക്കറി യാമായിരുന്ന അവകാശബോധം പക്ഷേ കഥാപാത്രമായ മലയപ്പുലയ നിൽ നിസഹായതയായിട്ടാണ് പ്രകടമായത്. കരയാതെ മക്കളെ കൽപ്പിച്ചു തമ്പുരാൻ എന്നിടം വരെയേ അയാൾ എത്തുന്നുള്ളൂ. എന്നാൽ ഇടശേരിയുടെ കോമൻ ഗർജ്ജിക്കുകയാണ്.

"കൊയ്യില്ലീവിള മറ്റാരും"

ചങ്ങമ്പുഴയുടെ കാലത്തു നിന്നും ഇടശേരിയിലെത്തുന്നതിനിടയ്ക്ക് കേരളത്തിൽ നടന്ന ഐതിഹാസിക സമരങ്ങൾ പകർന്ന ആത്മധൈര്യ മാണ് കോമനിൽ കാണുന്നതെന്ന തായാട്ടുശങ്കരന്റെ നിരീക്ഷണം എത്ര ശരിയാണ്. സാഹിത്യം സമരങ്ങളെയും സമരങ്ങൾ സാഹിത്യത്തെയും പരസ്പരം സ്വാധീനിക്കുന്നതും പഠിക്കേണ്ടതുതന്നെ.

രണ്ടിടങ്ങഴി കൂലിയുടെ പ്രശ്നമാണ്. മലബാറിലെ കർഷക സമര ങ്ങൾ, വാശി, നുരി, പാട്ടം പിരിവുകളുടെ പ്രശ്നങ്ങളാണ് ഉയർത്തിയത്. കേരളത്തിലെ സാമ്പത്തിക-ഉൽപ്പാദന രംഗങ്ങളിൽ വരുന്ന മാറ്റത്തോടു ചേർത്തുവച്ചു വേണം *രണ്ടിടങ്ങഴി* വായിക്കാൻ. ഫ്യൂഡലിസത്തിൽ നിന്നും പതുക്കെപ്പതുക്കെ വ്യവസായാന്തരീക്ഷത്തിലേക്ക് വരുന്ന കേര ളത്തിന്റെ ചിത്രം ഇവിടെയുണ്ട്. കാർഷിക സമ്പദ് വ്യവസ്ഥ മുതലാ ളിത്ത വ്യവസ്ഥയിലേക്ക് മാറുന്നു. ഫ്യൂഡൽ കാലത്ത് കൂലി നെല്ലായി രുന്നു. മുതലാളിത്തം കടന്നുവരുമ്പോൾ കൂലി പണമായി മാറുന്നു. ഫ്യൂഡ ലിസത്തിലെ പരോക്ഷ ചൂഷണരീതിയല്ല മുതലാളിത്തത്തിൽ. അവിടെ പണം പ്രത്യക്ഷ ചൂഷണത്തിന്റെ അനുഭവമായിത്തീരുന്നു. കുറഞ്ഞ കൂലി നൽകി കൊടിയ ചൂഷണം നടത്തുന്ന മുതലാളിത്തത്തെ പെട്ടെന്നു തന്നെ തിരിച്ചറിയാൻ ബുദ്ധിമുട്ട് വരുന്നില്ല. *രണ്ടിടങ്ങഴി*യിലെ കോരൻ പാട്ടകൃഷിക്കാരനല്ല; നൂറുശതമാനം കർഷകത്തൊഴിലാളിയാണ്. തക ഴിയുടെയും ദേവിന്റെയും കൃതികളിൽ തൊഴിലാളിവർഗം കടന്നുവരിക യാണ്. ചെമ്മീൻ പോലും ഒരർഥത്തിൽ കടലിൽ പോകുന്ന തൊഴിലാളി കളുടെ കഥയാണ്.

സ്വന്തം പിതാവ് മരിക്കുമ്പോൾ കുഴിച്ചിടാൻ ആറടി മണ്ണില്ലാതെ, കായലിന്റെ നടുക്ക് ശവം കല്ലിൽ കെട്ടിത്താഴ്ത്തുന്ന കോരന്റെ ദയനീയ ചിത്രത്തിൽ നിന്ന് വേണം *രണ്ടിടങ്ങഴി*യെക്കുറിച്ചുള്ള നമ്മുടെ എല്ലാ

ചിന്തകളും ആരംഭിക്കാൻ. അതായിരുന്നു അന്നത്തെ കേരളം. മനുഷ്യൻ പുഴുക്കളെപ്പോലെ ജീവിച്ചിരുന്ന കാലം.

"നെല്ലിൻ ചുവട്ടിൽ മുളയ്ക്കും കാട്ടു-
പുല്ലല്ല സാധുപുലയൻ"

എന്ന് ആശാൻ ഈ ദയനീയാവസ്ഥയെ വിവരിക്കുന്നുണ്ട്. പിന്നീടങ്ങോട്ട് തൊഴിലാളിയുടെ ഉയിർത്തെഴുന്നേൽപ്പിന്റെ ചരിത്രമാണ്. ആലപ്പുഴയിലെ തൊഴിൽസമരങ്ങൾ, ഇന്ത്യൻ സ്വാതന്ത്ര്യ സമരത്തിന്റെ അലയൊലികൾ ഇതെല്ലാം *രണ്ടിടങ്ങഴി* എഴുതാൻ വഴിയൊരുക്കിയ സാഹചര്യങ്ങളാണ്. സാമ്പത്തിക ചൂഷണങ്ങളുടെ അതിക്രൂരമുഖം അന്ന് കമ്യൂണിസ്റ്റ് പാർട്ടി തുറന്നുകാട്ടി.

തൊഴിലാളിവർഗ സാഹിത്യം മലയാളത്തിൽ കർഷകത്തൊഴിലാളി വർഗ സാഹിത്യമായിട്ടാണ് തുടക്കം കുറിക്കുന്നത്. കാർഷിക മേഖലയിലെ പോരാട്ടങ്ങളിലൂടെയാണ് ഇടതുപക്ഷം കേരളത്തിൽ വളർന്നുവന്നത്. കുട്ടനാട്ടെ കർഷകത്തൊഴിലാളിയുടെ മനസ്സ് നല്ലതുപോലെ അടുത്തറിഞ്ഞിട്ടുള്ള എഴുത്തുകാരനാണ് തകഴി. തമ്പുരാന് വേണ്ടി മരിക്കാൻ വരെ അവർ തയ്യാറാണ്. പാടത്ത് തമ്പുരാനു വേണ്ടി ഏറ്റവും വലിയ വിളവ് സൃഷ്ടിക്കാൻ മത്സരിക്കുന്നതും അവരാണ്. അവരുടെ കഷ്ടതകൾ കരച്ചിലായി – പതുക്കെ പതുക്കെ അവകാശബോധമായി പരിണമിക്കുകയാണ്. "ഈ പറേരും പൊലേരുമില്ലെങ്കില് എങ്ങനാ പുഞ്ചക്കണ്ടം കൃഷി നടക്കുന്നെ" എന്ന തിരിച്ചറിവ് അവർക്കുണ്ടാകുന്നു.

"നമ്മ മേല എടുത്തില്ലങ്കില് എന്തുചെയ്യും
നമ്മ പട്ണിയാകും
തമ്പ്രാക്കന്മാരും പട്ടിണിയാകും
ഇക്കണ്ട നാടെല്ലാം പട്ണി"

"ഈ തമ്രാക്കന്മാരു താമസിക്കുന്ന കാണായ പറമ്പെല്ലാം പറേനോ വെള്ളത്തീന്ന് കുത്തിപ്പൊക്കിയെ."

തങ്ങളാണ് തമ്പ്രാക്കന്മാരുടെ അറ നെറയ്ക്കുന്നതെന്ന തിരിച്ചറിവ് വർഗബോധത്തിന്റെ മുള പൊട്ടലാണ്.

സ്വാതന്ത്ര്യത്തിന്റെ നാനാർഥങ്ങളായിട്ടാണ് *രണ്ടിടങ്ങഴി*യുടെ രണ്ടാം ഭാഗം വികസിക്കുന്നത്. ഏറ്റവും പ്രധാനം നാട്ടിൽ ജനാധിപത്യത്തിന്റെ കടന്നുവരവാണ്. പ്രായപൂർത്തിയായ എല്ലാവർക്കും വോട്ടവകാശം ലഭിക്കുന്നു. അതിന്റെ ആഘോഷം വിവരിച്ചുകൊണ്ട് തകഴി രണ്ടാം ഭാഗം തുടങ്ങുന്നു, "എല്ലാരും ഒപ്പമാണെന്ന് ആ തമ്പ്രാ പറഞ്ഞു. എന്നാലെക്കൊണ്ട് എങ്ങനാ കോരാ, നമ്മളും തമ്പ്രാനും ഒപ്പമാണോ? കുഞ്ഞപ്പിയുടെ ഈ സംശയം കർഷകത്തൊഴിലാളികളുടെയെല്ലാം സംശയമായി വളരുകയാണ്. വർഗവൈരുധ്യത്തിന്റെ പ്രശ്നങ്ങളിലേക്കാണ് അത് മാറുന്നത്. വോട്ടവകാശം കിട്ടിയപ്പോൾ നായരു തമ്പ്രാക്കന്മാരും മാപ്പിള തമ്പ്രാക്കന്മാരുമെല്ലാം കോങ്ക്രസ് തമ്പുരാക്കന്മാരായിത്തീരുന്നുണ്ട്. പക്ഷേ അപ്പോഴും കോരന് കുമ്പിളിൽത്തന്നെ കഞ്ഞി. ഇതിനിടെ, മതപരി

വർത്തനം നടത്തി വോട്ടു ബാങ്ക് വർധിപ്പിക്കുന്ന ചിത്രവും തകഴി വിവരിക്കുന്നു. ക്രിസ്തുമതത്തിലേക്കും ക്രിസ്തുമതത്തിൽ നിന്നും ഹിന്ദുമതത്തിലേക്കും പാവപ്പെട്ട പണിയാളരെ മതം മാറ്റുകയാണ്.

പുഷ്പവേലിൽ ഔസേപ്പെന്ന ജന്മിയുടെ പണിക്കാരനായ കോരന് എത്ര ആത്മാർഥതയോടെ പണിയെടുത്തിട്ടും ഔസേപ്പിന്റെ ആട്ടും തുപ്പുമാണ് മിച്ചം. ഇത്തരം ജന്മിമാരുടെ നിർദയമായ പെരുമാറ്റം കൊണ്ട് പൊറുതി മുട്ടുകയാണ് പണിക്കാർ. കൂലിയുടെ കാര്യത്തിൽ മാത്രമല്ല, പണിയെടുക്കുന്ന സ്ത്രീകളുടെ മാനം ജന്മിമാർ കവരുന്നതും പ്രശ്നമാണ്. ഔസേപ്പിന്റെ മകൻ ചാക്കോയുടെ കടന്നാക്രമണം ഭയന്നാണ് കോരന്റെ ഭാര്യ ചിരുത കഴിയുന്നത്.

ജന്മിമാർ ഒന്നിക്കുകയും കോൺഗ്രസാവുകയും പണിയാളർക്ക് കൂലിയായി കൊടുത്തിരുന്ന നെല്ല് (രണ്ടിടങ്ങഴി) നിർത്തലാക്കുകയും പകരം പണം കൊടുക്കാൻ തീരുമാനിക്കുകയും ചെയ്യുമ്പോൾ കാര്യങ്ങൾ കൂടുതൽ വഷളാവുകയാണ്. തൊഴിലാളിക്ക് ബോധ്യമായി: "നമ്മ ഒന്നിച്ചു നിന്നാലേ കാര്യമൊക്കൂ. തമ്രാക്കന്മാര് ഒരുമിച്ചാ നിക്കുന്നെ." അങ്ങനെ തൊഴിലാളികളും യോഗം കൂടി ഒന്നിച്ചപ്പോ അവർക്കു തോന്നി, കരുത്തുണ്ടെന്ന്, എതിർക്കാമെന്ന്. ആനയ്ക്ക് അതിന്റെ ബലം തിരിച്ചറിയാൻ കഴിഞ്ഞു. കർഷകത്തൊഴിലാളി യൂണിയൻ രജിസ്റ്റർ ചെയ്തു. അതിന്റെ നേട്ടവും അവർക്ക് കിട്ടി. ദിവസം രണ്ട് കൂലിയേൽ നെല്ലും ബാക്കിക്ക് സർക്കാർ നിരക്ക് വച്ചുള്ള പണവും എന്ന നിലയിൽ കൂലിയുടെ നിരക്ക് മാറ്റി. കോരനായിരുന്നു യൂണിയന്റെ ജീവനാഡി. നേതാവായ കോരനോട് ചിരുതയുടെ ഒരു ചോദ്യമുണ്ട്. "നിങ്ങ ആണുങ്ങൾക്കു മാത്രം മതിയോ യോഗം. ഞങ്ങ പെണ്ണുങ്ങളും യോഗമൊണ്ടാക്കും. ഞങ്ങക്കും കാര്യമൊണ്ട്." അതെ, സ്ത്രീകൾക്കും കാര്യമൊണ്ട്. അത് കൂലിയുടെ മാത്രം കാര്യമല്ല. അഭിമാനത്തിന്റെ പ്രശ്നമാണ്. ചാക്കോമാരിൽ നിന്ന് സ്വന്തം മാനം രക്ഷിക്കാനുള്ള വഴിതേടലാണ്. യൂണിയൻ വന്നതോടെ നാടു നീളെ യോഗങ്ങളുണ്ടായി. ചില സ്ഥലങ്ങളിലൊക്കെ പണിമുടക്കുണ്ടായി. വർഗബോധം തൊഴിലാളിക്ക് കൃത്യമായി മനസിലാകുന്നു. പാവപ്പെട്ടവർ ഒന്നിച്ചപ്പോൾ അവന്റെ നാവനങ്ങിത്തുടങ്ങി. പറയനെ മേലാളർ തീറ്റിപ്പോറ്റുമെന്ന് പറയുമ്പോൾ, അവന് കൂലി കൊടുക്കുന്നതു സൗജന്യമെന്ന് പറയുമ്പോൾ, അതിന് അവൻ ഉത്തരം പറയാൻ തുടങ്ങി. ഒരു വലിയ മത്സരത്തിന്റെ പ്രാരംഭമാണെന്ന് കോരന്റെ പിതാവ് മനസിലാക്കി. വ്യവസ്ഥിതി അട്ടിമറിയാൻ പോകുന്നുവെന്ന ഭയം ജന്മിമാരിൽ ഉടലെടുത്തു.

ജന്മിത്തത്തിന്റെ അതിക്രൂര മുഖം കോരൻ കണ്ടത് സ്വന്തം അച്ഛൻ മരിച്ചപ്പോഴാണ്. കുഴിച്ചിടാൻ മണ്ണില്ല. ജന്മിയോടു ചോദിച്ചപ്പോൾ അയാൾ കൊടുത്തില്ല. കോരൻ മതം മാറാമെന്ന് ഏൽക്കാമെങ്കിൽ പള്ളിക്കാരോട് പറഞ്ഞ് അനാഥ പ്രേതത്തെ കുഴിച്ചിടുന്നിടത്ത് മൂത്ത പറയനേം കുഴിച്ചടാമെന്ന്. അഭിമാനിയായ കോരൻ അതിന് നിന്നുകൊടുത്തില്ല. ശവം ഒരു

പായ് കൊണ്ട് മൂടിക്കെട്ടി വള്ളത്തിലെടുത്തു വച്ച് കായലിന്റെ നടക്കു കൊണ്ടുപോയി കല്ലിൽ കെട്ടിത്താഴ്ത്തി ഒഴുക്കി. അങ്ങനെ ആറടി സ്ഥലം കൂടി, കിട്ടാതെ ആ സേവന ചരിത്രം അവസാനിച്ചു. ആരുടേ താണ് ഈ മണ്ണ്? കുട്ടനാട്ടിൽ പുലയൻ കായലിൽ നിന്നും ചെളി കുത്തി യെടുത്ത സ്ഥലത്ത് അവന്റെ ശവമടക്കാൻ പോലും ആറടി മണ്ണ് അവ നില്ല!!

ജന്മിത്തവുമായുള്ള ഏറ്റുമുട്ടൽ കേരളത്തിലെ കർഷകത്തൊഴിലാ ളികളുടെ സമരചരിത്രമാണ്. ജന്മിയുടെ വീട്ടുമുറ്റത്ത് കുഴി കുത്തി പാള വച്ച് അതിൽ തൊഴിലാളികൾക്ക് കഞ്ഞി ഒഴിച്ചുകൊടുത്തിരുന്ന കാലമു ണ്ടായിരുന്നു. അന്നതിനെതിരെ പ്രതിഷേധ ശബ്ദമുയർന്നു.

“പാളേൽ കഞ്ഞി കുടിക്കില്ല
തമ്പ്രാനെന്നു വിളിക്കില്ല
പാളേൽ കഞ്ഞി കുടിപ്പിക്കും
തമ്പ്രാനെന്നു വിളിപ്പിക്കും”

ഈ ഏറ്റുമുട്ടലിൽ ആരാണ് വിജയിച്ചത്? തൊഴിലാളി. ഇന്നാരും പാളയിൽ കഞ്ഞി കുടിക്കുന്നില്ല. ആരും ആരെയും തമ്പ്രാനെന്ന് വിളി ക്കുന്നില്ല. എങ്ങനെയാണ് ഈ മാറ്റം കേരളത്തിൽ വന്നത്? നിരന്തര മായ സമരങ്ങൾ – കയ്യൂർ, കരിവെള്ളൂർ, മുനയൻ കുന്ന്, പാടിക്കുന്ന്... കേരളത്തിന്റെ സാമൂഹികാന്തരീക്ഷത്തെ കീഴ്മേൽ മറിച്ചത് ഈ സമര പരമ്പരകളാണ്. തൊട്ടടുത്ത് തമിഴ്നാട്ടിൽ ഇപ്പോഴും അയിത്തം നില നിൽക്കുന്നു. മധുരമീനാക്ഷി ക്ഷേത്രത്തിനടുത്ത് ഉത്തരപുരം ഗ്രാമത്തിൽ സവർണർ അവർണരുടെ കുട്ടികൾ കടന്നുവരാതിരിക്കാൻ പാറ കൊണ്ട് മതിൽ കെട്ടിയടച്ചിരിക്കുകയാണ്. ആ മതിൽ പോളിക്കണമെന്നാവശ്യ പ്പെട്ടാണ് ഇപ്പോഴും അവിടെ സമരം (കുറെ ഭാഗം പൊളിച്ചു). കേരള ത്തിൽ ഇന്ന് ഇങ്ങനെയൊരു മതിൽ കെട്ടാൻ, എന്തിന് അതിനെപ്പറ്റി ആലോചിക്കാനെങ്കിലും, ആർക്കെങ്കിലും ധൈര്യമുണ്ടാകുമോ? ഇല്ല,. നമ്മുടെ ശ്രീനാരായണ ഗുരുവും അയ്യങ്കാളിയും വൈകുണ്ഠ സ്വാമിയും പൊയ്കയിൽ അപ്പച്ചനും ഒക്കെ നടത്തിയ നവോത്ഥാന സമരങ്ങളാണ് ഇന്നും കേരളത്തെ മുന്നോട്ടു നയിക്കുന്നത്.

വർഗബോധവും രാഷ്ട്രീയ ബോധവും നേടിയ കർഷകത്തൊഴി ലാളിയുടെ മുന്നേറ്റത്തിന്റെ ചരിത്രമാണ് തകഴി *രണ്ടിടങ്ങഴിയുടെ* മൂന്നാം ഭാഗത്ത് പറയുന്നത്. കർഷകത്തൊഴിലാളി യൂണിയൻ ശക്തമായതോടെ ജന്മിമാർ പലതരത്തിൽ തിരിച്ചടിക്കാൻ തുടങ്ങി. കോരനെപ്പോലുള്ള യൂണിയൻ നേതാക്കളോട് തീർത്താൽ തീരാത്ത പക അവർക്കുണ്ടായി. പറയനും പുലയനും ഒന്നു വളർന്നതായി തോന്നി. അവന്റെ ശബ്ദത്തിന് കട്ടി കൂടി. അവന് നെല്ല് കൂലി അളക്കുന്നത് അവന്റെ മുമ്പാകെ വച്ച് വേണമെന്ന് അവൻ പറയുന്നു. കൂലി ഇടങ്ങഴി നിറച്ച് അളക്കണം. അവന്റെ ജീവിതരീതിയിൽകൂടി മാറ്റങ്ങൾ വന്നു. കഴിഞ്ഞ ദിവസം വരെ

മിണ്ടാപ്രാണിയായി, മൃഗമായി നിങ്ങളുടെ ആട്ടും ചീറ്റുമേറ്റ് നിങ്ങൾ കൊടുക്കുന്നതു വാങ്ങിപ്പൊയ്ക്കൊണ്ടിരുന്ന പറയൻ എങ്ങനെ മാറിക്കഴിഞ്ഞു? ആരു പഠിപ്പിച്ചു? ഇതെല്ലാം അത്ഭുതകരമായിരുന്നു.

യൂണിയൻ നേതാവായ കോരന്റെ ജീവന് ഭീഷണി ഉയർന്നു. അയാൾ ഒളിവിൽ പോയി. ചിരുതയുടെ ജീവിതവും ദുരിതത്തിലായി. വല്ലപ്പോഴും രാത്രിയിൽ കായൽ നീന്തിക്കടന്നു വരുന്ന കോരൻ ഒരു രാത്രി കണ്ടത് പുഷ്പവേലിൽ ചാക്കോ ചിരുതയെ ബലാൽക്കാരത്തിന് ശ്രമിക്കുന്നതാണ്. അവിടെ വച്ചുതന്നെ അവൻ ചാക്കോയെ തല്ലിക്കൊന്നു. കോരൻ ജയിലിലായി. ചാക്കോയുടെ കൊല കുട്ടനാട്ടിലെ കർഷക മുതലാളി വർഗത്തെ ഭയസ്തബ്ധരാക്കി. ഇത് പുലയന്റെയും പറയന്റെയും അക്രമം വർധിച്ചതിന്റെ ഉദാഹരണമാണ് പോലും. പുലയനെയും പറയനേയും ഒറ്റയ്ക്ക് കൃഷിക്കാർ തല്ലിത്തുടങ്ങി. ആ ഓരോ സംഭവത്തേയും യൂണിയൻ പ്രശ്നങ്ങളാക്കി.

ഗർഭിണിയായിരുന്ന ചിരുതയുടെ ജീവിതം കോരന്റെ നിർദേശപ്രകാരം ചാത്തൻ സംരക്ഷിച്ചു. ഒരിക്കൽ ചിരുതയെ സ്നേഹിച്ചിരുന്ന ചാത്തനെ ഇന്ന് ഒരാങ്ങളയായി ചിരുത സ്വീകരിച്ചു. ചിരുതയുടെ മകനെ അവൻ പോറ്റിവളർത്തി. ആ പുറംതള്ളപ്പെട്ടു പോയ വർഗം അതിവേഗം ഈ സാമൂഹ്യ വ്യവസ്ഥയിൽ നിന്നും പുറംതള്ളപ്പെട്ടു പോകുന്നില്ല. ജീവിതത്തിന്റെ എല്ലാ ഭാഗങ്ങളിലും ആ വർഗത്തിന്റെ ശക്തിയുടെ വേരുകൾ പടർന്നുപിടിച്ചിട്ടുണ്ട്. വിശദമായ ഒരു വർഗസമരം തന്നെ രൂപം പ്രാപിച്ചു. അതു വർഗരഹിതമായ സാമൂഹ്യസൃഷ്ടിയെ ലക്ഷ്യമാക്കി വളരുകയാണ്; വളർത്തപ്പെടുകയാണ്. ആ അവസാന വിപ്ലവത്തെ സമീപിച്ചുകൊണ്ടിരിക്കുകയാണ്. കോരന്റെയും ചിരുതയുടെയും ജീവിതകഥയാണ് തകഴി പറയുന്നതെങ്കിലും അത് കുട്ടനാടൻ ജീവിതപ്പോരാട്ടത്തിന്റെ ചരിത്രമായി മാറുകയാണ്.

യൂണിയൻ ഇന്ന് കുട്ടനാട്ട് ശക്തമാണ്. യൂണിയന് വേണ്ടി ഇതുവരെ ഒന്നും പ്രവർത്തിക്കാനായില്ലെന്ന ബോധം ചാത്തനുണ്ട്. അവൻ ചിരുതയുടെ സംരക്ഷകനായി ഒതുങ്ങുകയായിരുന്നല്ലോ. യഥാർഥത്തിൽ അതും ഒരു യൂണിയൻ പ്രവർത്തനം തന്നെ. എന്നാൽ ഒടുവിൽ അവൻ യൂണിയൻ ഓഫീസിലേക്ക് പോവുകയാണ്. അവിടെ താടിമീശ വളർത്തിയ ഒരാൾ, അത് ജയിലിൽ നിന്നും പുറത്തു വന്ന കോരനായിരുന്നു. പുറകേ എത്തിയ മകനെയും ചിരുതയെയും കോരൻ കണ്ടു. ചിരുതയുടെ ആങ്ങളയായി ജീവിച്ച ചാത്തന്റെ ത്യാഗപൂർവമായ ജീവിതം കോരനെ വല്ലാതെ സ്പർശിച്ചു. കോരന്റെ കുഞ്ഞ് – വെളുത്ത – അവന്റെ നെഞ്ചിലേക്ക് ചാഞ്ഞു. തകഴി രണ്ടിടങ്ങഴി അവസാനിപ്പിക്കുന്നത് ഇങ്ങനെയാണ്. അപ്പുറത്ത് മുദ്രാവാക്യങ്ങൾ കേൾക്കായി:

വിപ്ലവം ജയിക്കട്ടെ

യൂണിയൻ ജയിക്കട്ടെ

വെളുത്ത അവന്റെ കൊച്ചുകൈ ചുരുട്ടി ഉയർത്തിക്കൊണ്ടു വിളിച്ചു

"കൃഷി ഭൂമി കർഷകർക്ക്"

പ്രകൃതിയിലെന്ന പോലെ സമൂഹത്തിലും വൈരുധ്യങ്ങൾ നില നിൽക്കുകയാണ്. എഴുത്തുകാരൻ ഈ വർഗവൈരുധ്യങ്ങൾക്കുള്ളിൽ വച്ചുവേണം കഥാപാത്രങ്ങളെ പഠിക്കാൻ. തകഴി അതാണ് ചെയ്തത്. അതുകൊണ്ടാണ് തകഴിക്ക് ചരിത്രത്തോട് നീതി പുലർത്താനായത്. അതുകൊണ്ട് തന്നെയാണ് തകഴി ഇന്നും പ്രസക്തമാകുന്നത്. സാമൂഹിക വൈരുധ്യങ്ങൾ ഏറ്റുമുട്ടലുകളിലൂടെ മാറ്റങ്ങൾ സൃഷ്ടിക്കുന്നതെങ്ങനെയെന്നാണ് *രണ്ടിടങ്ങഴി*യിൽ തകഴി പറയുന്നത്.

ചരിത്രത്തിന്റെ സ്രഷ്ടാക്കൾ ആരാണ്?

ഇത് തകഴി അന്വേഷിക്കുന്നു. ജന്മിയായ പുഷ്പവേലിൽ ഔസേപ്പാണോ അതോ കുട്ടനാടൻ കായലിൽ നിന്നും ചെളികുത്തി അതിൽ പൊന്നു വിളയിക്കുന്ന കോരന്മാരാണോ? എഴുത്തുകാരൻ ഇതിൽ ആരുടെ ഭാഗത്തായിരിക്കണം. മണ്ണിൽ ചരിത്രം സൃഷ്ടിക്കുന്ന കോരനെ ചരിത്രത്തിൽ പ്രതിഷ്ഠിക്കാനാണ് തകഴിയുടെ ശ്രമം. ജനങ്ങളാണ് ചരിത്രത്തിന്റെ യഥാർഥ സ്രഷ്ടാക്കൾ എന്ന സത്യം *രണ്ടിടങ്ങഴി*യിലൂടെ തകഴി വിളിച്ചുപറയുകയാണ്.

(2011)

ചെമ്മീൻ:
നാടോടിത്തനിമയുടെ വശ്യത

കെ എസ് പ്രകാശ്

തിരകൾക്കും ഒഴുക്കിനും എതിരായി മല്ലടിച്ച് ഒരു തടിക്കഷണത്തിൽ ചക്രവാളത്തിനപ്പുറത്തേക്ക് പോയ ആദ്യത്തെ മുക്കുവന്റെ ഭാര്യ വ്രതനിഷ്ഠയോടെ കടപ്പുറത്ത് പടിഞ്ഞാറേക്ക് നോക്കിനിന്നു തപസ് ചെയ്യുകയായിരുന്നു. കടലിൽ കോളിളകി. തിമിംഗലങ്ങൾ വായ്പൊളിച്ചുകൊണ്ടടുത്തു. ശ്രാവുകൾ വാലുകൊണ്ടു വെള്ളത്തിലടിച്ചു. ഒഴുക്ക് വള്ളത്തെ ഒരു വലിയ ചുഴിയിലേക്ക് വലിച്ചുകൊണ്ടുപോയി. എല്ലാ അപകടത്തിൽനിന്നും രക്ഷപ്പെട്ടു എന്നല്ല, ഒരു വലിയ മീനുമായി അയാൾ കരയ്ക്ക് വന്നു. എങ്ങനെ ആ കൊടുങ്കാറ്റിൽനിന്നും അയാൾ രക്ഷപ്പെട്ടു? എന്തുകൊണ്ട് തിമിംഗലം വിഴുങ്ങിയില്ല. ശ്രാവിന്റടി ഏറ്റിട്ടു വള്ളത്തിന് ഒരു കേടും സംഭവിച്ചില്ല. ചുഴി ഒഴിഞ്ഞു വള്ളം പോയി. എങ്ങനെ അതെല്ലാം സംഭവിച്ചു? ആ പതിവ്രത കടപ്പുറത്ത് തപസ്സ് ചെയ്യുകയായിരുന്നു.

(ചെമ്മീൻ പുറം 14)

തകഴിയുടെ വിഖ്യാത നോവൽ *ചെമ്മീനിലെ* ഒരു ഭാഗമാണിത്. ചങ്ങമ്പുഴയുടെ *രമണനു* ശേഷം മലയാളം നെഞ്ചേറ്റി ലാളിച്ച കൃതിയാണ് തകഴിയുടെ *ചെമ്മീൻ.* ഇത്രയേറെ വിദേശഭാഷകളിലേക്ക് വിവർത്തനം ചെയ്യപ്പെട്ട മറ്റൊരു മലയാള കൃതിയില്ല. തകഴിയുടെ തന്നെ ഇതരകൃതികളിൽനിന്നും *ചെമ്മീനി*നെ വ്യത്യസ്തമാക്കുന്ന അനുഭവങ്ങളെന്താണ്? ദുരന്തച്ഛവി പുരണ്ട കാൽപ്പനിക വിദാനങ്ങളാണോ ചെമ്മീനിന്റെ പ്രത്യേകത.

അന്യസമുദായത്തിൽപ്പെട്ട ഒരു യുവാവിനെ പ്രണയിക്കുകയും മറ്റൊരാളിനെ വിവാഹം കഴിക്കേണ്ടി വരികയും ചെയ്ത ഒരു പെണ്ണിന്റെ കഥ

യാണ് *ചെമ്മീനി*ന്റെ പ്രമേയം എന്ന് ലളിതമായി പറയാം. എന്നാൽ ഒരു പ്രണയകഥയുടെ ദുരന്താത്മകതയല്ല ചെമ്മീനിനെ സവിശേഷമാക്കുന്ന അനുഭവതലം. ചെമ്മീനിലെ പ്രണയകഥയുടെ ദുരന്തപൂർണിമ നാടോടിവിശ്വാസത്തിന്മേൽ പടുത്തതാണ്. അവർക്ക് പരമ്പരയാ ലഭിച്ച തത്വശാസ്ത്രമാണ് ആ വിശ്വാസം. ഒരു നാടോടിക്കഥയുടെ ചാരുതയോടെ പകർന്നുപോരുന്ന ആദ്യ മുക്കുവന്റെയും മുക്കുവത്തിയുടെയും കഥയാണ് ആ തത്വശാസ്ത്രത്തിലുള്ളത്.

നാടോടിവിശ്വാസങ്ങൾക്ക് ജനഹൃദയത്തിലുള്ള സ്വാധീനം ആഴമേറിയതാണ്. ജനസമുദായത്തോളം തന്നെ പ്രാചീനത നാടോടി വിശ്വാസങ്ങൾക്കുണ്ട്. ഗോത്ര പൈതൃകങ്ങളിലേക്കാണ് നാടോടി വിശ്വാസങ്ങൾ വേരിറങ്ങി നിൽക്കുന്നത്. സമുദായ ഘടനയുടെ നിലനിൽപ്പിനും വിശ്വാസങ്ങൾ ചെലുത്തുന്ന സ്വാധീനം പ്രബലമാണ്. വിശ്വാസങ്ങളുടെ വലിയ ഭൂമികയാണ് ഗോത്രജീവിതം. മിത്തുകളായും നാടോടിക്കഥകളായും പഴഞ്ചൊല്ലുകളായും മറ്റും നാടോടി വിശ്വാസങ്ങൾ പ്രചരിക്കാറുണ്ട്. വിശ്വാസങ്ങളുടെ വാഹകമായി മിത്തുകൾ ഭാവിയെ സുരക്ഷിതമാക്കി തീർക്കുന്നതിനെക്കുറിച്ച് മലിനോവ്സ്കി നിരീക്ഷിച്ചിട്ടുണ്ട്.

വിശ്വാസങ്ങളുടെ ഭൂമിക

അരുതായ്മകളുടെ ലോകമാണ് വിശ്വാസങ്ങളിൽ ഏറെയും ഉള്ളത്. സമൂഹത്തെ നേർവഴിക്ക് നയിക്കുന്നതിനുള്ള മാർഗസൂചകങ്ങളായി വിലക്കുകളുടെ ലോകം നിർണയിക്കപ്പെടുന്നു. സദാചാരത്തെക്കുറിച്ചും സന്മാർഗത്തെക്കുറിച്ചുമുള്ള സങ്കൽപ്പങ്ങൾ വിലക്കുകളുടെ രൂപത്തിൽ സമൂഹത്തിൽ സ്വാധീനം ചെലുത്തുന്നു. ഇതിന് സാർവലൗകികമായ സ്വഭാവവും മാനവുമുണ്ട്. വിലക്കുകൾ നിലനിൽക്കുന്നത് അതീതവിശ്വാസങ്ങളുടെയും ഭാവിയെക്കുറിച്ചുള്ള ഭയാശങ്കകളുടെയും തുണയിലാണ്. *ചെമ്മീനി*ലെ പ്രണയത്തെ ദുരന്തത്തിന്റെ പ്രളയത്തിൽ ആഴ്ത്തുന്നത് നാടോടി വിശ്വാസത്തിന്റെ നീരാളിപ്പിടുത്തമാണ്. *ചെമ്മീനി*ലെ വിശ്വാസത്തിന്റെ പശ്ചാത്തലം നാടോടിമിത്തിന്റേതല്ല. നാടോടിക്കഥയുടേതാണ്. മിത്തുകൾക്ക് എപ്പോഴും ഒരതീതതലം കൂടിയുണ്ട്. *ചെമ്മീൻ* നാടോടിമിത്തിന്റെ ആവിഷ്കാരമാണ് എന്ന നിരീക്ഷണം സാധുവായതല്ല. നാടോടിവിശ്വാസത്തെയാണ് *ചെമ്മീൻ* ഉപജീവിക്കുന്നത്. അതിന് ആധാരമായ നാടോടിക്കഥ – ആദ്യത്തെ മുക്കുവന്റെ കഥ – നോവലിന്റെ തുടക്കത്തിൽത്തന്നെ പശ്ചാത്തലമായി ആവിഷ്കരിച്ചിരിക്കുന്നു.

ഗോത്ര ജീവിതത്തിൽനിന്നും കുടുംബ ജീവിതത്തിലേക്കുള്ള പരിണാമത്തോടെയാണ് സ്ത്രീയുടെ മേലുള്ള പുരുഷാധികാരവും കോയ്മയും വന്നുചേരുന്നത്. സ്ത്രീയുടെ മേലുള്ള ഉടമാവകാശത്തിന്റെ ഭാഗമായാണ് വിലക്കുകളുടെയും സദാചാരത്തിന്റെയും സങ്കൽപ്പങ്ങൾ നിലനിൽക്കുന്നത്. പാതിവ്രത്യത്തെയും ചാരിത്ര്യത്തെയുംകുറിച്ചുള്ള സങ്കൽപ്പങ്ങളും സ്ത്രീയുടെ ഉടമാവകാശത്തിന്റെ ഭാഗമാണ്. കുടുംബ

ജീവിതത്തിന് ദാർഢ്യമുള്ള ജനസമുദായങ്ങളിൽ ചാരിത്ര്യത്തെക്കുറിച്ചുള്ള സങ്കൽപ്പങ്ങൾ പ്രബലമാണ്.

ലൈംഗിക സ്വാതന്ത്ര്യത്തിന്മേലുള്ള വിലക്കുകൾ നാടോടി വിശ്വാസങ്ങളുടെ ഭാഗമായി നിലനിൽക്കുന്നുണ്ട്. സ്ത്രീയുടെ ചാരിത്ര്യനിഷ്ഠ സമൂഹത്തിന്റെ പൊതുനന്മയുടെ ഭാഗമായി കരുതപ്പെടുന്നു. നാടോടി വിശ്വാസങ്ങളുടെയും ആചാരങ്ങളുടെയും ലോകം തകഴിയുടെ രചനകളിൽ ഏറെയുണ്ട്. തറ അശുദ്ധമായാൽ പാടത്ത് മട വീണ് കൃഷി നശിച്ചുപോകുമെന്ന വിശ്വാസം *രണ്ടിടങ്ങഴിയിൽ* കാണാം. എന്നാൽ നാടോടിവിശ്വാസം കേന്ദ്രപ്രമേയമായി കഥയുടെ ഗതിവിഗതികൾക്ക് നിമിത്തമായിത്തീരുന്നത് *ചെമ്മീനിൽ* മാത്രമാണ്. കടലിൽ പോകുന്ന അരയന്റെ ജീവൻ കരയിലിരിക്കുന്ന ഭാര്യയുടെ വ്രതനിഷ്ഠയിലാണ് എന്ന വിശ്വാസമാണ് *ചെമ്മീനി*ലെ കഥയുടെ ഇരുണ്ട സൗന്ദര്യം.

നോവലിന്റെ തുടക്കം മുതലേ തുറയിലെ ജനജീവിതവും സങ്കീർണതകളുമാണ് തകഴി ആവിഷ്കരിക്കുന്നത്. ചെറുപ്പത്തിലേ കറുത്തമ്മ കേട്ടുവളർന്ന വിശ്വാസത്തിന്റെ മുഴക്കം അവളുടെ കാതുകളിൽ എപ്പോഴും അലയടിച്ചു നിൽക്കുന്നു. നാലു മരയ്ക്കാത്തികൾ ഒന്നിച്ചു കൂടുമ്പോൾ സദാചാരത്തെക്കുറിച്ച് പറയുന്ന ആ വർത്തമാനം അവൾ കേൾക്കുന്നുണ്ട്. മനസുകൊണ്ട് പ്രണയിച്ച പുരുഷനെ ഉപേക്ഷിക്കാൻ അവളെ പ്രേരിപ്പിക്കുന്നത് ദുരന്തത്തെക്കുറിച്ചുള്ള ഭയാശങ്കകളാണ്. പാപബോധവും കുറ്റബോധവും അവളെ പീഡിപ്പിക്കുന്നു. പാപബോധത്തെക്കുറിച്ചുള്ള വ്യഥയാണ് ഏറ്റവും വലിയ പീഡനവും ഭയവും.

കറുത്തമ്മയും പരീക്കുട്ടിയും തമ്മിലുള്ള അടുപ്പം മനസിലാക്കിയ ചക്കി അവളെ ഉപദേശിക്കുന്നതും ശാസിക്കുന്നതും വിശ്വാസത്തിന്റെ ദണ്ഡനം കൊണ്ടാണ്. "ഈ പരേന്നു കിടക്കണെ കടാലില് എല്ലാമോണ്ടു മൊകാളേ, എല്ലാം. അങ്ങോട്ടു പോകേണ ആണുങ്ങളു തിരിച്ചുവരേണത് ഏന്താന്നാ നിരീക്ഷിച്ചത്. കരേക്കു പെണ്ണുങ്ങ നെറീം മൊറേമായിട്ടിരുന്നിട്ടാ. അല്ലേല് വള്ളാത്തോടെ ചുഴിയങ്ങാ പിടിച്ചുവിഴുങ്ങും. കടാലി പോണോന്റെ ജീവൻ കരേലിരിക്കുന്ന പെണ്ണിന്റെ കൈയ്യിലാ" (പുറം 15). വീടു വിട്ടു പുറത്തേക്ക് പോകുമ്പോൾ പോലും ചക്കി പറയുന്നത് "അമ്മാച്ചി പറഞ്ഞതെല്ലാം ഓർത്തോണ്ണേ മൊകാളേ" എന്നാണ്. നൂറ്റാണ്ടുകളായി നിലനിൽക്കുന്ന ജീവിതവേദാന്തം കറുത്തമ്മയിലും ചലനങ്ങൾ സൃഷ്ടിക്കുകയാണ്. അത് കുറ്റബോധത്തിന്റെ ചുഴിയിലേക്ക് അവളെ എടുത്തെറിയുന്നു. പരീക്കുട്ടിയെ കാണുമ്പോൾ അവളുടെ ഭയാശങ്കകൾ വിശ്വാസത്തിന്റെ വേട്ടയാടലായിത്തീരുകയാണ്.

ഒരുവനെ സ്നേഹിച്ചിട്ട് മറ്റൊരുവനെ കല്യാണം കഴിച്ച വേറൊരു പെണ്ണ് കടാപ്പുറത്ത് എന്നെങ്കിലുമുണ്ടായിട്ടുണ്ടോ എന്ന് കറുത്തമ്മ അന്വേഷിക്കുന്നത് അവളുടെ കുറ്റബോധത്തിനുള്ള സമാശ്വാസമായാണ്. അപശപ്തമായ ഒരു സ്ത്രീയുടെ ആത്മാവ് ഒടുങ്ങാത്ത ദാഹത്തോടെ കടപ്പുറത്ത് അലയുന്നുണ്ടാവില്ലേ. പഴംപാട്ടുകളിൽ പാടികേൾക്കാറുള്ള ഒന്നു

രണ്ടു കഥകൾ നല്ലപെണ്ണ് അവളെ പറഞ്ഞുകേൾപ്പിക്കുന്നുണ്ട്. "കടപ്പുറത്തെ ഒരു പഴയ പാട്ടിന്റെ കഥാവസ്തു ആ സ്ത്രീയുടെ ജീവിതകഥയാണ്. അവൾ പിഴച്ചതിന്റെ ഫലമായി മലയോളം പൊക്കത്തിൽ കടലിൽ തിരകളുയർന്നു കരയ്ക്കുരുണ്ടുകയറി. വിഷമുള്ള കടൽപാമ്പുകൾ കരയിൽ നുരച്ചുനടന്നു. ഗുഹ പോലെ വായുള്ള കടൽ ജന്തുക്കൾ വായ് തുറന്നു. വള്ളങ്ങളുടെ പിന്നാലെ പാഞ്ഞു. അതെല്ലാം പഴയ കഥയാണ്" (പുറം 94). പഴയ കാര്യങ്ങളിൽ നിന്നും മനുഷ്യർ മാറുന്നുണ്ട്. അന്നത്തെ ശുദ്ധവും വൃത്തിയും ആർക്കുമില്ല. എന്നാലും കടലിന്റെ മകൾ ചാരിത്ര്യം സൂക്ഷിക്കണം എന്നാണ് നല്ലപെണ്ണും കല്യാണത്തിനുമുമ്പ് കറുത്തമ്മയെ ഉപദേശിക്കുന്നത്.

പരീക്കുട്ടിയുടെ പാട്ടുകേട്ട് മോഹിതയായിത്തീരുന്ന കറുത്തമ്മയെ ചിലപ്പോഴെങ്കിലും മനസ്സ് വിലക്കുന്നത് വിശ്വാസത്തിന്റെ ബന്ധനമാണ്. ചക്കി മരിച്ച വാർത്തയുമായി പരീക്കുട്ടി തൃക്കുന്നപ്പുഴയിൽ വരുമ്പോൾ കതകു തുറക്കാൻ കറുത്തമ്മ മടിക്കുന്നത് "അയ്യേ വേണ്ട വേണ്ട. കടലി പോയിരിക്കുവാ, കാറ്റും കോളുമുള്ള കടലില്" (പുറം 145) എന്നു പറഞ്ഞാണ്.

കല്യാണം കഴിച്ച് അന്യനാട്ടിലെത്തിയിട്ടും പഴങ്കഥകളുടെ നീരാളിപ്പിടുത്തത്തിൽനിന്നും കറുത്തമ്മ മോചിതയാകുന്നില്ല. "ആങ്ങേങ്ങാണ്ടോ കടപ്പുറത്തു കണ്ട മേത്തനേം പിടിച്ചു കെടന്നോള്... അവാള് കടപ്പുറം മുടിക്കാനെക്കൊണ്ടു വന്നിരിക്കുവാ" എന്ന് കച്ചവടക്കാരി പെണ്ണുങ്ങൾ ദുഷിക്കുന്നത് അവൾ കേൾക്കുന്നുണ്ട്.

കറുത്തമ്മയുടെ അമിതമായ സൗന്ദര്യവും അവളെക്കുറിച്ചുള്ള അപവാദത്തിന് കാരണമായിത്തീരുന്നു. "പെണ്ണു പെഴയാരിക്കും. വല്ല വിധോം കടപ്പറത്തുന്നൂ പറഞ്ഞയച്ചാ മതീന്നാരിക്കും" എന്നാണ് അവളെക്കുറിച്ച് ചിലർ പറയുന്നത്. അല്ലെങ്കിൽ അനാഥനായ പളനിക്ക് ആരു പെണ്ണു കൊടുക്കും എന്നത്രെ നാട്ടുകാരുടെ അത്ഭുതം. "കടപ്പുറത്തിന് കൊള്ളാത്ത ഒരു പെണ്ണു നിൽക്കുന്നു – അവന്റെ തലേക്കെട്ടിവച്ചു" എന്നു പളനിയും പറയുന്നു. അപവാദങ്ങളുടെ പെരുവെള്ളപ്പൊക്കത്തിൽ ജീവിതം ഉലഞ്ഞുതുടങ്ങി. പളനിയെ മറ്റുള്ളവരുടെ കൂടെ വളത്തിൽ പോകുന്നതിൽനിന്നും വിലക്കുന്നു. അപകടമുണ്ടാകും എന്നത്രെ വിശ്വാസം.

തനിച്ചു വള്ളത്തിൽപ്പോയ പളനിക്കുണ്ടാകുന്ന ദുരന്തത്തിന്റെ ആവിഷ്കാരത്തിന് നാടോടിവിശ്വാസത്തിന്റെ തുണയാണ് തകഴി ഉപയോഗിക്കുന്നത്. "ഒറ്റയ്ക്ക് അവളുടെ അരയൻ, കടലിൽ പോയിരിക്കുകയാണ്. അങ്ങു പുറംകടലിൽ ചൂണ്ടയിടുകയാണ്. അപ്പോൾ ആദ്യ മുത്തശ്ശിയെപ്പോലെ അവളും കടൽക്കരയിൽനിന്ന് തപസ്സ് ചെയ്യേണ്ടവളാണ്. അവൾ പരീക്കുട്ടിയെക്കുറിച്ച് ഓർക്കുന്നു" (പുറം 207). അവിടെയെത്തിയ പരീക്കുട്ടിയുമായി കറുത്തമ്മ സംസാരിച്ചു നിൽക്കുകയും അയാളുടെ കരവലയത്തിൽ ചേരുകയും ചെയ്യുന്നു. ദുരന്തം അങ്ങനെയാണ് വന്നുചേരു

ന്നത്. രക്ഷപ്പെടാനായി കടലിൽ പൊരുതുന്ന പളനി അലറിവിളിക്കുന്നത് "കറുത്തമ്മാ" എന്നാണ്. അപകടത്തിന്റെ ചുഴിയിൽ നിന്നും അയാളെ രക്ഷിക്കാൻ കറുത്തമ്മയുടെ വ്രതനിഷ്ഠയ്ക്ക് മാത്രമേ കഴിയൂ എന്ന സൂചന നോവലിസ്റ്റ് നൽകുന്നു.

"എന്തിനാണയാൾ കറുത്തമ്മയെ വിളിച്ചത്? അതിൽ കാര്യമില്ലേ? കടലിൽ പോയ മുക്കുവന്റെ രക്ഷാദേവത വീട്ടിലിരിക്കുന്ന മുക്കുവത്തി യാണ്. ആ പഴയ മുത്തശ്ശിയെപ്പോലെ തപസ്സ് ചെയ്യാൻ അയാൾ ആവ ശ്യപ്പെടുകയാണ്. ആദ്യത്തെ മുക്കുവൻ കൊടുങ്കാറ്റിലകപ്പെട്ടിട്ടും തിരി ച്ചുവന്നില്ലേ; പണ്ടുപണ്ട് അയാളുടെ മുക്കുവത്തിയുടെ തപശ്ചര്യകൊണ്ട്. അതുപോലെ പളനിക്കും രക്ഷപ്പെടാമെന്നു വിശ്വാസമുണ്ട്. അയാൾക്ക് മുക്കുവത്തിയുണ്ട്. അവൾ തപസ്സു ചെയ്യും. തലേന്നാളും അവൾ വാഗ്ദത്തം ചെയ്തില്ലേ (പുറം 212) എന്ന് നോവലിസ്റ്റ് വിശദീകരിക്കു ന്നുണ്ട്.

പിറ്റേന്ന് പ്രഭാതമായപ്പോൾ തലേന്നു രാത്രിയിൽ കടലിൽ വലിയ കോളായിരുന്നുവെന്നും തിരകൾ മുറ്റത്തോളം അടിച്ചുകയറിയെന്നും അര യന്മാർ പറയുന്നുണ്ട്. കടൽപ്പാമ്പുകളും മണലിൽ കിടക്കുന്നുണ്ടായിരു ന്നുവത്രെ. രണ്ടുനാൾ കഴിഞ്ഞപ്പോൾ കറുത്തമ്മയുടെയും പരീക്കുട്ടിയു ടെയും ജഡം കടപ്പുറത്ത് അടിഞ്ഞുകയറി. ചെറിയഴീക്കൽ കടപ്പുറത്ത് ഒരു സ്രാവും. ആദ്യം കടലിൽ പോയ മുക്കുവൻ അപകടത്തിൽ നിന്നു രക്ഷപ്പെട്ട് വലിയ മീനുമായി തിരിച്ചെത്തിയതാണ് നാടോടിക്കഥ. ഇവിടെ മീൻ മാത്രമേ കരയിലെത്തുന്നുള്ളൂ. നാടോടിക്കഥയെ ദുരന്തപൂർണമാക്കി ആവിഷ്കരിക്കുകയാണ് തകഴി.

നാടോടിവിശ്വാസത്തിന് ആവശ്യത്തിലധികം ഊന്നൽ നൽകിയ തെന്നു തോന്നാവുന്ന രചനയാണ് *ചെമ്മീൻ*. അന്ധവിശ്വാസത്തെ സ്വീക രിക്കുന്നുവെന്നും അതിനെ ശരിവയ്ക്കും മട്ടിൽ പ്രതിപാദനം നടത്തു ന്നുവെന്നുമുള്ള വിമർശനമുണ്ടായിട്ടുണ്ട്. പ്രമേയമെന്ന നിലയിൽ *ചെമ്മീ നി*ൽ ഒരു ചെറിയ കഥാതന്തു മാത്രമേയുള്ളൂ. അരയ സമുദായത്തിന്റെ ജീവിതാചാരങ്ങളുടെ ചിത്രണം *ചെമ്മീനി*ലുണ്ടെങ്കിലും അത് സമഗ്രാ നുഭവമാകുന്നില്ല. പരീക്കുട്ടി–കറുത്തമ്മ–പളനി എന്നിവരുടെ പ്രണയവും ദുരന്തവുമാണ് തകഴി ആഖ്യാനം ചെയ്യുന്നത്. പരീക്കുട്ടിയെ പ്രണയിച്ച കറുത്തമ്മയ്ക്ക് പളനിയെ വിവാഹം കഴിക്കേണ്ടി വരികയും പൂർവപ്ര ണയത്തിന്റെ കഥകൾ ജീവിതത്തിൽ അസ്വാസ്ഥ്യങ്ങൾ സൃഷ്ടിക്കുകയും ഒടുവിൽ എല്ലാം തകരുകയും ചെയ്യുന്നത്. പ്രണയം ദുരന്തമായിത്തീരു ന്നത് ഒരു പുതിയ പ്രമേയമല്ല. ആഖ്യാനത്തിലെ വ്യതിരിക്തതകളാണ് ഓരോ രചനയും വ്യത്യസ്തമാക്കുന്നത്. ഇവിടെ സാമുദായികമായ വില ക്കുകൾ വിശ്വാസത്തിന്റെ അനുഭവമായിത്തീരുന്നു. കടലിൽ പോകുന്ന ഒരു പുരുഷന്റെ ജീവിതം അവളുടെ പക്കൽ ഏൽപ്പിക്കപ്പെട്ടിട്ടില്ല എന്നും അങ്ങനെ ഒരു ജീവൻ അവളെ ഏൽപ്പിച്ചാൽ ഭദ്രമായി അതവൾ സൂക്ഷിക്കും എന്നും സ്വയം വിശ്വസിച്ച കറുത്തമ്മ പരീക്കുട്ടിയിലേക്ക്

തിരിച്ചുപോയത്, അവളുടെ പ്രത്യാശയിലുണ്ടായ തകർച്ച മൂലമാണ്. കടപ്പുറത്തു കേൾക്കുന്ന പഴങ്കഥകളിൽ സുപരിചിതരല്ലാത്തവരുടെ കഥകളുമുണ്ടല്ലോ. കടലിൽ പോകുന്ന മുക്കുവൻ ചുഴിയിലകപ്പെട്ട് നഷ്ടപ്പെടുന്നത് അസാധാരണവുമല്ല. പളനി കടലിൽ പോയി ചുഴിയിലകപ്പെട്ടു മരിച്ചു എന്നതിന് ദുരന്തപൂർണത വരുന്നത് കറുത്തമ്മയുടെയും പരീക്കുട്ടിയുടെയും സംഗമവും ചേർത്തു വിശ്വാസത്തിന്റെ ആഖ്യാനതലത്തെ ചേർത്തുവയ്ക്കുന്നതു കൊണ്ടാണ്. കറുത്തമ്മയും പരീക്കുട്ടിയും എങ്ങനെ മരിച്ചു എന്നതിന് വിശദമായ ആഖ്യാനം കഥയിലില്ല. എന്നാൽ കടലിൽപ്പോയ മുക്കുവന്റെ ദാരുണമൃത്യു വിശദമായി ആവിഷ്കരിക്കുകയും ചെയ്യുന്നു. തിളച്ചു കരയിലേക്ക് കയറുന്ന കടലിനെക്കുറിച്ചും കടലിന്റെ ഭാവപ്പകർച്ചകളെക്കുറിച്ചുമുള്ള സൂചനകൾ കറുത്തമ്മയുടെയും പരീക്കുട്ടിയുടെയും മരണത്തിന് മതിയായ സൂചനകളാണ്. വിശ്വാസത്തിന്റെ ഭൂമികയെ ആശ്രയിക്കാതെ *ചെമ്മീനി*ലെ പ്രണയകഥയ്ക്ക് അസ്തിത്വമില്ല.

സാമൂഹികമായ ആചാരങ്ങളുടെയും വിശ്വാസങ്ങളുടെയും പ്രതിഫലനം *ചെമ്മീനി*ൽ കാണാം. പരീക്കുട്ടിക്ക് കറുത്തമ്മയോടു തോന്നുന്ന ഇഷ്ടത്തിന് കാരണം കൂടോത്രമാണെന്നാണ് ചക്കി അഭിപ്രായപ്പെടുന്നത്. "എന്റെ കടലാമ്മേ – എന്റെ കൊച്ചിനെ ആ മാപാപി കൂടോത്രം കൊടുത്തൂന്നാ തോന്നുന്നെ" എന്നും "ആ നാലം വേതക്കാരേൻ എന്റെ കുഞ്ഞിനെ കൂടോത്രം കൊടുത്തൂന്നാ തോന്നുന്നേ" എന്നും ചക്കി പറയുന്നുണ്ട്. മയക്കുവിദ്യകളിലൂടെ ആളുകളെ വശത്താക്കാമെന്നും സ്വാധീനിക്കാമെന്നും നാടോടി ജനത വിശ്വസിക്കുന്നു. ആഭിചാരക്രിയകളിൽ ദുർമന്ത്രവാദങ്ങളും ഒടിവിദ്യകളുമെല്ലാമുണ്ട്. കൂടോത്രം, കൈവിഷം തുടങ്ങിയ ആഭിചാരക്രിയകളെക്കുറിച്ചുള്ള വിശ്വാസങ്ങൾ ഏറെയുണ്ട്. പരീക്കുട്ടിയും കറുത്തമ്മയും തമ്മിലുള്ള പ്രണയത്തിന് കാരണം കൂടോത്രമാണെന്നുള്ള ചക്കിയുടെ വിശ്വാസം അവരുടെ ശുദ്ധഹൃദയത്വത്തെ തെളിയിക്കുന്നു.

ചെമ്പൻകുഞ്ഞ് വള്ളവും വലയും വാങ്ങി കടലിലിറക്കുമ്പോൾ അതിന്റെ ഗതി കണ്ട് ലക്ഷണം പറയുന്നുണ്ട്.

"തൂക്കു പടിഞ്ഞാട്ടല്ല്യോ."

"ആണ് ചരിവു തെക്കോട്ടും."

"നന്നാണു പെണ്ണേ മുട്ടുവരികേല."

എന്നിങ്ങനെയുള്ള അഭിപ്രായങ്ങൾ കാണാം. ലക്ഷണം നോക്കി ഭാവി പ്രവചിക്കുന്നത് നാടോടിരീതിയാണ്. ഏതു പുതിയ തുടക്കങ്ങളും ആചാരബദ്ധമാണ്. ബന്ധുക്കളെ വിളിച്ച് സദ്യ നടത്തിയാണ് ചെമ്പൻകുഞ്ഞും വള്ളം കടലിലിറക്കുന്നത്.

കടലിൽ പോയ വള്ളം തിരിച്ചുവരുന്നതിനെ പുകഴ്ത്തി "അതൊരു ശേലാണേ വരാവ്" എന്നു കാളിക്കുഞ്ഞു പറയുമ്പോൾ, "വല്ലോം പറാതെ മനുഷ്ഷേരെ" എന്നു ചക്കി വിലക്കുന്നുണ്ട്. നാവുദോഷത്തെക്കുറിച്ചുള്ള

സൂചനയാണിത്. ചില സമയത്ത് അറിയാതെ പറഞ്ഞുപോകുന്ന കാര്യങ്ങൾ അശുഭകരമായിത്തീരുമെന്നാണ് വിശ്വാസം. അമിതമായി പുകഴ്ത്തുന്നതു പോലും വിപരീതഫലമുളവാക്കിയേക്കാം എന്ന സങ്കൽപ്പമുണ്ട്. അറംപറ്റുക, നാവിൽ ഗുളികൻ നിൽക്കുക എന്നെല്ലാം പറയുന്നത് നാവുദോഷത്തെക്കുറിച്ചുള്ള വിശ്വാസമാണ് പ്രതിഫലിപ്പിക്കുന്നത്.

ചെമ്മീനിലെ സമൂഹം

അരയ സമുദായത്തിന്റെ ജീവിതചിത്രമാണ് തകഴി നടത്തുന്നത്. "ഒമ്പതു വയസ്സു മുതൽ കടപ്പുറവുമായുള്ള അടുപ്പം. കടലമ്മയെ എല്ലാ ഭാവത്തിലും കണ്ടുള്ള പരിചയം ആകെക്കൂടെ കടലമ്മയും ചാകരയും മനസിൽ നിറഞ്ഞുകൂടി" എന്ന് *ചെമ്മീൻ* എഴുതാനുണ്ടായ കഥയെക്കുറിച്ച് തകഴി സൂചിപ്പിച്ചിട്ടുണ്ട്. കടപ്പുറത്തെ ജനങ്ങളുടെ ജീവിതവും ഭാഷയുമാണ് *ചെമ്മീനി*ന് ചാരുത നൽകുന്ന വലിയ ഘടകം. "അവനൊരു മരക്കാനാ, വെറും മരക്കാൻ" എന്നു ചെമ്പൻകുഞ്ഞ്, കറുത്തമ്മയെ ആലോചിച്ച് വെള്ളമണലി വേലായുധനെക്കുറിച്ച് പറയുന്നുണ്ടല്ലോ. കറുത്തമ്മയെ വെറും മരക്കാനു കൊടുക്കാൻ ചെമ്പൻകുഞ്ഞിന് ഇഷ്ടമില്ലായിരുന്നു. വെറും മരക്കാനായിരുന്നെങ്കിലും ഉന്നത ശ്രേണിയിലേക്കെത്താൻ അതിമോഹം പുലർത്തിയവനായിരുന്നു ചെമ്പൻകുഞ്ഞ്. "നമുക്കൊന്നു സുഹിക്കണം" എന്ന് ചെമ്പൻകുഞ്ഞ് ആവർത്തിച്ചു ചക്കിയോടു പറയുന്നതിൽ അയാളുടെ മനോവ്യാപാരത്തിന്റെ പ്രതിഫലനമുണ്ട്. അധ്വാനിയായിരുന്നു അയാൾ. കടലു കരിയുന്ന കാലത്തുപോലും പുറംകടലിൽപ്പോയി ചൂണ്ടയിടുന്ന സാഹസികനായിരുന്നു അയാൾ.

അനേകം വിലക്കുകളാൽ ബന്ധിതമാണ് അരയന്റെ ജീവിതം. തുറയുടെ നാഥൻ തുറയിലരയനാണ്. അരയന്റെ ജീവിതത്തിന്റെ എല്ലാ തുടക്കങ്ങൾക്കും തുറയിലരയന്റെ സമ്മതം വേണം. വള്ളം വാങ്ങാനും ആദ്യം കടലിലിറക്കുന്നതിനും കല്യാണം നടത്തുന്നതിനുമെല്ലാം തുറയിലരയനു കാഴ്ച നൽകി സമ്മതം വാങ്ങിക്കണം. വള്ളം വാങ്ങാൻ പോയതിനും ചക്കി മരിച്ചതിനുശേഷം രണ്ടാം കല്യാണം കഴിച്ചതിനും ചെമ്പൻകുഞ്ഞ് അനുവാദം വാങ്ങിയിരുന്നില്ല.

പ്രായമായ പെണ്ണു വീട്ടിൽ നിൽക്കുമ്പോൾ വള്ളവും വലയും വാങ്ങിക്കാൻ തുറയിലരയൻ സമ്മതിക്കുകയില്ല. "അതൊക്കെ കടപ്പുറത്തിന്റെ ലംഘിക്കാൻ പാടില്ലാത്ത നിയമമാണ്. തുറയ്ക്ക് നാഥനായ അരയൻ ആ നിയമങ്ങൾ നടത്തും" (പുറം 33). ചെമ്പൻകുഞ്ഞ് വള്ളവും വലയും വാങ്ങിയത് തുറക്കാർക്കിഷ്ടപ്പെട്ടില്ല. അവർ തുറയിലരയനെ കണ്ടു കാഴ്ച നൽകി പരാതിയും പറഞ്ഞു. ചെമ്പൻകുഞ്ഞ് തുറയിലരയനെ കണ്ട് കാഴ്ച നൽകിയതോടെ പരാതി തീർന്നു. വള്ളത്തിന്റെ പങ്ക് മുടങ്ങാതെ എത്തിക്കണമെന്നയാൾ ആവശ്യപ്പെട്ടു. തുറയിലരയൻ രണ്ട് വിഭാഗങ്ങളുടെ കാഴ്ച സ്വീകരിക്കുന്നുണ്ട്. കറുത്തമ്മയുടെ കല്യാണത്തിന് വലിയൊരു സംഖ്യയാണ് പെൺപണമായി തുറയിലരയൻ ആവശ്യപ്പെടു

ന്നത്. കാരണം അതിലൊരു പങ്ക് അയാൾക്കുള്ളതാണ്. കടപ്പുറത്തെ സംഘർഷങ്ങളിലിടപെട്ട് കേസ് ഒതുക്കിതീർക്കുന്നതിനും തുറയിലരയൻ കാഴ്ച സ്വീകരിക്കുന്നുണ്ട്. രൂക്ഷിതമായ ഒരു സമൂഹഘടനയിലേക്കുള്ള ചുവടുമാറ്റത്തെ ഇത് ബോധ്യപ്പെടുത്തുന്നു.

ചെമ്പൻകുഞ്ഞ് രണ്ടാമതു കല്യാണം കഴിച്ചത് വെറ്റില പുകയില വച്ച് അനുവാദം വാങ്ങിയല്ല. പാപ്പിക്കുഞ്ഞിനെ ചെമ്പൻകുഞ്ഞ് അടിച്ചിറക്കുമ്പോൾ തുറയിലരയൻ ഇടപെട്ടെങ്കിലും കല്യാണം കഴിച്ചതല്ല വീട്ടുവേലയ്ക്ക് കൊണ്ടുവന്നതാണെന്നും പറഞ്ഞ് ചെമ്പൻകുഞ്ഞ് കയർത്തു നിൽക്കുകയാണ്.

നിർധനരാണ് കടലിൽ പോയി മീൻ പിടിച്ച് ജീവിക്കുന്ന അരയന്മാർ. പലരും പട്ടിണിക്കാരാണ്. അച്ചകുഞ്ഞും അച്ചൻകുഞ്ഞും എല്ലാം ഇതിൽപ്പെടുന്നു. ഞാനും വള്ളവും വലയും വാങ്ങുമെന്ന് വീണ്ടും വീണ്ടും പറയുന്ന അച്ചകുഞ്ഞിന് ഒരിക്കലും അതിനു കഴിയുന്നില്ല. അതിനാവശ്യമായ പണം സ്വരൂപിക്കാൻ അയാൾക്കാവുന്നില്ല. ഓരോ ചാകരയും വന്നുപോകുന്നു. പുതിയ ചാകരകൾക്കായി കടപ്പുറവും അരയന്മാരും പ്രതീക്ഷകളർപ്പിക്കുന്നു.

ചെമ്പൻകുഞ്ഞ് വള്ളവും വലയും വാങ്ങിയത് അധ്വാനം കൊണ്ടു മാത്രമല്ല. അതിലൊരു ചതിയുടെ കഥയുണ്ട്. എല്ലാ അരയന്മാർക്കും വള്ളവും വലയും വേണ്ടെന്നാണ് അവർ പറയുന്നത്. എല്ലാ അരയന്മാർക്കും വള്ളവും വലയുമായാൽ ആരാണ് കടലിൽ പോകാനുണ്ടാവുക എന്ന് രാമൻമൂപ്പൻ ചോദിക്കുന്നുണ്ട്.

കടപ്പുറത്തെ അരയന്മാർക്ക് പണം പലിശയ്ക്ക് നൽകി ഉപജീവനം തേടുന്ന ഒരു ചൂഷകവർഗവും *ചെമ്മീനി*ലുണ്ട്. ഔസേപ്പു മുതലാളി ഇതിന്റെ പ്രതിനിധിയാണ്. കടുത്ത പലിശക്കെണിയിൽപ്പെടുത്തി അവർക്കുള്ളതെല്ലാം അയാൾ തട്ടിയെടുക്കുന്നു. കടക്കെണിയിൽനിന്നും രക്ഷപ്പെടാനാകാതെ വാങ്ങിയ വള്ളവും വലയും ചെമ്പൻകുഞ്ഞിന് നഷ്ടമാകുന്നതങ്ങനെയാണ്. മീൻ പിടിക്കുന്നത് അരയന്മാരാണെങ്കിലും അതിന്റെ കച്ചവടക്കാർ പുറംലോകത്തുള്ളവരാണ്. ചെറിയ കുട്ടക്കച്ചവടം നടത്തിയും ഊപ്പപെറുക്കിയും ജീവിതം പുലർത്തുന്നവരാണ് ഏറെയും കടപ്പുറത്ത് കച്ചവടത്തിന് വന്ന പുറംനാട്ടുകാരനായിരുന്നു പരീക്കുട്ടി. അയാളുടെ ശുദ്ധഹൃദയത്വം അയാൾക്ക് വിനാശമായിത്തീർന്നു.

സ്വന്തമായി ജീവിതം കെട്ടിപ്പടുക്കാൻ കഴിയാത്ത സമൂഹമാണ് *ചെമ്മീനി*ലുള്ളത്. ചാകരക്കാലമാണ് അവരുടെ ഉത്സവം. അതിനുമുമ്പ് പാത്രങ്ങൾ വരെ പണയം വെച്ച് ജീവിക്കുന്ന അവർ ചാകരക്കാലത്ത് ആഘോഷിച്ചു തിമിർക്കുന്നു. അന്ന് കടപ്പുറം നഗരമായിത്തീരും. സമ്പൂർണമായ ദുരന്തമാണ് *ചെമ്മീനിൽ* തകഴി ചിത്രീകരിക്കുന്നത്. കറുത്തമ്മ, പരീക്കുട്ടി, പളനി, ചെമ്പൻകുഞ്ഞ്, ചക്കി, പാപ്പിക്കുഞ്ഞ്, പഞ്ചമി, കണ്ടൻകോരൻ വലക്കാരൻ തുടങ്ങി മിക്കവാറുമെല്ലാ കഥാപാത്രങ്ങൾക്കും പതനമാണുള്ളത്. ജീവിതത്തിന്റെ ഹരിതദ്വീപുകളിലേക്ക് ആരും ഇഴഞ്ഞെത്തുന്നില്ല. ദുരന്തത്തിന്റെ ചുഴികളിൽ വീണടിയുന്നു.

കൃതിയും പ്രകൃതിയും

പ്രകൃതിയാണ് *ചെമ്മീനി*ലെ വലിയൊരു കഥാപാത്രം. കറുത്തമ്മയ്ക്കൊപ്പം കടലമ്മയും *ചെമ്മീനി*ലെ പ്രമേയത്തിന് വലിയൊരു തുണയായിത്തീരുന്നു. സജീവമായ സാന്നിധ്യമായി കടൽ *ചെമ്മീനി*ലെ കഥയ്ക്ക് ഗതിവിഗതികൾ നൽകുന്നുണ്ട്.

കടൽ ഒരേസമയം ഒരു പ്രതിഭാസവും വൈയക്തിക പ്രതികരണങ്ങളുള്ള അനുഭവവുമായിത്തീരുന്നു. കടലിന്റെ ഭാവമാറ്റങ്ങളെക്കുറിച്ചുള്ള പ്രതിപാദനത്തിൽ ഇതു പ്രതിഫലിക്കുന്നുണ്ട്. "ഒരു ദിവസം കടലിന്റെ നിറം മാറി. പോളയാണ്. വെള്ളത്തിന് ചുവപ്പ് നിറം വന്നു. കടലമ്മ ഋതുവായെന്നാണ് സങ്കൽപ്പം. പിന്നെ കുറേക്കാലത്തേക്ക് കോരുണ്ടായിരിക്കുകയില്ല" (പുറം 60). ഇവിടെ കടൽ ഒരു ജൈവസാന്നിധ്യമാണ്. കടലിനെ ദൈവികമായ ഒരു പ്രതിബിംബമായും കരുതിവരുന്നു. അമ്മ എന്ന സങ്കൽപ്പം ഇതാണ് തെളിയിക്കുന്നത്. കടലമ്മ കനിയട്ടെ, കടലമ്മ പ്രസാദിക്കട്ടെ എന്നു പറയുന്നതു അവരുടെ ഭാഷണത്തിൽ കേൾക്കാനാകും. കടലമ്മയെ വിളിച്ചാണ് അവർ കേഴുന്നത്.

കരയിൽ ജീവിക്കുന്ന അരയന്റെ പ്രതീക്ഷ മുഴുവൻ കടലാണ്. "മരക്കാനേന്തിനാ തേടിവക്കണത്. അവാന്റെ സ്വത്തു പടിഞ്ഞാറു പരേന്നു കിടക്കുവാ" എന്ന് അച്ചകുഞ്ഞ് പറയുന്നത് ഇതിന് തെളിവാണ്. "കനകക്കട്ടിയൊള മൊകാളെ കടാലില് കനകാക്കട്ടി" എന്ന് ചക്കിയും കറുത്തമ്മയോട് പറയുന്നു. ഒരാൾ പെട്ടെന്ന് ധനികനായാൽ അയാൾക്ക് നിധി കിട്ടിയെന്നാണ് മുമ്പ് പറഞ്ഞിരുന്നത്. (ഇന്ന് ലോട്ടറിയടിച്ചെന്ന് പറയും. ഇത് സമൂഹത്തിന്റെ പരിണാമമാണ്) ചെമ്പൻകുഞ്ഞ് വള്ളവും വലയും വാങ്ങിയത് കടലിൽനിന്നും നിധി കിട്ടിയിട്ടാണ് എന്നാണ് തുറക്കാർ പറയുന്നത്.

"അയാൾക്ക് കടലിൽനിന്നും കനകക്കട്ടി കിട്ടിയതാണെന്നു ചിലരെല്ലാം പറഞ്ഞു. ഒരുദിവസം കടപ്പുറത്തിറങ്ങിയപ്പോൾ ഒരു കറുത്ത പാറക്കഷണം അടിഞ്ഞുകയറിക്കിടക്കുന്നതു കണ്ടത്രെ. അത് അയാൾ എടുത്തു. സ്വർണക്കട്ടിയായിരുന്നു പോലുമത്" (പുറം 28). വള്ളവും വലയും വാങ്ങിയതിനെക്കുറിച്ച് ചക്കി പറയുന്നത് "കടലാമ്മ കനിഞ്ഞു" എന്നാണ്. കടലമ്മയ്ക്ക് പ്രസാദിക്കാൻകഴിയും എന്നത്രെ വിശ്വാസം. "മനുഷ്ഷേരെ പറ്റിച്ചാൽ കടലാമ്മയ്ക്ക് ദേഷ്ഷ്യമില്ലോ" എന്നു കറുത്തമ്മ തിരിച്ചു ചോദിക്കുന്നുണ്ട്. പരീക്കുട്ടിയോടു ചെയ്ത നെറികേടിനെയാണ് അവൾ ഉദ്ദേശിക്കുന്നത്. വരദായിനിയായ ഒരമ്മയുടെ രൂപത്തിലേക്ക് കടലമ്മയെ സങ്കൽപ്പിക്കുന്നതിനാൽ "കടലീ പോണോർക്കു ശുദ്ധോം വൃത്തീം വേണം" എന്നു പറയുകയും ചെയ്യുന്നു. കല്യാണം കഴിഞ്ഞതിനുശേഷം കടലിൽ പോകാൻ തുടങ്ങുമ്പോൾ, കറുത്തമ്മ പളനിയെ കുളിപ്പിച്ചിട്ടാണു വിടുന്നത്.

കടലിനെക്കുറിച്ച് അനവധി വിശ്വാസങ്ങൾ സമൂഹത്തിലുണ്ട്. കടലുകൾ ഏഴുണ്ടെന്നും ഏഴു കടലുകൾക്ക് അക്കരെ പവിഴദ്വീപുണ്ടെന്നും

കടലിനടിയിൽ കൊട്ടാരമുണ്ടെന്നും കൊട്ടാരത്തിൽ രാജകുമാരിയുണ്ടെന്നുമെല്ലാമുള്ള കഥകൾ സമൂഹത്തിൽ പ്രചാരത്തിലുണ്ട്. കടലുമായി ബന്ധപ്പെട്ട ചില കഥകൾ *ചെമ്മീനി*ലും പ്രതിഫലിക്കുന്നു. "നടുക്കടലിൽ കടലിന്റെ അടിത്തട്ടിലാണ് കടലമ്മയുടെ കൊട്ടാരം. അവിടെയാണ് കടലമ്മ കുടിയിരിക്കുന്നത്. ആ കൊട്ടാരത്തെക്കുറിച്ച് പളനി വർണിച്ചു കേട്ടിട്ടുണ്ട്. അവിടേക്കെത്തുന്നത് ഒരു ചുഴിയിൽക്കൂടിയാണ്. കടലാകെ വട്ടം കറങ്ങുന്ന ഒരു ചുഴി കടലമ്മയുടെ കൊട്ടാരത്തിന്റെ വാതിൽക്കൽ ചെന്നു കുത്തുന്നു" (പുറം 211). പളനി യാത്ര ചെയ്തത് ചുഴിക്കുത്തിലേക്കായിരുന്നല്ലോ.

കടൽ സവിശേഷമായ അനുഭവമായിത്തീരുന്നത് *ചെമ്മീനി*ന്റെ പ്രത്യേകതയാണ്. രണ്ടാം ഭാഗത്തിലെത്തുമ്പോൾ നോവലിൽ കടൽ പ്രാമുഖ്യം നേടുന്നു. ജീവിതത്തിന്റെ അനുഭവങ്ങളെ കടലിന്റെ ഭാവമാറ്റങ്ങളുമായി ചേർത്തുവയ്ക്കുകയും ചെയ്യുന്നു. കല്യാണം കഴിഞ്ഞ് തൃക്കുന്നപ്പുഴയിലെത്തിയ കറുത്തമ്മ കാണുന്നത് പ്രത്യേകതകളുള്ള ഒരു കടലാണ്. അത് അവൾ കണ്ടുവളർന്ന കടൽപോലെ ശാന്തപ്രകൃതിയായിരുന്നില്ല. കറുത്തമ്മയുടെ മനസിന്റെ അശാന്തതകളും ഉൾച്ചുഴികളും പ്രതിഫലിപ്പിക്കുന്നതാണ് അവൾ കണ്ടെത്തുന്ന കടലും.

പളനി അവസാനമായി കടലിലേക്ക് പോകുന്നതിനെക്കുറിച്ചുള്ള ചിത്രണം കാണുക: "കറുത്തമ്മ ആ കടപ്പുറത്തു തന്നെ അൽപ്പനേരം നിന്നു. സന്ധ്യാവേളയാണത്. അങ്ങു പടിഞ്ഞാറൻ മാനം ചുട്ടുപഴുത്ത സ്വർപ്പാളി വളച്ചുവച്ചതു പോലെയിരിക്കുന്നു. എന്തൊരു കടുംനിറമാണത്. നീലക്കടലും ആ പ്രകാശമുള്ള പാളിയും ചേരുന്നിടത്ത് ഒരു കറുത്ത രേഖ വീണിട്ടുണ്ട്. ആ രേഖയ്ക്കപ്പുറം രഹസ്യമാണ്. ഏറ്റവും വലിയ രഹസ്യം" (പുറം 205). ആ രഹസ്യത്തിലേക്ക് തുഴഞ്ഞുപോയ പളനിക്ക് ചുറ്റും ദുരന്തങ്ങൾ അലയടിച്ചു. "ഒരുപറ്റം കടലാനകൾ ആ വള്ളത്തിനു ചുറ്റും കൂടി മറിഞ്ഞുപോയി. അതിലൊരെണ്ണം അതിന്റെ മുതുകിൽ വള്ളത്തെ കൊള്ളിച്ച് ഒന്ന് ഉയർന്നു കുതിച്ചു. വള്ളം ജലത്തിൽ നിന്നുയർന്നു. അടുത്തനിമിഷം അതു മറിയുകയായിരിക്കും. പളനിയുടെ കണ്ണിൽ നിന്നും തീപ്പൊരി പാറി" (പുറം 205). കടൽപ്പാമ്പുകൾ വള്ളത്തിലേക്കിഴഞ്ഞു കയറി. വള്ളത്തിൽ കിടന്നു പിടഞ്ഞു. ചക്രവാളത്തെ മറച്ചുകൊണ്ട് തിരകൾ ഉയർന്നുപൊങ്ങി. കടൽ കാക്കകൾ ഭീതിയോടെ ചിറകടിച്ചു പറന്നു. മലയോളം പൊക്കത്തിൽ തിരകളിളകി. അവ ഉരുണ്ടുവന്ന് അയാൾക്കു ചുറ്റും വൃത്തമായി. കടൽ അലറുകയാണ്. ആകാശം തന്നെ തകർന്നുവീണു. കടലാകെ ഒരു ഗുഹയായി. കൊടുങ്കാറ്റും മിന്നലും ഒന്നിച്ചു തകർക്കുകയാണ്. കരയിലേക്ക് കടൽ ഇരച്ചു കയറി."

പ്രകൃതിയുടെ വിക്ഷോഭകരമായ മാറ്റത്തെ തീക്ഷ്ണമായി തകഴി ആവിഷ്കരിക്കുകയാണ്. നോവലിൽ പ്രതിപാദിച്ച നാടോടി വിശ്വാസത്തെ തുണയ്ക്കുംവിധം കടലിന്റെ സാന്നിധ്യത്തെ മാറ്റിത്തീർക്കുന്നു. ഒരു

പ്രളയംപോലെ അതു സംഹാരം നടത്തുന്നു. പ്രളയത്തെക്കുറിച്ചുള്ള സങ്കൽപ്പങ്ങളിലും നാടോടിയായ ഒട്ടനേകം വിശ്വാസങ്ങളുണ്ട്. കടൽ കയറി കരയെ വിഴുങ്ങുന്നത് നാടോടിക്കഥകളിലും ഇതിഹാസ പുരാണങ്ങളിലും കാണാനാകും. പ്രകൃതിയുടെ സാന്നിധ്യത്തെ കൃതിയുടെ പ്രകൃതത്തിലേക്ക് ഇത്രയേറെ ചേർത്തു തുന്നിയ മറ്റൊരു മലയാള കൃതിയുമില്ല തന്നെ.

ഭാഷയുടെ കരുത്ത്

തകഴിയുടെ രചനകളുടെ സവിശേഷത അതിന്റെ ആഖ്യാനസ്വഭാവമാണ്. വൈവിധ്യമാർന്ന ജീവിത ചിത്രീകരണമാണ് തകഴിയുടെ രചനകളിലാകെയുള്ളത്. “താനൊരു ഗ്രാമീണനാണെന്നും ഗ്രാമീണരുടെ ഭാഷയാണ് തന്റെ മാധ്യമമെന്നും” തകഴി ജ്ഞാനപീഠ പുരസ്കാര പ്രസംഗത്തിൽ സൂചിപ്പിച്ചിട്ടുണ്ട്. ആഖ്യാനത്തിലെ ലാളിത്യം വാമൊഴി വഴക്കങ്ങളുടെ തിളക്കം എന്നിവ *ചെമ്മീനി*ന്റെ പ്രത്യേകതയാണ്. അടുത്തിരുന്നു കഥ പറഞ്ഞുപോരുന്ന വാങ്മയ പാരമ്പര്യം *ചെമ്മീനിൽ* കാണാനാകും. നാടോടിയായ ആഖ്യാനപാരമ്പര്യത്തെയാണ് ഇതുദാഹരിക്കുന്നത്.

തീരദേശ ജനതയുടെ ഭാഷണ സ്വഭാവവും വാമൊഴി പാരമ്പര്യവും *ചെമ്മീനിൽ* തിളങ്ങി നിൽക്കുന്നുണ്ട്. കടൽ, മീൻപിടുത്തം, കച്ചവടം, ചാകര തുടങ്ങിയവയുമായി ബന്ധപ്പെട്ട ആഖ്യാനം പ്രത്യേകം എടുത്തു പറയേണ്ടതാണ്. ഓണാട്ടുകര ഭാഷയുടെ പ്രത്യേകതയും തീരദേശ ജനതയുടെ ഗ്രാമ്യഭാഷയും ഇവിടെ സമന്വയിക്കുന്നുണ്ട്. ഭാഷണ സ്വഭാവത്തിലെ നീട്ടലും കുറുക്കലുമെല്ലാം ഇതിന് തെളിവാണ്. “ഏന്റെ അയ്യേം വള്ളോം വലേം മേടിക്കാനെക്കൊണ്ടു പോവുകാണല്ലോ” എന്ന ഭാഷണത്തിലൂടെ തുടങ്ങുന്ന നോവൽ ആത്യന്തം ഈ ആഖ്യാന സവിശേഷത നിലനിർത്തുന്നു. എന്റെ ഒമ്പതു വയസ്സു മുതൽ കേട്ട സംസാരരീതിയാണ്” എന്ന് *ചെമ്മീനി*ലെ ഭാഷയെക്കുറിച്ച് തകഴിതന്നെ സൂചിപ്പിച്ചിട്ടുണ്ട്.

അരയ സമുദായത്തിന്റെ ഭാഷ എന്ന നിലയ്ക്ക് *ചെമ്മീനി*ലെ ശൈലിയും ഭാഷയും ശ്രദ്ധാർഹമാണ്. പരീക്കുട്ടി പുറകിൽ നിന്നു വിളിക്കുമ്പോൾ കറുത്തമ്മ നിന്നു പോയതിനെക്കുറിച്ച് പറയുന്നത് “ചൂണ്ടയിട്ടു പിടിച്ചു നിർത്തിയിട്ടെന്നപോലെ കറുത്തമ്മ നിന്നു” എന്നാണ്. 'നടുക്കണ്ടം പാതിരാ', 'ചാകര കഴിയുമ്പം', 'വള്ളാത്തിലെ കോര്', 'കടാലിലെ പെയ്ത്ത്'', 'അമരപ്പങ്ക്' തുടങ്ങി അരയന്മാരുടെ ജീവിതത്തിൽ നിന്നുമുള്ള ഭാഷയാണ് തകഴി കണ്ടെത്തുന്നത്. കടാല്, മകാള്, മൊകാള്, അയ്യേം, അമ്മാച്ചി, ഞങ്ങാക്ക്, ഞമ്മാക്കു, അവാര്, മേത്തക്കൊച്ചൻ, കൊച്ചുങ്ങൾ, ദണ്ണം, പഷ്ഷേല്, പാവിച്ച്, ചെല്ലാപ്പം, അയ്യാടെ, തെവതം, വിശാരം, പിരാന്ത്, നയിമ്പ്, കച്ചോടം, വീതി, തള്ള, കണ്ടേച്ചും, കാരീയം, വെശർപ്പ്, സുഹിക്കുക, ചീനിവള്ളം, എത്താറ, ഫോതം, അവഖ്യാതി

ഇങ്ങനെ പെറുക്കിയെടുത്താൽ പ്രാദേശികത്തനിമയുള്ള പദാവലികളാൽ സമൃദ്ധമാണ് *ചെമ്മീനി*ന്റെ ആഖ്യാനതലം എന്നു കാണാം.

നാടോടിയായ ശൈലികളും ചെമ്മീനിൽ ഏറെയുണ്ട്. ചില ഉദാഹരണങ്ങൾ കാണുക. 'നെറീം മൊറേം', 'ഇല്ലാവചാനം', 'പിട പിടച്ചു' മൊലേം തലേം വന്ന പ്രായം', 'പൊട്ടനോ പൊടിയാനേ' , 'കണ്ണുകടി', 'തുപ്പലുകുടിയാൻ', 'കാറ്റൊള്ളപ്പം തൂറ്റണം', 'ചോറും തിന്നേച്ചമറിയ', 'കേട്ടതിനാംപക്ഷം', കൊണം പിടിക്കുക', 'കട്ടയ്ക്ക് കട്ടയ്ക്ക്', 'കളിമേളാങ്കം', 'ചാടേക്കേറ്റ്', 'രായ്ക്കുരാമാനം', 'തലേക്കേട്ടിവച്ചു', 'പുത്തരിയിൽ കല്ല്, കാലമാടൻ', 'വീണേടം വിഷ്ണുലോകം', മടിയിൽ കനമെണ്ടേലേ വഴീ പേടിയൊള്ളൂ' തുടങ്ങി ഒട്ടനവധി ശൈലികൾ സന്ദർഭത്തിനിണങ്ങുംവിധം പ്രയോഗിച്ചിട്ടുള്ളത് കാണാനാകും. *ചെമ്മീൻ* എന്ന നോവലിനെ വായനക്കാർ ഹൃദയത്തിലേക്ക് സ്വീകരിക്കാൻ കാരണം ഇങ്ങനെ ഒട്ടനവധി നാടോടിത്തനിമകളുടെ മേളനമാണ്. ഒരു ദുരന്ത പ്രണയകഥ എന്നതിലുപരി മലയാളിത്തവും പ്രാദേശിക സംസ്കൃതിയും ഏറി നിൽക്കുന്ന കൃതിയാണ് തകഴിയുടെ *ചെമ്മീൻ.*

(1999)

ദേശം നഷ്ടപ്പെടാത്തവർ

ഡോ. കെ എം ഭരതൻ

മഹാകാശത്തിനുമപ്പുറം എവിടെയാണ് പക്ഷികൾ പറക്കുക (After the last sky where should the birds fly) എന്ന് ചോദിച്ചത് പലസ്തീൻ കവിയായ മഹമൂദ് ദർവിശ് ആണ്. പക്ഷികൾ അവരുടെ ലോകവും ജീവിതവും നിർമിക്കുന്നത് ആകാശത്തിലാണ്. നമ്മൾ മനുഷ്യർ ഇങ്ങുതാഴെ ഭൂമിയിൽ മണ്ണിലും. സ്വന്തം മണ്ണിൽ നിന്നും നിരന്തരം നിഷ്കാസിതനായിക്കൊണ്ടിരിക്കുന്ന കവിയാണ് മഹമൂദ് ദർവിശ്. അതുകൊണ്ടാണ് അദ്ദേഹം പക്ഷികളുടെ ലോകത്തെ ഈ മട്ടിൽ നോക്കുന്നതും ഇപ്രകാരം ചോദിക്കുന്നതും. നാമെല്ലാം ഓരോ തരത്തിൽ നമ്മുടെ ലോകത്തെ നിർമിച്ചുകൊണ്ടിരിക്കുന്നുവെന്നാണ് ഇത് വ്യക്തമാക്കുന്നത്. കാലം, ദേശം, അവസ്ഥ എന്നിവയ്ക്കനുസരിച്ച് നമ്മൾ നിർമിക്കുന്ന ലോകങ്ങൾ വ്യത്യസ്തമായിരിക്കും. സാഹിത്യത്തിലാകട്ടെ, ജീവിതത്തിലാകട്ടെ എല്ലാത്തരം ആഖ്യാനങ്ങളും ഇത്തരത്തിലുള്ള ചില ലോകനിർമിതികളെ ലക്ഷ്യമിടുന്നുണ്ട്. തകഴിക്കഥകളിലെ പ്രാദേശികമുദ്രകളും ഈ പ്രക്രിയയിൽ സവിശേഷമായി ഇടപെടുന്നുണ്ട്.

സ്വപ്നത്തിലും യാഥാർഥ്യത്തിലുമുള്ള ജീവിതത്തെയാണ് സാഹിത്യം ആവിഷ്കരിക്കുന്നത്. ജീവിതത്തെ നാം അറിയുന്നതും അനുഭവിക്കുന്നതും അതേപ്പറ്റി ആലോചിക്കുന്നതുമെല്ലാം അവനവന്റെ സ്വത്വത്തെ കേന്ദ്രമാക്കിയാണ്. അവനവനെപ്പറ്റി ചിന്തിക്കുന്നതാകട്ടെ, എപ്പോഴും അവൻ സ്ഥിതി ചെയ്യുന്ന സ്ഥലത്തോടും കാലത്തോടും ബന്ധപ്പെടുത്തിയും. ഏതെങ്കിലും ഒരു സ്ഥലത്തോടോ കാലത്തോടോ സ്വയം കൊളുത്തി നിർത്താതെയുള്ള ചിന്തപോലും നമുക്ക് അസാധ്യമാണ്. കഥയിൽ ആഖ്യാനം ചെയ്യപ്പെടുന്ന സംഭവങ്ങളും കഥകളും ഏതെങ്കിലും സ്ഥലത്തോടും കാലത്തോടും ബന്ധപ്പെട്ടവയായിരിക്കും. ഇങ്ങനെ കഥ

യിലെ സംഭവങ്ങൾക്കും അവസ്ഥകൾക്കും ആധാരമാക്കി വർത്തിക്കുന്ന ഇടത്തെ നമുക്ക് കഥയിടം എന്നുവിളിക്കാം. എം ടിക്ക് കൂടല്ലൂരുപോലെ, കോവിലന് കുണ്ടാണശ്ശേരിപ്പോലെ തകഴിക്ക് പ്രബലമായൊരു കഥയിടമാണ് കുട്ടനാട്.

കഥയിടം എന്നത് ഒരിക്കലും കേവലമായ സ്ഥലം മാത്രമല്ല, ഭൂമിശാസ്ത്രപരമായ ഒരിടവുമല്ല. അലിഗഡിൽ മുറം വിൽക്കാനെത്തുന്ന പുതിയ പാക്കനാരുടെ കഥ പുനത്തിൽ കുഞ്ഞബ്ദുള്ള പറയുമ്പോൾ അവിടെ അലിഗഡിനകത്ത് കേരളത്തിന്റെ കഥയിടം ഉണ്ടാവുകയാണ്. പ്രദേശം എന്നത് ഒരു സ്ഥലമോ സ്ഥലപ്പേരോ മണ്ണോ ഭൂപ്രകൃതിയോ മാത്രമല്ല; സ്ഥലകാലങ്ങളുടെ ഒരു പ്രക്രിയയാണ് ഓരോ ഇടവും. സാംസ്കാരികവും സാമൂഹികവും സാമ്പത്തികവും രാഷ്ട്രീയവും ഒക്കെയായ പ്രക്രിയകളിലൂടെ നിരന്തരം രൂപപ്പെട്ടുകൊണ്ടിരിക്കുന്നതാണ് ഓരോ ഇടവും. സാറാ ജോസഫിന്റെ *ആലാഹയുടെ പെൺമക്കളിൽ* കോക്കാഞ്ചിറ എന്ന പ്രദേശത്തിന്റെ രൂപീകരണത്തെ ഈ മട്ടിൽ വിവരിക്കുന്നുണ്ട്. പ്രാദേശികതയും അതിനോടുബന്ധപ്പെട്ട സംസ്കൃതിയുമെല്ലാം ചർച്ച ചെയ്യുന്ന പ്രത്യയശാസ്ത്രമണ്ഡലങ്ങൾ വികസിച്ചുവരുന്നതിനുമെത്രയോ മുൻപ് തകഴി തന്റെ കഥകളിൽ പ്രാദേശികതയെ സൂക്ഷ്മമായി ആലേഖനം ചെയ്തു വച്ചിരുന്നു.

'വെള്ളപ്പൊക്കത്തിൽ' 'മാഞ്ചുവട്ടിൽ' തുടങ്ങിയ ഒട്ടേറെ കഥകൾ വ്യക്തമായ സ്ഥലസൂചനകളോടെയാണ് എഴുതിയിട്ടുള്ളത്. അമ്പലപ്പുഴ, ആലപ്പുഴ, തിരുവനന്തപുരം, ഇംഗ്ലണ്ട് എന്നീ സ്ഥലപ്പേരുകൾ ഈ കഥകളിലുണ്ട്. മാഞ്ചുവട്ടിലെ ബാലകൃഷ്ണൻ ജഡ്ജിയായിട്ടും തലനരച്ചിട്ടും ഇംഗ്ലണ്ടിൽ പോയി വന്നിട്ടും നിൽക്കുന്നത് അമ്പലപ്പുഴയ്ക്ക് നാലു മൈൽ അകലെയുള്ള തന്റെ ഗ്രാമത്തിലെ മാവിൻചുവട്ടിൽ തന്നെയാണെന്ന് കഥ വ്യക്തമാക്കുന്നു. മാഞ്ചുവട്ടിൽ എന്ന കഥയിലെ ഇംഗ്ലണ്ടിനെക്കുറിച്ചുള്ള പരാമർശംപോലും അതിലെ പ്രാദേശികതയെ ബലപ്പെടുത്താൻ വേണ്ടിയുള്ളതാണ്. പാപ്പി, ബാലകൃഷ്ണൻ, വെളുത്തകുഞ്ഞ്, ചേനപ്പറയൻ തുടങ്ങിയ കഥാപാത്രങ്ങളുടെ പേരുകളും ദേശത്തെ അടയാളപ്പെടുത്താൻ പോന്നവയാണ്. ചരിത്രം, പുരാവൃത്തം, ഭാഷ, ആചാരം, അനുഷ്ഠാനം, ജാതി, മതം, കൃഷി, കൃഷിരീതി, തൊഴിൽബന്ധം തുടങ്ങിയ സാംസ്കാരിക ക്രമം, സാമൂഹികക്രമം ഇതിന്റെയെല്ലാം വിന്യാസങ്ങൾ എന്നിവകൊണ്ടും ദേശത്തെ അടയാളപ്പെടുത്തുന്നുണ്ട്. ഇവയെല്ലാം ചേർന്നാണ് കഥയിലെ പ്രദേശം രൂപം കൊള്ളുന്നത്. കഥാകൃത്തിന്റെ ഉള്ളിലുള്ള പ്രദേശം എങ്ങനെ കഥാലോകമായി മാറുന്നു എന്നതിന്റെ തെളിവാണ് തകഴിയുടെ പല കഥകളും. സംഭവങ്ങളുടെയും അവസ്ഥകളുടെയും ആധാരം മാത്രമല്ല, ഭാവങ്ങളുടെയും വികാരങ്ങളുടെയും വാഹനം കൂടിയായി മാറുന്നു ഈ പ്രദേശം. ഭൂമിയുടെ കിടപ്പ് മനുഷ്യരുടെ മാത്രമല്ല അവരുടെ ചിന്തകളുടെകൂടി നടിപ്പിന്റെ ഉപാധിയാകുന്നു.

കുട്ടനാടിന്റെ ജൈവസംസ്കൃതിയെ ആന്തരവൽക്കരിച്ച ഒരാൾക്കു

മാത്രമെ 'വെള്ളപ്പൊക്കത്തിൽ' എന്ന കഥ എഴുതാൻ കഴിയൂ. വയലും പുഴയും കായലുമെല്ലാമുള്ള കുട്ടനാടൻ ഭൂപ്രകൃതിയിൽ മാത്രമേ അത്തരമൊരു വെള്ളപ്പൊക്കം ഉണ്ടാവുകയുള്ളൂ– പൊങ്ങിപ്പരന്നൊഴുകുന്ന വെള്ളത്തിന്റെ ഇളക്കമാണ്– ചലനമാണ് – ഈ കഥയുടെ മുഖ്യ സ്വഭാവമെന്ന് ഇ പി രാജഗോപാലൻ നിരീക്ഷിക്കുന്നു. ഇത് പ്രക്ഷുബ്ധമായിത്തീർന്ന കേരളീയ രാഷ്ട്രീയവസ്ഥയുണ്ടാക്കിയ ഇളക്കങ്ങളുടെ അതിസൂക്ഷ്മമായ രേഖപ്പെടുത്തൽ കൂടിയാണെന്നും അദ്ദേഹത്തിനഭിപ്രായമുണ്ട്. കഥയിലെ ദേശത്തെ ചിത്രീകരിക്കുന്ന കാര്യത്തിലും ഇതേമട്ടിൽ ജാഗ്രത്തായൊരു സൂക്ഷ്മത തകഴി ദീക്ഷിച്ചിരുന്നു. "നാട്ടിലെ പൊക്കം കൂടിയ സ്ഥലം ക്ഷേത്രമാണ്. മടലും കമ്പും കൊണ്ട് തട്ടും പരണും കെട്ടിയിരുന്നു. കൂടാതെ നാലഞ്ച് വാഴക്കുലയും തുറുവും കിടക്കുന്നു... ഗർഭിണിയായ ഒരു പറച്ചി, നാലു കുട്ടികൾ ഒരു പൂച്ച, ഒരു പട്ടി ഇത്രയും ജീവികൾ അവനെ ആശ്രയിച്ചിട്ടുമുണ്ട്... പട്ടിയുടെ മോങ്ങൽ... വടക്കെങ്ങോ ഒരു വീട്ടിലിരുന്ന് വീട്ടുകാരൻ രാമായണം വായിക്കുന്നു... വാഴയിലയുടെ ഛായ പുരപ്പുറത്തങ്ങനെ ചലിച്ചുകൊണ്ടിരിക്കുന്നു... തവള, കാക്ക, പച്ചക്കിളി, ഉറുമ്പിൻകൂട്... പടറ്റിവാഴയുടെ ചുവട്ടിൽ വൈക്കോൽ, തേങ്ങ, വാഴക്കുല ഇവ കൊണ്ടു നിറഞ്ഞ വള്ളം..." തുടങ്ങിയ എത്രയോ വിവരണങ്ങൾ ദേശത്തെ അതിസൂക്ഷ്മമായി അവതരിപ്പിക്കുന്നവയായി ഈ കഥയിലുണ്ട്. പ്രകൃതി നിർമിതമായ ദേശത്തിന്റെയും മനുഷ്യനിർമിതമായ ദേശത്തിന്റെയും മനോഹരമായ ഒരു ചേരുവതന്നെ ഈ കഥയിലുണ്ട്.

ഒരു ദേശത്തിന്റെയും ദേശസംസ്കാരത്തിന്റെയും സ്വഭാവത്തിൽ ഏകതാനതയുണ്ടാവാൻ തരമില്ല. പൊക്കംകൂടിയ സ്ഥലത്തുള്ള ക്ഷേത്രവും മൂന്നു മുറിയുള്ള അതിന്റെ മാളികപ്പുറവും മടലും കമ്പും കൊണ്ട് തട്ടും പരണും കെട്ടിയ ചേനപ്പറയന്റെ മാടവും ഒരേദേശത്തിലാണുള്ളത്. സാമൂഹികക്രമത്തിനനുസരിച്ചുമാത്രമല്ല, കാലാവസ്ഥാക്രമത്തിനനുസരിച്ചുകൂടി ജീവിതവും സംസ്കാരവും മാറിവരും. പുതുമഴപ്പാച്ചിലിൽ നാടും വീടും വെള്ളത്തിനടിയിലാകുമ്പോൾ രക്ഷിക്കാനെത്തുന്നവരും മുതലുപിടിക്കാനെത്തുന്നവരും വള്ളങ്ങളിൽ തുഴഞ്ഞെത്തുമെന്നത് വെള്ളപ്പൊക്കമുണ്ടാകുന്ന ദേശങ്ങളിലുള്ളവർക്കറിയാം. മനുഷ്യനും പട്ടിക്കും മാത്രമല്ല ഉറുമ്പിനുപോലും വെള്ളപ്പൊക്കത്തെ പ്രതിരോധിക്കാനുള്ള ചില രീതികളുണ്ടെന്നു വരുമ്പോൾ തെളിയുന്നത് സ്വയം രക്ഷപ്പെടാൻവേണ്ടി ജീവൻ/ജീവിതം കാണിക്കുന്ന വ്യഗ്രതയുടെ സംസ്കാരമാണ്. മനുഷ്യനും വളർത്തുനായയും തമ്മിലുള്ള ജീവത്തായ സ്നേഹത്തിന്റെ കഥ മാത്രമല്ല 'വെള്ളപ്പൊക്കത്തിൽ'. ഒരു ദേശം മുഴുവനും വെള്ളത്തിനടിയിലാണ്ടു മുങ്ങുമ്പോഴും നിലയില്ലാത്ത വെള്ളത്തിനുമുകളിൽ ബഹുമുഖമായ ദേശസംസ്കൃതി ഓളപ്പരപ്പുകളും ചുഴികളും തീർക്കുന്നതിന്റെ കഥകൂടിയായി അതു മാറുന്നു.

അമ്പലപ്പുഴയിൽനിന്നും നാലു മൈൽ ദൂരെയുള്ള ഒരു ഗ്രാമമാണ്

'മാഞ്ചുവട്ടിൽ' എന്ന കഥയുടെ പശ്ചാത്തലം. അമ്പലപ്പുഴ, വടക്കൻ പറവൂർ, ആലപ്പുഴ, തിരുവനന്തപുരം, തെക്കെ ഇന്ത്യ, ലണ്ടൻ തുടങ്ങിയ സ്ഥലങ്ങൾ അതിൽ പരാമർശിക്കപ്പെട്ടിട്ടുണ്ട്. ആലപ്പുഴ തിരുവല്ല റോഡിൽ ഒരു ഇംഗ്ലീഷ് മിഡിൽ സ്കൂളും ഒന്നുരണ്ടു കയർ ഫാക്ടറികളും മാത്രം ഉണ്ടായിരുന്ന കാലത്താണ് ഈ കഥ നടക്കുന്നത്. ഗന്ധർവ ക്ഷേത്രത്തിനും സർപ്പക്കാവിനും അടുത്തായി നിൽക്കുന്ന വരിക്കമാവിൻ ചുവട്ടിലാണ് മുഖ്യമായും ഈ കഥയിലെ സംഭവങ്ങൾ. എന്നാൽ ഇതെല്ലാം കഥയിലെ ബാഹ്യലോകം മാത്രമാണ്. ഈ ബാഹ്യലോകത്തിന് കരുത്തും ജീവസ്സും ഉണ്ടാകുന്നത് അതിനോട് ബന്ധപ്പെട്ടു നിൽക്കുന്ന ആന്തരിക സംസ്കൃതിയിൽ നിന്നാണ്. മാവിൻ ചുവട്ടിലെ ബാല്യകാലാനുഭവങ്ങളുടെ വിവരണത്തിലൂടെയാണ് ഇതാവിഷ്കരിക്കപ്പെടുന്നത്.

"ഒരു കാറ്റും കാറ്റല്ല
പെരുകാറ്റും കാറ്റല്ല
മാവേലിക്കുന്നത്തെ
കാറ്റേവാ കടലേവാ
കടലേത്തട്ടി ഒരു
മാങ്ങയെ താ."

മാങ്ങ വീഴാൻവേണ്ടി കാത്തിരിക്കുന്ന കുട്ടികൾ അതിനായി പാടുന്ന ഈ പാട്ട് ബാല്യത്തിന്റെയും മാമ്പഴക്കാലത്തിന്റെയും മാധുര്യത്തെ കഥയിലേക്ക് കൊണ്ടുവരുന്നുണ്ട്. പേരയിൽ തൂക്കിയിട്ട ഓലക്കൂട്ടിലെ മാങ്ങ പാപ്പിയും ബാലകൃഷ്ണനും പങ്കുവച്ചത് മാവിൻ ചുവട്ടിൽ വച്ചാണ്. നാണിയും ഗോവിന്ദനും ഒറ്റയും ഇരട്ടയും കളിച്ചതും മാവിൻ ചുവട്ടിൽത്തന്നെ. കാത്തിരുന്ന് മടുത്തിട്ടും മാങ്ങ വീഴാതെയായപ്പോൾ നീലകണ്ഠനും രാമനും ചേർന്ന് അണ്ടിയച്ചനെ സംസ്കരിച്ചതും "അണ്ടിയച്ചൻ ചത്തേ പുല കുളിച്ചേ പതിനാറു വീടാൻ ഒരു മാങ്ങയെ താ" എന്നു വിളിച്ചു പറഞ്ഞുകൊണ്ട് അനുഷ്ഠാനാത്മകമായ കളികളിലേർപ്പെട്ടതും ഈ വരിക്കമാവിൻ ചോട്ടിലാണ്. ആദ്യം കിട്ടുന്ന മാങ്ങയുടെ ചെന തെറുപ്പിച്ച്, ഈ ചെന എടുത്തോണ്ട് മറുചെന മാമ്പഴം "എനിക്കുതാ" എന്ന് കുട്ടികൾ ആർത്തുവിളിച്ചതും ഇവിടെ നിന്നാണ്. നാവിലൊളിപ്പിച്ചുവച്ച മാമ്പഴപ്പച്ചടിയുടെ രുചി മാത്രമല്ല പതിനെട്ടു തികഞ്ഞ പാപ്പിയുടെ കൈയിൽ പിടിച്ച് ബാലകൃഷ്ണൻ മെല്ലെ അമർത്തിയതിന്റെ അനുഭവവും മാവിൻ ചുവട്ടിലെ ഓർമകളോട് ബന്ധപ്പെട്ടു നിൽക്കുന്നു. അമ്പലപ്പുഴയ്ക്കടുത്തുള്ള ഗന്ധർവൻക്ഷേത്രവും സർപ്പക്കാവും വരിക്കമാവുമുള്ള ഒരു ഗ്രാമീണ ഭൂപ്രകൃതിയിൽ ബാല്യകാലവും മാമ്പഴക്കാലവും ഒത്തുചേരുമ്പോഴുണ്ടാകുന്ന പ്രകൃതിക്കകത്തുനിന്നാണ് ഒരു ദേശം അഥവാ ഒരു കഥയിടം രൂപം കൊള്ളുന്നത്. ഇത് ഒരു സാംസ്കാരിക പ്രക്രിയകൂടി ആകുന്നു. അതിന് തുടർച്ചകൾ ഉണ്ടാവുകയും ചെയ്യുന്നു. അതുകൊണ്ടാണ് ഹൈക്കോടതി ജഡ്ജിയായിരുന്നിട്ടും ഇംഗ്ലണ്ടിൽ പോയി വന്ന

ആളായിരുന്നിട്ടും വാർധക്യത്തിന്റെ പക്വത ഉണ്ടായിരുന്നിട്ടും വരിക്കമാവിൻ ചുവട്ടിൽ വീഴുന്ന മാമ്പഴത്തിനായി ബാലകൃഷ്ണൻ ഓടിച്ചെല്ലുന്നതും അതുകണ്ട് പല്ലില്ലാത്ത മോണകാട്ടി പാപ്പിക്ക് ബാല്യകൗമാരങ്ങളിലെ അതേ നിഷ്കളങ്കതയോടെ ചിരിക്കാൻ സാധിക്കുന്നതും.

മണ്ണും മനുഷ്യനും പരിസ്ഥിതിയും കാലവും സംസ്കാരവും ഉൾപ്പെട്ട ഒരു പ്രക്രിയയുടെ തുടർച്ചയാണ് ദേശം. കുട്ടനാടുപോലെ ഒരു ദേശം അഥവാ കഥയിടം തകഴിക്കഥയിലെ ബാഹ്യലോകമല്ല. മറിച്ച് കഥയുടെ വൈചാരികവും വൈകാരികവുമായ അംശങ്ങൾ മുഴുവനും കഥയിലെ പ്രദേശവുമായി വേർതിരിക്കാനാവാത്തവിധം ബന്ധപ്പെട്ടു കിടക്കുന്നു. ചിട്ടിപൊളിഞ്ഞുപോയതിനെത്തുടർന്ന് ഭർത്താവിനോടൊപ്പം നാടുവിട്ടുപോയ ചിട്ടക്കാരി കൊച്ചുനാണി കോയമ്പത്തൂരിൽ ഹോട്ടൽ വ്യാപാരം നടത്തി നാട്ടിലെ കടക്കാരുടെ കടം വീട്ടുന്നുണ്ട്. ചെറുപ്പത്തിലേ സമ്പാദ്യശീലമുണ്ടായിരുന്ന തൊഴിലാളി സ്ത്രീകളോട് അങ്ങേയറ്റം പാരസ്പര്യം ഉണ്ടായിരുന്ന കൊച്ചുനാണിക്ക് അങ്ങനെയല്ലാതാവാൻ കഴിയില്ല. കൃഷിക്കാരൻ എന്ന കഥയിലെ കേശവൻനായർ പുഞ്ചപ്പാടത്തിന്റെയും നെൽകൃഷിയുടെയും സംസ്കാരത്തിൽ ജനിച്ചുവളർന്നയാളാണ്. അതുകൊണ്ടാണയാൾക്ക് കൃഷിക്കാരൻ മാത്രമാകാൻ കഴിയുന്നത്. അതുകൊണ്ടുമാത്രമാണ് തന്റെ പാടത്തേക്ക് വെള്ളം മുറിച്ചുവിട്ട് കൃഷിയെ വെള്ളത്തിൽമുക്കി കൃഷിനാശം വരുത്തിയ ഔതക്കുട്ടിയോട് കേശവൻനായർക്ക് അതേ അനീതി തിരിച്ചുചെയ്യാൻ കഴിയാതായിപ്പോയത്. മകനെ സ്നേഹിക്കാൻ മാത്രമറിയാവുന്ന, അവന്റെ പേരിൽ അഭിമാനിക്കുന്ന ആളാണ് 'തഹസിൽദാരുടെ അച്ഛൻ' എന്ന കഥയിലെ കേശവശാർ. അയാൾ കന്നുകാലിച്ചെറുക്കനും ഉഴവുകാരനും കൃഷിക്കാരുമായാണ് പുലർന്നത്. മകൻ തഹസിൽദാരായിട്ടും തഹസിൽദാരുടെ സംസ്കാരത്തിലേക്ക് മാറാൻ പറ്റാത്തവിധത്തിൽ അത്രമേൽ ശക്തമായിരുന്നു കാർഷിക സംസ്കാരം. രാത്രിയുടെ നിശ്ശബ്ദതകളിൽ അയാൾ അറിയാതെ ചക്രപ്പാട്ടുപാടിപ്പോകുന്നത് അതുകൊണ്ടാണ്. 'തന്തോഴം കൊണ്ടങ്ങുപാടിപ്പോകുന്നതാണ്' കേശവശാരുടെ ഈ പാട്ടുകൾ. അതിന്റെപേരിൽ വീട്ടിൽ നിന്നു പുറത്താക്കപ്പെട്ടാലും അയാൾക്ക് പാടാതിരിക്കാനാവില്ല. അയാളുടെ ഭാഷ, 'കൊച്ചു പുലയാ' എന്ന കുഞ്ഞുങ്ങളോടുള്ള വിളി ഇതെല്ലാം ഒരു ദേശത്തിന്റെ കൂടി ഭാഗമാണെന്നതിനാൽ അയാൾക്ക് എളുപ്പത്തിൽ തിരുത്താനാവില്ല. ഭർത്താവിന്റേതല്ലാത്ത കുഞ്ഞിനെ പ്രസവിക്കേണ്ടി വന്നപ്പോൾ ചിരുത നീലിയോടാവശ്യപ്പെട്ടത് നാച്ചിപ്പാട്ടു പാടാനാണ്. പ്രസവവേദനയെക്കാൾ അവൾക്കു വലുതായി തോന്നിയത് തനിക്കു തെറ്റു പറ്റിയതിലുള്ള ഹൃദയ വേദനയാണ്. ഈ വേദനയെക്കാളും കുറ്റബോധത്തെക്കാളും മരണത്തെയാണ് അവൾ ഇഷ്ടപ്പെട്ടത്. ഒരു പരിഷ്ക്കാരവുമില്ലാത്ത പറയരുടെ കൂട്ടത്തിൽ ഒരു വിശ്വാസമുണ്ട്. അത് അവരുടെ വംശത്തിൽ ഒരു സ്ത്രീ മാത്രമേ പിഴച്ചു പോയിട്ടുള്ളൂവെന്നും അത് തന്നെയും മനസറിയാതെയാണെന്നും ആണ്. പിഴ

ച്ചുപോയ പറയിയെക്കുറിച്ചുള്ള നാച്ചിപ്പാട്ടും പാടിക്കേട്ടാണ് അവൾ മരിക്കുന്നത്. ഇതൊരു സാധാരണ പറയിപ്പെണ്ണിന്റെ സംസ്കാരവും അതിന്റെ ഉശിരുമാണ്.

ചിരുതയും ഇട്ട്യാതിയും ചേന്നപ്പറയനും കേശവച്ചാരും പാപ്പിയും ബാലകൃഷ്ണനും ചിട്ടിക്കാരി കൊച്ചു നാണിയുമെല്ലാം ഒരു തരത്തിലല്ലെങ്കിൽ മറ്റൊരു തരത്തിൽ തങ്ങളുടെ ദേശത്തെയും സംസ്കാരത്തെയും ആന്തരികവൽക്കരിച്ച കഥാപാത്രങ്ങളാണ്. അവരെ സംബന്ധിച്ചിടത്തോളം ദേശം എന്നത് കഥയിലെ പ്രദേശം മാത്രമല്ല, അവരെ രൂപപ്പെടുത്തിയ അവരുടെ അന്തഃസ്ഥലികൾ കൂടിയാണ്. ഒരെഴുത്തുകാരനെന്ന നിലയ്ക്ക് ഇത്തരമൊരാന്തരികവൽക്കരണം തനിക്ക് സാധിച്ചതുകൊണ്ടാണ് തകഴിക്ക് ഇങ്ങനെ എഴുതാനായത്. ഓരോ ദേശത്തിനും ഓരോ കരയ്ക്കും ചില ഐതിഹ്യങ്ങളും ചരിത്രങ്ങളും ഉണ്ടെന്നും ഇതിലൂടെയുള്ള കേരളത്തനിമ സാഹിത്യത്തിലേക്കു വരേണ്ടതാണെന്നുമുള്ള അഭിപ്രായം തകഴിക്കുണ്ടായിരുന്നു. മുത്തശ്ശിയുടെ കഥപറച്ചിൽ രീതിയിൽ നാടിന്റെ അന്തരീക്ഷവും ജീവിതത്തിന്റെ തുടിപ്പും ഉള്ളതായി അദ്ദേഹം തിരിച്ചറിഞ്ഞിരുന്നു. അച്ഛനും കൂട്ടുകാരനും ചേർന്ന് നിത്യജീവിത സംഭവങ്ങൾ പറഞ്ഞുകൊണ്ടിരുന്നത് കുട്ടിക്കാലത്ത് കേട്ടിരുന്നതായും ഇത് തന്റെ കഥാസംസ്കാരത്തെ സ്വാധീനിച്ചിട്ടുണ്ടെന്നും തകഴി തന്നെ പറഞ്ഞിട്ടുണ്ട്. വാമൊഴിവഴക്കത്തിന്റെ ചലനാത്മകതയും ബഹുതലസ്പർശിയായ സൂക്ഷ്മതയും തകഴിക്കഥകളിലുണ്ടാവുന്നത് ഒരു പക്ഷേ, അങ്ങനെയാവാം. വിദേശത്തുപോലും ഒരു കേരളീയ ദേശമുണ്ടാകാമെന്ന് തകഴിക്കറിയാമായിരുന്നു. അതുകൊണ്ടാണ് ന്യൂയോർക്കിലെ കേരളീയ ഭവനം പാശ്ചാത്യമട്ടിൽ വർണിച്ചാൽ അഭംഗിയാണെന്ന് അദ്ദേഹം എഴുതിയത്.

എന്നാൽ, ദേശത്തോടും അതിന്റെ സംസ്കൃതിയോടും പാരമ്പര്യത്തോടുമുള്ള ആരാധനയുടെ അന്ധത തകഴിയെ ബാധിച്ചിരുന്നില്ല. എപ്പോൾ പാരമ്പര്യം ഒരൊഴിയാബാധയും ഭാരവുമായി മാറുന്നുവോ അപ്പോൾ അതിനെ ഉപേക്ഷിക്കണമെന്ന കാര്യത്തിലും അദ്ദേഹത്തിന് സംശയമുണ്ടായിരുന്നില്ല. ഇക്കാര്യത്തെ ഏറ്റവും സുവ്യക്തമായി ആവിഷ്കരിച്ചിട്ടുള്ള കഥയാണ് 'ചുമടുതാങ്ങി.' ചുമടുതാങ്ങിയിൽ മരിച്ചു കിടന്ന ഭിക്ഷക്കാരൻ മരണാനന്തരം തന്റെ വാളും തകിടും തന്നോടു കൂടി അവസാനിക്കണമെന്ന് കത്തെഴുതിവച്ചിരുന്നു. താനഭിമാനപൂർവം കൈയിലേന്തി നടന്ന വാളും തകിടുമാണ് തന്റെ ജീവിതത്തെ ഭിക്ഷക്കാരന്റെ ജീവിതമാക്കി മാറ്റിയതെന്നും അതുകൊണ്ടുതന്നെ ആ പാരമ്പര്യം ഇനിയും മറ്റൊരാൾക്കുകൂടി ഭാരമായി മാറരുതെന്നുമാണ് അയാൾ പറഞ്ഞത്. പ്രാദേശികതയോടുള്ള അന്ധമായ ആരാധനയായിരുന്നില്ല; യാഥാർഥ്യബോധത്തോടെ അതിനെ വർത്തമാനത്തിന്റെ പ്രതിബോധവും കരുത്തുമാക്കി മാറ്റാനുള്ള ശ്രമങ്ങളായിരുന്നു തകഴിയുടെ കഥകൾ. നമ്മെ സംബന്ധിച്ചിടത്തോളം ഇന്ന് ഇത് വളരെ പ്രധാനമാണ്.

"ലോകമിന്നൊരു തറവാടായ്
വരമ്പുകൽ കാണാതായീ
പ്രകടോൽസാഹം നീ ഉഴുതീടരുതേ
വയലാം വയലാകവേ"

എന്ന് വരാനിരിക്കുന്ന ലോകക്രമത്തെ ദീർഘദർശനം ചെയ്ത ഇടശ്ശേരി ലോകത്തിന്റെ അതിരുകളിൽനിന്നും വരമ്പിലേക്കു നോക്കുകയായിരുന്നു. കമ്പോളത്തിന്റെ വെള്ളപ്പൊക്കത്തിൽ നിലവിട്ടൊഴുകുന്ന മലയാളിക്ക് ഒരുപക്ഷേ, തന്റെ വരമ്പുകളെ കണ്ടെത്താനാവുന്നത് തകഴിക്കഥകൾപോലെയുള്ള സാഹിത്യകൃതികളിലാണ്.

പ്രദേശം നഷ്ടപ്പെടാത്തവരാണ് തകഴിയുടെ കഥാപാത്രങ്ങൾ. തകഴിയെപ്പോലെതന്നെ ദേശത്തെ ആന്തരികവൽക്കരിച്ചവരാണവർ. അവർക്കുമാത്രമേ നമ്മുടെ ജീവിതത്തിനു പുറത്ത് ആസൂത്രണം ചെയ്യുകയും നിർമിക്കുകയും നമ്മുടെ മുകളിലേക്കുതന്നെ വർഷിച്ചുകൊണ്ടിരിക്കുകയും ചെയ്യുന്ന അധീശ സംസ്കാരത്തെയും അതിന്റെ രാഷ്ട്രീയത്തെയും തടഞ്ഞുനിറുത്താനാവുകയുള്ളൂ. സാംസ്കാരിക പ്രതിരോധത്തിനുള്ള ഊർജ ഉറവിടങ്ങൾ കൂടിയാണ് ദേശവും ദേശസംസ്കൃതിയും. അതുകൊണ്ടാണ് സാറാജോസഫും എൻ പ്രഭാകരനും അംബികാസുതൻ മാങ്ങാടും മറ്റും നിരന്തരമായി തങ്ങളുടെ ദേശത്തെ എഴുതാൻ ശ്രമിക്കുന്നത്. ദേശം, ദേശസംസ്കൃതി, അതിന്റെ പ്രത്യയശാസ്ത്രം തുടങ്ങിയവ വ്യാപകമായി ചർച്ച ചെയ്യപ്പെടുന്ന പുതിയ കാലത്ത് ദേശമെഴുത്ത് എന്നത് ബോധപൂർവമായ ഒരു പ്രവർത്തനമാണ്. ഇതിൽനിന്ന് വ്യത്യസ്തമായി തകഴിയുടെ എഴുത്ത് അബോധമായ ഒരുപ്രവർത്തനമാണ്. ജീവിതത്തെ ആകമാനം പൊതിഞ്ഞുനിൽക്കുന്ന സമഗ്രതയാണ് തകഴിക്കഥകളിൽ ദേശവും ദേശബോധവും.

കൃഷിയും കാർഷികതയും ദേശസംസ്കാരത്തിന്റെ നേരും നെറിയും നിറവുമായിരുന്നു. മക്കളെക്കണ്ടും മാമ്പൂ കണ്ടും കൊതിക്കരുതെന്ന കൃഷിക്കാരന്റെ ജീവിതദർശനം കാർഷികതയ്ക്കകത്തുനിന്നാണ് രൂപപ്പെടുന്നത്. പാലക്കാട്ടെ കർഷകർ ഞാറ് പറിച്ച് നടുമ്പോൾ ഒരു ദിവസം അത് കെട്ടിവയ്ക്കുകയും കെട്ടിനകത്ത് നന്നായി പനിച്ചു വിയർത്തു പൊട്ടിയൊഴുകിയ ഞാറിന് നല്ല പ്രതിരോധശേഷിയുണ്ടാകുമെന്ന് കരുതുകയും ചെയ്യുന്നു. അങ്ങനെ പറിച്ച ഞാറിനുമാത്രമേ പ്രാതികൂല്യങ്ങളെ ചെറുക്കാനാവൂ എന്ന് അവർക്കറിയാം. കൃഷിയും ജീവിതവും പരസ്പരം അന്യമല്ലെന്നും എല്ലാത്തരം പനിയും അസുഖമല്ലെന്നും അതുകൊണ്ടുതന്നെ പാരസിറ്റാമോൾ എല്ലാത്തരം പനിക്കുമുള്ള ഔഷധമല്ലെന്നും അവർക്കറിയാം.

പുരാണേതിഹാസങ്ങളുടെയും മറ്റും പുനരാഖ്യാനത്തിലൂടെ എങ്ങനെ ഒരു രാഷ്ട്രത്തെ നിർമിച്ചെടുക്കാം എന്നാണ് സ്വാതന്ത്ര്യത്തിനു മുൻപ് നാം മുഖ്യമായും ആലോചിച്ചത്. കാടിനെ നോക്കാനുള്ള വ്യഗ്രതയിൽ മരത്തെക്കാണാൻ മറന്നുപോയവരാണ് പല എഴുത്തുകാരും.

നമ്മുടെ രാഷ്ട്ര സങ്കൽപ്പങ്ങളിൽ നിന്നും, സാഹിത്യ-സാംസ്കാരിക-സാമൂഹിക വ്യവഹാരങ്ങളിൽനിന്നും, വഴുതിപ്പോയ ദേശവും ദേശസംസ്കൃതിയുമാണ് വാസ്തവത്തിലുള്ള നമ്മുടെ രാഷ്ട്രത്തിന്റെ അസ്തിത്വം. ഈ വാസ്തവികതയിലേക്ക് സാഹിത്യ വ്യവഹാരങ്ങളെ വികസിപ്പിക്കുകവഴി മിത്തീകരിച്ച ഒരു രാഷ്ട്രസങ്കൽപ്പത്തെ തകർക്കുകയാണ് തകഴിയെപ്പോലുള്ള എഴുത്തുകാർ ചെയ്തത്. ദേശത്തെയും ദേശസംസ്കൃതിയെയും സാഹിത്യത്തിലെഴുതുമ്പോൾ സംഭവിക്കുന്നത് നമ്മുടെ രാഷ്ട്രീയവും സാംസ്കാരികവുമായ വ്യവഹാരങ്ങളിലേക്കും അതിന്റെ മുഖ്യധാരായിലേക്കുമുള്ള ദേശസംസ്കൃതിയുടെ പ്രവേശനം കൂടിയാണ്. ദേശീയതയും പ്രാദേശികതയും ഒരു രാഷ്ട്രത്തിന്റെ ഊടുംപാവുമായിത്തീരുന്നത് ഇത്തരം വ്യവഹാരങ്ങളിലൂടെയാണ്. ഏകസ്വരതയുടെ ഊടുകൾകൊണ്ടുമാത്രം രാഷ്ട്രത്തിന്റെ ഉടയാട തയ്ക്കാൻ ശ്രമിച്ചവർക്കിടയിലേക്ക് ബഹുസ്വരതയുടെ പാവുമായി കടന്നുവന്ന അപൂർവം തയ്യൽക്കാരിൽ ഒരാളാണ് തകഴി. ഉടയാടകൾതന്നെ ഉരിഞ്ഞെറിഞ്ഞ് നഗ്നതയിൽ അഭിരമിക്കുന്നൊരു സമൂഹത്തിന് ഇനിയുമൊരുപാടുണ്ട് ഇവരിൽനിന്നും പഠിക്കാനുള്ള പാഠങ്ങൾ.

(2011)

നിഷേധത്തിന്റെ രൂപഭേദങ്ങൾ

വി ഒ റോണി

അഭിജാതമായ ജീവിതശൈലിയുടെയും ഉന്നതമായ സദാചാര ബോധത്തിന്റെയും കഥകളായിരുന്നു നമ്മുടെ ആദ്യകാല നോവലെഴുത്തുകാർ കൂടുതൽ ചിത്രീകരിച്ചത്. വീരനായകന്മാരുടെ ഔന്നദ്ധ്യം നിറഞ്ഞ പ്രവൃത്തികളും ആദർശനിഷ്ഠതയുടെയും പാതിവ്രത്യത്തിന്റെയും ആൾരൂപങ്ങളായ നായികമാരും സാഹസപ്രിയരായ കഥാപാത്രങ്ങളും ആദ്യകാല നോവലെഴുത്തുകാരെ വല്ലാതെ സ്വാധീനിച്ചിരുന്നു. രാജവാഴ്ചയുടെ ഉപസംസ്കൃതിയും ഫ്യൂഡൽ മേൽക്കോയ്മയുടെ മൂല്യബോധവുമാകണം അന്നത്തെ ഗദ്യസാഹിത്യത്തെ നിയന്ത്രിച്ചത്. സമൂഹത്തിൽ ബഹുഭൂരിപക്ഷം വരുന്ന സാധാരണക്കാരുടെയും അധഃസ്ഥിതന്റെയും വ്യവഹാരങ്ങൾ ആദ്യകാല നോവലുകളുടെ പ്രമേയ സങ്കൽപ്പത്തിൽ നിന്നും കുറച്ചകന്നു തന്നെയാണ് നിന്നത്. "ആദ്യകാല നോവലുകൾ പൊതുവെ സമകാലിക ജീവിതത്തിന്റെ തുടിപ്പുകൾ ഉൾക്കൊള്ളാൻ ശ്രമിച്ചിരുന്നില്ല" എന്ന് ലുക്കാച്ച് ഇത്തരമൊരു ചരിത്രഘട്ടത്തെക്കുറിച്ച് ചൂണ്ടിക്കാട്ടുന്നുമുണ്ട്. ഈ അവസ്ഥയ്ക്ക് പൊതുവിൽ മാറ്റമുണ്ടായത് 1930കളിലും നാൽപ്പതുകളിലുമാണ്.

1934 ൽ പാരീസിൽ നടന്ന 'പ്രോഗ്രസീവ് റൈറ്റേഴ്സ് അസോസിയേഷന്റെ' യോഗം ലോകമെങ്ങും സാഹിത്യരംഗത്ത് വമ്പിച്ച മാറ്റമാണ് സൃഷ്ടിച്ചത്. ഇന്ത്യയിൽ കേരളം ഉൾപ്പെടെയുള്ള സംസ്ഥാനങ്ങളിൽ ഇത്തരം യോഗങ്ങൾ ചേരുകയും എഴുത്തുകാരിൽ ഒരു വിഭാഗം അവ ഉയർത്തിപ്പിടിച്ച ആശയങ്ങൾ പ്രചരിപ്പിക്കുകയും ചെയ്തു. സാമൂഹിക പരിതാവസ്ഥകളിൽ നിന്നാണ് ഏതു സാഹിത്യവും രൂപമെടുക്കുന്നത്. കേരളത്തെ സംബന്ധിച്ച് മുപ്പതുകളും നാൽപ്പതുകളുമൊക്കെ പ്രബുദ്ധമായ ഒരു കാലമായിരുന്നു. സാമൂഹിക-സാംസ്കാരികരംഗത്തെ സമ

രങ്ങൾ, കർഷക കലാപം, ഒക്ടോബർ വിപ്ലവത്തെ തുടർന്നുണ്ടായ സോഷ്യലിസ്റ്റ് സ്വപ്നങ്ങൾ, അയ്യങ്കാളി, കെ പി കറുപ്പൻ തുടങ്ങിയ സാമുദായ പരിഷ്കർത്താക്കളുടെ പ്രവർത്തനം, വി ടി, പ്രേംജി, ഇ എം എസ് തുടങ്ങിയവരുടെ സമുദായ നവോത്ഥാന പ്രവർത്തനങ്ങൾ, ജി ശങ്കരക്കുറുപ്പ്, വള്ളത്തോൾ, ചെറുകാട്, കെ ദാമോദരൻ തുടങ്ങിയ എഴുത്തുകാരുടെ പ്രവർത്തനങ്ങൾ, കേസരി എ ബാലകൃഷ്ണപിള്ളയുടെ അഗാധമായ പാണ്ഡിത്യവും വിശാലമായ വായനയും അതു പങ്കുവയ്ക്കാനുള്ള ഉദാത്തമായ മനോഭാവവും ഇവയൊക്കെ കേരളത്തിന്റെ സാംസ്കാരിക അടിത്തറ ശക്തമാക്കുന്നതിൽ പ്രത്യക്ഷമായോ പരോക്ഷമായോ പ്രവർത്തിച്ചു. വിപുല വായനകൊണ്ട് ആർജിച്ച അറിവും സംസ്കാരവും യുവതലമുറയ്ക്ക് പങ്കുവെച്ച കേസരിയുടെ ചരിത്രനിയോഗം മലയാള ഗദ്യസാഹിത്യത്തെയും പുരോഗമന സാഹിത്യത്തെയും കുറച്ചൊന്നുമല്ല സഹായിച്ചത്.

കേസരിയുടെ സാഹിത്യ സദസിലെ സ്ഥിരം അംഗങ്ങളിൽ ഒരാളായിരുന്നു തിരുവനന്തപുരത്ത് നിയമവിദ്യാഭ്യാസം നടത്തിയിരുന്ന തകഴി ശിവശങ്കരപ്പിള്ള. നമ്മുടെ ഗദ്യസാഹിത്യത്തിൽ വിജയകരമായ പരീക്ഷണങ്ങൾ നടത്താനും പാരമ്പര്യ സങ്കൽപ്പങ്ങളെ നിഷേധിക്കാനും കേസരിയുടെ സ്വതവേ നിഷേധിയായ ഇച്ഛാശക്തി, നിഷേധത്തിന്റെ വഴിത്താരയിലൂടെ നടക്കാനാണ് തകഴിയേയും പരിശീലിപ്പിച്ചത്. ഇതേക്കുറിച്ച് തകഴി തന്നെ പറയുന്നത്; "എന്റെ ഇന്നോളമുള്ള സാഹിത്യ സംഭാവനകൾക്ക് സാമൂഹിക ബോധത്തിന്റേതായ ഗുണവിശേഷം എന്തെങ്കിലും ഉണ്ടെങ്കിൽ അതു ഞാൻ ബോധപൂർവം എഴുതാൻ തുടങ്ങിയ കാലഘട്ടത്തിന്റെയും ശ്രീ. എ ബാലകൃഷ്ണപിള്ളയുമായുള്ള സമ്പർക്കവും കൊണ്ട് മാത്രമായിരുന്നു." ഇതു മാത്രമല്ല, കോൺഗ്രസിനകത്ത് രൂപം കൊണ്ട ഇടതുപക്ഷവും മാർക്സിന്റെ ചിന്തകളും ഫ്രോയ്ഡിന്റെ മനഃശാസ്ത്ര പഠനങ്ങളും തകഴിയെ സ്വാധീനിച്ച ഘടകങ്ങളാണ്. അധ്വാനം ചൂഷണവിധേയമാവുന്നതുവഴി തൊഴിലാളി സ്വന്തം തൊഴിലിൽ നിന്നും അന്യവൽക്കരിക്കപ്പെടുന്നു (aliemated). മാർക്സിസ്റ്റ് പഠനപദ്ധതികൾ ഇത് വെളിവാക്കിയത് തകഴിയെ ആകർഷിച്ചു. മാർക്സിസത്തോടുള്ള മമതയെ കുറിച്ച് തകഴി തന്നെ പറയുന്നത്, "ജീവിതത്തിനാകെ ഒരു പരിവർത്തനം വരുത്തുവാൻ ജീവിതത്തിന്റെ കണ്ണായ സന്ധികളിൽ വിരൽ ചൂണ്ടിക്കൊണ്ട് മാർക്സ് എന്ന മനുഷ്യൻ വാദിച്ചതാണ് ബുദ്ധിജീവികളെ ആകർഷിച്ചത്. ചുരുക്കത്തിൽ മാർക്സിസത്തിന് എന്റെ സാമൂഹികബോധത്തിന് വ്യക്തമായ രൂപം നൽകാൻ കഴിഞ്ഞു."

മാർക്സിസ്റ്റ് ചിന്താപദ്ധതി വികസനത്തിന്റെ മാർഗമായി കാണുന്നത് നിഷേധത്തെയാണ് (negation). ഈ 'നിഷേധം' നാശാത്മകമല്ല (destructive). മറിച്ച് നിർമാണാത്മകമാണ് (constructive). സിദ്ധാന്തം – പ്രതിസിദ്ധാന്തം – സമവായം എന്ന വൈരുധ്യാത്മക നിഷേധത്തിന്റെ നിയമം ചരിത്രത്തെ മാറ്റിമറിച്ചത് തകഴിയെപ്പോലുള്ള ഒരു പുരോഗമന

പക്ഷക്കാരനായ നോവലെഴുത്തുകാരനിൽ ചെറുതല്ലാത്ത സ്വാധീനമാണ് ചെലുത്തിയത്. വികാസത്തെക്കുറിച്ചുള്ള പുതിയ സ്വപ്നങ്ങൾ, അസംഘടിതരായ തൊഴിലാളികളെ ഒന്നിച്ചുനിർത്തുകയും ചൂഷണരഹിതമായ ഒരു വ്യവസ്ഥിതിക്കു വേണ്ടി ശബ്ദമുയർത്തുകയും ചെയ്തത് തൊഴിലാളികളുടെ ജീവിതത്തെക്കുറിച്ച് നേരിട്ടറിവുള്ള തകഴിയെ വല്ലാതെ സ്വാധീനിച്ചിട്ടുണ്ട്.

തകഴിയെ ആകർഷിച്ച മറ്റൊന്ന് ഫ്രോയ്ഡിന്റെ മനഃശാസ്ത്ര അപഗ്രന്ഥമാണ് – "മനുഷ്യനെ സംബന്ധിക്കുന്ന ഏറ്റവും അടിസ്ഥാനമായ രണ്ട് വികാരങ്ങൾ രതിയും വിശപ്പുമാണ്" എന്നാണ് ഫ്രോയ്ഡിന്റെ നിരീക്ഷണം". രതി അടിസ്ഥാനപരമായ ഒരു മാനസിക വ്യവഹാരമാണെന്നും, അതുകൊണ്ടുതന്നെ അത് ജീവശ്ശാസ്ത്രപരവും ശാരീരികവുമായ ഒരാവശ്യം എന്നതിലുപരി മന:ശാസ്ത്രപരമായ വ്യവഹാരത്തിന് അടിസ്ഥാനം കൂടിയാണെന്നും ഫ്രോയ്ഡ് നിരീക്ഷിച്ചു. രതിയും വിശപ്പും ഒരേ അച്ചുതണ്ടിന്റെ രണ്ടഗ്രങ്ങളിലായി സ്ഥിതി ചെയ്യുന്നതുകൊണ്ടുതന്നെ ഈ രണ്ട് വികാരങ്ങൾക്കും സ്വതന്ത്രമായ നിലനിൽപ്പില്ലെന്നും ഫ്രോയ്ഡ് കണ്ടെത്തി. കാമവികാരത്തെ ഫ്രോയ്ഡ് 'ലിബിഡോ' എന്നു വിളിച്ചു. 'ലിബിഡോ'യുടെ ശാരീരികമായ അടിസ്ഥാനത്തെ ഫ്രോയ്ഡ് കണ്ടിരുന്നത് ലൈംഗിക പ്രസക്തിയുള്ളതായിട്ടാണ്" കാമവികാരത്തെ മനഃപൂർവമായി അടക്കി നിർത്തുന്നത് പലതരം 'ന്യൂറോസിസു'കൾക്കും കാരണമാകുന്നുവെന്നും ഫ്രോയ്ഡ് തെളിയിച്ചു. 'ലിബിഡോ' എന്നു പറയുന്ന ലൈംഗികോർജത്തിന് അനുസൃതമായി ചലിക്കുന്ന ഒരു യന്ത്രമായിട്ടാണ് ഫ്രോയ്ഡ് മനുഷ്യനെ സങ്കൽപ്പിച്ചത്. മാർക്സിനും ഫ്രോയ്ഡിനും സാമൂഹികമായി ഏറെക്കുറെ ഒരേ ലക്ഷ്യമായിരുന്നു ഉണ്ടായിരുന്നതെന്ന് എറിക്ക് ഫ്രോം ചൂണ്ടിക്കാട്ടുന്നുണ്ട് — "രണ്ടുപേരും ആഗ്രഹിച്ചിരുന്നത് മനുഷ്യനെ അവന്റെ മിഥ്യാബോധത്തിന്റെ ചങ്ങലകളിൽ നിന്നും മോചിപ്പിച്ച് സ്വതന്ത്രനായ ഒരുവനെപ്പോലെ ഉണർന്ന് പ്രവർത്തിക്കാൻ സഹായിക്കുകയെന്നതായിരുന്നു." മാനവികതയ്ക്ക് മാർക്സിന്റെയും ഫ്രോയ്ഡിന്റെയും സിദ്ധാന്തങ്ങൾ കൂടുതൽ പ്രാധാന്യം നൽകി. സ്വതവേ, കഷ്ടത അനുഭവിക്കുന്നവനോടും നിസ്വനോടും പ്രതിബദ്ധത ഉണ്ടായിരുന്ന തകഴിക്ക് – അദ്ദേഹം 1929 ൽ ആദ്യമായി എഴുതിയ കഥയുടെ പേര് *സാധുക്കൾ* എന്നതായിരുന്നുവെന്നത് ഇവിടെ ഓർമ്മിക്കാം – പ്രചോദനമേകി. കേസരിയുടെ പ്രോത്സാഹനവും പാശ്ചാത്യ സാഹിത്യത്തോടുള്ള ബന്ധവും പുതിയ ആശയങ്ങളും രീതിയും നോവലിന് ഉപയോഗിക്കാൻ തകഴിയെ പ്രാപ്തനാക്കി.

II

"നമ്മുടെ കാലഘട്ടത്തിലെ മാനവികതാ വാദികൾ മുതലാളിത്തത്തിന്റെ സ്വാധീനത്താൽ അമാനവീകരിക്കപ്പെട്ടു പോകുന്ന മനുഷ്യാവ

സ്ഥയ്ക്ക് പ്രാധാന്യം നൽകിയാണ് പ്രവർത്തിച്ചത്" എന്ന ലൂക്കാച്ചിന്റെ നിരീക്ഷണത്തിന് പ്രായോഗിക സാധുത നൽകുന്നവയാണ് തകഴിയുടെ ആദ്യകാല നോവലുകൾ. ഇവിടെ പഠനവിധേയമാക്കുന്ന നോവലുകൾ: *ത്യാഗത്തിന് പ്രതിഫലം, പതിതപങ്കജം, രണ്ടിടങ്ങഴി, തോട്ടിയുടെ മകൻ, തെണ്ടിവർഗം* മുതലായവ പ്രതിനിധാനം ചെയ്തത് അധഃസ്ഥിതന്റെ ജീവിതപ്രശ്നങ്ങളും നിന്ദ്യമെന്ന് മുദ്ര കുത്തപ്പെടുന്ന ജീവിതാവസ്ഥക ളിൽ കഴിയുന്നവരുടെ കഥകളുമാണ്. ഈ നോവലുകൾ സൃഷ്ടിച്ച അവ ബോധം നിശ്ചയമായും ഉപരിവർഗ സംസ്കൃതിയെ നിരസിക്കുന്നതാ യിരുന്നു. ഉന്നതകുലജാതരുടെ കഥകളിൽ നിന്നും സമൂഹത്തിലെ ഏറ്റവും നിസ്സാരന്മാരെന്ന് ഗണിക്കുന്ന ആളുകളുടെ കഥകളിലേക്ക് നമ്മുടെ നോവലിന്റെ പ്രമേയ സങ്കൽപ്പം മാറ്റിയെടുക്കാൻ കഴിഞ്ഞു എന്നത് അക്കാലത്തെ പൊതുബോധത്തിന് നേരെയുണ്ടായ നിഷേധം തന്നെയാണ്. ഈ നോവലുകളിലെ നിഷേധ സ്വഭാവത്തെ പ്രമേയപരം, ശിൽപ്പപരം എന്ന് തരംതിരിക്കാം.

പ്രമേയപരവും ആശയപരവുമായ നിഷേധം

ഉപരിവർഗത്തിന്റെ സാമാന്യബോധത്തിന് മേൽക്കൈ ഉണ്ടായിരുന്ന പ്രമേയ സങ്കൽപ്പത്തെ നിഷേധിച്ചുകൊണ്ട് അധഃസ്ഥിതന്റെ വികാരങ്ങൾ തിരിച്ചറിയുന്ന ഒരു പ്രതിബോധത്തിന് അടിത്തറയിടാൻ തകഴിക്ക് കഴി ഞ്ഞുവെന്നതാണ് പൊതുവെ പറഞ്ഞാൽ ഏറ്റവും പ്രധാനമായിട്ടുള്ളത്. ഫ്യൂഡൽ മൂല്യബോധത്തെയും, അത് സൃഷ്ടിച്ച സാമാന്യബോധ ത്തെയും സദാചാര ശാസ്ത്രത്തെയും തകിടം മറിക്കുക എന്നതായിരുന്നു നിഷേധിയായ ഒരു എഴുത്തുകാരന്റെ രംഗപ്രവേശം എന്ന നിലയിൽ തകഴി ആദ്യമേ ചെയ്തത്. അതുകൊണ്ടാവണം ആദ്യനോവലുകളിൽ ഗണികകളെ നായികാസ്ഥാനത്ത് തകഴി പ്രതിഷ്ഠിച്ചത്. നമ്മുടെ നോവൽ സാഹിത്യത്തിന് തീരെ അപരിചിതമായ പ്രമേയ സങ്കൽപ്പവും നായികാ സങ്കൽപ്പവും കൊണ്ട് തകഴി നോവലിനെ സംബന്ധിക്കുന്ന പരമ്പരാഗത സങ്കൽപ്പങ്ങൾ നിഷേധിക്കുകയാണ് ചെയ്തത്.

ഇന്ദുലേഖയും പാറുക്കുട്ടിയും ശാരദയുമൊക്കെ പ്രതിനിധാനം ചെയ്ത സദാചാര സങ്കൽപ്പത്തിന് എതിർചേരിയിൽ 'നല്ലവരായ' വേശ്യ കളെ അണിനിരത്തി അവരുടെ കഥ പറയുകയും, സാമൂഹികമായ തിന്മ കളെ തുറന്നു കാട്ടുകയുമാണ് തകഴി ആദ്യം ചെയ്തത്. പ്രമേയ സങ്കൽപ്പത്തിന്റെ കാര്യത്തിൽ ഇത് വമ്പിച്ച ഒരു നിഷേധം തന്നെയാണ്. *ത്യാഗത്തിന്റെ പ്രതിഫലം* എന്ന ആദ്യനോവൽ തന്നെ ഇതിന് ഉദാഹര ണമാണ്. അനുജന്റെ പഠനത്തിനാവശ്യമായ പണം സമ്പാദിക്കാൻ വേണ്ടി അരിക്കച്ചവടത്തിന്റെ മറവിൽ വേശ്യാവൃത്തി നടത്തുന്ന ഒരു സ്ത്രീയുടെ കഥയാണ് *പ്രതിഫല*ത്തിൽ തകഴി പറയുന്നത്. അനുജനു വേണ്ടി സ്വന്തം ജീവിതം ബലിയർപ്പിക്കുന്ന ക്ഷയരോഗിയായ പാറുക്കു ട്ടിയമ്മ എന്ന ഈ കഥാപാത്രത്തെ തകഴി ത്യാഗവതി, പുണ്യവതി

എന്നൊക്കെയാണ് വിശേഷിപ്പിക്കുന്നത്. ദരിദ്രരുടെ കഥ ആദ്യമായി നോവലിൽ പ്രത്യക്ഷപ്പെടുന്നത് *പ്രതിഫലത്തിൽ* കൂടിയാവണം. ഈ നോവലിന്റെ ആദ്യപ്രതി അച്ചടിച്ചു വന്നപ്പോൾ കേസരി സദസിലെ ഒരാൾ അതു വായിച്ചിട്ട് പ്രതികരിച്ചതിനെ കുറിച്ച് തകഴി പറയുന്നത് ഇപ്രകാരമാണ് – "അടുത്ത നാൾ സദസിൽ വെച്ച് ഒരാൾ പുസ്തകം നാലഞ്ചായി കീറി എന്റെ മുഖത്തെറിഞ്ഞു" *ത്യാഗത്തിന് പ്രതിഫലം* എന്ന ചെറിയ നോവൽ അക്കാലത്ത് സൃഷ്ടിച്ച നിഷേധാത്മകതയുടെ തീക്ഷ്ണത എത്ര ശക്തമായിരുന്നു എന്ന് ഈ സംഭവത്തിൽ നിന്നും വ്യക്തമാണ്.

രണ്ടാമത് പുറത്തിറങ്ങിയ *പതിതപങ്കജം* എന്ന നോവലും പ്രതിബോധത്തിന്റെ നിഷേധമുഖം തന്നെയാണ് പ്രദർശിപ്പിച്ചത്. നർത്തകിയും വേശ്യയുമായ ഗുണവതിയുടെ കഥയാണ് ഇതിൽ വിവരിക്കുന്നത്. "വേശ്യയെ ധർമ്മപത്നിയായി സ്വീകരിക്കാൻ പാടില്ല" എന്ന സദാചാരബോധമായിരുന്നു, ഗുണവതിയോട് മനസുകൊണ്ട് അടുപ്പം തോന്നിയ വിനയനെ, അവർ തമ്മിലുള്ള ബന്ധത്തിന്റെ പൂരണത്തിൽനിന്നും വിലക്കിയത്. അതേസമയം അയാൾ മനസുകൊണ്ട് ഗുണവതിയെ തന്റെ ധർമ്മപത്നിയായി സ്വീകരിക്കുന്നു. കുറേക്കഴിഞ്ഞ് സ്വാഭാവികമായ കുടുംബജീവിതത്തിലേക്ക് വിനയൻ ഗുണവതിയെ ക്ഷണിക്കുന്നു. പക്ഷേ അപ്പോഴേക്കും അവൾ രോഗിണിയായ ഒരു വേശ്യയായിക്കഴിഞ്ഞിരുന്നു. വിനയനെ അങ്ങേയറ്റം സ്നേഹിക്കുന്നതുകൊണ്ട് അവൾ വിനയന്റെ ക്ഷണം നിരസിക്കുകയും അസാന്മാർഗികളെ ശിക്ഷിക്കുവാനുള്ള ഒരായുധമായി സ്വന്തം രോഗത്തെ കണക്കാക്കുകയും ചെയ്യുന്നു. *പതിതപങ്കജത്തിലെ* ഗുണവതി, വേശ്യയുടെ ജീവിതധർമ്മത്തെക്കുറിച്ച് പറയുന്നത് – "വേശ്യ ഒരു സാധാരണ സ്ത്രീയല്ല.... അസാന്മാർഗികളെ ശിക്ഷിക്കാൻ പ്രത്യേകം സൃഷ്ടിക്കപ്പെട്ടവളാണ് അവൾ... തീരാവ്യാധികൾ അവളുടെ ആയുധങ്ങളാണ്" എന്നാണ്. ഗുണവതിയുടെ ഈ വാക്കുകൾ സദാചാരമൂല്യങ്ങളുടെ കാവൽഭടന്മാരെ പ്രകോപിപ്പിക്കുകതന്നെ ചെയ്യും. സമൂഹത്തിൽ മാന്യത നേടുന്ന കപട സദാചാരക്കാർക്ക് നികൃഷ്ടയെന്ന് വിളിക്കപ്പെടുന്ന ഒരു വേശ്യയുടെ സാമൂഹികബോധം പോലുമില്ലെന്നാണ് തകഴി പ്രഖ്യാപിക്കുന്നത്.

വിവാഹത്തിനുമുമ്പ് കുട്ടികളെ വഹിക്കുന്ന അമ്മമാരുടെയും സ്വതന്ത്രമാക്കപ്പെടുന്ന കാമതൃഷ്ണയുടെയും കഥയാണ് *പരമാർഥങ്ങൾ* വിവരിക്കുന്നത്. സദാചാരമൂല്യങ്ങളുടെ കാര്യത്തിൽ നാം നമുക്കുണ്ടെന്ന് അഭിമാനിക്കുന്ന ഔന്നത്യം കേവലം മിഥ്യ മാത്രമാണെന്നും, സമുദായത്തിന്റെ ഉള്ളറകളിലേക്ക് ആഴ്ന്നിറങ്ങുമ്പോൾ ഈ കപട സദാചാരം നിരന്തരമായി ലംഘിക്കപ്പെടുകയാണെന്നും അതുകൊണ്ടുതന്നെ പൊള്ളയായ ചില സങ്കൽപ്പങ്ങളാണ് നമ്മുടെ സാമൂഹിക ജീവിതത്തെ നിയന്ത്രിക്കുന്നതെന്നും തകഴി വ്യക്തമാക്കുന്നു.

ഇവിടെ പരാമർശിച്ച മൂന്നു നോവലുകളിലും കാണാവുന്ന പ്രത്യേകത, കപട സദാചാരബോധത്തിന് എതിരെ എഴുത്തുകാരൻ സമൂഹ

ത്തിന്റെ പക്ഷത്തുനിന്നുകൊണ്ട് ഉന്നയിക്കുന്ന നിഷേധചിന്തകൾ വളരെ പ്രസക്തിയുള്ളതാണ് എന്നാണ്. മനുഷ്യന്റെ അടക്കി നിർത്തുന്ന കാമ വികാരങ്ങൾക്ക് സ്വാതന്ത്ര്യം കൊടുക്കുന്നതാണ് ഉത്തമം എന്ന ഫ്രോയ്ഡിന്റെ നിരീക്ഷണത്തിന്റെ സ്വാധീനവും ഈ നോവലുകളിൽ ദൃശ്യമാണ്. നമ്മുടെ സാമൂഹിക ജീവിതത്തിൽ ഇന്നും സജീവമായി നിലകൊള്ളുന്ന സങ്കൽപ്പങ്ങളാണ് കന്യകാത്വം, പാതിവ്രത്യം തുടങ്ങിയവ. ഈ സങ്കൽപ്പങ്ങൾക്ക് സംഭവിച്ചിരിക്കുന്ന ജീർണതയ്ക്ക് നേരെ കണ്ണടച്ചുകൊണ്ട് നാം വ്യാജമായി അഭിമാനം കൊള്ളുകയും ചെയ്യുന്നുണ്ട്. –"യഥാർഥമോ സാങ്കല്പികമോ ആയ കന്യകാത്വത്തിന് നൽകുന്ന പ്രാധാന്യം അവാസ്തവികമാണെന്ന് തകഴി വിശ്വസിക്കുന്നു" എന്ന ഡോ. അയ്യപ്പപ്പണിക്കരുടെ നിരീക്ഷണം ഇത്തരം സങ്കൽപ്പങ്ങളുടെ കാര്യത്തിൽ തകഴിയുടെ സമീപനം വ്യക്തമാക്കുന്നു.

കുലടകളെന്ന് നിന്ദിക്കപ്പെടുന്ന വേശ്യകളെ പുണ്യവതി, ത്യാഗവതി, ഗുണവതി എന്നൊക്കെ സംബോധന ചെയ്തുകൊണ്ട് നമ്മുടെ പഴഞ്ചൻ മൂല്യബോധത്തെ നിഷേധിക്കുന്നുമുണ്ട് തകഴി. അദ്ദേഹത്തെ സംബന്ധിച്ച് വേശ്യകൾ ദുരിതമനുഭവിക്കുന്നവരുടെ പ്രതിനിധികളാണ്. *പതിതപങ്കജത്തിലെ* നായികയുടെ പേര് ഗുണവതി എന്നതാണെന്നതും ശ്രദ്ധേയമാണ്. സൗന്ദര്യത്തെ പൂർണേന്ദുവിന് സമാനമായി കാണുകയും സ്ത്രീകഥാപാത്രങ്ങൾക്ക് ഇന്ദുലേഖയെന്നും മറ്റും പേരിടുകയും ചെയ്ത ഫ്യൂഡൽ സൗന്ദര്യബോധത്തെ നിഷേധിച്ചുകൊണ്ടാണ് വേശ്യാ കഥാപാത്രത്തെയും മറ്റും തകഴി ഗുണവതി എന്ന് പേരിട്ടു വിളിക്കുന്നത്. പതിതപങ്കജത്തിലെ ഗുണവതിയോട് വിനയൻ പറയുന്ന – "ദുരിതമനുഭവിക്കുന്ന മനുഷ്യലോകത്തെ മുഴുവൻ ഞാൻ നിന്നിൽ കാണുന്നു" എന്നത് എഴുത്തുകാരന്റെ തന്നെ പ്രതികരണമായി കണക്കാക്കാവുന്നതാണ്.

ഈ നൂറ്റാണ്ടിന്റെ മധ്യത്തോടെ തകഴി പുരോഗമന സാഹിത്യ പ്രസ്ഥാനത്തിന്റെ നേതൃനിരയിലെത്തുകയും കൂടുതൽ സാമൂഹിക പ്രതിബദ്ധതയോടെ നോവൽ രചന നടത്തുകയും ചെയ്തുതുടങ്ങി. ഇതോടെയാണ് തകഴിയുടെ നിഷേധ സ്വഭാവം വ്യക്തതയുള്ളതാവുകയും കരുത്തുള്ളതാവുകയും ചെയ്യുന്നത്. *രണ്ടിടങ്ങഴി* (1948) *തോട്ടിയുടെ മകൻ (1947), തെണ്ടിവർഗം (1950)* തുടങ്ങിയ നോവലുകൾ ഇത് വ്യക്തമാക്കുന്നുണ്ട്. "നീതിയുടെ പ്രശ്നവുമായി നിഷേധം കെട്ടുപിണയുമ്പോഴാണ്, ജീവിതത്തിലെ അത്യന്ത സന്ദർഭങ്ങൾ അവതരിപ്പിക്കാൻ കവികളും കഥാകൃത്തുക്കളും ജാഗ്രത കാട്ടുന്നത്" എന്ന നരേന്ദ്രപ്രസാദിന്റെ അഭിപ്രായം ശരിവെയ്ക്കുന്നവയാണ് ഈ നോവലുകൾ. മാർക്സിയൻ ചിന്താപദ്ധതിയെക്കുറിച്ച് കൂടുതൽ അറിയുകയും ആ ചിന്താപദ്ധതി അവതരിപ്പിച്ച മാനവികതാവാദം തകഴി അംഗീകരിക്കുകയും ചെയ്തുവെന്നതിന്റെ തെളിവുകളാണ് ഈ നോവലുകൾ. "പണിയെടുക്കുന്നവന്റെ പ്രയാസങ്ങളെക്കുറിച്ചുള്ള സത്യസന്ധമായ ചിത്രങ്ങൾ കേരളത്തിലെ രാഷ്ട്രീയ ചിന്തകരും ചരിത്രകാരന്മാരുമല്ലാ നമുക്ക് നൽകിയത്, തകഴിയും ദേവു

മായിരുന്നു.... " എന്ന് കെ.പി. അപ്പൻ ചൂണ്ടിക്കാണിച്ചിട്ടുണ്ട്. അധ്വാനിക്കുന്നവന് സമൂഹത്തിലുള്ള അസ്തിത്വം സ്ഥാപിച്ചെടുക്കുക എന്നത് തകഴിയുടെ നോവലിന്റെ പ്രധാന ലക്ഷ്യമായിരുന്നു. നിലവിലിരിക്കുന്ന അധികാരവും സാമൂഹികനീതിയും തൊഴിലാളിക്ക് പരിരക്ഷ നൽകാത്ത അവസ്ഥയിൽ അവൻ കലാപത്തിനും നിഷേധത്തിനും സ്വയം പ്രാപ്തനാകുന്നുവെന്ന് ഈ നോവലുകൾ വ്യക്തമാക്കുന്നു.

തൊഴിലിൽനിന്നും അന്യവൽക്കരിക്കപ്പെടുന്ന തൊഴിലാളിയുടെയും അധികാര വ്യവസ്ഥിതിക്കെതിരെ അവർ നടത്തുന്ന സമരത്തിന്റെയും കഥയാണ് *രണ്ടിടങ്ങഴിയിൽ* പ്രതിപാദിക്കുന്നത്. ചാത്തനും കോരനും ചിരുതയുമൊക്കെ വ്യവസ്ഥിതിക്കെതിരെ നിഷേധത്തിന്റെ ശബ്ദമുയർത്തുന്നവരാണ്. അവർക്കിടയിലുള്ള ഐക്യവും സത്യസന്ധതയും നിഷേധത്തിനുള്ള ആയുധങ്ങളാണ്. കുട്ടനാട്ടിലെ കർഷകത്തൊഴിലാളിക്ക് നേരിടേണ്ടി വന്ന പീഡാകരമായ അനുഭവങ്ങളും, അവർക്ക് നഷ്ടമാകുന്ന ജീവിതവും അടിമപ്പെടുത്തേണ്ടിവരുന്ന സ്വകാര്യതയുമെല്ലാം ഇവിടെ നിഷേധത്തിനുള്ള കാരണങ്ങളായി ഭവിക്കുന്നു. മാർക്സിയൻ സിദ്ധാന്തത്തിന്റെ ആശയത്തുടിപ്പും കേരള രാഷ്ട്രീയത്തിന്റെ സമകാലികതയും ഈ നോവൽ ഉൾക്കൊള്ളുന്നു. കുട്ടനാട്ടിലെ ജന്മി-കർഷക-തൊഴിലാളി ബന്ധത്തിലുണ്ടായിരുന്ന സന്തുലിതാവസ്ഥ നഷ്ടപ്പെടുന്നതാണ് *രണ്ടിടങ്ങഴിയുടെ* അടിസ്ഥാന പ്രമേയം. അതിലുപരിയായി ഈ നോവൽ ആദർശനിഷ്ഠമായ ഒരു കാൽപ്പനിക പ്രണയത്തിന്റെ ശീതളപ്രവാഹംകൂടി വഹിക്കുന്നുണ്ട്. കുട്ടനാട്ടിലെ കർഷകത്തൊഴിലാളി, അവന് കിട്ടുന്ന ആകെയുള്ള പ്രതിഫലം ഒരുതരം വ്യഥാമാന്യത മാത്രമാണെന്ന് അറിഞ്ഞു തുടങ്ങുന്നതുമുതൽ, അവന്റെ വ്യർഥമായിപ്പോയ ആത്മാർഥതയും അധ്വാനവും തൊഴിലാളിവിരുദ്ധരുടെ നൈതികതയെ നിഷേധിക്കാനുള്ള ആയുധമാക്കുന്നു.

നിരന്തരമായ വഞ്ചനയുടെയും രോഗാതുരതയുടെയും മരണത്തിന്റെയും കഥയാണ് *തോട്ടിയുടെ മകൻ*. സ്വയം നരകതുല്യമായ ജീവിതം നയിക്കേണ്ടി വരുമ്പോഴും മറ്റുള്ളവരുടെ കക്കൂസുകൾ വൃത്തിയാക്കേണ്ടവനാണ് തോട്ടി. ആലപ്പുഴയിലെ തോട്ടിത്തൊഴിലാളികൾ തങ്ങൾ മനുഷ്യരാണെന്നും തങ്ങൾക്കും സാധാരണ ജീവിതം അവകാശപ്പെട്ടതാണെന്നും തിരിച്ചറിയുന്നതിലൂടെ വ്യവസ്ഥിതിക്കെതിരെയുള്ള നിഷേധത്തിന് പ്രാപ്തരാകുന്നു. അവർ സംഘടിക്കുകയും സമരം ചെയ്യുകയും ചെയ്യുന്നു. അധികാരത്തിന്റെ കുടിലത അവരുടെ സംഘടനയെ പലതവണ തകർക്കുന്നു. പക്ഷേ, അധികാരത്തിന് ഒരിക്കലും തോട്ടിത്തൊഴിലാളികളെ പരാജയപ്പെടുത്താനാവുന്നില്ല. "മോചനം കൊതിക്കുന്ന തൊഴിലാളി വർഗത്തിന്റെ മുന്നോട്ടുള്ള കുതിപ്പ് ചിത്രീകരിക്കാൻ അദ്ദേഹത്തിന് (തകഴിക്ക്) കഴിയുന്നുണ്ട് - എന്ന് ഡോ. ജോർജ് ഓണക്കൂർ ചൂണ്ടിക്കാട്ടിയിട്ടുണ്ട്. ഈ കുതിപ്പാകട്ടെ നിഷേധത്തിന്റെ കാര്യത്തിൽ, സംഘടിതശക്തിക്കുള്ള പ്രാധാന്യം വ്യക്തമാക്കുന്നതാണ്. ഈ നോവലിലെ ചുട

ലമുത്തു, തന്റെ തോട്ടിജന്മത്തെ വെറുക്കുന്നവനാണ്. അതേസമയം അയാൾ അധികാരികൾക്കുവേണ്ടി തോട്ടികളുടെ സംഘടനയെ തകർക്കാൻ പരമാവധി ശ്രമിക്കുകയും ഒടുവിൽ ഒറ്റുകാരന്റെ അനിവാര്യമായ വിധിക്ക് കീഴടങ്ങുകയുമാണ് ചെയ്യുന്നത്. തോട്ടി അനുഭവിക്കേണ്ടിവരുന്ന അപമാന വികരണമാണ് ചുടലമുത്തുവിനെ തന്റെ തോട്ടിജന്മത്തെ വെറുക്കാനും കുറുക്കുവഴിയിലൂടെ ഉപരിവർഗക്കാരുടെ സുഖസൗകര്യങ്ങളിലേക്ക് കടന്നുചെല്ലാനും മോഹിപ്പിക്കുന്നത്.

തോട്ടിയുടെ മകനിൽ, തോട്ടികളെ സൃഷ്ടിക്കുന്നത് തോട്ടികളല്ല എന്ന് ചുടലമുത്തുവിന്റെ മകൻ മോഹനൻ തിരിച്ചറിയുന്നുണ്ട് "തൊഴിലാളികളുടെ ശത്രു മുതലാളിയെന്ന വ്യക്തിയല്ല. മുതലാളിയുടെ സർക്കാരാണ്" എന്ന പുതിയ തലമുറയുടെ തിരിച്ചറിവ് അവന്റെ നിഷേധത്തിനും കലാപത്തിനും വ്യക്തത നൽകുകയാണ് ചെയ്യുന്നത്. വിപ്ലവത്തെക്കുറിച്ചുള്ള സ്വപ്നങ്ങളിലാണ് തോട്ടിയുടെ മകൻ അവസാനിക്കുന്നത്.

തെണ്ടിവർഗം എന്ന നോവലിൽ, എങ്ങനെയാണ് സമൂഹത്തിൽ തെണ്ടികൾ ഉണ്ടാവുന്നത്? അവരെ ആരാണ് സൃഷ്ടിക്കുന്നത്? എന്താണ് തെണ്ടികൾ സൃഷ്ടിക്കപ്പെടാതിരിക്കാനുള്ള ശാശ്വതമായ പരിഹാരം? എന്നിവയാണ് ചർച്ച ചെയ്യപ്പെടുന്നത്. തെണ്ടികൾ ചിന്തിക്കാൻ തുടങ്ങിയപ്പോൾ എങ്ങനെയാണ് അവരൊക്കെ തെണ്ടികളായതെന്നും മറ്റു ചിലരൊക്കെ പണക്കാരായതെന്നും അന്വേഷിക്കാൻ തുടങ്ങി. സാധാരണ മനുഷ്യരെപ്പോലെ സ്നേഹിക്കാനും സ്നേഹിക്കപ്പെടാനും അർഹതയുള്ളവനാണ് 'തെണ്ടി' എന്നും അവനും മനുഷ്യനെന്ന നിലയിൽ ജീവിക്കാൻ അർഹതയുണ്ടെന്നും തിരിച്ചറിയുന്നു – "മുതലാളിക്ക് പണം എവിടെ നിന്നുണ്ടായി?" എന്ന ചോദ്യത്തിനുള്ള ഉത്തരമാണ് അവൻ അന്വേഷിച്ചത്. നോവലിന്റെ ആരംഭത്തിൽ തകഴി തെണ്ടിയായ ഒരു വൃദ്ധനെ അവതരിപ്പിക്കുന്നത് – "പ്രയത്നിച്ചു പുളിച്ചുപോയ ഒരു ഉടലാണത്... ഉന്തിനിൽക്കുന്ന എല്ലുകൾക്കിടയിൽ ഉറപ്പുള്ള മാംസപേശികൾ തിങ്ങി ആ ശരീരം കൊഴുത്തിരുന്ന കാലത്തെക്കുറിച്ച് ആരും ഓർത്തുപോകും... തീർച്ച. അയാൾ ഒരു കൃഷിക്കാരനായിരുന്നു. എല്ലാ തെണ്ടികളും ഏതെങ്കിലും തരത്തിൽ ചൂഷണവിധേയമായവരാണ്. അവനും കൂടി അവകാശപ്പെട്ടതാണ് മുതലാളിമാർ സംഭരിച്ചു കൂട്ടിയിരിക്കുന്ന പണമെല്ലാം. മുതലാളിമാരുടെ പണം കവർന്നെടുത്തു കൊണ്ടായാലും മനുഷ്യനെ തെണ്ടിയാക്കി മാറ്റുന്ന സാമൂഹിക ഘടന മാറ്റണമെന്നാണ് *തെണ്ടിവർഗത്തിലെ* കേശു ആഗ്രഹിച്ചത്. "ഒരു സ്വകാര്യ ഉടമയുടെ വിശുദ്ധിയെ ഒരു തൊഴിലാളി അംഗീകരിക്കണോ? ആ ചിന്താഗതിയിൽ പല പല സാന്മാർഗിക നിയമങ്ങളും തകർന്നു തരിപ്പണമായി. അതിനെയെല്ലാം ഒരു തൊഴിലാളി അവഗണിക്കേണ്ടതാണ്. മുതലാളിയുടെ താൽപ്പര്യങ്ങൾ സുരക്ഷിതമായിരിക്കുവാനായി ഉണ്ടായിട്ടുള്ള നിയമങ്ങളാണവ. അവയെ നിഷേധിച്ചേ മതിയാകൂ..." എന്ന ചിന്തയാണ്

കേശുവിനെ നിയന്ത്രിച്ചത്. മുതലാളിയെ ചുട്ടുകരിക്കണമെന്നാഗ്രഹിച്ച *തോട്ടിയുടെ മകനി*ലെ മോഹനന്റെ മറ്റൊരു രൂപമാണ് ഈ കഥാപാത്രം. വിപ്ലവത്തെക്കുറിച്ചും സമത്വത്തെക്കുറിച്ചുമുള്ള സങ്കൽപ്പങ്ങളാണ് കേശുവിനെയും നിഷേധിയാക്കുന്നത്.

രണ്ടിടങ്ങഴി, തോട്ടിയുടെ മകൻ, തെണ്ടിവർഗം തുടങ്ങിയ നോവലുകൾ ഈ നൂറ്റാണ്ടിന്റെ മധ്യത്തോടെ കേരളത്തിലും വീശിയടിച്ച വിപ്ലവസ്വപ്നങ്ങളും തൊഴിലാളിയുടെ വിമോചന സങ്കൽപ്പവും സർവോപരി മാർക്സിയൻ മാനവികതയും ഉൾക്കൊള്ളുന്നു. നിലവിലുള്ള വ്യവസ്ഥിതിയെ നിഷേധിക്കുവാനാണ് ഈ നോവലുകൾ ആഹ്വാനം ചെയ്യുന്നത്.

ശിൽപ്പപരമായ നിഷേധം

നോവലിന്റെ പ്രമേയ സങ്കൽപ്പത്തിലെന്ന പോലെ ശിൽപ്പപരമായ ഘടനയിലും തകഴി മറ്റേതൊരു എഴുത്തുകാരനെക്കാളും നിഷേധസ്വഭാവം കാണിച്ചിട്ടുണ്ട്. ശിൽപ്പപരമായ ഘടനയിൽ എന്തെന്തു മാറ്റങ്ങളാണ് തകഴി സൃഷ്ടിച്ചത് എന്നത് നോവലിന്റെ ശിൽപ്പഘടനയിലെ ഏതാനും ചില ഘടകങ്ങളെ അപഗ്രഥിക്കുകവഴി കണ്ടെത്താവുന്നതാണ്.

1. ഭാഷ

നോവലിനെ ആസ്വാദ്യകരമാക്കുന്നത് അതിന്റെ ഭാഷയാണ്. നോവലിലെ നീണ്ട വിവരങ്ങൾ തകഴി പൊതുവെ ഒഴിവാക്കുകയാണ് ചെയ്യുന്നത്. പകരം സംഭാഷണങ്ങൾക്ക് പ്രാധാന്യം നൽകി. സംഭാഷണങ്ങളുടെ കാര്യത്തിലാകട്ടെ യഥാതഥമായ (Realistic) ഒരന്തരീക്ഷം സൃഷ്ടിച്ചെടുക്കാനായി പലപ്പോഴും പ്രാദേശികമോ ഏതെങ്കിലും ഒരു വിഭാഗം ജനങ്ങൾ ഉപയോഗിക്കുന്നതോ ആയ ഭാഷാശൈലി തകഴി സ്വീകരിക്കുന്നു. കുട്ടനാട്ടിലെ കർഷകത്തൊഴിലാളിയും ആലപ്പുഴയിലെ തോട്ടിതൊഴിലാളിയും ഉപയോഗിക്കുന്ന അതേ ശീലുകൾ തകഴി നോവലിലെ സംഭാഷണത്തിന് ഉപയോഗിച്ചിരിക്കുന്നത് കാണാം. 'റിയലിസ'ത്തിന്റെ ഒരു തന്ത്രമാണിത്. ഇവിടെ പ്രസക്തമായ വസ്തുത അതല്ല. ഇത്തരം സംഭാഷണങ്ങളിലും വിവരണങ്ങളിലും തകഴി കഠിന മലയാള പദങ്ങളോ, സംസ്കൃത പദങ്ങളോ ഉപയോഗിച്ചിരുന്ന പാരമ്പര്യത്തെ നിഷേധിക്കുന്നുവെന്നതാണ്. മറ്റൊന്ന് വാക്യഘടനയാണ്. സങ്കീർണമായ വാക്യശൈലി നിരസിച്ചുകൊണ്ട് ലളിതവും ചടുലവുമായ പദാവലി സ്വീകരിക്കുന്നു തകഴി. ഏറ്റവും പ്രധാനമായത് നോവലിന്റെ സ്ഥൂലതയെ തകഴി നിയന്ത്രിക്കുന്നുണ്ട് എന്നതാണ്. റിയലിസ്റ്റ് നോവലാണെങ്കിലും ചില ഘട്ടങ്ങളിൽവെച്ച് നോവലിനെ വഴിതിരിച്ചുവിടുന്ന ആഖ്യാനതന്ത്രം കാരണം, നോവൽ; നീണ്ട ഒരു കാലയളവിനെ പ്രതിനിധീകരിക്കുമ്പോഴും സ്ഥൂലതയെ നിഷേധിച്ചുനിൽക്കുന്നു.

2. കഥാപാത്രം

തകഴിയുടെ കഥാപാത്രങ്ങളെ വ്യത്യസ്തമാക്കുന്നത്, ഒന്നാമതായി, അവർ ഫ്യൂഡൽ സങ്കൽപ്പത്തിലെ നായികാനായകന്മാരുടെ സ്വത്വത്തെ (identity) നിഷേധിക്കുന്നുവെന്നതാണ്. അവർ സാധാരണ മനുഷ്യരായി ത്തന്നെ നോവലിൽ പ്രത്യക്ഷപ്പെടുന്നു. സ്വാഭാവികമായും അവരിൽ നിന്ദ്യരും നികൃഷ്ടരുമൊക്കെ ഉൾപ്പെടുന്നുണ്ട്. പതിവ്രതകളും സാധ്വിക ളുമായ മുൻതലമുറയിലെ നായികമാർക്കുള്ള ഒരു ആന്റിതിസിസ് ആണ് തകഴിയുടെ ആദ്യകാല നോവലുകളിലെ നായികമാർ. തകഴിയുടെ തൊഴി ലാളി കഥാപാത്രങ്ങൾ സ്വന്തം അസ്തിത്വത്തിൽ ഉറപ്പുള്ളവരാണ്. വിധേ യത്വത്തിന്റെ പാരമ്പര്യം നിഷേധിച്ചുകൊണ്ടാണിവരുടെ നിൽപ്പ്. സ്ത്രീ പുരുഷ ബന്ധം – ലൈംഗികതയുൾപ്പെടെ – വളരെ ഗോപ്യമായി സൂക്ഷിക്കേ ണ്ടതാണെന്ന പഴയ സങ്കൽപ്പത്തെ കഥാപാത്രങ്ങൾ തമ്മിലുള്ള ബന്ധം കൂടുതൽ തുറന്നതാക്കിക്കൊണ്ട് തകഴി നിഷേധിക്കുന്നുണ്ട്. തകഴിയുടെ കഥാപാത്രങ്ങൾ നമ്മുടെ സാമൂഹികാവസ്ഥയിൽ പ്രത്യക്ഷപ്പെടുന്നവർ തന്നെയാണ്. ഒളിവും മറവുമില്ലാതെ വർത്തമാനം പറയുന്നവർ! കൂടുതൽ സ്വതന്ത്രമായ സ്വത്വബോധത്തിലാണ് മുൻകാല നോവൽ കഥാപാത്ര ങ്ങളെ അപേക്ഷിച്ച് തകഴിയുടെ കഥാപാത്രങ്ങൾ നിലകൊള്ളുന്നത്.

3. മോട്ടിഫ്

ഒരു രചനാവസ്തുവിനെ ഏതു നിലയിൽ മുന്നോട്ട് നയിക്കണമെന്ന് നിശ്ചയിക്കുന്നത് അതിനെ നിയന്ത്രിക്കുന്ന മോട്ടിഫാണ്. തകഴി നോവ ലെഴുതിയത് വ്യക്തമായ മോട്ടിഫ് മുൻനിർത്തിയാണ്. കേവലം ആസ്വാ ദനം മാത്രമായ ഒന്നല്ല തകഴിയുടെ ആദ്യകാല നോവലുകളുടെ പ്രമേ യം. സാമൂഹിക പരിവർത്തനത്തിന് ഒരെഴുത്തുകാരൻ എന്ന നിലയിൽ ഏറ്റെടുക്കേണ്ട ഉത്തരവാദിത്വത്തിൽ ആണ് തകഴി ശ്രദ്ധ കേന്ദ്രീകരിച്ച ത്. ഈ മോട്ടിഫാകട്ടെ ആദ്യകാല നോവലുകളിൽ മാത്രം കാണുന്ന അപൂർവതയല്ല; തകഴിയുടെ മൊത്തം നോവലിന്റെ അടിസ്ഥാനം കൂടി യാണ്. ഇതാകട്ടെ നമ്മുടെ നോവൽ സാഹിത്യത്തിന്റെ പുതിയൊരു കാഴ്ചപ്പാടിനെയും ചരിത്രഘട്ടത്തെയും പ്രതിനിധീകരിക്കുന്നു.

4. അന്തരീക്ഷം

റിയലിസ്റ്റ് നോവലിനെ സംബന്ധിച്ച് യാഥാർഥ്യബോധം സൃഷ്ടി ക്കേണ്ടത് ഏറ്റവും ആവശ്യമായ ഒന്നാണ്. സാമൂഹിക യാഥാർഥ്യങ്ങളി ലുള്ള പൊരുത്തക്കേടും, സാമൂഹികാവസ്ഥയിലുള്ള അസമത്വവും വായ നക്കാരനെ ബോധ്യപ്പെടുത്തണമെങ്കിൽ നോവലിന്റെ അന്തരീക്ഷ സൃഷ്ടി സ്വാഭാവികതയുള്ളതാവണം. പൂർവകാല നോവലുകൾ പിന്തു ടർന്ന രീതിയെ നിഷേധിച്ചുകൊണ്ടാണ് തകഴി അന്തരീക്ഷ സൃഷ്ടി നട ത്തിയത്. സംഭവങ്ങളുടെയും കഥാപാത്രങ്ങളുടെയും സ്വാഭാവികത,

സംഭാഷണത്തിലുള്ള ലാളിത്യം, നോവലിന്റെ പ്രമേയ സ്വീകരണത്തിലുള്ള വ്യത്യസ്തത ഇവയൊക്കെ ഇവിടെ പ്രസക്തമാണ്. ഇതിലൊക്കെ ഉപരിയായി സാമൂഹിക യാഥാർഥ്യങ്ങളോടുള്ള സത്യസന്ധത തെളിഞ്ഞുനിൽക്കുന്ന സമീപനം, മുൻകാല നോവലുകളുടെ അന്തരീക്ഷത്തിൽനിന്നും വ്യത്യസ്തവും നിഷേധാത്മകവുമായ ഒരു തനിമ തകഴിയുടെ നോവലുകളിൽ സൃഷ്ടിക്കുന്നുണ്ട്.

5. ആഖ്യാനകല

ഋജുവും ആയാസരഹിതവുമായ രചനാശൈലി, തകഴി അദ്ദേഹത്തിന്റെ പൂർവസൂരികളെ നിഷേധിച്ചുകൊണ്ട് സ്വായത്തമാക്കിയിരിക്കുന്നത് ഈ നോവലുകൾ വ്യക്തമാക്കുന്നു. ദീർഘിച്ചതും സങ്കീർണവുമായ വാക്യഘടനയിൽനിന്നും, തകഴി ചെറുതും ലളിതവുമായ വാക്യങ്ങളിലേക്ക് നോവലിനെ കൂട്ടിക്കൊണ്ടുവരുന്നു. സംഭാഷണങ്ങൾ പോലും ചെറിയ ചെറിയ പദങ്ങൾകൊണ്ട് മെനഞ്ഞെടുത്ത സ്വാഭാവിക ശൈലിയിലേക്ക് തകഴി പരിഷ്കരിച്ചുവെന്നതും മറ്റൊരു നിഷേധമാണ്. ഏറ്റവും പ്രധാനമായ മറ്റൊന്ന് തകഴി, മുൻതലമുറയ്ക്ക് ഏറെ പഥ്യമായിരുന്ന പരിണാമഗുപ്തിയെ നിഷേധിച്ചുവെന്നതാണ്. നോവലിനെ അതിന്റെ സ്വാഭാവിക പരിണാമത്തിലേക്ക് വളരാൻ അനുവദിക്കുകയെന്നതായിരുന്നു തകഴിയുടെ രീതി.

ജീവൽസാഹിത്യത്തിന്റെ ആരംഭഘട്ടത്തിൽ സ്വാഭാവികമായുണ്ടാകേണ്ട നിഷേധത്തിന്റെ പ്രവാചകനായാണ് തകഴി പ്രവർത്തിച്ചത്. എഴുത്തുകാരൻ, അയാൾ പ്രതിനിധാനം ചെയ്യുന്ന മണ്ഡലത്തിലെ വിദഗ്ധ തൊഴിലാളിയാണ് എന്ന് തിരിച്ചറിഞ്ഞുകൊണ്ട് നിലവിലിരിക്കുന്ന നൈതികബോധത്തെയും സദാചാര സങ്കൽപ്പത്തെയും നിഷേധിക്കുക എന്നതായിരുന്നു ഈ എഴുത്തുകാരന്റെ ദൗത്യം. ഒരു അഗ്രഗാമിയെന്ന നിലയിൽ അദ്ദേഹത്തിന്റെ മാർഗത്തിൽ പതിയിരുന്ന അപകടങ്ങളെ വരുംതലമുറയ്ക്ക് വ്യക്തമാക്കികൊടുത്തുകൊണ്ട് പുതിയ പന്ഥാവ് കണ്ടെത്താൻ മുന്നണിയിൽ സുശക്തനായി നിന്നുവെന്നതും തകഴിയുടെ ദൗത്യനിർവഹണത്തിന്റെ സാക്ഷ്യമെന്നോണം നമ്മുടെ നോവൽസാഹിത്യ പഠനങ്ങൾ വ്യക്തമാക്കുന്നു.

(1996)

വെള്ളപ്പൊക്കത്തിൽ തകഴിക്കഥകൾക്കൊരു മുന്നുര

ഡോ. പി വേണുഗോപാലൻ

കൃത്യമായി പറഞ്ഞാൽ, 'തകഴിവഴി'യിലുള്ള ആദ്യത്തെ കഥയാണ് 'വെള്ളപ്പൊക്കത്തിൽ.' പാശ്ചാത്യമോ മറ്റേതെങ്കിലുമോ സ്വാധീനങ്ങൾക്കു വഴിപ്പെടാതെ തികച്ചും മൗലികമായ, തനതായ, കുട്ടനാടിന്റേതായ ഒരു ഘടനാവിലാസം സ്വരൂപിച്ചുള്ള കഥയെഴുത്തിനെയാണ് തകഴിവഴി എന്നതുകൊണ്ട് അർഥമാക്കുന്നത്. തൊണ്ണൂറ്റൊമ്പതിലെ (കൊല്ലവർഷം 1099) വെള്ളപ്പൊക്കമാണ് ഈ കഥയിലെ ഇതിവൃത്തത്തിനാസ്പദം. കുട്ടനാടിന്റെ സമീപപ്രദേശമായ പല്ലനയാറ്റിലുണ്ടായ ബോട്ടപകടത്തിൽ മഹാകവി കുമാരനാശാൻ അന്തരിച്ച അതേവർഷം (വെള്ളത്തിൽ മുങ്ങിത്താണുള്ള മരണമായിരുന്നു അതും) 1924 ൽ ഉണ്ടായ ആ വെള്ളപ്പൊക്കം കുട്ടനാട്ടുകാരുടെ ഓർമയിലുള്ള ഏറ്റവും വലിയ പ്രകൃതിദുരന്തമാണ്. അന്നു തകഴിക്കു പന്ത്രണ്ടു വയസുപ്രായം. താൻ നേരിട്ടു കണ്ടനുഭവിച്ച ആ പ്രകൃതിക്ഷോഭത്തിന്, പത്തു കൊല്ലത്തിനുശേഷം, ഒരു കഥാരൂപം നൽകിയപ്പോൾ, ആ പത്തുകൊല്ലത്തിനിടയിൽ കേസരി ബാലകൃഷ്ണപിള്ളയുടെ സ്വാധീനത്തിൽപ്പെട്ട് ഫ്രഞ്ച്-റഷ്യൻ മാതൃകകൾ അവലംബിച്ചെഴുതിയ അനേകം കഥകളിൽ നിന്ന് വേറിട്ടു നിൽക്കുന്ന ഒരു തകഴിക്കഥയായി 'വെള്ളപ്പൊക്കത്തിൽ.'

1935ൽ പ്രസിദ്ധീകരിച്ച *പുതുമലർ* എന്ന ആദ്യകഥാസമാഹാരത്തിൽ ചേർത്തിട്ടുള്ള ഏഴു കഥകളിലൊന്നാണിത്. 1929 ൽ സർവീസ് മാസികയിലാണ് തകഴിയുടെ ഒരു കഥ ആദ്യമായി അച്ചടിച്ചു വന്നത്; 'സാധുക്കൾ' എന്നത്രേ ആ കഥയുടെ പേര്. അന്ന് ഒരു ഹൈസ്കൂൾ വിദ്യാർഥി ആയിരുന്നു തകഴി. 1931 ൽ പ്ലീഡർഷിപ്പിനു പഠിക്കാൻ തിരുവനന്തപുരത്ത് ലോ കോളേജിൽ വന്നുചേർന്ന തകഴിക്ക്, അതിനു മുമ്പുതന്നെ *പ്രബോധകൻ* മാസികയിലൂടെ തനിക്കു കഥയെഴുത്തിൽ മാർഗദർശി

യായിക്കഴിഞ്ഞിരുന്ന എ ബാലകൃഷ്ണപിള്ളയുടെ നവീന ആശയങ്ങളാൽ പ്രചോദിതനാകുവാനും ലോകകഥാസാഹിത്യത്തിന്റെ പുത്തൻ പ്രവണതകൾ വായിച്ചറിയാനുമുള്ള അവസരം ലഭിച്ചു. തിരുവനന്തപുരത്തെ വിദ്യാർഥി ജീവിതത്തിനിടയിൽ രണ്ടു നോവലുകളും അനേകം ചെറുകഥകളും എഴുതി പ്രസിദ്ധീകരിച്ച്, കേസരി സദസിൽ ഈ യുവാവ് ശ്രദ്ധേയനായി. വിവാദപുരുഷനുമായി. കേരളീയ സമൂഹത്തെ പിറകോട്ടു പിടിച്ചു വലിച്ചിരുന്ന ആഭിജാത്യത്തിനെതിരെ ആഞ്ഞടിക്കാൻ കേസരി നൽകിയ പ്രചോദനം ആ കഥകളിൽ നന്നായി ഫലിച്ചു. ബാലകൃഷ്ണപിള്ള അന്നത്തെ കേരളീയരുടെ ചിന്താമണ്ഡലത്തിൽ ഉയർത്തിവിട്ട കൊടുങ്കാറ്റിന്റെ തരംഗവിക്ഷോഭങ്ങൾ തകഴിക്കഥകളുടെ രൂപഭാവങ്ങളെ ഏറെക്കാലം നിയന്ത്രിച്ചു. ഇതു തകഴിക്കഥകളുടെ ഒന്നാംഘട്ടം. ഈ ഒന്നാം ഘട്ടത്തിലെ ആദ്യകാല രചനകളിൽ നിന്നും തെരഞ്ഞെടുത്ത ഏഴു കഥകളുടെ സമാഹാരമാണ് *പുതുമലർ*. അന്നോളം ആരും കൈകാര്യം ചെയ്യാൻ ധൈര്യപ്പെട്ടിട്ടില്ലാത്ത ജീവിതത്തിന്റെ വൈരൂപ്യങ്ങളെ ഇതിവൃത്തമാക്കി രചിച്ച കഥകൾ എന്ന നിലയിൽ സാഹിത്യത്തിലെ പുതുമലർ തന്നെയായിരുന്നു ആ സമാഹാരം. തെറിക്കഥകളെന്നും ഓടസാഹിത്യമെന്നും വിശേഷിപ്പിക്കപ്പെട്ട അത്തരം കഥകൾ തകഴി പിന്നീടും ധാരാളം എഴുതി. സമൂഹമനസിന്റെ പൊള്ളയായ ആഭിജാത്യത്തിൽ മൂടിപ്പൊതിഞ്ഞിട്ടിരുന്ന മാലിന്യങ്ങളുടെ കൂമ്പാരങ്ങൾ വലിച്ചു പുറത്തിടാനുള്ള ചങ്കൂറ്റം *പ്രബോധക*നിലും *കേസരി*യിലും മറ്റും എഴുതിയ കഥകളിലൂടെ തകഴി പ്രകടമാക്കി. സകലമാന കീഴാളതകളുടെയും ചൂഷണങ്ങളിൽ രമിച്ചു വിഹരിച്ചിരുന്ന അഭിജാത സങ്കൽപ്പങ്ങളെ അതു പൊളിച്ചെഴുതി.

കീഴാളതകളുടെ സൗന്ദര്യദർശനമാണ് തകഴിയെ മലയാളത്തിലെ മികച്ച കഥാകാരനും നോവലിസ്റ്റുമാക്കിയത്. എല്ലാത്തരം കീഴാളതകളുടെയും നൊമ്പരമറിഞ്ഞ ഒരു മനുഷ്യസ്നേഹി എന്ന നിലയിൽ മറ്റൊരു സൗന്ദര്യദർശനം തകഴിക്ക് അന്യമാണ്. അഭിജാത സൗന്ദര്യദർശനങ്ങളെ മാത്രം വിലമതിച്ചിരുന്ന മലയാള സാഹിത്യത്തിൽ അതിന്റെ നേർവിപരീതമായ ഒരു കാവ്യദർശനം, എഴുത്തിത്തുടങ്ങിയ കാലം മുതൽ തകഴിയിൽ രൂഢമായിരുന്നു. നിലവിലിരുന്ന അഭിരുചികൾക്ക് വൈരസ്യം ജനിപ്പിക്കുന്ന ജീവിതത്തിന്റെ അഴുക്കുചാലുകൾ അതിലടിഞ്ഞുകൂടിക്കിടന്നിരുന്ന മനുഷ്യജീവിതങ്ങളുടെ അടിച്ചമർത്തപ്പെട്ട ഞരക്കങ്ങൾ, അനുകമ്പാഭരിതമായ സാമൂഹികബോധത്തോടെ ചിത്രീകരിച്ച ഒന്നാമത്തെ എഴുത്തുകാരനെന്ന നിലയിൽ മലയാള ഭാഷയ്ക്കും സംസ്കാരത്തിനും നിത്യസ്മരണീയനാണ് തകഴി ശിവശങ്കരപ്പിള്ള.

കീഴാളത സൗന്ദര്യശാസ്ത്രപരമായി ഒരു 'വിലക്ഷണത' ആകുമെന്ന ആശങ്ക *ദുരവസ്ഥ*യുടെ മുഖവുരയിൽ കുമാരനാശാൻ രേഖപ്പെടുത്തിയിട്ടുണ്ട്. വർത്തമാനകാലത്തിൽ വായനക്കാരുടെ മുൻപിലും നടക്കുന്ന സംഭവങ്ങളെ ആധാരമാക്കിയുള്ള ഇതിവൃത്തം, സമുദായപരിഷ്ക്കരണ

വിഷയത്തിൽ അഭിപ്രായ വ്യത്യാസമുളവാക്കുന്ന പ്രമേയം, പ്രബന്ധ ത്തിന്റെ കീർത്തിക്കും പ്രതിഷ്ഠക്കും നിയാമകനായി വിചാരിക്കപ്പെടുന്ന നായകന്റെ കുലീനത്വാദി ഗുണങ്ങളുടെ അഭാവം – ഇതൊക്കെയാണ് 'ദുരവസ്ഥ' പോലെ ഒരു കാവ്യത്തിന്റെ വിലക്ഷണതകളായി ആശാൻ ദർശിച്ചത. വിലക്ഷണത എന്ന വാക്കുപയോഗിച്ചുകൊണ്ടുതന്നെ അതിന് സൗന്ദര്യശാസ്ത്രപരമായ സാധൂകരണം നൽകുകയാണ് *ദുരവസ്ഥ*യിലൂടെ ആശാൻ ചെയ്തത്. സോഷ്യലിസ്റ്റ് റിയലിസത്തിന്റെ ഈ നവീന കാവ്യാദർശം സാമൂഹികപ്രതിബദ്ധതയോടെ ഗദ്യത്തിലാവിഷ്ക രിച്ച ആദ്യത്തെ എഴുത്തുകാരൻ എന്ന നിലയിലാണ് കേസരി ബാലകൃ ഷ്ണപിള്ളയ്ക്കും ജോസഫ് മുണ്ടശ്ശേരിക്കും മറ്റും തകഴി അഭിമതനാ യത്.

"ഭാഷാസാഹിത്യത്തിലെ പരാജയ (റിയലിസ്റ്റ്) പ്രസ്ഥാനത്തിൽപ്പെട്ട ചെറുകഥയെഴുത്തിന്റെ സ്ഥാപകനായ ഒരു മഹാകവിയാണ് തകഴി" എന്നു കേസരി പ്രസ്താവിച്ചു. തകഴി തന്റെ ഓരോ കഥയെഴുത്തിന്റെയും സാങ്കേതികമാർഗത്തിൽ വിശ്വവിശ്രുത കഥയെഴുത്തുകാരായ ചെക്കോ വ്, മോപ്പസാങ്, സ്റ്റെൻഡൽ, ദസ്തയേവ്സ്കി തുടങ്ങിയവരുടെ സാങ്കേ തികമാർഗങ്ങളെ ചേരുംവിധം കലർത്തിയതിനെയാണ് കേസരി പ്രശം സിക്കുന്നത്.

> പാത്രസൃഷ്ടിയിൽ തകഴി ഏറിയകൂറും സ്റ്റെൻഡലിന്റെ സാങ്കേ തിക മാർഗം സ്വീകരിച്ചിരിക്കുന്നു... സ്വഭാവവിശകലനം നടത്തു ന്നതിന് സ്റ്റെൻഡലിനെക്കാളധികം തകഴി സംഭാഷണത്തെ ഉപ യോഗപ്പെടുത്തിയിരിക്കുന്നു. ഇതിൽ അദ്ദേഹം ദസ്തയേവ്സ്കി യെയാണ് അനുകരിച്ചിരിക്കുന്നത്. സെക്സ് ജനിപ്പിക്കുന്ന കോംപ്ല ക്സിനെപ്പോലെ അപകൃഷ്ഠതാബോധവും കോംപ്ലക്സുകളെ ഉൽഭവിപ്പിക്കുമെന്നായിരുന്നു അഡ്ലറുടെ വാദം. അഡ്ലറുടെ ഈ വാദത്തെ ആസ്പദിച്ചാണ് തകഴി ജാനകിയമ്മയെ സൃഷ്ടിച്ചിട്ടുള്ള ത്... ഫ്രോയ്ഡിന്റെ മാനസികാപഗ്രഥനവുമായുള്ള പരിചയം പത്മ നാഭപിള്ളയുടെ സൃഷ്ടിയിൽ തകഴി കാണിച്ചിട്ടുണ്ട്.

ഇങ്ങനെ പോകുന്നു കേസരിയുടെ പ്രശംസാരൂപമായ കഥാനിരൂപ ണം. കൂടുതൽ ഉദാഹരിക്കുന്നില്ല. എന്നാൽ തന്റെ ഗുരുനാഥൻ കാട്ടി ക്കൊടുത്ത ഈ പാശ്ചാത്യ മാതൃകകൾ എല്ലാം ഉപേക്ഷിച്ച്, ഫ്രോയ്ഡി നെയും സ്റ്റെൻഡലിനെയും മൊപ്പസാങ്ങിനെയും ഒന്നും അനുകരിക്കാ തെ, സ്വന്തം അനുഭവ സീമയിൽപ്പെട്ട വേറിട്ട ഒരു കഥ – 'വെള്ളപ്പൊക്ക ത്തിൽ' എഴുതിയപ്പോൾ ഗുരു കാട്ടിക്കൊടുത്ത വഴികളെ മൗനമായി നിഷേധിക്കുകയായിരുന്നു തകഴി. ആ നിഷേധത്തിൽ നിന്നാണ്, ഇംഗ്ലീ ഷ്–ഫ്രഞ്ച്–റഷ്യൻ ആവിഷ്കാരരീതികളുടെ ബാധകളൊന്നും കൂടാതെ, മലയാളത്തിൽ അനുഭവിച്ചതുപോലെ ഈ കഥ പിറന്നുവീണത്. "പടി ഞ്ഞാറൻ രീതികൾ പഠിക്കണം, പക്ഷേ അനുകരിക്കരുത്." എന്ന് കേസരി

ബാലകൃഷ്ണപിള്ള തകഴിയെ ഉപദേശിച്ചതായി തെളിവില്ല. ചുറ്റുപാടുമുള്ള നിത്യജീവിതയാഥാർഥ്യങ്ങളോടു പൊരുത്തപ്പെടാതെ അന്നെഴുതപ്പെട്ടിരുന്ന മലയാള ചെറുകഥയുടെ പാരമ്പര്യത്തിൽ നിന്നും പാശ്ചാത്യരീതികളോടു തനിക്കുണ്ടായ അടിമത്തത്തിൽ നിന്നും സ്വയം വേർപെടാനുള്ള ബോധപൂർവമായ ഒരുപ്രേരണ തകഴിയിൽ അന്നേ രൂപപ്പെട്ടില്ലായിരുന്നെങ്കിൽ 'വെള്ളപ്പൊക്കത്തിൽ' പോലെയുള്ള ക്ലാസിക്കുകൾ മലയാളത്തിൽ ഉണ്ടാകുമായിരുന്നില്ല. കേസരിസദസ്സിൽ ഉൾപ്പെട്ടിരുന്ന കാലത്താണ് തകഴി ഈ കഥയെഴുതിയത്. എന്നിട്ടും ഈ കഥയെപ്പറ്റി കേസരി എന്തെങ്കിലും പറഞ്ഞതായി അറിവില്ല. ലോകസാഹിത്യത്തിലെ അതിനു മുമ്പുള്ള അതിപ്രശസ്തങ്ങളായ കഥകളിലെങ്ങും ഇല്ലാത്ത ഒരു മാതൃക എന്ന നിലയിൽ അദ്ദേഹം അവഗണിച്ചതാകാനിടയില്ല.

മലയാള ചെറുകഥകളുടെ ചരിത്രത്തിൽ ഇന്നും ഒറ്റതിരിഞ്ഞു നിൽക്കുന്ന ഈ കഥ 21–ാമത്തെ വയസിലാണ് തകഴി എഴുതിയതെന്നോർക്കുമ്പോൾ അത്ഭുതം തോന്നുന്നു. കുട്ടനാട്ടിൽ സംഹാരതാണ്ഡവമാടിയ ഒരു വെള്ളപ്പൊക്കത്തെ ഇതിവൃത്തമാക്കിക്കൊണ്ട് ഒരു പട്ടിയുടെ ദുരന്തം ചിത്രീകരിക്കുന്ന കഥ; വെള്ളപ്പൊക്കത്തിന്റെ ഭയാനകദൃശ്യങ്ങളും സംഹാരാത്മകമായ പ്രകൃതിയോടു മല്ലിട്ടു മരണമടയുന്ന പട്ടിയുടെ ദുരന്തവും ഹൃദയഭേദകമായി ചിത്രീകരിക്കുന്ന കഥ, മനുഷ്യജീവിതത്തിന്റേതല്ലാത്ത കഥ, ജന്തുകഥ, പ്രകൃതികഥ അതാണ് ഈ കഥയെ ഒരു അനന്വയമാക്കുന്നത്. ജന്തുകഥകൾ ഭാരതീയ പാരമ്പര്യത്തിലുള്ളതുതന്നെ പക്ഷേ, പഞ്ചതന്ത്ര കഥകളുടെയോ ജാതകകഥകളുടെയോ സങ്കേതങ്ങളുമായി ഈ കഥയ്ക്കു യാതൊരു സാമ്യവുമില്ല. പച്ചയായ മനുഷ്യജീവിതം പോലെ ഒരു ജന്തുവിന്റെ യാഥാർഥ്യനിഷ്ഠമായ ജീവിതമാണിവിടെ ആവിഷ്കരിക്കുന്നത്. ചുറ്റും കടൽപോലെ അനുനിമിഷം പെരുകുന്ന ജലപ്പരപ്പിൽ മുങ്ങിത്താണുകൊണ്ടിരിക്കുന്ന ഒരു ചെറ്റക്കുടിലിനുമുകളിൽ ഒറ്റപ്പെട്ട് മരണം മുന്നിൽക്കണ്ട് ദീനരോദനം ചെയ്യുന്ന ഒരു പട്ടിയുടെ കഥ എഴുതാൻ തകഴിയെ പ്രേരിപ്പിച്ച ദർശനം എന്തായിരിക്കാം? ആരാണീ പട്ടി?

"നാട്ടിലെ പൊക്കം കൂടിയ സ്ഥലം ക്ഷേത്രമാണ്, അവിടെ ദേവൻ കഴുത്തറ്റം വെള്ളത്തിൽ നിൽക്കുന്നു. വെള്ളം, സർവത്ര ജലം!" വെള്ളപ്പൊക്കക്കെടുതിയിൽ സ്വന്തം കുപ്പുപ്പാടുപോലും രക്ഷിക്കാൻ കഴിയാത്ത ദൈവത്തിന്റെ ഈ നിസ്സഹായാവസ്ഥ ധ്വനിപ്പിച്ചു കൊണ്ടാണ് കഥ ഇങ്ങനെ ആരംഭിക്കുന്നത്. ഗ്രാമത്തിലെ ഏറ്റവും പൊക്കം കൂടിയ സ്ഥലത്തിരിക്കുന്ന ദേവനിൽത്തുടങ്ങി താഴേക്കുള്ള ഓരോ ശ്രേണികളിൽപ്പെട്ട മനുഷ്യ ജന്തു സമൂഹങ്ങളുടെ അവസ്ഥകളാണ് തുടർന്നു ധ്വനിപ്പിക്കുന്നത്. "ക്ഷേത്രത്തിലെ മൂന്നു മുറിയുള്ള മാളികപ്പുറത്ത് 6, 7 കുടികളുണ്ട്. 356 ആളുകൾ, പട്ടി, പൂച്ച, ആട്, കോഴി മുതലായ വളർത്തു മൃഗങ്ങളും എല്ലാം ഐകമത്യമായി കഴിയുന്നു. ഒരു ശണ്ഠയുമില്ല." മാളികപ്പുറത്തു കയറിക്കൂടിയ ആറേഴു കുടികൾ ക്ഷേത്രഭരണം കൈയാളുന്ന

നാട്ടിലെ കരയ്ക്കു നാഥന്മാരുടേതാമെന്നു പറയാതെ ധ്വനിപ്പിച്ചിരിക്കുന്നു. അധികാരത്തെ ധിക്കാരമാക്കി മാറ്റുന്ന സ്വാർഥമതികളായ ഈ കരനാഥന്മാരെ നാലുപതിറ്റാണ്ടു കഴിഞ്ഞ് തകഴിയെഴുതിയ *കയർ* വായിച്ചപ്പോൾ മാത്രമാണ് നാം നേരിട്ടു പരിചയപ്പെട്ടത്. 'വെള്ളപ്പൊക്കത്തിൽ' എന്ന കഥ വേണമെങ്കിൽ കയറിലെ ഒരധ്യായമാക്കി വായിക്കാവുന്ന ഒരു കഥയാണല്ലോ. ദേവനിരിക്കുന്ന ശ്രീകോവിലിനെക്കാൾ ഉയരത്തിലുള്ള മാളിക്കപ്പുറത്തും കരനാഥന്മാരും അവരുടെ കുടുംബങ്ങളും കാണിക്കുന്ന അധികാരപ്രയോഗങ്ങളുടെ ഒട്ടേറെ ചിത്രങ്ങൾ കയറിൽ ഉണ്ട്. ഇവിടെ ഇതാ 'പട്ടി പൂച്ച ആട് കോഴി' സഹിതമാണ് ഈ അധികാരി കുടുംബങ്ങൾ ക്ഷേത്രത്തിലെ മാളികപ്പുറത്തു കയറിക്കൂടിയിരിക്കുന്നത്. ദേവനു മാളികപ്പുറത്തേക്കു കയറാൻ കഴിയില്ലല്ലോ. ദേവൻ വെറും കല്ലല്ലേ? ദേവനെ കല്ലായി വിശ്വസിച്ച് ദേവസ്വം കട്ടുമുടിക്കുന്ന അധികാരിവർഗം ദേവനും മുകളിലാണെന്നു വ്യക്തമാക്കി. വളർത്തുമൃഗങ്ങൾ ഉൾപ്പെടെ അവരെല്ലാം മാളികപ്പുറത്ത് ഐകമത്യമായി ശണ്ഠകൂടാതെ കഴിയുന്നത് മരണഭീതി വിതച്ചുകൊണ്ട് ചുറ്റും ഭീകരമായി വെള്ളം പൊങ്ങിക്കിടക്കുന്നതുകൊണ്ടാണെന്ന് വരികൾക്കിടയിലൂടെ വായിക്കണം.

ഇനി അവർക്കു താഴെയുള്ള സാധാരണക്കാരുടെ കഥയെന്താണെന്നു നോക്കാം. അവരാണ് നാട്ടുകാർ. അധികാരിവർഗത്തിനു താഴെയുള്ളവരെന്ന് അടിവരയിടണം. 'നാട്ടുകാരെല്ലാം കരതേടിപ്പോയി' തീരദേശമായ അമ്പലപ്പുഴയിലേക്കാണ് പോയതെന്ന് പിന്നീടു കഥയിൽ സൂചിപ്പിക്കുന്നുണ്ട്. കഥ നടക്കുന്ന ഈ കുട്ടനാടൻ ഗ്രാമത്തെ; അതു തകഴി ഗ്രാമം തന്നെയാണെന്ന് *കയറിൽ*പ്പോലും തകഴി പറയുന്നില്ല. എന്നു മാത്രം. പൊക്കം കൂടിയ കരപ്പുറമാണ് അമ്പലപ്പുഴ. അവിടേക്കു പോയവരിൽത്തന്നെ ഒന്നിലധികം വള്ളങ്ങളും മറ്റും സ്വന്തമായുള്ളവരുണ്ട്. അത്രയൊന്നും സ്ഥിതിയില്ലാത്തവരുടെ അന്തരം സൂചിപ്പിക്കാനാണ് "വീട്ടുകാവലിന് ഒരാൾ വീട്ടിൽ വള്ളമുണ്ടെങ്കിൽ ഉണ്ട്" എന്ന വാക്യം.

അതിഭയങ്കരമായൊരു വെള്ളപ്പൊക്കത്തിന്റെ കെടുതികൾ സമൂഹത്തിലെ ഉന്നതശ്രേണികളിലുള്ളവർ നേരിട്ടതെങ്ങനെയെന്നും അവരാരൊക്കെയെന്നും കഥയുടെ സ്ഥലകാലങ്ങളേതെന്നും മേലുദ്ധരിച്ച നാലഞ്ചു ചെറുവാക്യങ്ങളിൽ പറഞ്ഞു ധ്വനിപ്പിച്ചു. ഈ അന്തഃസന്നിവേശചാരുത കഥാന്ത്യം വരെ അനുഭവിച്ചറിയേണ്ട ഒന്നാണ്. പക്ഷേ, അതിനു തടസ്സമാകുന്ന അച്ചടിപ്പിഴകൾ കുറച്ചൊന്നുമല്ല. ഈ കഥയിൽ പിൽക്കാല അച്ചടിപ്പതിപ്പുകളിൽ കടന്നു കൂടിയത്. "ക്ഷേത്രത്തിലെ മൂന്നു മുറികളുള്ള മാളികപ്പുറത്ത് 6, 7 കുടികളുണ്ട്" എന്ന വാക്യം സാഹിത്യ പ്രവർത്തക സഹകരണ സംഘം 1965ൽ പ്രസിദ്ധീകരിച്ച *തകഴിയുടെ തെരഞ്ഞെടുത്ത കഥകളിൽ* '67 കുട്ടികൾ' ആയി മാറി. കുടുംബം, വീട്, കുടുംബാംഗങ്ങൾ എന്നീ അർഥങ്ങളിൽ ശ്രേണീവ്യത്യാസമില്ലാതെ ഉപയോഗിച്ചിരുന്ന 'കുടി' പിൽക്കാലത്ത് പാവപ്പെട്ടവരുടെ മാത്രം കുടുംബങ്ങളിലേക്കുപോയതുകൊണ്ടാവാം. അക്ഷരം കൈകാര്യം ചെയ്യുന്ന

വർക്കും ആ അർഥത്തിൽ കുടി ഒരു അപരിചിതപദമായി മാറിയത്. എന്തു 'കുടി?' പിന്നെ വന്ന പതിപ്പുകളിലും കുടി കുട്ടിയായിത്തന്നെ നിന്നു. മറ്റൊരു ഉദാഹരണം: 'പുരയുടെ നാലു ചരുവുകളിലും അത് ഓടി നടന്നു' ഇതിനു പകരം ഏതു പട്ടിക്കും അസാധ്യമായ ഒരു സർക്കസാണ് പിൽക്കാല അച്ചടിയിൽ: 'പുരയുടെ നാലു ചുവരുകളിലും അത് ഓടി നടന്നു' വള്ളം കൈതക്കൂട്ടത്തിൽ മറഞ്ഞത് തൈക്കൂട്ടത്തിലായി. അമ്പ രപ്പിക്കുന്ന അച്ചടിത്തെറ്റുകൾ ഇനിയും ധാരാളം. ഈ കഥയിലെ അതി ലളിതമായ ആഖ്യാനവും അതിലെ ഗംഭീരധ്വനികളും അറിയാതെ പോകാൻ ഇതും കാരണമാകുന്നു എന്നത് ആനുഷംഗികമായി പറഞ്ഞു എന്നു മാത്രം.

കഥയിലെ മനുഷ്യവർഗത്തിലെ താഴെത്തട്ടിലുള്ള ചേന്നപ്പറയന്റെ അവസ്ഥയാണ് തുടർന്നുള്ള മൂന്നു ഖണ്ഡികയിൽ. നാട്ടുകാരെല്ലാം കര പറ്റി. നാടുമുഴുവൻ ജലത്തിൽ താണുകഴിഞ്ഞിട്ടും ചേന്നപ്പറയനും കുടും ബവും കൊട്ടിലിന്റെ മുകളെടുപ്പിനുള്ളിൽ തട്ടും പരണും കെട്ടി, വെള്ള മിറങ്ങുമെന്ന പ്രതീക്ഷയിൽ രണ്ടു ദിവസം കൂടി കാത്തിരുന്നു. അനുനി മിഷം വെള്ളം പെരുകുകയാണ്. ഒടുവിൽ ചേന്നന്റെ കുടുംബവും ആരു ടെയോ കനിവുകൊണ്ടടുത്ത ഒരു വള്ളത്തിൽ കയറി എല്ലാം ഉപേക്ഷിച്ചു കരപ്പുറം നോക്കിപ്പോയി. ആ പോക്കിൽ ചെന്നനോടൊപ്പം ആ വള്ള ത്തിൽ അഭയം തേടിയ മറ്റൊരു പറയൻ യഥാർഥത്തിൽ അക്കാലത്തു ജീവിച്ചിരുന്ന ഒരു വ്യക്തിയാണ്. മറ്റാരുമല്ല മടിയേത്തറ കുഞ്ഞേപ്പൻ. ഇദ്ദേഹത്തിനാണ് തകഴി തന്റെ *രണ്ടിടങ്ങഴി* സമർപ്പിച്ചത്. ഈ പറയ-പുലയ സമുദായങ്ങളുടെ കഥ പറയുന്നതിലായിരുന്നു തകഴിയുടെ സ്നേഹോദിതമായ മനുഷ്യത്വ ദർശനം ഏറ്റവും സഫലമായതെന്ന് പ്രത്യേകിച്ചു പറയേണ്ടതില്ല. പക്ഷേ, നമ്മെ അത്ഭുതപ്പെടുത്തുന്ന ഒരു വസ്തുത ചേന്നപ്പറയനും മടിയേത്തറ കുഞ്ഞേപ്പനും ഉൾക്കൊള്ളുന്ന അധഃകൃത സമുദായങ്ങളുടെ കഥകൾ എഴുതിത്തുടങ്ങുന്നതിനും എത്രയോ മുൻപ്, ദൈന്യമനുഭവിക്കുന്ന ഒരു പുലയന്റെ പട്ടിയെ നായ കനാക്കി അത്യുജ്ജ്വലമായ ഈ ദുരന്തകാവ്യം തകഴി എഴുതി എന്നതാണ്. അക്കാലത്തെ കർഷകജന്മിമാർക്ക് അടിമപ്പണിചെയ്ത് ചൂഷണവിധേ യരായിരുന്ന അധഃകൃത സമുദായാംഗങ്ങളെപ്പോലെ തന്നെ ഈ പട്ടിയും തന്റെ യജമാനനെ അത്യന്തം സ്നേഹിച്ചു. സേവിച്ചു. മുതലയുടെ അടി യേറ്റ് മരണം വിഴുങ്ങുന്നതുവരെ തന്റെ യജമാനൻ വിട്ടുപോയ കുടി ലിന്റെ മുകളെടുപ്പിൽ വിശപ്പും കൊടിയ തണുപ്പും പേമാരിയും മറ്റു ജന്തു ക്കളുടെ ആക്രമണങ്ങളും സഹിച്ച് ഭയാശങ്കകളോടെ അവൻ കാവലിരു ന്നു. അവന്റെ യജമാനനായ ചേന്നപ്പറയനാകട്ടെ, മനഃപൂർവം അവനെ ആ കരകാണാവെള്ളപ്പെരുക്കത്തിൽ ഉപേക്ഷിച്ചുപോയതല്ല. ജീവൻ രക്ഷിക്കാനുള്ള തിടുക്കത്തിൽ പറ്റിയ ഒരോർമപ്പിശകുമാത്രം. കുട്ടനാട്ടിൽ ഒരുകാലത്തു നിലനിന്നിരുന്ന ജന്മി-കുടിയാൻ ബന്ധത്തിലെ പരസ്പര വിശ്വാസവും സ്നേഹവും - തകഴി പിൽക്കാലത്തു *രണ്ടിടങ്ങഴി*യിലും

ഇതിവൃത്തമാക്കിയ അതേ വിഷയം - അതിന്റെ താഴത്തലത്തിലേക്കിറക്കി മനുഷ്യ-ജന്തു ബന്ധങ്ങളിലും കാണുന്ന തകഴിയുടെ ഒരു ദർശനമാണ് ഈ കഥ മുന്നോട്ടുവയ്ക്കുന്നത്. അങ്ങനെ എഴുതാനിരിക്കുന്ന കഥകളുടെ ഒരു മുന്നാഖ്യാനമായിത്തീരുന്നു 'വെള്ളപ്പൊക്കത്തിൽ'. കരനാഥന്മാരുടെ 'പട്ടിപ്പൂച്ച ആടുകോഴികൾ' ക്ഷേത്രത്തിലെ മാളികമുകളിൽ ഐകമത്യമായി കഴിയുന്നതിന്റെ എതിരെയാണ് ചേന്നപ്പറയന്റെ പട്ടിയുടെ ദുരന്തകഥ തകഴി വരച്ചിടുന്നത്. ഒരു മനുഷ്യകഥാപാത്രത്തെപ്പോലെ ചിന്തിക്കുകയും പ്രതികരിക്കുകയും ചെയ്യുന്ന ഈ പറയൻപട്ടിക്കുള്ള കഥാനായകപദവി തകഴിയുടെ പിൽക്കാല നായക സങ്കൽപ്പങ്ങളുടെയെല്ലാം മുന്നറിയിപ്പാണ്.

സാമൂഹികവ്യവസ്ഥിതിയുടെ ദൂരസ്ഥങ്ങളായ പുറമ്പോക്കുകളിൽ അവഗണിക്കപ്പെട്ടിരുന്ന ജീവിതങ്ങളെ കണ്ടെത്തിയ ഒന്നാമത്തെ മലയാള സാഹിത്യകാരനാണ് തകഴി ശിവശങ്കരപ്പിള്ള. ജാതിവ്യവസ്ഥയുടെയും സമ്പദ്‌വ്യവസ്ഥയുടെയും പീഡനങ്ങൾ അനുഭവിച്ച താണജാതിക്കാർ, ദരിദ്രന്മാർ, തെണ്ടികൾ, തോട്ടികൾ തുടങ്ങി സാഹിത്യം എത്തിനോക്കുകപോലും ചെയ്യാത്ത ജീവിത രംഗങ്ങളാണ് തകഴിക്കഥകൾക്കെന്നും ഇതിവൃത്തമായിട്ടുള്ളത്. അതിന്റെ എല്ലാം മുന്നുരയായി എഴുതിയ കഥയാണ് 'വെള്ളപ്പൊക്കത്തിൽ.'

നവോത്ഥാന കവിതയിൽ *വീണപൂവി*നുള്ള അതേ സ്ഥാനമാണ് ഗദ്യസാഹിത്യത്തിൽ വെള്ളപ്പൊക്കത്തിൽ എന്ന കഥയ്ക്കുള്ളത്. രണ്ടും നവഭാവുകത്വങ്ങൾക്കു മുന്നോടിയായി വന്ന ദുരന്തകഥകളാണ്. ഒന്ന് നിസ്സാരമായ ഒരു പൂവിന്റെ പതനം. അതിലും നിസ്സാരമെന്നു പറയാവുന്ന ഒരു പുലയൻപട്ടിയുടെ അതിദാരുണമായ ദുരന്തമാണ് വെള്ളപ്പൊക്കത്തിൽ. മൃത്യുവക്ത്രത്തിൽ നിന്നുള്ള ജീവിതദർശനം അവതരിപ്പിക്കുന്ന കാവ്യങ്ങളാണ് ഇതുരണ്ടും. അന്യാപദേശച്ഛായ കലർന്ന ആഖ്യാനങ്ങളുമാണ്. ഈ സാദൃശ്യങ്ങളൊക്കെ യാദൃച്ഛികമാകാം. ഉദാത്തമായ കലാസൃഷ്ടിതന്നെ യാദൃച്ഛികതയുടെ ഉൽപ്പന്നങ്ങളാണല്ലോ.

(2011)

തകഴി മഹാകവിയുടെ കാൽപ്പനികയാഥാർഥ്യങ്ങൾ

ഡോ എം എ സിദ്ദീഖ്

മലയാളികൾ ജീവിച്ചിരിക്കുന്നു എന്ന് ഇരുപതാം നൂറ്റാണ്ടിനോട് സാക്ഷ്യപ്പെടുത്തിയ എഴുത്തുകാരനായിരുന്നു തകഴി. വിപരീതബുദ്ധി കൊണ്ടല്ല; സംയുക്തിബോധം കൊണ്ടാണ് തകഴിയുടെ സാഹിത്യം നിർമിക്കപ്പെട്ടിരിക്കുന്നത്. ശിലാസദൃശമായ ചരിത്രത്തെ അദ്ദേഹം പേന കൊണ്ട് കഷണങ്ങളാക്കി; അല്ലെങ്കിൽ പെൻസിൽ കൊണ്ട്. തകഴിയുടെ എഴുത്ത് പെൻസിൽകൊണ്ട് നോട്ടുബുക്കിലായിരുന്നു എന്ന് കേട്ടിട്ടുണ്ട്. അദ്ദേഹം ചരിത്രത്തെ നടന്നുകാണുന്നതുപോലെ എഴുതി. കൃഷിയിടം പരിശോധിച്ചുകൊണ്ട് വളരെ രാവിലെ എഴുന്നേറ്റ് നടക്കുന്ന ഒരു സ്ഥിര കായനായ കർഷകജനുസായിരുന്നു തകഴി. കൃഷിക്കാരൻ എന്ന കഥ യിലെ കേശവപിള്ളയെപ്പോലെ.

ക്ഷോഭിക്കാത്ത എഴുത്തുകാരന്റെ മാനുഷികദൗർബല്യങ്ങൾ കൊണ്ടാണ് അദ്ദേഹം തന്റെ കഥാപാത്രങ്ങളെ സൃഷ്ടിച്ചത്. എല്ലാവിധ മായ ആധുനികതയേയും അവർ നിരാകരിക്കുന്നു. *ചെമ്മീനി*ലെ മിത്ത് എഴുത്തുകാരന്റെ അക്ഷോഭ്യദൗർബല്യമാണെന്ന്, അതിനെ ന്യായീക രിച്ചുകൊണ്ട് ഒരിടത്തു തകഴി പറയുമ്പോൾ നമുക്കതു ബോധ്യമാവും, ചരിത്രനിരസനം, ഏറ്റവും ബൃഹത്തായ ദാർശനികസമസ്യയും ജീവിത പ്രലോഭനവുമായിരുന്ന ആധുനികരുടെ കാലത്ത് താനൊരു പഴഞ്ചനല്ല എന്നു പറയാൻ തകഴി ശ്രമിച്ചിരുന്നു. അങ്ങനെ പറഞ്ഞിട്ടും അദ്ദേഹത്തെ ഒരു പഴഞ്ചനായിക്കാണാനാണ് ആധുനികർ ശ്രമിച്ചത്. എന്നിട്ടും, പാര മ്പര്യ കലാദർശനത്തോടുള്ള അനുഭാവത്തിൽ നിന്നു വികസിച്ചു വന്ന ബൃഹത്തായ ഒരു ആഖ്യാനസൗന്ദര്യമായി *കയറി*നെ പൂർത്തീകരിച്ചു

കൊണ്ട് തകഴി തന്റെയുള്ളിലെ പഴമയെ ചരിത്രപരമായ ഒരു നവീനത യാക്കി മാറ്റി.

കവിയായിത്തീരുമായിരുന്ന കഥാകാരനല്ല തകഴി. 'റിയലിസ്റ്റ് ദർശ നത്തിന്റെ മഹാകവി' എന്നോ മറ്റോ കേസരി, തകഴിയെ പതിയെ ഒന്നു വിളിച്ചതിനുണ്ടായ ബഹളങ്ങൾ ഇപ്പോഴും ചിലേടങ്ങളിൽ കെട്ടടങ്ങാ ത്തതും അതുകൊണ്ടാവാം. എന്നാലും, ശിൽപ്പഭദ്രതയുള്ള റിയലിസ്റ്റാ യിരുന്നോ തകഴി മഹാകവി? *രണ്ടിടങ്ങഴി*യോ *തോട്ടിയുടെ മകനോ* ഏതാനും ചില ചെറുകഥകളോ എടുത്തുവച്ച് അങ്ങനെ പറയാൻ ശ്രമി ച്ചാലും *കയറും ചെമ്മീനു*മൊന്നും അങ്ങനെ എഴുതപ്പെട്ട സാഹിത്യമാ യിരുന്നില്ല. അതുകൊണ്ട്, തകഴി റിയലിസ്റ്റ് അല്ലാതാവുന്നുമില്ല. കാര ണം, റിയലിസം അത്രമേൽ വൈരുധ്യാത്മകമായിരുന്നല്ലോ!

സമകാലികലോകം ഭൂതകാലത്തിന്റെ ഒസ്യത്തല്ലെന്നും, ഭൂമിസം സ്കാരത്തിന്റെ അധികാരം മേലാളകർതൃകമല്ലെന്നും വിളിച്ചുപറഞ്ഞു നമ്മുടെ റിയലിസം. അതിലൊരോഹരി തകഴിക്കും കൊടുക്കണം. ലോക ബോധ്യവും ഭൂമിസംസ്കാരവും ഇടകലർന്ന സമകാലികത (കുലീന മായ സമകാലികത) അദ്ദേഹത്തിനുണ്ടായിരുന്നു.

റിയലിസ്റ്റുകൾ പരീക്ഷണകുതുകികളല്ലെന്നും, അവർ ഉപരിതല വിപ്ലവകാരികൾ മാത്രമാണെന്നും ആക്ഷേപിക്കപ്പെട്ടിട്ടുണ്ട്. പരീക്ഷണ മെന്നാൽ ഭാഷയിലും ഭാവുകത്വത്തിലും മാത്രം നടക്കുന്ന ഏതോ ഒരു തരം കസർത്തു മാത്രമാണെന്നു ധരിച്ചുവച്ചിരുന്ന ഏതോ സന്മാർഗജാ ഗരരാണ് അങ്ങനെ പറഞ്ഞത്. റിയലിസം, സാഹിത്യത്തിന്റെ സാമൂഹി കഘടനയിൽ സൃഷ്ടിച്ച നവനിർമാണങ്ങളെ ആക്ഷേപകർ കണ്ടില്ല. അവർ അതിനുള്ളിലെ വെന്തമനുഷ്യരെ കണ്ടില്ല. കലാപങ്ങളെ കണ്ടി ല്ല. തിളച്ചുമറിയുന്ന വർത്തമാനങ്ങൾ കേട്ടില്ല. ഉള്ളിൽ സൂക്ഷിച്ച ഭീരു ത്വത്തോടെ അവർ റിയലിസത്തെ ആക്ഷേപിച്ചു.

തോട്ടിയുടെ മകനു മുൻപേ വന്നു *വാഴക്കുല*. ആ കവിത ഭാവികാ ലത്തോടുചെയ്ത ഒരു വിപ്ലവ പ്രതിജ്ഞയായിരുന്നു. ജൻമിമേലാളതയോ ടുള്ള കീഴാളസമരമല്ല സൂക്ഷ്മസമരമല്ല, വർഗസമരം തന്നെയാണ് ചങ്ങമ്പുഴ കണ്ടത്. പതിതരിൽ ഭൂരഹിത അധഃകൃതകർഷകതൊഴിലാളികൾ മാത്രമല്ല, വർഗബോധമുള്ള ചൂഷിത ജനസമൂഹമാകെ ഉൾപ്പെടും. കേരളീയ സാമൂ ഹികചരിത്രം അതു തെളിയിച്ചു. ചുടലമുത്തുവിന്റെ വർഗബോധം ജാതി ബോധാധിഷ്ഠിതമായിരുന്നില്ല. അടിയൻ എന്ന് അവനൊരിടത്തും കുമ്പിട്ടില്ല. ഞാൻ എന്നു തന്നെ പെരുമാറി. ആത്മനിഷ്ഠമായ ആ സാമൂഹിക ബോധ്യ മായിരുന്നു തകഴിയുടെ സാഹിത്യത്തിന്റെ റിയലിസ്റ്റ് സവിശേഷത.

ഇന്ദുലേഖയുടെ വഴി...

*രണ്ടിടങ്ങഴി*യിൽ ചിരുത ഒരു സ്പെസിമൻ തന്നെ. സംശയമില്ല. *ഇന്ദുലേഖ*യും, *മാർത്താണ്ഡവർമ്മ*യിലെ പതിനെട്ടുകാരി പാറുക്കുട്ടിയും ചിരുതയും–സമാനമായ മൂന്ന് അനുഭവങ്ങളിലൂടെ കടന്നുപോകുന്നുണ്ട്. ആദ്യത്തെയാൾ സൂരിനമ്പൂതിരിപ്പാടിനോട് തർക്കിക്കുകയും നീരസം പ്രദർശിപ്പിക്കുകയും, അയാളുടെ കിടപ്പറ പങ്കിടാനുള്ള വെറും ഉപകരണമാവാൻ തനിക്കു താൽപ്പര്യമില്ലെന്ന് അസന്നിഗ്ധമായി പറയുകയും ചെയ്യുന്നു. പാറുക്കുട്ടിയാകട്ടെ, രാജാധികാരത്തിന്റെ ഉപജാപദൂഷണങ്ങളുടെയും ലൈംഗികാർത്തിയുടെയും മൂർത്തിയായ പത്മനാഭൻതമ്പിയോട് പരാധീനതകളേതുമില്ലാതെ അമർഷം പ്രകടിപ്പിക്കുന്നു. സമാനമായ ഒട്ടനവധി സന്ദർഭങ്ങളിലൂടെ കേരളചരിത്രത്തിലെ പെണ്ണുങ്ങൾ കടന്നുപോയിട്ടുണ്ടെങ്കിലും ഇങ്ങനെയുള്ള പ്രതികരണങ്ങൾ സാധാരണമായിരുന്നില്ല.

ഇന്ദുലേഖയും പാറുക്കുട്ടിയും രണ്ടു വ്യത്യസ്ത സന്ദർഭങ്ങളിലാണെങ്കിലും രൂപപ്പെടുത്തിയ പ്രതികരണങ്ങൾക്ക് കൊളോണിയൽ ബുദ്ധിജീവിതത്തിന്റെ പിന്തുണയുണ്ടെന്നതു വ്യക്തമാണ്. ഇന്ദുലേഖയെ നിർമിച്ചത് ഇംഗ്ലീഷ് വിദ്യാഭ്യാസവും സംസ്കൃതകാവ്യശാസ്ത്രവ്യുൽപ്പത്തിയുമാണെങ്കിൽ കൊളോണിയൽ പ്രണയസംസ്കാരത്തിന്റെ മാനസിക പശ്ചാത്തലത്തിലാണ് സി വി പാറുക്കുട്ടിയെ രൂപപ്പെടുത്തിയിരിക്കുന്നത്. കോളനിയനന്തര സ്ത്രീവാദചിന്തയുടെ പുതിയ ഗതിവിഗതികളുടെ സഹായത്തോടെയും പഠിക്കേണ്ട ഒരു വിഷയമാണത്.

എന്നാൽ തകഴിയുടെ ചിരുതയിലെത്തുമ്പോൾ ഭാവന കൂടുതൽ യഥാതഥമാവുന്നതുകാണാം. വ്യവസ്ഥാപിതഭോഗവാദത്തോടുള്ള വ്യക്തിയുടെ പ്രതികരണമാണ് ഇവിടെയുമുള്ളത്. പുഷ്പവേലിൽ ഔസേപ്പിന്റെ മാനസപുത്രനെ നിവർന്നുനിന്നു ധിക്കരിക്കുന്ന ചിരുതയിൽ ആദ്യം വ്യക്തിയും പിന്നെ സമൂഹവും പ്രതികരണസന്നദ്ധമാവുന്നു. അബോധത്തോടുള്ള വ്യക്തിനിഷ്ഠമായ കീഴ്പെടൽ ചിരുതയിൽ നഷ്ടപ്പെടുന്നു. അബോധം, ധാർമികമായി അടിയാളപ്പെണ്ണിനെ ജന്മിക്കു കീഴ്പെടേണ്ടവൾ എന്നു പരിശീലിപ്പിക്കപ്പെട്ടിരുന്ന ചരിത്രസാഹചര്യത്തിൽ നിന്നു വ്യത്യസ്തമായി അവൾ ബോധവതിയാവുന്നു. ഇംഗ്ലീഷ് വിദ്യാഭ്യാസമോ കൊളോണിയൽ പ്രതികരണധീരതയോ പരിശീലിപ്പിച്ചിട്ടില്ലാത്ത ചിരുതയെ, അയാളെ നിഷേധിക്കാൻ ബോധവതിയാക്കുന്നത് വർഗബോധമാണ്. തൊഴിലാളിവർഗസാമൂഹിക ബോധമാണ്. കൊളോണിയൽ പ്രതിരോധപാഠമല്ല, കുട്ടനാടിന്റെ ഭൂമിശാസ്ത്രപാരമ്പര്യത്തിൽ നിന്നു രൂപപ്പെടുത്തിയ യാഥാർഥ്യബോധമാണ് ആ സന്ദർഭത്തിന്റെ കരുത്ത്.

ഭാവനയുടെ യാഥാർഥ്യവൽക്കരണമാണ് ഇത്. വസൂരിപിടിച്ച പെണ്ണിനെ, മക്കളുടെ കരച്ചിലിനിടയിലും ആശുപത്രിയിലേക്ക് കൊണ്ടുപോകുന്ന

ഗവൺമെന്റുകിങ്കരന്മാരുടെ വർത്തമാനവും ഇതുപോലെ *തോട്ടിയുടെ മക നി*ലുണ്ട്. ഇതൊക്കെ പുതിയതരം മനുഷ്യവ്യാഖ്യാനങ്ങളായിരുന്നു. റിയ ലിസത്തിന്റെ പുതിയ അർഥരൂപീകരണപ്രക്രിയകളായിരുന്നു. തോട്ടിയും, തൊഴിലാളിയും. ധീരോദാത്തരല്ലെങ്കിലും, സാമൂഹികഭാരമുള്ള വ്യക്തി കളായി മാറുന്നു. റിയലിസത്തിന്റെ ഏറ്റവും മൗലികമായ സവിശേഷത അതായിരുന്നു. വ്യക്തി അനുഭവിക്കുന്ന എല്ലാത്തരം കാൽപ്പനികന്യൂ നീകരണങ്ങളെയും ചലനാത്മകമായി ഭഞ്ജിച്ചുകൊണ്ട് ബോധമണ്ഡ ലത്തിൽ അതൊരു സാമൂഹികചക്രവാളത്തെ സൃഷ്ടിക്കുന്നു. മലയാള സാഹിത്യത്തിൽ അതിനു ധാരാളം ഉദാഹരണങ്ങൾ ചൂണ്ടിക്കാട്ടാനാകു മെങ്കിലും തകഴിയിൽ അതിനു ചില സവിശേഷതകൾ കാണാനാവുന്നു.

ചിരുതയിലെ ഈ മനോവിപ്ലവത്തിന്റെ ഘടന സാമൂഹികമാണെ ങ്കിലും അവളുടെ അനുഭവം കർതൃരഹിതമല്ല. പക്ഷേ, അതു പൂർണ മായും മറ്റേതെങ്കിലുമൊന്നിനു വിധേയവുമല്ല. വർഗബോധം എന്നു വ്യവ ച്ഛേദിച്ചതുകൊണ്ട്, വർഗവിപ്ലവത്തിനുവേണ്ടി മാത്രമുള്ള 'പ്രൊപ്പ ഗാന്റ'യായി അതു മാറുന്നില്ല. വ്യക്തിനിഷ്ഠമായിരിക്കുമ്പോഴും അത് വസ്തുനിഷ്ഠസാമൂഹികപശ്ചാത്തലത്തിന്റെ സൃഷ്ടിതന്നെ. പ്രശസ്ത ബ്രിട്ടീഷ് മനശ്ശാസ്ത്രജ്ഞനായ റൊണാൾഡ് ഡേവിഡ് ലാങ് (R D Laing)ന്റെ ഒരു നിരീക്ഷണം ഇവിടെ സംഗതമാണ്. അദ്ദേഹം പറയുന്നു.

Experience is invisible to the other. But experience is not subjective rather than objective not inner rather than outer not process rather than praxis, not input rather than output... (*The Politics of Experience* (1967), Ronthedge)

റിയലിസ്റ്റ് ഭാവനയിലെ സൃഷ്ടിപരമായ വ്യക്തിനിഷ്ഠത, സാമൂഹിക കർതൃത്വത്തിന്റെ സജീവപങ്കാളിയാണെന്നു തന്നെ വരുന്നു.

എന്നാലും തകഴിയുടെ കൽപ്പനയിൽ അടങ്ങാനാവാത്ത ഒറ്റ ആദർശാത്മകതയുണ്ട്. വ്യക്തിഭീരുതയുടെ ഭാഗമായിരുന്നു അത്. *കയ റി*ന്റെ പശ്ചാത്തലചരിത്രം പറയുമ്പോൾ, റിയലിസ്റ്റ് കഥാചക്രവർത്തി കളെ അദ്ദേഹം തള്ളിക്കളയുന്നു. ബൽസാക്കിനെയും ദസ്തയേവ്സ്കി യെയും ടോൾസ്റ്റോയിയെയും ഭ്രമിച്ചുവശായതിന്റെ ആദ്യകാലദുരന്ത ങ്ങളെ കുറ്റബോധത്തോടെ വിളിച്ചുപറഞ്ഞുകൊണ്ട് നാട്ടുപാരമ്പര്യ ത്തിന്റെ ആഖ്യാനഗരിമയെ പിന്തുടരാനാവാതെ പോയതിന്റെ ദുഃഖം വെളി പ്പെടുത്തുന്നു. *കയർ* ഒരു പശ്ചാത്താപകൃതിയായിരുന്നു, തകഴിയുടെ കാഴ്ചപ്പാടിൽ എഴുത്തുകാരൻ പ്രദർശിപ്പിച്ച ആ ദുഃഖം ഭൂതകാല ആദർശാത്മകതയുടെ പരിണാമമായിരുന്നു.

റിയലിസത്തിന്റെ ഭൗതികപശ്ചാത്തലം ആദർശാത്മകമല്ല. വൈരു ധ്യാത്മകമാണ്. പക്ഷേ, തകഴിയുടെ റിയലിസ്റ്റ് ദർശനം വ്യക്തിനിഷ്ഠ

മായി ആദർശാത്മകവും സാമൂഹികമായി വൈരുധ്യാത്മകവുമായിരുന്നു. ഈ ആദർശാത്മകതയുടെ വളർച്ചയാണ് ചെമ്മീൻ. സാമൂഹികപദവിയുള്ള ഒരു മിത്തിനു മുന്നിൽ, വ്യക്തികൾ സൃഷ്ടിക്കുന്ന വിപ്ലവം - കറുത്തമ്മ, പരീക്കുട്ടി പ്രണയം - പരാജയമടയുന്നു. മിത്ത്, ഭൗതികേതരവും വൈരുധ്യരഹിതവുമാണെങ്കിലും അതിനെ പ്രയോഗവൽക്കരിക്കാനാവുമെന്നു വിശ്വസിക്കുന്ന സാമൂഹികമനസ്സ് ഭൗതികമാണ്. ചെമ്മീനും കൂട്ടത്തിൽ വേറിട്ടകൃതിയല്ലെന്നതാണിതു കാണിക്കുന്നത്. ഈ സംയുക്തികദർശനത്തിൽ നിന്നുടലെടുക്കുന്ന റിയലിസത്തെ കാൽപ്പനിക റിയലിസം (Romatic Realism) എന്നു വിളിക്കാം. അതുകൊണ്ടാണ് തകഴി ഒരു കാൽപ്പനിക-യഥാഥവാദിയായിരിക്കുന്നത്.

(2011)

തകഴി
ഗ്രാമപാരമ്പര്യത്തിന്റെ കഥാകാരൻ

ഡോ. പി വേണുഗോപാലൻ

മനുഷ്യവംശത്തിന്റെ നിലനിൽപ്പ് പരിസ്ഥിതിയുമായി ബന്ധപ്പെട്ടിരിക്കുന്നുവെന്ന് ആധുനിക പാശ്ചാത്യലോകം മനസിലാക്കി തുടങ്ങിയിരിക്കുന്നു. പരിസ്ഥിതി സൗഹാർദം (Eco-friendly) സൗന്ദര്യശാസ്ത്ര ചിന്തകളിലും സിദ്ധാന്തരൂപം നേടിക്കഴിഞ്ഞു. പ്രകൃതിയുടെ സന്തുലിതാവസ്ഥ നിലനിർത്തുന്നതിന് സഹായകവും പ്രകൃതി വിഭവങ്ങളുടെ അമിത ഉപഭോഗത്തെ നിയന്ത്രിക്കുന്നതുമായ ഒരു ജീവിതവീക്ഷണം ഇന്ത്യക്കുണ്ടായിരുന്നതാണ്. കേരളീയ ഗ്രാമീണ ജീവിതത്തിന്റെ അടിസ്ഥാന സ്വഭാവമായ ലാളിത്യം – ആഡംബരവിമുഖത – തന്നെ പ്രകൃതിയോടുള്ള ഈ സൗഹാർദ സമീപനത്തിൽ നിന്നുണ്ടായതാണ്. പാശ്ചാത്യമായതിനെ മാത്രം പരിഷ്കാരമായി കണ്ട നാം, നമ്മുടെ പാരമ്പര്യത്തിലെ ഇത്തരം പല നന്മകളെയും ഇല്ലായ്മ ചെയ്തു. അവ തിരിച്ചു കൊണ്ടുവരാനാകാത്ത വിധം നാം 'പരിഷ്കൃത' രായി. പാശ്ചാത്യ ചിന്തകരെ അനുഗമിച്ച് ഇപ്പോൾ നാം പരിസ്ഥിതി ശാസ്ത്രത്തെപ്പറ്റിയും പറഞ്ഞു തുടങ്ങിയിരിക്കുന്നു. മണ്ണും മനുഷ്യനും തമ്മിലുള്ള അവിഭാജ്യ ബന്ധത്തിന്റെ പരിണാമങ്ങൾ പഠിച്ചറിഞ്ഞ് ആസന്നമായ ജീവിതദുരന്തങ്ങളുടെ ഇതിഹാസമെഴുതിയ ഒരെഴുത്തുകാരനുണ്ട് മലയാളത്തിൽ – തകഴി ശിവശങ്കരപ്പിള്ള. കുട്ടനാടിന്റെ ഇതിഹാസകാരനെന്നും മറ്റും തകഴിയെ വിശേഷിപ്പിക്കുമ്പോൾ തകഴിക്കൃതികളുടെ അവധാരണം അർഥപൂർണമാകുന്നില്ല. പ്രകൃതി–പുരുഷ ബന്ധത്തിന്റെ ദൗരന്തികമായ അർഥധ്വനികൾ ഉൾക്കൊള്ളുന്ന മനുഷ്യേതിഹാസമാണ് *കയർ*.

എന്നു മുതലാണ് മനുഷ്യൻ ഭൂമിയെ സ്നേഹിക്കാൻ തുടങ്ങിയത്?' പിന്നിലേക്ക് പിന്നിലേക്കു പോകാൻ തകഴി ശ്രമിക്കുന്നു. ഒരു നീണ്ട കാലഘട്ടത്തിലെ ഈ ബന്ധത്തിന്റെ കഥയാണ് *കയർ*. നോവലിന്റെ

ആരംഭത്തിൽ കാണുന്ന കണ്ടെഴുത്തു നടക്കുന്ന കാലത്ത്, ആവശ്യത്തിൽ കവിഞ്ഞ് ഭൂമി ആർക്കും വേണ്ടായിരുന്നു. എന്നുവച്ചാൽ, ഒരു കുടുംബത്തിന് കൃഷി ചെയ്യാവുന്നതിൽ കവിഞ്ഞ് ഭൂമി ആർക്കും വേണ്ട. പക്ഷേ, ഭൂമിയായ ഭൂമിയെല്ലാം ഓരോരുത്തരുടെ പേരിൽ ചാർത്തിക്കൊടുക്കാനാണ് കണ്ടെഴുത്ത്. ഭൂമി മിച്ചം കിടക്കാൻ പാടില്ല. രാജകൽപ്പനയാണ്. ജനം പെറ്റുപെരുകുന്നു. എല്ലാവർക്കും തിന്നാനുള്ള വക ഭൂമിയിലുണ്ടാകണം. അതിന് കൃഷി ചെയ്യണം. മണ്ണ് വെറുതെ ഇടാൻ പറ്റില്ല. അതിനാണ് കണ്ടെഴുത്ത്. ഏതാണ്ട് ഒന്നര നൂറ്റാണ്ടു മുമ്പ് നടന്ന ആ കണ്ടെഴുത്തിന് മറ്റൊരു പ്രത്യേകതയുമുണ്ടായിരുന്നു— വസ്തു പേരിൽ ചാർത്തി അളവു തിട്ടപ്പെടുത്തി കരം നിശ്ചയിക്കും. അന്നുവരെ കരം ഭൂമിയിൽ വിളയുന്ന ധാന്യം തന്നെയായിരുന്നു. ഇനിമേൽ കരം പണമായിട്ടടയ്ക്കണം. ഗ്രാമത്തിലെ കൃഷിക്കാരായ ജനങ്ങൾ അമ്പരന്നു. ക്രമേണ പണം ഭൂമിയോടുള്ള ബന്ധത്തെ നിയന്ത്രിക്കുന്ന ശക്തിയായി, കൃഷി വ്യവസായമായി. കൃഷിയുടെ ധർമനീതികൾ നഷ്ടപ്പെട്ടു. മണ്ണിന്റെ വില തന്നെ പണമായി. മണ്ണിനോട് ആർത്തി പെരുത്തവരുണ്ടായി. പിറന്നുവീണ മണ്ണിൽ നിന്ന് പലരും കുടിയിറക്കപ്പെട്ടു. മണ്ണിനോടൊപ്പം സ്ത്രീയും ചൂഷണോപാധിയായി. മണ്ണും പെണ്ണുമാണ് തകഴിക്കഥകളിൽ ദുരന്തമേറ്റു വാങ്ങുന്ന കഥാപാത്രങ്ങൾ. പുരുഷസ്വാർഥതയാലുണ്ടാകുന്ന സ്ത്രീജീവിതത്തിന്റെ യാതനകൾ സഹാനുഭൂതിയോടെ ചിത്രീകരിച്ചുകൊണ്ടാണ് തകഴി കഥാരംഗത്ത് പ്രവേശിച്ചതു തന്നെ. ചെമ്മീനിലെ ചെമ്പൻകുഞ്ഞിന്റെ പണത്തോടുള്ള ആർത്തിയാണ് കറുത്തമ്മയുടെ ജീവിതദുരന്തത്തിന് കാരണം. അന്നന്നേക്കു ജീവിക്കാനുള്ളതേ പ്രകൃതിയിൽ നിന്നുമെടുക്കാവൂ. കടലമ്മയുടെ തത്വശാസ്ത്രമാണത്. പക്ഷേ, സമ്പാദിച്ചു സുഖിക്കാനാണ് ചെമ്പൻകുഞ്ഞ് ആഗ്രഹിച്ചത്. അതിനു വേണ്ടി സ്വന്തം മകളെയും ബലി കൊടുത്ത് സർവനാശം ഏറ്റുവാങ്ങുന്നു. പ്രകൃതിയെയും പെണ്ണിനെയും ചൂഷണം ചെയ്യുന്ന പുരുഷാധികാരത്തെ ചോദ്യം ചെയ്യുന്ന ഒരു വൈകാരികതലം തകഴിക്കഥകളിൽ ആത്യന്തമുണ്ട്. അവയെല്ലാം ചേർന്ന 'സകലകഥ' യാണ് ഒടുവിലെഴുതിയ *കയർ*.

തകഴിയെന്ന കർഷകന്റെ ആത്മനൊമ്പരമാണ് *കയറി*ന്റെ അവസാനം. കുട്ടനാട്ടിലെ പാടങ്ങളെല്ലാം ഇന്ന് ആർക്കും വേണ്ടാതെ കിടക്കുന്നു. കൃഷിയിൽ വന്ന പരിഷ്കാരങ്ങൾ കൊണ്ട് മണ്ണ് ദുർഭൂമിയായി. മനുഷ്യൻ ഭൂമിയെ സ്നേഹിച്ച കാലം കഴിഞ്ഞുപോയിരിക്കുന്നു. കുട്ടനാടൻ കർഷകന്റെ യഥാർഥ സംസ്കാരം എന്നോ അസ്തമിച്ചു. മണ്ണിനോടുള്ള ആർത്തി വെടിഞ്ഞ് മനുഷ്യൻ മണ്ണിനെ സ്നേഹിക്കുന്ന കാലം ഇനി ഉണ്ടാകുമോ? *കയർ* ഉയർത്തുന്ന ആത്യന്തികമായ ചോദ്യമതാണ്. മണ്ണിനെ, തന്റെ ജീവിത പരിസരങ്ങളെ, തകഴി എത്ര സ്നേഹിച്ചു എന്നതിന്റെ ഉത്തരമാണ് തകഴിസാഹിത്യം.

II

സവിശേഷമായ ചില പാരമ്പര്യങ്ങൾ ഉൾച്ചേർന്ന ഒരു ഗ്രാമമാണ് തകഴി. തകഴിയുടെ ബാല്യം അതിന്റെ അസ്തമനകാലമായിരുന്നു. ആ പാരമ്പര്യങ്ങളെ അറിയാൻ ബാല്യത്തിലേ ഉണ്ടായിരുന്ന താൽപ്പര്യം തകഴിയെ ഒരു കഥയെഴുത്തുകാരനാക്കി. രത്നഗർഭയായിരുന്നു ഈ മണ്ണ്. ഇതുപോലൊരു നാട് മറ്റെങ്ങുമില്ലെന്ന് തകഴി പറയാറുണ്ടായിരുന്നു. ജനിച്ച നാടിനോടുള്ള ഈ മനോഭാവത്തിന്റെയും കഥാരൂപമാണ് *കയർ*. അതിൽ പറയുന്നു "എന്റെ നാട് ആരു തന്നെ അവിടെ ചെന്നാലും അവരെ സ്വീകരിക്കും. അവിടെ സ്വീകരിക്കപ്പെടുന്നവർ ആ നാട്ടുകാരാകും. അവരെ ആ നാട് തന്നിലേക്ക് ലയിപ്പിക്കും. അവരും ലയിച്ചുപോകും. അങ്ങനെയൊരു നാട് മറ്റെങ്ങാനുമുണ്ടോ?" അമ്മ! അമ്മയാണ് എന്റെ നാട്." അങ്ങനെയാണ് കുഞ്ചൻ നമ്പ്യാരും ഈ നാട്ടുകാരനായത്.

രണ്ട് മഹാകവികളുടെ സാന്നിധ്യം കൊണ്ട് ധന്യമായ നാടാണിത്. രണ്ടു പേരും കഥ പറഞ്ഞ് മഹാകവികളായി. കഥ പറച്ചിലിന്റെ തത്വശാസ്ത്രങ്ങളൊക്കെ തിരുത്തിക്കുറിച്ചവരാണ് ഇരുവരും. ഒരാൾ പദ്യത്തിലും മറ്റേയാൾ ഗദ്യത്തിലുമാണെന്നേ ഒരു ഭേദമുള്ളു. കുഞ്ചൻ നമ്പ്യാർ ജനിച്ചത് അങ്ങ് വടക്ക് കിള്ളിക്കുറിശ്ശിമംഗലത്താണ്. ചെമ്പകശേരി ദേവനാരായണന്റെ സദസ്യനായി അമ്പലപ്പുഴയിൽ വന്ന് ചിരകാലം ജീവിച്ച നമ്പ്യാരുടെ കലാജീവിതം തൊട്ടടുത്ത ഗ്രാമമായ തകഴിയിലായിരുന്നു. തകഴിയിലെ പടയണിയിൽ നിന്നാണ് ഒരു പുതിയ കഥന സമ്പ്രദായം നമ്പ്യാർ സൃഷ്ടിച്ചെടുത്തത് – ആഢ്യസാഹിത്യം അന്നേവരെ അംഗീകരിച്ചിട്ടില്ലാത്ത കഥപറച്ചിലിന്റെ ഒരു നാട്ടുവഴി. തകഴി ധർമ്മശാസ്താ ക്ഷേത്രത്തിന് അടുത്തുള്ള തെക്കേ മഠത്തിൽ നമ്പ്യാർ വസിച്ചിരുന്നതായി പഴമക്കാർ പറയുന്നു. തകഴിയുടെ ചുറ്റുവട്ടങ്ങളിൽ വ്യാപിച്ചു കിടക്കുന്ന കുട്ടനാടൻ ഗ്രാമങ്ങളിലെ അധഃകൃത സമുദായങ്ങളോട് അടുത്തിടപഴകി. അവരുടെ ഈണവും താളവും വാക്കും വടിവും ചെല്ലും ചേലും സ്വാധീനമാക്കി, പുരാണകഥ എന്ന വ്യാജേന ആദ്യമായി നമ്പ്യാർ അവരുടെ കഥ പറഞ്ഞു. അതിലൂടെ അധികാരിവർഗങ്ങളെ ചൊടിപ്പിച്ചു. കഥ വായനക്കാരനെ രസിപ്പിക്കണം, ചിന്തിപ്പിക്കണം, പ്രതികരിപ്പിക്കണം, മാറ്റങ്ങൾക്ക് പ്രേരകമാകണം – പടയണിയിൽ നിന്ന് നമ്പ്യാരും പിന്നീട് തകഴിയും സ്വാംശീകരിച്ച കഥയുടെ തത്വശാസ്ത്രങ്ങളാണിതൊക്കെ. സത്യം അതെത്ര വികൃതമായാലും തുറന്നുപറയണം. കഥ–സാഹിത്യം – വരേണ്യവർഗത്തിന്റെ കുത്തകയല്ല. പറയന്റെ ജീവിതവും ഒന്നാന്തരം കഥയ്ക്ക് വിഷയമാണ്. കുഞ്ചൻ നമ്പ്യാർ അത് ഭംഗ്യന്തരേണ പറഞ്ഞു. തകഴി അതിന് പൂർണത നൽകി.

നമ്പ്യാർ അതിന്റെ പുഷ്കല ദശയിൽ തകഴിയിലെ പടയണി കണ്ടു. തകഴി അതിന്റെ അവസാന കാലത്തും. ചെറുപ്പത്തിൽ താൻ കണ്ട 'പടേനി' യെപ്പറ്റി തകഴി പറയുന്നു.

> അതിൽ നിത്യജീവിത പ്രശ്നങ്ങളെ ഫലപ്രദമായി പ്രതിപാദിച്ചിരുന്നു. തെറി കൊണ്ടും പോഴത്തം കൊണ്ടും വികലവുമായിരുന്നു ആ നാടകങ്ങൾ. ആണ്ടോടാണ്ടു നാട്ടിൽ നടന്ന കാര്യങ്ങൾ പ്രാകൃതമായ രീതിയിൽ നിരൂപണ വിഷയങ്ങളുമായി ആളുകൾ രസിച്ചു. ചിന്തിച്ചു. ദ്വേഷ്യപ്പെട്ടു. ചെറുപ്പം മുതൽ ആ പടേനിയും തുള്ളലും കണ്ടും കേട്ടും എനിക്ക് സാഹിത്യജീവിതത്തിൽ എന്റേതായ ഒരു രീതിയും വന്നു. ഇത്രയൊക്കെ പഠിക്കാനും ലോകം കാണാനും കഴിഞ്ഞില്ലെങ്കിൽ ഞാനും തകഴിയിലെ ഒരു പടേനിക്കാരനായേനെ. ഞാനും ഇന്ന് രസിപ്പിക്കുന്നുണ്ട്; ദ്വേഷ്യപ്പെടുത്തുന്നുണ്ട്; എന്നെ ആളുകൾ ശപിക്കുന്നുമുണ്ട്. ഞാനും ഒരു പടേനിക്കാരനാണ്.

തകഴിയിലെ ഈ അന്തരീക്ഷമാണ് നമ്പ്യാരെ നമ്പ്യാരാക്കിയത്. തകഴിയെ തകഴിയാക്കിയത്.

മുമ്പേ തന്നെ കഥകളി തുടങ്ങിയ ക്ലാസിക്കൽ കലകളിൽ ഈ നാട് പ്രശസ്തമായിരുന്നെങ്കിലും, നമ്പ്യാരുടെ തുള്ളൽക്കഥകളിലൂടെയാണ് തകഴി ഗ്രാമം – സമഷ്ടിയായി പറഞ്ഞാൽ കുട്ടനാട്– സാഹിത്യത്തിൽ തനതായ ഒരു പാരമ്പര്യത്തിന്റെ ദീപശിഖ ഉയർത്തിയത്. നമ്പ്യാരുടെ പിൻഗാമി; പോരാ, ആ പാരമ്പര്യത്തിന്റെ കരുത്തനായ പുരോഗാമി എന്ന നിലയിലാണ് തകഴി ശിവശങ്കരപ്പിള്ള ലോകവിഖ്യാതനായത് – ഈ നാട് ലോക ഭാഷകളിൽ അറിയപ്പെട്ടത്. ഈ നാടിന് ഇതിലധികം ഒരു പുണ്യം ഇനി പ്രതീക്ഷിക്കാനില്ല.

പണ്ട് ശങ്കരമംഗലത്ത് കടവിൽ വള്ളം അടുക്കുമായിരുന്നു. ആ തോടിന്റെ വരമ്പിലെ ചെളിയും മടയും താണ്ടിവേണം അമ്പലപ്പുഴ എത്താൻ – പുറംലോകത്തേക്കുള്ള വഴി അതേ ഉള്ളൂ. പടഹാരത്തുള്ള അരീപ്പുറത്തു – തറവാട്ടു വീട്ടിൽ പോകാനും വള്ളം വേണം. ചുറ്റുപാടും പമ്പയുടെ നിഗ്രഹാനുഗ്രഹാ ശക്തികൾക്കധീനമായ വിശാലമായ പുഞ്ചപ്പാടങ്ങൾ. ആ പാടവരമ്പുകളും അവയെ കീറിമുറിച്ചു പോകുന്ന കൈത്തോടുകളും ഒരു പ്രത്യേക ഗ്രാമജീവിതത്തിന്റെ ആലംബമായ രാജപാതകളായിരുന്നു. നമ്പ്യാരാശാൻ നടന്നുനീങ്ങിയ ആ വഴികളിലൂടെ നടന്നു കൊതി തീർന്നില്ല തകഴിക്ക്.

ഈ കുഗ്രാമം വിട്ടുപോകാൻ തകഴി ഒരിക്കലും ഇഷ്ടപ്പെട്ടിരുന്നില്ല. പോയാൽ തകഴി എന്ന എഴുത്തുകാരനില്ല. ഈ നാടിന്റെ കഥകളാണ് അദ്ദേഹം മനുഷ്യാവസ്ഥകളുടെ മഹേതിഹാസങ്ങളാക്കിയത്. ഇത്രമാത്രം സ്വന്തം ഗ്രാമത്തെ സ്നേഹിച്ച്, സ്വന്തം ഗ്രാമത്തിൽത്തന്നെ നിലയുറപ്പിച്ച് വിശ്വത്തോളം വളർന്ന ഒരു സാഹിത്യകാരൻ തകഴിയെപ്പോലെ മറ്റാരുണ്ട്? ഒട്ടൊരു പ്രശസ്തി കിട്ടുമ്പോഴേക്കും മഹാനഗരങ്ങളിൽ എത്തിപ്പെടുന്നവരാണ് കലാകാരന്മാർ പൊതുവെ. ഇവിടെയെന്നല്ല, ലോകത്തെവിടെയും. തിരുവനന്തപുരത്തോ ദൽഹിയിലോ ഇരുന്ന്, ജനിച്ച ഗ്രാമത്തിന്റെ കഥകളെഴുതാം. എവിടെ ജീവിച്ചുകൊണ്ടും എഴുതാം. ഒരുപ

ക്ഷേ, അതുകൊണ്ടുതന്നെ കഥ കൂടുതൽ നന്നായെന്നും വരാം. പക്ഷേ, തകഴിയെ സംബന്ധിച്ചിടത്തോളം കുട്ടനാട്, കഥയുടെ വളക്കൂറുള്ള മണ്ണാണ്. ആന്റൺ ചെഖോവ്, മോപ്പസാങ്, ഫ്രേയിഡ് കാൾ മാർക്സ് തുടങ്ങിയ ലോക വിഖ്യാതരായ കഥാകാരന്മാരുടെയും തത്വചിന്തകരുടെയും സ്വാധീനതയിൽ വളർന്നു എന്ന് പറയപ്പെടുന്ന തകഴി, എന്നും ജീവിതം കണ്ടത് തന്റെ ഗ്രാമജീവിതത്തിന്റെ കണ്ണിലൂടെയാണ്. തകഴിക്ക് മാത്രമേ മുപ്പതുകളിൽ *വെള്ളപ്പൊക്കത്തിൽ* എന്ന കഥ എഴുതാൻ കഴിയൂ; നാൽപ്പതുകളിൽ *തോട്ടിയുടെ മകനും രണ്ടിടങ്ങഴി*യും എഴുതാൻ കഴിയൂ. അമ്പതുകളിൽ *ചെമ്മീനും* അറുപതുകളിൽ *ഏണിപ്പടി*കളും എഴുപതുകളിൽ *കയർ* എന്ന ബൃഹദാഖ്യായികയും എഴുതാൻ കഴിയൂ. ജീവിത ചിത്രീകരണത്തിന്റെ അനന്ത വൈവിധ്യമാർന്ന ആ കഥാപ്രപഞ്ചത്തിൽ എടുത്തുപറയേണ്ട വിശിഷ്ട രചനകളിനിയുമുണ്ട് അനേകം. പറയത്തക്ക വൈശിഷ്ട്യമൊന്നും ഇല്ലാത്ത ചെറുകഥകളും നോവലുകളും എണ്ണത്തിൽ കൂടുതലാണെന്നും പറയാം. പക്ഷേ, ഇവയിലെല്ലാറ്റിലുമുണ്ട് 'സ്വഭാവോക്തി' യിലൂന്നുന്ന ഒരു തനിമയെക്കുറിച്ചുള്ള അന്വേഷണം. കഥയിൽ എന്തു പറയണം, എങ്ങനെ പറയണം എന്നതിനെ സംബന്ധിച്ച തന്റെ ഗ്രാമപാരമ്പര്യം സ്വാംശീകരിച്ച് ആവിഷ്കരിക്കാനുള്ള തപസായിരുന്നു അദ്ദേഹത്തിന് കുട്ടനാട്ടിലെ ജീവിതം – ചെരുപ്പ് പോലുമിടാതെ സാധാരണക്കാരനിൽ സാധാരണക്കാരനായുള്ള ജീവിതം. മറ്റുള്ളവർ വൈദേശികമായ വലിയ പാരമ്പര്യങ്ങളുടെ വക്താക്കളും പ്രയോക്താക്കളുമായി ആവോളം ചുരുങ്ങുമ്പോൾ, തകഴി തന്റെ ചുറ്റുപാടുമുള്ള ചെറിയ പാരമ്പര്യത്തിന്റെ വിശ്വരൂപം ചമച്ച് ലോകപുരുഷനായി.

III

സി വിക്കും ചന്തുമേനോനും ശേഷമുള്ള ഏറ്റവും വലിയ ആഖ്യായികാകാരനാണ് തകഴി ശിവശങ്കരപ്പിള്ള. ആ രണ്ട് വ്യത്യസ്ത പാരമ്പര്യങ്ങൾ കൂടിച്ചേർന്ന വികാസമാണ് മലയാള നോവലിന് തകഴി നൽകിയ സംഭാവന. 1998 ൽ ചന്തുമേനോൻ അന്തരിച്ചു. പത്തു വർഷത്തിനിടയിൽ ഒന്നര നോവലെഴുതി ചന്തുമേനോൻ യുഗപ്രഭാവനായി. അന്ന് തകഴി ജനിച്ചിട്ടില്ല. 1919 ൽ തന്റെ അവസാന നോവലായ – ആഖ്യാനകലയുടെ അത്ഭുത പ്രപഞ്ചം തന്നെയായ *രാമരാജാബഹദൂർ* എഴുതി. 1922 ൽ സിവി അന്തരിച്ചു. അന്ന് തകഴിക്ക് പത്ത് വയസ് പ്രായം. 1934 ലാണ് തകഴിയുടെ ആദ്യനോവലായ *ത്യാഗത്തിന് പ്രതിഫലം* പ്രസിദ്ധീകരിച്ചത്. ഇരുപത്തി രണ്ടാമത്തെ വയസിൽ. അതിനുശേഷം ഇന്നോളമുള്ള മലയാള നോവലിന്റെ വളർച്ചയിൽ തകഴിയുടെ നായകത്വം അനിഷേധ്യമായിരുന്നു. *രാമരാജാബഹദൂറിൽ* നിന്ന് *ത്യാഗത്തിന് പ്രതിഫല*ത്തിലേക്കുള്ള ഒരു വ്യാഴവട്ടക്കാലത്തെ ഇടവേള ശുഷ്കമായ അനുകരണങ്ങളുടെ കാലമായിരുന്നു. *മാർത്താണ്ഡവർമ്മ* പോലെ ഒരു നോവലെഴുതാൻ

ചന്തുമേനോനു പോലും കഴിയില്ല. *ധർമ്മരാജായും രാമരാജാബഹദൂറും* ഒക്കെ *ഇന്ദുലേഖാ* കർത്താവിന് അചിന്ത്യം. മറിച്ച് *ഇന്ദുലേഖ* പോലെ ഒരു സാമൂഹിക നോവലെഴുതാൻ സി വിക്കും കഴിയില്ല. അത്രമേൽ അനന്യസാധാരണമായിരുന്നു, വ്യത്യസ്തമായിരുന്നു അവരുടെ പ്രതിഭാസഞ്ചാരം, വാഗർഥവിഭാവനം. മലയാള നോവലിന്റെ ഒരു സൗഭാഗ്യം, മഹത്വത്തിന്റെ അത്യുന്നതങ്ങളിലായിരുന്നു അതിന്റെ തുടക്കം. മൗലിക പ്രതിഭ ഉള്ളവർക്ക് പോലും അവരുടെ തൊട്ടുപിന്നാലെയുള്ള സഞ്ചാരം സ്വതന്ത്രമായിരുന്നില്ല. അനുകർത്താക്കൾ ദയനീയമായി പരാജയപ്പെടുന്നതു കണ്ടുകൊണ്ടാണ് തകഴി തന്റെ ആദ്യ നോവലെഴുതിയത്. അന്നത്തെ നിലയ്ക്ക് തികച്ചും വികൃതിയായ, അസ്വാഭാവികമായ ഒരു രചന. സാഹിത്യകൃതികളിലെ ഉള്ളടക്ക സംബന്ധിയായ ആശയരംഗത്തും രചനാസങ്കൽപ്പങ്ങളിലും ഒരു സ്ഫോടനം സൃഷ്ടിക്കുകയായിരുന്നു *ത്യാഗത്തിന് പ്രതിഫലം, പതിതപങ്കജം, പരമാർഥങ്ങൾ* എന്നീ മൂന്ന് ആദ്യകാല 'വികൃതി' കളിലും തകഴിയുടെ ലക്ഷ്യം. അത് വലിയൊരളവിൽ സാധിച്ചു എന്ന് അവയെക്കുറിച്ച് കേസരി സദസിലുണ്ടായ പ്രകരണങ്ങളിൽ നിന്നു തന്നെ അറിയാം. പുസ്തകം വലിച്ചുകീറി, ഗ്രന്ഥകാരന്റെ മുഖത്തെറിഞ്ഞ സംഭവങ്ങൾ വരെ ഉണ്ടായി. തകഴി ഉദ്ദേശിച്ചതെന്തോ അതു നേടി – എല്ലാ മാന്യതകളുടെയും മറ നീക്കി സമൂഹത്തെ ഒന്നു ചൊടിപ്പിക്കുക, എത്ര മലീനമായ ജീവിതവും നോവലിന് ഇതിവൃത്തമാണ്; ജീവിതം പഠിച്ചെഴുതുമ്പോൾ ഓരോ കഥയും രൂപത്തിലും ഭാവത്തിലും വ്യത്യസ്തമാകും; കഥയുടെ ഇതിവൃത്തപരവും രചനാപരവുമായ സാധ്യതകൾ അനന്തമാണ്. ഇതാണ് തകഴി തന്റെ ആദ്യകാല നോവലുകളിലൂടെ സിദ്ധാന്തിച്ചത്. ഇന്ന് നോക്കുമ്പോൾ ആ സിദ്ധാന്തങ്ങളിൽ വലിയ മൗലികതയൊന്നും കണ്ടെന്നു വരില്ല. ആ നോവലുകളും ഇന്നത്തെ വായനക്കാരൻ അവഗണിച്ചേക്കാം. പക്ഷേ, ചന്തുമേനോനും സി വിക്കും ശേഷമുണ്ടായ അനുകരണദശയിലെ മരവിപ്പിനുള്ള വിദഗ്ധ ചികിത്സയായിരുന്നു അത്. കഥാഖ്യാനത്തിന്റെ മാർഗങ്ങൾ സ്വതന്ത്രമാണ്. പിന്നീടെഴുതിയ ഓരോ കഥയും – ചെറുകഥയാകട്ടെ, നോവലാകട്ടെ – ആഖ്യാന കലയുടെ പരീക്ഷണങ്ങളായിരുന്നു – ഏറ്റവും ഒടുവിലെഴുതിയ *എരിഞ്ഞടങ്ങൽ* വരെ.

(1999)

ഭാഗം 2
പുനർവായന

ചെമ്മീൻ ഒരു നിരൂപണം

ഡോ. വി വി വേലുക്കുട്ടി അരയൻ

കഥാസംഗ്രഹം

അമ്പലപ്പുഴ താലൂക്കിൽ നീർക്കുന്നം കടപ്പുറത്തുള്ള ചെമ്പൻകുഞ്ഞിന്റെയും ചക്കിയുടെയും മൂത്ത മകളാണ് കറുത്തമ്മ. അവൾക്കഞ്ചു വയസുള്ള കാലത്ത് കക്കായും വല കുടയുമ്പോൾ നിലത്തു തെറിച്ചു വീഴുന്ന ചൂടയും പെറുക്കി നടന്നിരുന്നിരുന്നു. അക്കാലത്ത് അവൾക്കൊരു കൂട്ടുകാരനുണ്ടായി; പരീക്കുട്ടി. ശരായിയും മഞ്ഞക്കുപ്പായവുമിട്ടു പട്ടുറുമ്മാലും കഴുത്തിൽക്കെട്ടി തൊങ്ങലുള്ള തൊപ്പിയും വച്ചു വാപ്പയുടെ കൈയിൽ തൂങ്ങിയാണ് കടപ്പുറത്ത് ആദ്യമായി പരീക്കുട്ടി വന്നത്.

അവന്റെ വാപ്പ, ചെമ്പൻകുഞ്ഞിന്റെ തൊട്ടു തെക്കുവശത്താണു കൂടം കെട്ടി മീൻകച്ചവടം തുടങ്ങിയത്. അങ്ങനെ ആ കുഞ്ഞിന്നാളിലേ തന്നെ കറുത്തമ്മയും പരീക്കുട്ടിയും അയൽക്കാരായി വളർന്നു.

കഥ നടക്കുന്ന കാലത്ത് പരീക്കുട്ടിയാണ് കൂടത്തിലെ മീൻകച്ചവടക്കാരൻ; വാപ്പയല്ല. പരീക്കുട്ടിയെ ആ കടപ്പുറത്തുള്ളവർ കൊച്ചു മുതലാളി എന്നാണ് വിളിക്കുന്നത്. കറുത്തമ്മയും അയാളെ അങ്ങനെയാണു വിളിക്കുന്നത്.

ബാല്യത്തിലേ അവർ തമ്മിൽ വളർത്തിപ്പോന്ന സ്നേഹം യൗവനമായപ്പോഴേക്കും പ്രേമമായി മാറിക്കഴിഞ്ഞു. അങ്ങനെയാണ് കഥ ആരംഭിക്കുന്നത്.

കറുത്തമ്മയുടെ അച്ഛൻ ചെമ്പൻകുഞ്ഞിന് തനതായി ഒരു വള്ളവും വലയുമിറക്കണം എന്നൊരത്യാശ ജനിച്ചതും ഈ സന്ദർഭത്തിലാണ്. ഇതുവരെ അയാൾ മറ്റു വള്ളങ്ങളിൽ ജോലി ചെയ്തു പങ്കു പറ്റുകയായിരുന്നു. ഇന്നും അങ്ങനെയാണ്. ആദ്യകാലത്തു ചെമ്പൻകുഞ്ഞ് തണ്ടുവലിക്കാരനായിരുന്നു. ഇപ്പോൾ അയാൾ അമരക്കാരനാണ്. അയാൾ ജീവി

തോദ്ദേശമുള്ളവനായിരുന്നു. അതുകൊണ്ടു വേല ചെയ്തു കിട്ടുന്ന കാശൊന്നും കളയുകയില്ല. അങ്ങനെ അയാളുടെ കൈവശം കുറേക്കാശുണ്ട്. എന്നാൽ വള്ളവും വലയും വാങ്ങുന്നതിന് തക്കവണ്ണം ആ തുക മതിയാകുന്നില്ല.

ചെമ്പൻകുഞ്ഞും ഭാര്യ ചക്കിയും കൂടി ഒരു ദിവസം മകൾ കറുത്തമ്മയോടു പറഞ്ഞു – വള്ളവും വലയും വാങ്ങിക്കാൻ കുറച്ചു പണം കൊച്ചുമുതലാളിയോടു ചോദിക്കണമെന്ന്.

ഒരു ദിവസം പകലത്തെ ആഹാരം പാകം ചെയ്തുകൊണ്ടിരിക്കുന്നതിനിടയ്ക്ക് കറുത്തമ്മ പരീക്കുട്ടിയുമായിക്കണ്ടു. കരയ്ക്കൽ തണലത്ത് കയറ്റിവച്ചിരിക്കുന്ന ഒരു വള്ളത്തിന്റെ മറവിൽ നിന്നുകൊണ്ടാണവർ നർമ്മസല്ലാപം ആരംഭിച്ചത്. അവൾ നഗ്നയായിരുന്നു. ഉടുത്തിരുന്നതും ഒരു നേർത്ത ഒറ്റമുണ്ടായിരുന്നു.

"എന്റെ അച്ചേ വള്ളോം വലേം മേടീക്കാനെക്കൊണ്ടു പോവ്വാണല്ലോ" എന്നു കറുത്തമ്മ പരീക്കുട്ടിയോടു പറഞ്ഞു. അങ്ങനെയാണ് ആ നർമ്മസല്ലാപം ആ വള്ളത്തിന്റെ മറവിൽ നിന്നാരംഭിച്ചത്. "കറുത്തമ്മേടെ ഭാഗ്യം" എന്ന് പരീക്കുട്ടിയും പറഞ്ഞു. രൂപാ തികയാത്തില്ലെന്നും ഞങ്ങൾക്കു കുറേ രൂപാ തരണം എന്നും അവൾ അറിയിച്ചപ്പോൾ "എന്റെ കൈയിലെവിടുന്ന രൂപാ?" എന്നു ചോദിച്ചും കൊണ്ടും പരീക്കുട്ടി കൈമലർത്തിക്കാണിച്ചു. "പിന്നെന്തിനാ വല്യ കൊച്ചുമുതലാളി ആന്നും പറഞ്ഞുനടക്കുന്നേ?" കറുത്തമ്മയുടെ മറുചോദ്യം!

അങ്ങനെ ഉക്തിപ്രത്യുക്തി രൂപത്തിലും ചോദ്യോത്തര രൂപത്തിലും ആ നർമ്മസല്ലാപം നീണ്ടുനീണ്ടു പൊട്ടിച്ചിരിയിലേക്ക് തിരിഞ്ഞു.

"വള്ളോം വലേം മേടിക്കുമ്പം വള്ളത്തേലൊണ്ടാകുന്ന മീന് ഞങ്ങക്കു കച്ചോടം ചെയ്യാൻ വല്യമരക്കാത്തി അച്ചനോടു പറയുമോ?" പരീക്കുട്ടിയുടെ ചോദ്യം! "നല്ല വെല തന്നാല് മീന്തരാം" കറുത്തമ്മയുടെ മറുപടി.

പിന്നെയും അവർ പൊട്ടിച്ചിരിച്ചു. ചിരിച്ചു ചിരിച്ചു കറുത്തമ്മയുടെ കണ്ണുകളിൽ വെള്ളം നിറഞ്ഞു. അവൾ ശ്വാസംമുട്ടിപ്പറഞ്ഞു: "എന്നെച്ചിരിപ്പിക്കാതെ കൊച്ചുമൊതലാളി!"

പിന്നെയും അവർ അങ്ങോട്ടുമിങ്ങോട്ടും കിക്കിളിയുരുട്ടിയതുപോലെ ചിരിച്ചു. കറുത്തമ്മയുടെ മുഖം ചെമന്നു. അവൾ പരിഭവപ്പെട്ടു. അല്ല, ഈർഷ്യപ്പെട്ടു. അവളുടെ ചിരി മാഞ്ഞു. പരീക്കുട്ടി അവളുടെ നഗ്നമായ മാറത്തു നോക്കിയതാണ് അതിന് കാരണം. "എന്നെം ഇങ്ങാനെ നോക്കാതെ!" എന്നവൾ പറഞ്ഞുകൊണ്ടു മാറത്തു കൈ കൊണ്ടു ഗുണനചിഹ്നം സൃഷ്ടിച്ചു തിരിഞ്ഞുനിന്നു കളഞ്ഞു. പെട്ടെന്ന് അവൾ ഒന്നുകൂടി ചൂളി. കാരണം നേർത്ത ഒറ്റമുണ്ടാണ് ധരിച്ചിരുന്നതെന്ന് അപ്പോഴാണോർത്തത്. മാറിനെത്തുളച്ചു നോക്കിക്കൊണ്ടിരുന്ന പരീക്കുട്ടി നിതംബസന്ധി തുളച്ചുനോക്കുകയാണ്. "ഔ! എന്താണിതു കൊച്ചു മൊതലാളീ" അവൾ ചോദിക്കുകയാണ്. അപ്പോഴേക്കും അവളെ വീട്ടിൽ നിന്നു

വിളി തുടങ്ങി. കറുത്തമ്മ വീട്ടിലേക്കോടി. അവളുടെ അമ്മ മീൻകച്ചവടത്തിന് കിഴക്കോട്ടുപോയിട്ടു മടങ്ങിവന്നു. അവൾ ഈർഷപ്പെട്ടു പോയതാണെന്നു പരീക്കുട്ടിക്ക് തോന്നി, അയാൾ വിഷണ്ണനായി.

അവൾ അടുക്കളയിൽ തീ കത്തിച്ചുകൊണ്ടിരുന്നു. എന്നാൽ, ചക്കി അവിടെ കയറി നോക്കുമ്പോൾ തീ അടുപ്പിന് വെളിയിൽ കിടന്നു കത്തുന്നതാണു കണ്ടത്. കറുത്തമ്മ ഒരു പ്രതിമ പോലിരിക്കുന്നു. ചക്കി കുറേ നേരം നോക്കിനിന്ന ശേഷം കറുത്തമ്മയെ കാലുകൊണ്ട് ഒരു തട്ടുതട്ടി. അവൾ ഞെട്ടിയുണർന്നു. "നീ ആരെ ഓർത്തിരിക്കുവാടീ" ചക്കിയുടെ ചോദ്യം! അയലത്തെക്കുട്ടികളുടെ കൂടെ കളിക്കാൻ തന്നെ അയയ്ക്കാതെ വീട്ടിൽ പിടിച്ചിരുത്തിയും കൊണ്ടു പരീക്കുട്ടിയുമായി കൊഞ്ചാനും കുഴയാനും പോയ കറുത്തമ്മയെക്കുറിച്ച് അനുജത്തി പഞ്ചമി നന്നാ ഈർഷ്യപ്പെട്ടുകൊണ്ടിരിക്കുന്ന സമയത്താണ് അമ്മയുടെ ഈ ചോദ്യം. കരയിൽ കേറ്റിവച്ചിരിക്കുന്ന വള്ളത്തിന്റെ മറവിൽ നിന്നു കറുത്തമ്മയും പരീക്കുട്ടിയും നടിച്ച പ്രേമനാടകവും പൊട്ടിച്ചിരിയും അമ്മയുടെ മുമ്പിൽ തുറന്നുവച്ചു. ആ ചിരിയെക്കുറിച്ച് ആ കൊച്ചു പെൺകുഞ്ഞായ പഞ്ചമിക്കും വലിയ ആശ്ചര്യം തോന്നി.

കറുത്തമ്മ ആരുമറിയാതെ സൂക്ഷിച്ചിരുന്ന ഒരു രഹസ്യം പഞ്ചമി അമ്മയുടെ മുമ്പിൽ വലിച്ചിട്ടുകൊടുത്തു. ഇതു കുറ്റത്തിന്റെ ഒരു രഹസ്യമാണ്. ഒരമ്മയ്ക്ക് അലക്ഷ്യമായി തള്ളിക്കളയാവുന്ന ഒരു വാർത്തയല്ലല്ലോ ഇത്.

ചക്കി ചാടിക്കയറി. കടപ്പുറത്തു പോയപ്പോൾ കൊച്ചുമുതലാളി വള്ളത്തേലിരിക്കുന്നതു കണ്ടെന്നും വള്ളവും വലയും വാങ്ങിക്കാൻ പോരാത്ത പണം ആവശ്യപ്പെടുകയായിരുന്നെന്നും കറുത്തമ്മ സമാധാനം പറഞ്ഞു. ആ സമാധാനമൊന്നും ചക്കിയെ ശാന്തയാക്കിയില്ല. "രൂപാ ചോദിക്കാനെക്കൊണ്ടു നിനക്കെന്നെടീ കാരീയം?" എന്നായിരുന്നു ചക്കിയുടെ ചോദ്യം. ഇന്നാളൊരിക്കൽ അമ്മച്ചീം അച്ചായും കൂടി അവളെ അങ്ങനെ പണം ആവശ്യപ്പെടാൻ ആജ്ഞാപിച്ചിരുന്ന സംഗതി അവൾ അമ്മയെ ഓർമപ്പെടുത്തി. അതൊന്നും ചക്കിയെ തൃപ്തിപ്പെടുത്തിയില്ല. അവൾ കറുത്തമ്മയെ അടിമുടി സൂക്ഷിച്ചുനോക്കി. ചക്കിയും ആ പ്രായം കഴിഞ്ഞുവന്നവളാണ്.

പണ്ട്, തിരകൾക്കും ഒഴുക്കിനും എതിരായി മല്ലടിച്ച് ഒരു തടിക്ഷണത്തിൽ ചക്രവാളത്തിനപ്പുറത്തേക്ക് (കടലിൽ) പോയ ആദ്യത്തെ മുക്കുവന്റെ ഭാര്യ വ്രതനിഷ്ഠയോടെ കടപ്പുറത്തു പടിഞ്ഞാറേക്കു നോക്കി നിന്നു തപസു ചെയ്യുകയായിരുന്നു. കടലിൽ കോളിളകി. തിമിംഗലങ്ങൾ വായ് പൊളിച്ചുകൊണ്ടടുത്തു. സ്രാവുകൾ വാലു കൊണ്ടു വള്ളത്തിലടിച്ചു. ഒഴുക്ക്, വള്ളത്തെ ഒരു വലിയ ചുഴിയിലേക്ക് വലിച്ചുകൊണ്ടുപോയി. എല്ലാ അപകടത്തിൽ നിന്നും അയാൾ അത്ഭുതകരമായി രക്ഷപ്പെട്ടു. എന്നല്ല, ഒരു വലിയ മീനുമായി അയാൾ കരയ്ക്കുവന്നു! തിമിംഗലം അയാളെ വിഴുങ്ങാതിരുന്നതിനും, ശ്രാവിന്റടി ഏറ്റ് വള്ളം തകരാതിരുന്ന

തിനും, വള്ളം ചുഴിയിൽ പെടാതിരുന്നതിനും കാരണം ആ ആദ്യത്തെ മുക്കുവന്റെ പതിവ്രതയായ ഭാര്യ കടപ്പുറത്തുനിന്നു ചെയ്ത തപസാണ്.

ആ തപശ്ചര്യ കടപ്പുറത്തിന്റെ പെൺമക്കൾ പരമ്പരയാ പഠിച്ചനുഷ്ഠിച്ചു വരുന്നു. ചക്കിയും അങ്ങനെ തപശ്ചര്യ ചെയ്യുന്നവളാണ്. കടലിപ്പോകുന്ന മരയ്ക്കാന്റെ ദേവത കരയിലിരിക്കുന്ന അവന്റെ മരയ്ക്കാത്തിയാണ്. അവളുടെ പാതിവ്രത്യം കൊണ്ടാണ് കടലിൽ നിന്ന് അപായം കൂടാതെ അവളുടെ മരയ്ക്കാൻ കരയ്ക്ക് തിരിച്ചുവരുന്നത്.

കറുത്തമ്മയും ഒരു മരയ്ക്കാത്തിയാണെന്നുള്ള സംഗതി ചക്കി ഓർമപ്പെടുത്തി. പെണ്ണുങ്ങൾ നെറിയും മുറയും വിടാതെയിരുന്നില്ലെങ്കിൽ കടലിൽ പോകുന്ന ആണുങ്ങളെ വള്ളത്തോടെ ചുഴിയങ്ങു പിടിച്ചുവിഴുങ്ങും.

ഈ ചുഴിയാണ് കടലമ്മയുടെ കൊട്ടാരത്തിലേക്കുള്ള വഴി. അശുദ്ധപ്പെട്ട – പാതിവ്രത്യം ലംഘിച്ച – മരയ്ക്കാത്തീടെ ഭർത്താവിനെ വള്ളത്തോടെ ഈ ചുഴി പിടിച്ചുവിഴുങ്ങും. എന്നിട്ടു നേരേ കീഴ്പ്പോട്ടു കീഴ്പ്പോട്ടു കൊണ്ടുപോയി കടലമ്മയുടെ കൊട്ടാരപ്പടിക്കൽ എത്തിച്ചു നശിപ്പിക്കും. കടലിന്റെ മക്കളായ മരയ്ക്കാത്തിമാർ പാതിവ്രത്യ ലംഘനം ചെയ്യുന്നതു കടലമ്മ സഹിക്കയില്ല. അങ്ങനെയുള്ള മരയ്ക്കാത്തിമാരുടെ ഭർത്താക്കൾ കടലിൽവച്ച് കടലമ്മയുടെ ശിക്ഷ അനുഭവിച്ചേ തീരൂ. മരയ്ക്കാത്തിമാർ മറ്റെന്തിനേക്കാളും സൂക്ഷിക്കേണ്ടതു ചാരിത്ര്യശുദ്ധിയാണ്.

ഇങ്ങനെ കടലിനകത്തൊരു കടലമ്മയുണ്ടെന്നും, കടലിന്റെ പെൺമക്കൾ പിഴച്ചുപോയാൽ ആ ദേവത സംഹരിച്ചുകളയുമെന്നും കടലോരവാസികളായ അരയന്മാർ സഹസ്രാബ്ദങ്ങൾകൊണ്ടേ വിശ്വസിച്ചുപോരുന്നു. ചാരിത്ര്യശുദ്ധിയെപ്പറ്റി ചക്കി പഠിച്ചു വിശ്വസിച്ചുപോരുന്ന ഭാഗം മകളെയും ഓർമപ്പെടുത്തി. ആ വലിയ സത്യം ചക്കി മകളെ ഉപദേശിച്ചു "ശുദ്ധമാണു വലുത്; മരയ്ക്കാന്റെ സ്വത്ത് മരയ്ക്കാത്തീന്റെ ശുദ്ധമാണ്."

പക്ഷേ, കറുത്തമ്മ, പരീക്കുട്ടിയുമായി ചിരിക്കയും കളിക്കയും ചെയ്യുന്നതുകൊണ്ട് എന്തശുദ്ധിയാണു പറ്റുന്നതെന്നവൾക്ക് മനസിലായില്ല. പരീക്കുട്ടി, ആ നാലാം വേദക്കാരൻ പിഴപ്പിച്ചേക്കുമെന്നു ചക്കി മകൾക്ക് മുന്നറിവ് കൊടുത്തു. മകളെ ഉടനെ ആർക്കെങ്കിലും കെട്ടിക്കൊടുക്കണം. പിന്നെ മതി വലയും വള്ളവും എന്നു ചെമ്പൻകുഞ്ഞിനോടും ചക്കി ശഠിച്ചുപറഞ്ഞു. ഇല്ലെങ്കിൽ വല്ല നാലാം വേദക്കാരനും പിഴപ്പിച്ചേക്കുമെന്നൊരു മുന്നറിവ് അയാൾക്കും ചക്കി നൽകി.

പരീക്കുട്ടിയുടെയും കറുത്തമ്മയുടെയും ഹൃദയങ്ങൾ തമ്മിൽ പിണഞ്ഞു ചേർന്നുപോയതാണ്. അവളിനി ഒരു മരയ്ക്കാന്റെ മരയ്ക്കാത്തിയായി മാറിപ്പോയാലും ഈ മാനസിക ബന്ധം അറുത്തുനീക്കുകയില്ല. അറുത്താലും അറ്റുപോകുന്നതല്ല. അതുനിമിത്തം സംഭവിക്കാവുന്ന അശുദ്ധം അവൾ താങ്ങിക്കൊള്ളും. കടലമ്മയുടെ കഥ പരമ്പരാഗതമായ ഒരന്ധവിശ്വാസത്തിന്റെ സന്താനമാണെന്ന നിലയിൽ അവൾ അതി

നെതിരെ ഹൃദയമുറപ്പിച്ചു നിൽക്കുകയാണ്. അർഥശൂന്യമായ ഒരന്ധവിശ്വാസത്തിൽ നിന്നുടലെടുത്ത ഇടുങ്ങിയ സമുദായാചാരത്തിനെതിരായ ഒരു പുരോഗമനം!

ചെമ്പൻകുഞ്ഞും പഴയതിനെ എതിർക്കാൻ ആയുധമേന്തുകയാണ്. വള്ളവും വലയും നടത്തുവാനുള്ള അവകാശം പരമ്പരയായി വലക്കാരന്മാരെന്നു പേർ പിടിച്ചവർക്കേയുള്ളൂ. ചെമ്പൻകുഞ്ഞ് അങ്ങനെയുള്ള വിഭാഗത്തിൽ പെട്ടയാളല്ല. അയാൾ മുക്കുവനാണ്. മുക്കുവന് വലയും വള്ളവുമിടാനുള്ള അവകാശം തുറയിലരയൻ കൊടുക്കയില്ല. അയാൾ ആ മാമൂലിനെതിരായി വള്ളവും വലയും ഇടാൻ തന്നെ തീരുമാനിച്ചു. അങ്ങനെ ഒരു പുരോഗമന വിപ്ലവത്തിന് ചെമ്പൻകുഞ്ഞു തയ്യാറെടുത്തു കഴിഞ്ഞു. ഇതിനുമുമ്പും അങ്ങനെ അധികാരമില്ലാത്തവർ വള്ളവും വലയുമുണ്ടാക്കിയിട്ടുണ്ട്. അത് ദീർഘകാലം നിലനിന്നിട്ടില്ല. അതിനെ വെല്ലുവിളിക്കയാണ് ചെമ്പൻകുഞ്ഞ് ചെയ്യാൻ പോകുന്നത്.

ഒരു സമുദായ നിയമം (മാമൂൽ) അയാൾ ലംഘിച്ചുകഴിഞ്ഞു. അതു തുറയോടും തുറയിലരയനോടുമുള്ള അയാളുടെ ആദ്യത്തെ വെല്ലുവിളിയുമാണ്. പെൺകുട്ടികളെ പത്തു വയസിൽ കെട്ടിക്കണമെന്നാണ് അരയന്മാരുടെ നിയമം. പത്തു വയസു കഴിഞ്ഞു പെണ്ണു നിൽക്കുന്ന വീട് വിലക്കും. പിന്നെ ആ വീട്ടുകാർക്കു കടപ്പുറത്ത് താമസിക്കാൻ സാധിക്കയില്ല. എന്നാൽ, ചെമ്പൻകുഞ്ഞിന്റെ വീട്ടിൽ നവയൗവനം വന്നു നാൾതോറും വളരുന്ന ഒരു പെൺകുട്ടി കെട്ടിക്കാതെ നിൽപ്പുണ്ട്; കറുത്തമ്മ. അതിനെതിരെ തുറയിലരയൻ കൈ ചൂണ്ടിയില്ല. തുറക്കാർ അനങ്ങിയില്ല. എന്നാൽ, ചിലരൊക്കെ അങ്ങുമിങ്ങുമിരുന്നു കുശുമ്പും അസൂയയും പറഞ്ഞു രസിക്കാറുണ്ടുതാനും.

ഒരു ദിവസം ചെമ്പൻകുഞ്ഞു തന്നെ കടപ്പുറത്തു വച്ചു പരീക്കുട്ടിയോട് പണം ആവശ്യപ്പെട്ടു. അയാൾ കൊടുക്കാമെന്നു സമ്മതിച്ചു. തന്നോടു നെറിയിലും മുറയിലും ഇരുന്നോളാൻ പറഞ്ഞ അമ്മയും തടികാത്തോളാൻ പറഞ്ഞ അച്ഛനും പരീക്കുട്ടിയോട് പണം വാങ്ങിയത് കറുത്തമ്മയ്ക്ക് പിടിച്ചില്ല.

പണം രണ്ടാമതും പോരാതെ വന്നു. അങ്ങനെ പോരാതെ വന്ന പണവും പരീക്കുട്ടി കൊടുത്തു. അയാൾ ചേർത്തല നിന്നും കണ്ടങ്കോരൻ വലക്കാരന്റെ വള്ളവും അയല വലയും വിലയ്ക്ക് വാങ്ങിക്കൊണ്ടു വന്നു.

നീർക്കുന്നത്തു ചെമ്പൻകുഞ്ഞിനെതിരായി ഒരു സംഘം അണിനിരന്നുകഴിഞ്ഞു. തുറയിലരയന്റെ അനുവാദം കൂടാതെ വള്ളവും വലയും വാങ്ങിക്കൊണ്ടു വന്നതു നിമിത്തം അതിൽ, പങ്കുപിടിച്ച് കയറിപ്പോകാൻ ആളുകളെ കിട്ടുകയില്ലെന്നുള്ള രഹസ്യം ചെമ്പൻകുഞ്ഞ് മനസിലാക്കി. പെണ്ണിനെ കെട്ടിച്ചയക്കാതെ നിറുത്തിയിരിക്കുന്നതിൽ തുറയിലരയന് ചെമ്പൻകുഞ്ഞിനോടുള്ള അമർഷം ഇപ്പോൾ കൊടുമ്പിരിക്കൊള്ളുവാൻ പോകയാണെന്നയാൾ ഉറച്ചു.

തുറയിലരയന് കാഴ്ച വയ്ക്കുന്നതിന് ഒരു മുപ്പത്തഞ്ചു രൂപാ അയാൾക്ക് വേണം. ചക്കി മുളംകുഴലിൽ കുഴിച്ചിട്ടിരുന്ന കുറെ പണം എടുത്തുകൊടുത്തു. പോരാത്ത തുകയ്ക്ക് വീണ്ടും പരീക്കുട്ടിയെത്തന്നെ അയാൾ സമീപിച്ചു. പരീക്കുട്ടിയുടെ പക്കൽ അപ്പോൾ മുപ്പതു രൂപയുണ്ടായിരുന്നു. അതും യാതൊരു വെറുപ്പും കൂടാതെ അയാൾ ചെമ്പൻകുഞ്ഞിന് കൊടുത്തു. അതു വാങ്ങിച്ചുകൊണ്ട് അയാൾ വിജയഭാവത്തിൽ ചക്കിയുടെ അടുക്കൽ വന്നു പറകയാണ് "പാവം പിടിച്ച കൊച്ചാൻ! അവൻ നല്ലവനാ. അവന്റെ കൈയി മുപ്പതു രൂപ ഉണ്ടാരുന്നു. അതിങ്ങാ തന്നു".

പിറ്റേ ദിവസം ചെമ്പൻകുഞ്ഞു തുറയിലരയനെ ചെന്നുകണ്ടു. ആദ്യം അരയൻ കുറെയൊക്കെ തട്ടിക്കേറിയെങ്കിലും കാഴ്ചവെപ്പിൽ പിന്നെ ശാന്തനായി. പെണ്ണിനെ എത്രയും വേഗം കെട്ടി അയയ്ക്കണമെന്ന് അദ്ദേഹം ആജ്ഞാപിച്ചു. വള്ളത്തിലെ പങ്കും ദിവസം തോറും വീഴ്ച കൂടാതെ എത്തിച്ചുകൊടുക്കണമെന്നും ശട്ടം കെട്ടി. ചെമ്പൻകുഞ്ഞിനെതിരായി അസൂയപ്പെട്ടു നിൽക്കുന്നവരെപ്പറ്റി അയാൾ ആവലാതി പറഞ്ഞപ്പോൾ അതേപ്പറ്റി അന്വേഷിക്കാമെന്നും തുറയിലധികാരി ഉറപ്പുകൊടുത്തു.

അങ്ങനെ തുറയിലരയന്റെ വിരോധത്തിൽ നിന്നും താൽക്കാലികമായി ചെമ്പൻകുഞ്ഞു രക്ഷപ്പെട്ടു.

എന്നാൽ, വള്ളം കടലിലിറക്കണമെങ്കിൽ ഇനിയും അഞ്ഞൂറു രൂപാ കൂടി അയാൾക്ക് വേണം. അതിനെന്താ മാർഗമെന്ന് ചക്കി ഭർത്താവിനോട് ചോദിച്ചു. പരീക്കുട്ടി തരണം എന്നയാൾ മറുപടി പറഞ്ഞതുകേട്ട് ആ പാവം സ്തംഭിച്ചുപോയി. ഈ വാങ്ങിക്കുന്ന കാശെല്ലാം പരീക്കുട്ടിക്ക് തിരിച്ചുകൊടുക്കുമോ എന്നു ചക്കി ചെമ്പൻകുഞ്ഞിനോടു ചോദിച്ചു. തിരിച്ചുകൊടുക്കുമെന്ന് അയാൾ ഉറപ്പു കൊടുത്തു.

അന്നു രാത്രിയിലും പരീക്കുട്ടിയുടെ കൂടത്തിൽ ഉണക്കമീൻ കച്ചവടം നടന്നു. ചെമ്പൻകുഞ്ഞിന് വേണ്ട അഞ്ഞൂറു രൂപാ പരീക്കുട്ടി കൊടുത്തു. വള്ളത്തിന് വേണ്ട സകല അനുസാരികളും വലയും സജ്ജമായി കഴിഞ്ഞു. ഇനി കേറിപ്പോകാനുള്ള ആളുകളേ വേണ്ടൂ. അതിലേക്ക് പന്ത്രണ്ടാളുകളും ഉണ്ടായി. എല്ലാം ഒത്തു. ചെമ്പൻകുഞ്ഞിന് എതിരായ ഒരു വ്യൂഹം ഉടലെടുത്തപ്പോൾ അയാൾക്ക് വേണ്ടി അവരോടു പൊരുതിയവനും അയൽക്കാരനും ബാല്യകാല സ്നേഹിതനുമായ അച്ചകുഞ്ഞിനെ ചെമ്പൻകുഞ്ഞ് വിസ്മരിച്ചുകളഞ്ഞു. പലപ്പോഴും കണ്ടിട്ടും അച്ചകുഞ്ഞിനോട് അയാൾ പുതിയ വള്ളമിറക്കുന്ന കാര്യം സംസാരിച്ചില്ല. വള്ളത്തിൽ പങ്കിനു വേല ചെയ്യാൻ അയാളെ ക്ഷണിച്ചുമില്ല.

വള്ളമിറക്കുന്നതിന്റെ തലേ ദിവസം ഒരു സദ്യ നടന്നു. അതൊരു ചടങ്ങാണ്. അതിനുള്ള സാധനങ്ങൾ റസ്സൻകുട്ടിയുടെ കടയിൽ നിന്നാണ് ചെമ്പൻകുഞ്ഞു കടം വാങ്ങിയത്. സദ്യയിലും വള്ളമിറക്കുന്ന ചടങ്ങിലും പങ്കുകൊള്ളാൻ ചെമ്പൻകുഞ്ഞ് പുന്നപ്രയിലും കാക്കാഴത്തുമുള്ള ബന്ധുക്കളെ ക്ഷണിച്ചിരുന്നു. ക്ഷണിക്കാൻ പോയത് കറുത്തമ്മയാണ്.

സദ്യ നടന്ന ദിവസം രാത്രി ഏഴര വെളുപ്പിന് ചെമ്പൻകുഞ്ഞിന്റെ വള്ളം തള്ളി. നേരം വെളുത്ത ശേഷം പെയ്ത്തെന്തെന്നറിയാൻ ചക്കിയും മകൾ കറുത്തമ്മയും കടപ്പുറത്തു വന്നു. അയലയാണെന്നു ലക്ഷണം കണ്ട് ചക്കി കറുത്തമ്മയോടു പറഞ്ഞു. കറുത്തമ്മ സന്തോഷിച്ചു. എന്നാൽ ഉച്ചയ്ക്ക് വള്ളങ്ങളെല്ലാം അടുത്തതു മത്തിയും കൊണ്ടാണ്. ചെമ്പൻകുഞ്ഞിന്റെ വള്ളത്തിൽ നല്ല ഓരു കിട്ടി. മറ്റുള്ള വള്ളങ്ങളേക്കാൾ കൂടുതൽ മത്തി അയാളുടെ വള്ളത്തിലാണുണ്ടായിരുന്നത്! മീൻ പരീക്കുട്ടിക്കു കൊടുത്തില്ല. രൊക്കം പണമുണ്ടെങ്കിലേ അയാൾക്ക് കൊടുക്കൂ എന്നു പറഞ്ഞ് ചെമ്പൻകുഞ്ഞു പരീക്കുട്ടിയെ തള്ളിക്കളഞ്ഞു. വള്ളം ഇറക്കിയാൽ മീൻ പരീക്കുട്ടിക്ക് കച്ചവടം ചെയ്യാൻ കൊടുക്കണമെന്നും വില തരാമെന്നും പരീക്കുട്ടി രണ്ടുമൂന്നു തവണ കളിയായിട്ടെങ്കിലും കറുത്തമ്മയോട് പറഞ്ഞു. വള്ളമിറക്കിയ ദിവസം ചക്കിയോട് അയാൾ അതു പറഞ്ഞു. അയാൾ നിമിത്തമാണ് കടലിൽ വള്ളമിറക്കാൻ സാധിച്ചതെന്നുള്ള കൃതജ്ഞതയോടെ ചക്കി അതിനുറപ്പു കൊടുത്തും ആ വള്ളത്തിലെ മീൻ കച്ചവടം ചെയ്യാൻ പരീക്കുട്ടിവകാശമുണ്ടെന്നവൾ അയാളെ ധരിപ്പിച്ചു. ഔസേപ്പിനോടും ഗോവിന്ദനോടും പണം കടം മേടിച്ചു മുടിഞ്ഞവരാണ് നീർക്കുന്നത്തെ വള്ളമുടമകളെല്ലാം. അവർ പണവും ചുമന്നുപിടിച്ചിങ്ങോട്ടു വന്നിട്ടും ചെമ്പൻകുഞ്ഞ് അവരുടെ വലയിൽപെട്ടില്ല. അവർ ആദ്യമായി ചെയ്യുന്നത് ഇരിക്കാടവും വള്ളവും വലയും പണയപ്പെടുത്തി വാങ്ങിക്കയാണ്. പിന്നീട് പണം കൊടുക്കും. ഒടുവിൽ സകലതും അവർക്കടങ്ങും. പരീക്കുട്ടി ഒരു ജാമ്യവും പണയവും ആവശ്യപ്പെടാതെ ചെമ്പൻകുഞ്ഞു ചോദിച്ച പണമെല്ലാം കൊടുത്തു. എന്നിട്ടും അയാൾക്ക് മീൻ കൊടുത്തില്ല. അതിനെക്കുറിച്ച് പരീക്കുട്ടിക്ക് പരിഭവം തോന്നിയില്ല. ഒരു നിരാശയുണ്ടായതേയുള്ളൂ. വള്ളമടുത്തപ്പോൾ ഊപ്പ പെറുക്കാൻ ചെന്ന പഞ്ചമിയേയും ചെമ്പൻകുഞ്ഞ് പിടിച്ചുതള്ളി ദൂരെയെറിഞ്ഞു. അവൾക്ക് നെഞ്ചിൽ വീക്കമുണ്ടായി. മീൻ കണ്ടപ്പോൾ അയാൾ പിശാചായി മാറിപ്പോയി. ഉപകർത്താവിനെയും മകളെയും അറിഞ്ഞുകൂടാത്ത പിശാച്!

ചെമ്പൻകുഞ്ഞിന്റെ വള്ളത്തിൽ നല്ല പെയ്ത്തു കിട്ടി. അയാൾ ദിനംപ്രതി പണക്കാരനായി. അയാൾ ഒരു ചീനിവള്ളം കൂടി പണയമായി വാങ്ങിച്ചു കൈവശമാക്കി.

പരീക്കുട്ടിയുടെ കച്ചവടം അടിക്കടി മോശപ്പെട്ടും വന്നു. അയാൾ വാപ്പയെ ചതിച്ച് മീൻകച്ചവടം ചെയ്താണ് ചെമ്പൻകുഞ്ഞിന് പണം കൊടുത്തത്. ആ പണം തിരിച്ചുകൊടുക്കണമെന്നു ചക്കിയും മകളും ചെമ്പൻകുഞ്ഞിനോട് പറയാറുണ്ട്. അയാൾ കൊടുക്കാമെന്നേ പറയാറുള്ളൂ. ചാകരക്കച്ചവടത്തിന് പരീക്കുട്ടി ഒരു ശ്രമവും നടത്തുന്നില്ല. കൂടം അടച്ചിടാൻ വാപ്പ പറഞ്ഞിരിക്കയാണ്. കടപ്പുറത്തെ പണി വിട്ടു വേറെ വല്ല തൊഴിലിനും പോകാമെന്നാണ് അബ്ദുള്ളയുടെ പക്ഷം. പരീക്കുട്ടി തിഷ്ടമല്ല. അയാളെ വാപ്പ കുറ്റപ്പെടുത്തി. ചെറുപ്പത്തിലേ വാപ്പ കടപ്പു

റത്തു കൊണ്ടുവന്നു. ഇനി ഇവിടം വിട്ടുപോയാൽ പരീക്കുട്ടിക്ക് മറ്റു പണി അറിഞ്ഞുകൂടാ. വാപ്പ അയാൾക്ക് കൊടുക്കാൻ നിശ്ചയിച്ച വീതം കൊടുത്താൽ അതുകൊണ്ട് അയാൾ കച്ചവടം ചെയ്തു ജീവിച്ചുകൊള്ളുമെന്ന് അബ്ദുള്ളയോടു പറഞ്ഞു. നാൽപ്പതു സെന്റ് പറമ്പുകാരനാണ് അബ്ദുള്ള. വളരെ പ്രാരാബ്ധങ്ങളുമുണ്ട്. ഒരു മകളെ കെട്ടിച്ചയയ്ക്കാനുമുണ്ട്. പരീക്കുട്ടി എന്നിട്ടും വാപ്പയെ അലട്ടി.

സ്ഥിതിഗതികൾ മനസിലാക്കിയ കറുത്തമ്മ ചക്കിയെ ഓർമപ്പെടുത്തി, അയാളുടെ പണം തിരിച്ചുകൊടുക്കണമെന്ന്. പരീക്കുട്ടി ചെയ്ത സഹായത്തെക്കുറിച്ച് നന്ദിയുണ്ടെങ്കിൽ അതു ചെയ്യണം.

ചക്കിയുടെ ശ്രമം പരാജയപ്പെട്ടതേയുള്ളൂ. അപ്പോഴും പണം കൊടുക്കാൻ ചെമ്പൻകുഞ്ഞു തയ്യാറില്ല.

അബ്ദുള്ള ഉള്ള പറമ്പും പുരയും സേട്ടിന് പണയമെഴുതിവച്ചു രണ്ടായിരം രൂപാ വരെ പറ്റുവരവ് ചെയ്യാനുള്ള അവകാശം പരീക്കുട്ടിക്ക് കിട്ടി. അങ്ങനെ അക്കൊല്ലത്തെ ചാകരക്കച്ചവടത്തിന് പരീക്കുട്ടി തയ്യാറെടുത്തു. കച്ചവടം സൂക്ഷ്മതയോടെ നടത്തി കടം വീട്ടിയ ശേഷം പെങ്ങളെയും കെട്ടിച്ചയക്കണമെന്നയാൾ ഉറച്ചു.

ചാകര വന്നു. ചെമ്മീൻ കോരു തുടങ്ങി. ആദ്യം ചെമ്പൻകുഞ്ഞിന്റെ വള്ളം നിറചരക്കുമായി വന്നടുത്തു. മീൻ കിട്ടാനുള്ള അത്യാഗ്രഹത്തിൽ മുന്നനുഭവങ്ങളെല്ലാം മറന്നുകൊണ്ട് പരീക്കുട്ടി അപേക്ഷിച്ചു "ചെമ്പൻകുഞ്ഞു വലക്കാരാ! ചരക്കെനിക്കു താ."

നിർദാക്ഷണ്യം ചെമ്പൻകുഞ്ഞു പരീക്കുട്ടിയുടെ മുഖത്തു നോക്കിപ്പറഞ്ഞു:

"കാശൊണ്ടോ? അല്ലേ താൻ പോ."

തൃക്കുന്നപ്പുഴ നിന്നും വന്ന വള്ളങ്ങളിലൊന്നിൽ അമരക്കാരനായിരുന്നു പളനി. അവൻ ചെമ്പൻകുഞ്ഞിനെ വള്ളം വയ്ക്കുന്നതിൽ വെല്ലുവിളിക്കുന്നതുപോലെ കിട്ടയ്ക്കു ചേർന്നു വള്ളം വച്ചു. അങ്ങനെതന്നെ പെയ്ത്തിലും ഒരു മത്സരം പോലെ. വള്ളം കരയ്ക്ക് കൊണ്ടുവന്നപ്പോഴും അങ്ങനെ വാശി പിടിച്ചപോലെ കാണികൾക്കും തോന്നി. എന്നാൽ ചെമ്പൻകുഞ്ഞിന് അവനെ നന്നാ പിടിച്ചു. അവനെ കെട്ടിപ്പിടിച്ചുകൊണ്ടു ചെമ്പൻകുഞ്ഞു പറഞ്ഞു: 'നീ കടാലിലെ വേലക്കാരനാ മോനേ!"

അവനെ എല്ലാവർക്കും പിടിച്ചു. നല്ല ചെറുപ്പക്കാരൻ. ഒടുവിൽ ചക്കി അവനെ വീട്ടിൽ വിളിപ്പിച്ചു. ഊണും കൊടുത്തു. മകളെ വിവാഹം ചെയ്തു കൊടുക്കാമെന്നും സമ്മതിച്ചു.

വിവാഹത്തിന് മുമ്പ് പരീക്കുട്ടിയുടെ കടം വീട്ടണമെന്നു കറുത്തമ്മയ്ക്ക് നിർബന്ധമുണ്ടായിരുന്നു. ആ നിർബന്ധം ഫലിച്ചില്ല.

വിവാഹം നടന്നു. വിവാഹത്തിനു മുമ്പ് വരന്റെ ആൾക്കാരും തുറയിലരയനും തമ്മിൽ നടന്ന തർക്കവും വഴക്കും ചക്കിയെ മോഹാലസ്യപ്പെടുത്തി. അവൾ താഴെ വീണു. നല്ല പ്രജ്ഞയില്ലാതാക്കിയ ആ വിഷമം പിടിച്ച വാക്ക് വരന്റെ കക്ഷിക്കാരനാണ് പറഞ്ഞത്. ഈ തുറ മുടിയാതി

രിക്കാൻ വേണ്ടിയാണ് ഈ കല്യാണം നടത്തുന്നതെന്നയാൾ പറഞ്ഞു. അതിന്റെ അർഥം കറുത്തമ്മ ചാരിത്ര്യം കൈവെടിഞ്ഞവളാണെന്നാണ്. പരീക്കുട്ടിയും കറുത്തമ്മയും അങ്ങനെ കടപ്പുറം മുടിക്കുന്ന കഥാപാത്രങ്ങളായി തൃക്കുന്നപ്പുഴ വരെ അറിയപ്പെട്ടുപോയി. അതു നിമിത്തമുണ്ടായ ബോധക്കേടാണ് ചക്കിക്ക് പിടിപെട്ടത്. ആ അമ്പരപ്പും വിഷമവും ഒന്നു ശാന്തമായി. മുഹൂർത്തം നടന്നു. അന്നുതന്നെ കറുത്തമ്മയെ കൊണ്ടുപോകാൻ വരൻ തയ്യാറായി. കറുത്തമ്മയ്ക്കും അപ്പോൾത്തന്നെ പോയേ തീരൂ. അമ്മ അപകടകരമായ രോഗത്തിൽ കിടക്കുമ്പോൾ ഭർത്താവിന്റെ കൂടെ പോകാൻ നിൽക്കുന്ന കറുത്തമ്മയെ ചെമ്പൻകുഞ്ഞ് ശപിച്ചു. മേലാൽ അവൾ അയാളുടെ മകളല്ലെന്നു പരസ്യമായി പ്രഖ്യാപിച്ചു.

പളനിയുടെ വീട്ടിൽ പുതിയ പെണ്ണിനെ കാണാൻ പെണ്ണുങ്ങൾ വന്നു എന്നല്ലാതെ ആരും വിരുന്നിനു വിളിച്ചില്ല. കറുത്തമ്മയുടെ വീട്ടിൽ നിന്നും വിരുന്നിന് ക്ഷണിക്കാൻ ആൾ വന്നില്ല. അവളുടെ അച്ഛന്റെ ഉഗ്രശപഥമാണതിന് കാരണം. അങ്ങനെ പളനിയെപ്പോലെ തന്നെ കറുത്തമ്മയും ഒറ്റപ്പെട്ടവളായി.

ചക്കി ദീനശയ്യയിൽ തന്നെ കിടക്കയാണ്. നീർക്കുന്നത്തു കിടന്നു ചക്കിയുടെയും തൃക്കുന്നപ്പുഴക്കിടന്നു കറുത്തമ്മയുടെയും ഹൃദയങ്ങൾ പുകയുകയാണ്. ആത്മാക്കൾ തേങ്ങുകയാണ്.

ഒരു ദിവസം ചക്കിയുടെ രോഗം കൂടുതലാണെന്നറിഞ്ഞു പരീക്കുട്ടി ചെമ്പൻകുഞ്ഞിന്റെ വീട്ടിൽ ചെന്നു. അപ്പോൾ അവിടെ ചെമ്പൻകുഞ്ഞില്ലായിരുന്നു. കറുത്തമ്മയെ സഹോദരിയായി കരുതിക്കൊള്ളണമെന്നും ആണിനെപ്പെറാത്ത തന്റെ മകനായി പരീക്കുട്ടിയെ വിചാരിച്ചിരിക്കയാണെന്നും ചക്കി പരീക്കുട്ടിയോടു പറഞ്ഞു.

ചെമ്പൻകുഞ്ഞിന് കഷ്ടകാലത്തിന്റെയും തകർച്ചയുടെയും ലക്ഷണങ്ങൾ വീണു. കടലിൽ പോകാനൊക്കായ്മ, നല്ല കോരു കിട്ടായ്മ, ഭാര്യയുടെ ദീനത്തിന് ഭേദം കാണായ്ക തുടങ്ങിയ അനുഭവങ്ങൾ അയാളെ ക്ഷീണിപ്പിച്ചു.

ഖാദർ മുതലാളിക്കാണ് ചരക്ക് കൊടുത്തു കൊണ്ടിരുന്നത്. കുറെ പണം ചെമ്പൻകുഞ്ഞിന് നീക്കിബാക്കി കിട്ടാനുണ്ടായിരുന്നു. ഒരുദിവസം രാത്രിയിൽ ഖാദർ കൂടത്തിലുണ്ടായിരുന്ന സകലതും പെറുക്കിയെടുത്തും കൊണ്ട് കടന്നുകളഞ്ഞു. ആ നഷ്ടവും ചെമ്പൻകുഞ്ഞു സഹിക്കേണ്ടി വന്നു.

പഴയതുപോലെ കടലിലേക്ക് പോകാൻ അയാൾ നിശ്ചയിച്ചു. എന്നാൽ കാലുറപ്പില്ലാതെ അയാൾ പരാജയപ്പെട്ടു വെള്ളത്തിൽ വീണു. ഈ കഥ ചക്കിയുടെ കട്ടിലിലിരുന്നു ചെമ്പൻകുഞ്ഞു വിവരിച്ചുകേൾപ്പിച്ചു. അവൾ അയാളുടെ കൈയ്ക്കു പിടിച്ചുകൊണ്ട് അതെല്ലാം കേട്ടു. ആ നിലയിൽ തന്നെ അവൾ മരിച്ചു. കറുത്തമ്മയെ അറിയിക്കാതെ തന്നെ ശവസംസ്കാരം നടത്തി. അന്നു രാത്രി ഒട്ടിരുട്ടിയപ്പോൾ, കൂടം

അടച്ചുകൂട്ടിക്കൊണ്ടു പരീക്കുട്ടി തൃക്കുന്നപ്പുഴയ്ക്ക് പോയി. പളനിയുടെ വീട് ചോദിച്ചറിഞ്ഞുകൊണ്ട് അയാൾ കറുത്തമ്മയെ ഉറക്കത്തിൽ നിന്നു വിളിച്ചുണർത്തി അമ്മയുടെ മരണവൃത്താന്തമറിയിച്ചും വച്ചു തിരിച്ചുപോന്നു.

പരീക്കുട്ടിയാണ് മരണമറിയിച്ചതെന്നു വന്നപ്പോൾ അതു തന്നെ ഒര പഖ്യാതിയായിത്തീർന്നു. പളനിയുടെ ഭാര്യ ശുദ്ധം പാലിക്കുന്നില്ലെന്നുള്ളതിലേക്ക് നാട്ടുകാർ ഈ തെളിവ് ഹാജരാക്കി. പളനിയെ കടലിൽ പോകുന്ന വള്ളത്തിൽ കയറ്റാതെ ഒഴിച്ചുനിറുത്തി. കടലമ്മ കോപിച്ചു പളനിയെ സംഹരിക്കുന്നതു കൂടെയുള്ളവരെയും ബാധിക്കുമെന്നുള്ള പേടി നിമിത്തമാണ് അവരങ്ങനെ പളനിയെ ഒഴിച്ചുനിർത്തിയത്. ജീവിതവൃത്തിക്ക് നിരോധം സംഭവിച്ചപ്പോൾ കറുത്തമ്മ കിഴക്കോട്ടു മീൻകച്ചവടത്തിന് പോയിത്തുടങ്ങി. പളനി ഒരു സെറ്റു ചൂണ്ട വാങ്ങി. രാത്രി തോറും ആരും കാണാതെ തൃക്കുന്നപ്പുഴ കടപ്പുറത്തുള്ള ഒരു ചെറു ചൂണ്ടവള്ളമിറക്കി കടലിൽപ്പോയി മീൻ പിടിക്കയും വെളുക്കും മുമ്പ് കരയ്ക്കൽ വരികയും ചെയ്യുകയാണ് പളനിയുടെ ജോലി. അൽപ്പം കഴിഞ്ഞു ഭാര്യയുടെ പൊന്ന് വിറ്റ് ഒരു ചെറുവള്ളം വിലയ്ക്ക് വാങ്ങി. പിന്നെ ആ വള്ളത്തിൽ ചൂണ്ടലിടാൻ കടലിൽ പോകയായി. ഇതിനുള്ളിൽ കറുത്തമ്മ മീൻകച്ചവടം നിറുത്തി. അവൾ പൂർണഗർഭിണിയായിരുന്നു. ഏതാനും ദിവസം കൂടിക്കഴിഞ്ഞ് ഒരു പെൺകുട്ടിയെ പ്രസവിച്ചു. പെണ്ണിനെ പ്രസവിക്കരുതെന്നുള്ള അവളുടെ ആശ നിന്നില്ല.

നീർക്കുന്നത്ത് ചെമ്പൻകുഞ്ഞു പുനർവിവാഹാലോചനയിൽപ്പെട്ടു. അയാൾക്ക് സുഖിക്കാനാഗ്രഹമുണ്ടെന്ന് മനസിലാക്കിയ ചക്കി ചാകുന്ന ദിവസവും അയാളോടു പറഞ്ഞതാണ് ഒന്നിനെക്കെട്ടാൻ. അയാളുടെ മകൾ പഞ്ചമിക്കും ഒരമ്മ വേണ്ടിയിരിക്കുന്ന സംഗതി അയാൾ കൂട്ടുകാരനായ അച്ചകുഞ്ഞിനോടു പറഞ്ഞു. ചേർത്തല പള്ളിക്കുന്നത്തു കണ്ടങ്കോരൻ വലക്കാരന്റെ സുന്ദരിയായ ഭാര്യ പാപ്പിക്കുഞ്ഞിനെ അന്നു വള്ളം വാങ്ങാൻ പോയ കാലത്തേ ചെമ്പൻകുഞ്ഞ് കൊതിച്ചതാണ്. കണ്ടങ്കോരൻ വലക്കാരൻ മരിച്ചു, കുടുംബം കുറേ കുഴപ്പത്തിലായിരിക്കുന്ന സമയത്തായിരുന്നു ചെമ്പൻകുഞ്ഞു വീണ്ടും കെട്ടാൻ ആശിച്ചത്. പാപ്പിക്കുഞ്ഞിനെ തന്നെ കിട്ടി. തുറയിലരയന്മാരും മറ്റും അറിഞ്ഞുള്ള ഒരു കല്യാണമാകേണ്ട എന്നു പാപ്പിക്കുഞ്ഞു തന്നെ പറകയും അതനുസരിച്ച് ചുമ്മാ വിളിച്ചുകൊണ്ടു വരികയുമാണ് ചെയ്തത്. അവളുടെ കൂടെ ഏകസന്താനമായ ഗംഗാദത്തനുമുണ്ട്.

പഞ്ചമിക്ക് ചിറ്റമ്മയെ പിടിച്ചില്ല. ചെമ്പൻകുഞ്ഞിന്റെ വീട്ടിൽ സ്വൈരക്കേട് തലപൊക്കി. ഗംഗാദത്തന് പോകണം. അവനു കൊടുക്കാമെന്നു പറഞ്ഞ അഞ്ഞൂറു രൂപായ്ക്ക് അലട്ടിത്തുടങ്ങി. ചെമ്പൻകുഞ്ഞിന്റെ വള്ളം രണ്ടും കരയ്ക്കലിരിക്കയാണ്. നന്നാക്കാൻ പണമില്ല. വല പുതുക്കാനും പണമില്ല. ചെമ്പൻകുഞ്ഞിന്റെ ബുദ്ധി മന്ദിച്ചുപോയി. ഒടുവിൽ ഔസേപ്പിനെ വരുത്തി പണം കടം ചോദിച്ചു. അയാൾ എഴുതിക്കൊണ്ടു

വന്ന കരാർപത്രം ഒന്നു വായിച്ചുപോലും നോക്കാതെ ഒപ്പിട്ടുകൊടുത്ത് ചെമ്പൻകുഞ്ഞ് എഴുനൂറ്റിത്തൊണ്ണൂറ്റഞ്ചു രൂപ വാങ്ങിച്ചു പെട്ടിയിൽ വച്ചു പൂട്ടി. അപ്പോൾ മുതൽ അയാൾക്കൊരു ചൈതന്യം വീണു. മൗനം കുറെ വിട്ടു. വള്ളം നന്നാക്കുന്നതിനെക്കുറിച്ചും മറ്റും അയാൾ സംസാരിച്ചുതുടങ്ങി.

ഗംഗാദത്തൻ, പാപ്പിക്കുഞ്ഞിനൊരധികപ്പറ്റാണ്. അവൻ അവളെ സ്വൈരമായൊരിടത്തിരുത്താതെ സദാ പണത്തിന് ഞെരുക്കിത്തുടങ്ങി. ഗത്യന്തരമില്ലാതെ പാപ്പിക്കുഞ്ഞു പെട്ടി തുറന്ന് ചെമ്പൻകുഞ്ഞു വച്ചിരുന്ന എഴുനൂറ്റിത്തൊണ്ണൂറ്റഞ്ചിൽ നിന്ന് ഇരുനൂറു രൂപായെടുത്തു ഗംഗാദത്തന് കൊടുത്തു പിരിച്ചയച്ചു. അതു ചെമ്പൻകുഞ്ഞിനെ ഒളിച്ചു ചെയ്തതാണെങ്കിലും പഞ്ചമി എന്തൊക്കെയോ ഒളിച്ചുനിന്ന് കേട്ടു. മാതൃപുത്രസംഭാഷണത്തിന്റെ വെളിച്ചത്തിൽ സംശയം തോന്നി അവൾ അച്ഛനെ അറിയിച്ചു. അയാൾ ഭ്രാന്തനെപ്പോലെ ഓടിവന്നു പെട്ടി തുറന്നു നോക്കിയപ്പോൾ അതിൽ അഞ്ഞൂറു രൂപയേയുള്ളു.

പാപ്പിക്കുഞ്ഞു കുറ്റം സമ്മതിച്ചു. അയാൾ അവളെ വീട്ടിൽ നിന്ന് ആട്ടിപ്പുറത്താക്കി. അവൾ മിണ്ടാതെ പുറത്തിറങ്ങി. പഞ്ചമിക്കതു നന്നേ രസിച്ചു. വീണ്ടും അയാൾ അവളെ ആട്ടിക്കടപ്പുറത്താക്കി.

ഇനി ആ വീട്ടിൽ കേറിപ്പോകരുതെന്നും അയാൾ അന്ത്യശാസനം നൽകി. അവൾ അങ്ങനെ ആ കടപ്പുറത്ത് നിരാശ്രയയായി അലഞ്ഞുനടന്നു. ഒരു തെങ്ങിൻചുവട്ടിലാണവളുടെ ഇരിപ്പ്.

ഈ വാർത്ത നാട്ടിലെല്ലാം പരന്നു. തുറയിലരയനും അറിഞ്ഞു. ഒടുവിൽ നല്ല പെണ്ണ് പാപ്പിക്കുഞ്ഞിനെ അവളുടെ വീട്ടിൽ താമസിപ്പിച്ചു. തുറയിലരയൻ കേസ് അന്വേഷിക്കാൻ വന്നു. ചെമ്പൻകുഞ്ഞും പാപ്പിക്കുഞ്ഞും അന്നാട്ടിലെ മൂപ്പന്മാരും ജനങ്ങളുമെല്ലാം തുറയിലരയന്റെ മുമ്പിലുണ്ട്. തുറയിലരയന്റെ അനുവാദം വാങ്ങിക്കാതെ ചെമ്പൻകുഞ്ഞു കല്യാണം നടത്തിയ കുറ്റം ചുമത്തിയാണ് ആദ്യവിചാരണ നടത്തിയത്. കല്യാണം നടത്തിയില്ലെന്നും വീട്ടിൽ വേലയ്ക്കൊരുത്തിയെ വിളിച്ചു നിർത്തിയിരിക്കയാണെന്നും ചെമ്പൻകുഞ്ഞു പറഞ്ഞതോടെ തുറയിലരയൻ ശ്വാസം വിഴുങ്ങിയിരുന്നുപോയി. ഇതു നേരാണോ എന്നു പാപ്പിക്കുഞ്ഞിനോടു ചോദിച്ചപ്പോൾ അവളും ചെമ്പൻകുഞ്ഞു പറഞ്ഞതു നേരാണെന്ന് സമ്മതിച്ചു. അവൾ അവിടെ അയാളുടെ വേലക്കാരത്തിയായിരുന്നു എന്നുറപ്പിച്ചുപറഞ്ഞു. അരയൻ മറ്റൊരടവെടുത്തു ഭീഷണിപ്പെടുത്താൻ തുടങ്ങിയപ്പോൾ ചെമ്പൻകുഞ്ഞു മാനം വേണമെങ്കിൽ അടങ്ങിയിരുന്നോളാൻ പറഞ്ഞുകൊണ്ട് തിരിഞ്ഞു പൊയ്ക്കളഞ്ഞു. പാപ്പിക്കുഞ്ഞും പുറകേ പോയി. ചെമ്പൻകുഞ്ഞ്, അവൾ അയാളെ അനുഗമിക്കരുതെന്ന് വിലക്കിയില്ല.

പഞ്ചമി അന്നുതന്നെ അവിടെ നിന്നും ഒളിച്ചുപോയി തൃക്കുന്നപ്പുഴയിൽ ചെന്നുചേർന്നു.

പരീക്കുട്ടിയുടെ കച്ചവടം വീണ്ടും നഷ്ടത്തിലായി. അയാൾ

അധഃപതിച്ചു. അയാളുടെ കൂടവും നിലംപതിച്ചു. ഇന്നയാൾ ഒരു കടപ്പുറം ദല്ലാൾക്കച്ചവടക്കാരനായി കടപ്പുറത്തു തന്നെ കഴിയുന്നു. ഒരു ദിവസം ചെമ്പൻകുഞ്ഞിന്റെ കരയ്ക്കൽ കേറ്റിവച്ചിരിക്കുന്ന വള്ളത്തിനടുത്തു ചെന്നു പരീക്കുട്ടി നോക്കിനിൽക്കുമ്പോൾ ചെമ്പൻകുഞ്ഞും അടുത്തുചെന്നു. പരീക്കുട്ടി അതു കണ്ടില്ല. പഴയ ചെമ്പൻകുഞ്ഞല്ല ഇപ്പോൾ പരീക്കുട്ടിയുടെ മുമ്പിൽ നിൽക്കുന്നത്. പരീക്കുട്ടിക്ക് കൊടുക്കാനുള്ള രൂപായുടെ തുകയെന്തെന്ന് ചെമ്പൻകുഞ്ഞു ചോദിച്ചു. ആ ചോദ്യം പലപ്പോഴുമാവർത്തിച്ചെങ്കിലും പരീക്കുട്ടി മിണ്ടിയില്ല. തന്റെ മകളെ പിഴപ്പിച്ചു കുടുംബം മുഴുവനും തകർത്തവനാണെന്നു പറഞ്ഞു പരീക്കുട്ടിയെ ചെമ്പൻകുഞ്ഞ് ആവോളം അമർഷവും വെറുപ്പും വേദനയും നിറഞ്ഞ സ്വരത്തിൽ നിന്ദിച്ചു. ചോദിച്ചപ്പോഴൊക്കെ ഉള്ളതെല്ലാം തൂത്തുവാരിക്കൊടുത്തതു കറുത്തമ്മയെ നോട്ടമിട്ടു കൊണ്ടാണെന്നയാൾ സ്ഥാപിച്ചു. അല്ലെന്നു പറയാൻ പരീക്കുട്ടി ഭാവിച്ചെങ്കിലും തൊണ്ടയിൽക്കൂടി ആ ശബ്ദം വെളിയിൽ വന്നില്ല.

ഒടുവിൽ കയ്യിലുണ്ടായിരുന്ന രൂപയും നോട്ടും ഉൾപ്പെടെയുള്ള സംഖ്യ പരീക്കുട്ടിയുടെ നേരെ നീട്ടി. ആദ്യം അനങ്ങാതെ നിന്നെങ്കിലും ഉഗ്രശാസനനായ ചെമ്പൻകുഞ്ഞിനോട് അതു വാങ്ങിക്കാൻ പരീക്കുട്ടി നിർബദ്ധനായി. അപ്പോൾ തന്നെ വേറൊരു ദുശ്ശകുനവും! കണ്ടങ്കോരൻ വലക്കാരനോടു വാങ്ങിയ ആ പേരുകേട്ട വള്ളം കരയിലിരുന്ന് ഒരു തലയിടിഞ്ഞുവീണു നശിക്കുന്നു. അതുകണ്ടു ചെമ്പൻകുഞ്ഞ് പൊട്ടിച്ചിരിക്കുന്നു.

പഞ്ചമിയോടു പരീക്കുട്ടിയെപ്പറ്റി ജിജ്ഞാസയോടെ കറുത്തമ്മ ചോദിക്കുന്നതും ഉത്തരം പറയുന്നതും കേട്ടുകൊണ്ടു നേരെ പ്രത്യക്ഷപ്പെട്ടു പളനി! ഒന്നും ഇനി ഒളിച്ചുവയ്ക്കാൻ സാധ്യമല്ല. ഉള്ളതെല്ലാം തെളിഞ്ഞുപോയി. അന്നു രാത്രി പളനി ചോദിച്ചതിനെല്ലാം ഉത്തരം പറഞ്ഞു. ഇനി അങ്ങനെ ആവർത്തിക്കയില്ലെന്നവർ പ്രതിജ്ഞ ചെയ്ത് പളനിയെ വിശ്വസിപ്പിക്കുകയായിരുന്നു.

പിറ്റേന്നും സന്ധ്യാവേളയിൽ അയാൾ ചൂണ്ടുവള്ളത്തേൽ കയറി കടലിൽ പോയി. അന്നുരാത്രി വളരെ വൈകിയപ്പോൾ പരീക്കുട്ടി വന്നു കറുത്തമ്മയെ വിളിച്ചു. അവൾ പേടിക്കാതെ കതകു തുറന്നു. വെളിയിൽ വന്നു. അവർ തമ്മിൽ കെട്ടിപ്പുണർന്നു. ആ ആലിംഗനത്തിൽ നിന്ന് വിട്ടുമാറാൻ അവൾക്കു വയ്യാ.

ആ സമയത്ത് കടലിൽപ്പോയ പളനിയും വള്ളവും മലയോളം പൊക്കമുള്ള ചുഴിക്കകത്തായി. ആ ചുഴിയിലൂടെ അവനും വഞ്ചിയും കടലമ്മയുടെ കൊട്ടാരവാതിൽക്കലേക്ക് താണുതാണുപോയി. ആ അപകടത്തിനുമുമ്പ് അയാൾ 'കറുത്തമ്മ' എന്നു വിളിച്ചലറി. കൊടുങ്കാറ്റിന്റെ അലർച്ചയേയും അതു തോൽപ്പിച്ചു. എന്തിനാണവളെ വിളിച്ചത്? കടലിൽ കിടക്കുന്ന മുക്കുവന്റെ രക്ഷാദേവത വീട്ടിലിരിക്കുന്ന മുക്കുവത്തിയാണ്. അവൾ അശുദ്ധയായാൽ മുക്കുവനെ കടലമ്മ ശിക്ഷിക്കും.

അവൾ അശുദ്ധയായി. അതിന്റെ ഫലമായ ശിക്ഷ പളനിയും അനുഭവിച്ചു. അവനിനി ഇജ്ജന്മം കരയ്ക്ക് വരികയില്ല.

പിറ്റേന്നു നേരം വെളുത്തപ്പോൾ, കറുത്തമ്മയെ കാൺമാനില്ല. പളനിയും കടലിൽ പോയിട്ടു വന്നില്ല. കുഞ്ഞിനെയുമെടുത്തു പഞ്ചമി കടൽക്കരയിൽ വന്നു നിന്നു കരയുന്നു. കുഞ്ഞ് അമ്മയെയും അച്ഛനെയും വിളിച്ചുകരയുന്നു. പഞ്ചമി കുഞ്ഞിനെ ആശ്വസിപ്പിച്ചുകൊണ്ട് സ്വയം കരയുകയാണ്. രണ്ടു ദിവസം കഴിഞ്ഞപ്പോൾ ആലിംഗനബദ്ധരായി കറുത്തമ്മയും പരീക്കുട്ടിയും കടപ്പുറത്തു ചത്തടിഞ്ഞുകയറി. ചെറിയഴീക്കൽ കടപ്പുറത്തു ചൂണ്ട വിഴുങ്ങിയ ഒരു സ്രാവും അടിഞ്ഞുകയറി. അതു പളനിയുടെ അവസാനത്തെ ചൂണ്ടയിട്ട മീനായിരുന്നു.

ഇതാണ് *ചെമ്മീൻ* നോവലിലെ കഥാസാരം. വർണ്ണനയും വ്യാഖ്യാനവും സംഭാഷണങ്ങളും കൊണ്ട് ചമൽക്കാരത്തോടെ സാഹിതീകരിച്ചിരിക്കയാണിത്.

കഥാപ്രയോജനം

കഥയ്ക്ക് ഒരുദ്ദേശ്യമുണ്ടായിരിക്കണം. രാഷ്ട്രീയമായും സാമൂഹികമായും സാമ്പത്തികമായും ഉള്ള അവശതകളും അസമത്വങ്ങളും ആധാരമാക്കിയും വെറും പ്രേമത്തെ ലാക്കാക്കിയും നോവലുകൾ ഉണ്ടാക്കിയിട്ടുണ്ട്. സമുദായത്തിൽ പരമ്പരാഗതമായി നിലനിന്നുപോരുന്ന അന്ധവിശ്വാസങ്ങളെയും അവയുടെ സന്താനങ്ങളായ അനാചാരങ്ങളെയും പിഴുതെറിയാൻ വേണ്ടിയും കഥകൾ നിർമിച്ചിട്ടുണ്ട്; നിർമിക്കാറുമുണ്ട്. *ഇന്ദുലേഖ* ആ വിഭാഗത്തിൽപ്പെട്ട ഒരു സാമുദായികാഖ്യായികയാണ്. ഇംഗ്ലീഷ് പഠിക്കുന്നതിലും, ഉടുപ്പും ചെരിപ്പുമിട്ടു നടക്കുന്നതിലും വിരുദ്ധനായ ഒരു പഴഞ്ചൻ പഞ്ചുമേനോൻ, കുടുംബത്തിലുള്ള പെണ്ണുങ്ങളെ നമ്പൂരിമാർക്കു സംബന്ധം ചെയ്തു കൊടുക്കുന്നതാണ് അന്തസ്സെന്നും ആചാരമെന്നും ശഠിക്കുന്ന കാരണവർ ആണ്. അദ്ദേഹത്തിന്റെ ആ മാമൂലിനെതിരായി നിന്ന അനന്തരവൻ മാധവന് ഇന്ദുലേഖയെ വിവാഹം ചെയ്തു കൊടുക്കയില്ലെന്നു ശ്രീപോർക്കലി ഭഗവതിയെക്കൊണ്ടു ശപഥം ചെയ്തുവെങ്കിലും ആ ശപഥമൊക്കെ തിരിച്ചെടുത്തു മാധവനും ഇന്ദുലേഖയും ഒന്നായിത്തീരത്തക്കവണ്ണവും അന്ധമായ ബ്രാഹ്മണഭക്തി നശിക്കത്തക്കവണ്ണവും പഞ്ചുമേനോനു മാനസാന്തരം വരുത്തുകയാണ് *ഇന്ദുലേഖ*യിൽ നാം കാണുന്നത്. സമുദായത്തിലെ അനാചാരത്തെ തൂത്തു തുടയ്ക്കുന്ന പരിഷ്കാരം അതിൽ നാം കാണുന്നുണ്ട്. അങ്ങനെ *ഇന്ദുലേഖ* ഉദ്ദേശ്യം കൊണ്ടു വിജയിച്ചിട്ടുണ്ട്. അതാണതിനുള്ള മെച്ചം.

എന്നാൽ ചെമ്മീനോ അതിലെ ഉള്ളടക്കം നീർക്കുന്നത്തും തൃക്കുന്നപ്പുഴയും നടന്ന കഥയായിരുന്നെങ്കിൽ അതൊരന്വാഖ്യാനമാണ്, ആഖ്യായികയില്ല എന്നു സമാധാനിക്കാമായിരുന്നു. പക്ഷേ, അങ്ങനെയല്ല, ഇതു തകഴിയുടെ സ്വകപോലകൽപ്പിതമായൊരു നോവലാണ്. അരയസമുദായത്തിൽ പണ്ടുപണ്ടേയുള്ള ഒരു വിശ്വാസത്തിന്റെയും അതിന്റേ

തായ ആചാരങ്ങളുടെയും കട പിഴുതെറിയാൻ ചെമ്പൻകുഞ്ഞും അയാളുടെ മൂത്തമകളായ കറുത്തമ്മയും ബദ്ധകങ്കണരായി മുന്നോട്ടു പായുന്ന കാഴ്ചയാണ് ചെമ്മീനിൽ നാം കാണുന്നത്.

വലക്കാർക്ക് മാത്രമേ വള്ളവും വലയും നടത്തുവാൻ പാടുള്ളൂ. വലക്കാരന്മാരെന്നു പറയുന്നവർ അഞ്ചു ജാതി അരയന്മാരിൽ ഒരു വിഭാഗക്കാരാണ്. അവർക്കാണ് പരമ്പരാഗതമായി വല നടത്തുവാനുള്ള അവകാശമുള്ളത്. അതിന് വിപരീതമായി പ്രവർത്തിച്ചിട്ടുള്ളവരും അവരുടെ വള്ളവും വലയും എല്ലാം തന്നെ ഒന്നിച്ചു നശിച്ചുപോയിട്ടുണ്ട്. അതു കടലമ്മയുടെ കോപം കൊണ്ടാണ്. എന്നാൽ വലക്കാരന്മാരുടെ വംശത്തിൽ പെടാത്ത ചെമ്പൻകുഞ്ഞ് വള്ളവും വലയുമിടാൻ തീരുമാനിച്ചു. അയാൾ മുക്കുവനാണ്. വലയും വള്ളവും ഇറക്കി നടത്തുവാൻ വിലക്കപ്പെട്ടവരിൽ ഒരുവനാണ്. അങ്ങനെയുള്ള അനർഹന്മാർ കടലമ്മയുടെ ഉഗ്രശാപത്തിന് പാത്രീഭവിച്ചു നശിച്ചുപോയ പല കഥകളും അവൻ കേട്ടിട്ടുണ്ട്. എന്നാലും അവൻ വള്ളവും വലയും നടത്തുവാൻ തന്നെ തീരുമാനിച്ചു മുന്നോട്ടുപായുകയാണ്. അവനും കടലിന്റെ മകനാണ്. ഒരു വള്ളം പ്രത്യേകമിട്ടു നടത്തുവാൻ അവനും അധികാരമുണ്ട്, അവകാശമുണ്ട്. അതിൽ അവനെ കടലമ്മ സഹായിക്കയേയുള്ളൂ എന്നാണവന്റെ വിശ്വാസം. ഭാര്യ ചക്കിയും അതിനുവേണ്ടി അവനെ പ്രോത്സാഹിപ്പിച്ചിട്ടുണ്ട്; പഴയ മാമൂൽ പറഞ്ഞ് അവൾ അയാളെ അധൈര്യപ്പെടുത്തിയില്ല. അവൾ മീൻകച്ചവടത്തിനു പോയി സമ്പാദിച്ച മുതൽ കൂടി വള്ളം വാങ്ങാൻ അയാൾക്കു കൊടുത്തു. പോരാത്ത തുക അയാളും ഭാര്യയും കൂടി പരീക്കുട്ടിയോടു രണ്ടുനാലു തവണകളിലായി വാങ്ങിച്ചു കാര്യം സാധിച്ചു. ആദ്യം പരീക്കുട്ടിയോടു പോരാത്ത പണം ചോദിക്കാൻ കറുത്തമ്മയോടാണവർ ആവശ്യപ്പെട്ടത്. ചെമ്പൻകുഞ്ഞിനറിയാം പരീക്കുട്ടിയും കറുത്തമ്മയും തമ്മിലുള്ള ഇരിപ്പുവശം.

കറുത്തമ്മ, കടലമ്മയോടു പിണങ്ങാൻ തന്നെ തീരുമാനിച്ചു. അവൾ ഒരു മനുഷ്യനെ സ്നേഹിക്കുന്നു. അതിന് കടലമ്മയ്ക്കെന്താണ്? ആ സ്നേഹം മൂത്താൽ പരീക്കുട്ടിയുടെ നാലാം വേദത്തിൽ കൂടാനും കുപ്പായവും കാതുനിറയെ അലിക്കത്തും ഇട്ട് പരീക്കുട്ടിയുടെ അടുക്കൽ നിൽക്കാനും അവൾ തയ്യാറാണ്. കടലിൽ പോകുന്ന മരയ്ക്കാന്റെ മരയ്ക്കാത്തിയാകേണ്ട; മനുഷ്യന്റെ മനുഷ്യത്തിയായിരുന്നാൽ മതിയവൾക്ക്. അങ്ങനെ അവൾ പരീക്കുട്ടിയുമായുള്ള പ്രേമബന്ധം പുലർത്തിക്കൊണ്ടു പഴയ വിശ്വാസത്തിനും ഐതിഹ്യത്തിനും ഒക്കെ എതിരായി മുന്നോട്ടു പായുകയാണ്. എന്നാൽ, അവളെ അങ്ങനെ സ്വതന്ത്രയായി വിടാതെ അവളുടെ തലയ്ക്ക് ഒരു മരയ്ക്കാനെ കെട്ടിവയ്ക്കുന്നു. അതോടെ പരീക്കുട്ടിയുമായുള്ള ബന്ധം അശുദ്ധിയും അനാചാരവുമായി മാറുന്നു. പക്ഷേ, ആ ബന്ധം വിച്ഛേദിക്കപ്പെടാൻ സാധിക്കാത്തതാണ്. അത് നീർക്കുന്നത്തു നിന്നു തൃക്കുന്നപ്പുഴയോളം നീണ്ടു എന്നേയുള്ളൂ.

എന്നാൽ കറുത്തമ്മ, കടലമ്മയോടനുഷ്ഠിച്ച ധിക്കാരത്തിന് അവ

ളുടെ ഭർത്താവായ പളനിയെ അവന്റെ ചൂണ്ടവള്ളത്തോടുകൂടി ചുഴിയിലൂടെ പിടിച്ചുകൊണ്ടുപോയി നശിപ്പിച്ചു. അങ്ങനെ പഴയ വിശ്വാസം പിഴുതെറിയുവാൻ ശ്രമിച്ച കറുത്തമ്മ നശിച്ചു! എന്നുവച്ചാൽ പഴമ ജയിക്കയും പുതുമ നശിക്കയും ചെയ്തു.

ചെമ്പൻകുഞ്ഞിന്റെ ഗതി നോക്കാം. അയാൾ വള്ളവും വലയുമിറക്കി വളരെ വേഗത്തിൽ മറ്റൊരു വള്ളം കൂടി കൈവശപ്പെടുത്തി. വലിയ പണക്കാരനെന്നും മീൻപിടിത്തക്കാരനെന്നും പ്രസിദ്ധിയാർജിച്ചു. അങ്ങനെയൊന്നു വീർത്തു. പെട്ടെന്ന് ചക്കി മരിക്കുന്നു, പുനർവിവാഹം നടത്തുന്നു. പിന്നെ, കടക്കാരനായി വള്ളവും വലയും പണയത്തിലാക്കി ഒരു ഭ്രാന്തനായി. അനന്തരകഥ അനുവാചകർ ഊഹിക്കുവാൻ തക്കവണ്ണം അപൂർണമായി നിർത്തുന്നു. അങ്ങനെ, വലക്കാരനല്ലാത്ത ചെമ്പൻകുഞ്ഞ് വള്ളവും വലയും നടത്തിയതിന്റെ ദുരന്തഫലം അയാളും അനുഭവിച്ചു. അയാൾക്ക് മക്കളില്ലാതായി. മക്കൾക്ക് തന്തയില്ലാതായി. ശേഷിച്ചത് അച്ഛനും അമ്മയുമില്ലാത്ത ഒരു കൈക്കുഞ്ഞും പഞ്ചമിയും മാത്രം. അവരുടെയും അനന്തരഗതി അജ്ഞാതം.

ഒരു പുരോഗമന സാഹിത്യകാരനായ തകഴിയുടെ *ചെമ്മീൻ* അരയന്മാരുടെ ഇടയിൽ ഉണ്ടെന്നു പറയുന്ന അന്ധവിശ്വാസവും ഐതിഹ്യവും യഥാർഥീകരിക്കയാണ്, അതിനെ ഇന്നത്തെ പുതുതലമുറയുടെ തലയിലും അടിച്ചേൽപ്പിക്കുകയാണ്, അവരിൽ ഒരു കറുത്തമ്മയും ചെമ്പൻകുഞ്ഞും ഉണ്ടാകാൻ പാടില്ലെന്നു സ്ഥാപിക്കയാണ് ചെയ്യുന്നത്. ഇത് അരയ സമുദായത്തിന് എന്തൊരു ഗുണമാണ് വരുത്തിവയ്ക്കാൻ പോകുന്നതെന്നു തകഴി തന്നെ പറയേണ്ടിയിരിക്കുകയാണ്. നിഷ്പ്രയോജകത്വം കൊണ്ട് ഏറ്റവും അധപ്പതിതമായ ഈ നോവൽ തകഴിയുടെ ഒരു വമ്പിച്ച പരാജമാണ്. അതെ, കടലിനകത്തൊരു കടലമ്മയുണ്ടെന്നും അവർക്കെതിരായി അശുദ്ധം പാലിക്കുന്ന മുക്കോത്തികളെയും മാമൂലിനെതിരായി വള്ളവും വലയും നടത്തുന്ന മുക്കുവന്മാരെയും ആ ദേവി നശിപ്പിക്കുമെന്നു താൻ വിശ്വസിക്കുന്നെന്നും തകഴി ഏറ്റുപറയുന്നതുവരെ ഈ നോവൽ അദ്ദേഹത്തിന്റെ പരാജയവൈജയന്തിയാണ്.

കടലമ്മ

ഇനി, ചെമ്മീനിൽ കാണുന്നതുപോലെ കടലിനകത്തൊരു കൊട്ടാരത്തിൽ കടലമ്മയെന്നൊരു ദേവതയുണ്ടെന്നും പണ്ടും ഇന്നും അരയന്മാർ വിശ്വസിക്കുന്നുണ്ടോ എന്നു നോക്കാം. ഈ വിശ്വാസമാണല്ലോ ചെമ്മീനിലെ കഥാബീജമായി തകഴി സ്വീകരിച്ചിരിക്കുന്നത്.

മുക്കുവർ, മരയ്ക്കാന്മാർ, നുളയന്മാർ എന്നിങ്ങനെയുള്ള വിവിധ നാമങ്ങളോടു കൂടി കാസർകോടു മുതൽ കന്യാകുമാരി വരെ കടൽത്തീരത്ത് നീണ്ടുകിടക്കുന്ന ഒരു സമുദായമാണ് അരയവംശം. അവർക്ക് പൊതുവായും പ്രാദേശികമായും ചില കൽപ്പിത കഥകളും പാട്ടുകളും വീരാപദാന കഥകളും ഉണ്ട്. എന്നാൽ കടലമ്മയുടെ കഥ അവർക്കില്ല.

വരുണനെന്നൊരു ദേവനുണ്ടെന്ന് വാൽമീകി തൊട്ടു ശ്രീരാമൻ വരെ വിശ്വസിച്ചിരുന്നെങ്കിലും അന്നത്തേയും ഇന്നത്തേയും ധീവരന്മാർ അവരുടെയിടയിൽ അന്നുണ്ടായിരുന്ന ഒരു രാജാവാണെന്നു മാത്രമേ വരുണനെപ്പറ്റി വിശ്വസിച്ചിട്ടുള്ളൂ. കാഞ്ചിരാജവംശം ആ വരുണന്റെ ഗോത്രമാണ്. തകഴിയുടെ ഭൂമിശാസ്ത്രവും ഗവേഷണവും നീർക്കുന്നം കടപ്പുറത്തു മാത്രം നിർത്താതെ അമ്പലപ്പുഴ താലൂക്കിലെങ്കിലും വികസിപ്പിച്ചിരുന്നെങ്കിൽ അദ്ദേഹത്തിന് നേർവഴി ലഭിക്കുമായിരുന്നു.

കപ്പൽപ്പാട്ടുകളിലും മറ്റു വീരാപദാന കഥകളിലും കടലിന് സ്വരൂപത്വം (personification) നൽകി 'കടലമ്മേ' എന്നും 'തമ്പുരാട്ടി' എന്നും സംബുദ്ധി ചെയ്തുകാണുന്നുണ്ട്. വൃക്ഷലതാദികൾ, സൂര്യചന്ദ്രന്മാർ തുടങ്ങിയവയെ കവികൾ സംബുദ്ധി ചെയ്യാറുള്ളതുപോലെ 'കടലമ്മേ' മുതലായതും ഒരു കാവ്യശൈലിയായി ഉപയോഗിച്ചിരുന്നതാണ്.

അപ്പോൾ ചെമ്മീനിൽ കാണുന്ന 'കടലമ്മ' അരയന്മാരുടെ ഇടയിൽ ഇല്ലാത്ത ഒന്നാണ്. ഇല്ലാത്ത ഒന്നിനെപ്പിടിച്ച് അവരുടെ തലയിൽ വച്ചുകെട്ടി ആ ദേവതയുടെ ഉഗ്രശാപത്തിനും സംഹാരക്രിയയ്ക്കും ചെമ്പൻകുഞ്ഞിനെയും പളനിയേയും കറുത്തമ്മ, പരീക്കുട്ടി, ചക്കി എന്നിവരെയും പാത്രീഭൂതരാക്കുകയാണ് തകഴി ചെയ്തിരിക്കുന്നത്. എന്തിന്? ആ പരിപാവനമായ ചാരിത്ര്യം കടലിന്റെ മക്കൾ ലംഘിക്കാതിരിക്കുവാൻ! ചെമ്മീൻ, മരയ്ക്കാത്തിമാരുടെ ചാരിത്ര്യം സൂക്ഷിക്കുന്ന ഒരു വേദപുസ്തകമാണ്. മററു സകല സമുദായങ്ങളും വ്യഭിചാരം വ്യവസായമാക്കിയാലും മരയ്ക്കാത്തിമാർ ചാരിത്ര്യം സൂക്ഷിക്കണം!

ആ ഐതിഹ്യം

ഇതിനുപോൽബലകമായിട്ടാണ് പണ്ടൊരു മുക്കോത്തി പിഴച്ചതുമൂലം ഉണ്ടായ ഭയങ്കര സംഭവങ്ങളെ ചിത്രീകരിക്കുന്ന ഒരു ഐതിഹ്യം ഈ പുസ്തകത്തിൽ ചേർത്തുകാണുന്നത്. അവൾ മനഃപൂർവം പിഴച്ചതല്ല. എങ്കിലും അവൾ പിഴച്ചതിന്റെ ഫലമായി മലയോളം പൊക്കത്തിൽ തിരകൾ ഉയർന്നു. കരയ്ക്ക് അവ ഉരുണ്ടുകയറി. വിഷമുള്ള കടൽപ്പാമ്പുകൾ കരയിൽ നുരച്ചുനടന്നു. ഗുഹ പോലെ വായുള്ള കടൽജന്തുക്കൾ വാ തുറന്നു വള്ളങ്ങളുടെ പിന്നാലെ പാഞ്ഞു. ഇതാണാ ഐതിഹ്യം. ഈ ഐതിഹ്യം ഏതു കാലത്തെ സംഭവത്തെയാണ് സൂചിപ്പിക്കുന്നത്? വായും പിളർന്നു കടൽജന്തുക്കൾ വള്ളത്തിന്റെ പിന്നാലെ പാഞ്ഞെങ്കിൽ ഈ ഐതിഹ്യത്തിന് കേവലം അറുപതു കൊല്ലത്തെ പഴക്കമേയുള്ളൂ. അല്ല, പണ്ടത്തെ, ചരിത്രാതീതകാലത്തെ ഒരൈതിഹ്യമാണെങ്കിൽ അന്നു വള്ളങ്ങളില്ല. അത്ര ഉള്ളിൽപോയി മീൻ പിടിച്ചിട്ടുമില്ല.

മാത്രവുമല്ല, ഈ ഐതിഹ്യവും അരയസമുദായത്തിൽ അമ്പലപ്പുഴ താലൂക്കിന്റെ അതിർത്തിയോളമെങ്കിലും പ്രചാരമുള്ളതല്ല. നീർക്കുന്നത്തുകാർക്ക് മാത്രമുള്ളതെങ്കിൽ ഈ ഐതിഹ്യം കേരളത്തിലെ അരയ

ന്മാരെ ആകമാനം ബാധിപ്പിച്ചുകൊണ്ട് *ചെമ്മീനിൽ* പകർത്തിയത് തെറ്റായിപ്പോയി. ഇനി, ആ ഐതിഹ്യം ആ നീർക്കുന്നത്തെ സംബന്ധിച്ചിടത്തോളമെങ്കിലും അലംഘനീയമായിരുന്നോ? അല്ലെന്നു *ചെമ്മീൻ* തന്നെ മറുപടി പറയുന്നു. *ചെമ്മീനി*ലെ കഥ നടക്കുന്ന കാലത്ത് – കറുത്തമ്മ കടപ്പുറം മുടിച്ചെന്ന് പഴിച്ചുതുടങ്ങിയ കാലത്ത് – ഉണക്കമീനിന് മുൻകൂർ പണം കൊടുക്കാൻ വീടുതോറും കയറിയിറങ്ങിയവരിൽ ഒരാളായ ഒരു മേത്തനെ കൊച്ചൂട്ടി എന്ന മരയ്ക്കാത്തിയുടെ പുരയ്ക്കകത്തുവച്ച് അവളുടെ മരയ്ക്കാൻ കുത്തിമുറിവേൽപ്പിച്ചതായി *ചെമ്മീനിൽ* കഥാകൃത്ത് തന്നെ സ്വന്തം വാചകത്തിൽ വിവരിച്ചിട്ടുണ്ട്. കറുത്തമ്മയെക്കുറിച്ചു പിഴിച്ച പെണ്ണുങ്ങളുമായി അവളുടെ അമ്മ ഏറ്റുമുട്ടിയപ്പോൾ എല്ലാവരും പിഴച്ചതായ ഓരോ കഥ ഓരോരുത്തർക്കും ഉള്ളതായി തെളിഞ്ഞു. അവരുടെ മരയ്ക്കാന്മാരെ കടലമ്മ പിടിച്ചു ചുഴിയിലിട്ടു സമുദ്രാന്തർഭാഗത്തുള്ള കൊട്ടാര നടയിൽ കൊണ്ടു കൊന്നില്ല. കറുത്തമ്മയെ തൃക്കുന്നപ്പുഴക്കാരികൾ പഴിച്ചു തുടങ്ങിപ്പോൾ അവൾ അവളോടു തന്നെ ചോദിക്കുന്നു: ഇവിടുള്ള പെണ്ണുങ്ങളൊന്നും പിഴച്ചിട്ടില്ലേ എന്ന്. എന്നിട്ട് അവരുടെ മരയ്ക്കാന്മാരെല്ലാം ജീവിച്ചിരിക്കുന്നു. കറുത്തമ്മ പിഴച്ചതുകൊണ്ട് അവളുടെ മരയ്ക്കാനേ മരിച്ചുള്ളൂ. അവളും അവളുടെ അച്ഛനും അമ്മയും കുടുംബവും മാത്രമേ നശിച്ചുള്ളൂ.

ആദ്യത്തെ മുക്കവൻ

തിരകൾക്കും ഒഴുക്കിനും എതിരായി മല്ലടിച്ച് ഒരു തടിക്ഷണത്തിൽ ചക്രവാളത്തിനപ്പുറത്തേക്ക് പോയ ആദ്യത്തെ മുക്കുവന്റെ ഭാര്യ വ്രതനിഷ്ഠയോടെ കടപ്പുറത്തു പടിഞ്ഞാറോട്ടു നോക്കിനിന്നു തപസ്സ് ചെയ്തതുകൊണ്ട് കടലിൽ കോളിളകിയെങ്കിലും തിമിംഗലങ്ങൾ വായ് പൊളിച്ചുകൊണ്ട് നിന്നെങ്കിലും, സ്രാവുകൾ വാലുകൾകൊണ്ട് വള്ളത്തിലടിച്ചെങ്കിലും, ഒഴുക്കുവള്ളത്തെ ഒരു വലിയ ചുഴിയിലേക്ക് വലിച്ചുകൊണ്ടു പോയെങ്കിലും അയാൾ ആ അപകടങ്ങളിൽ നിന്നും അത്ഭുതകരമായി രക്ഷപ്പെട്ടു.

ഈ കഥയ്ക്കൊരു പുരാണമില്ല. ഇതിഹാസമില്ല. എങ്കിലും അതിന് ഒരടിസ്ഥാനമില്ലാതെ വരുമോ എന്ന ചിന്തകന്മാർക്ക് സംശയം തോന്നാം. എന്തുകൊണ്ട്? ഒരിക്കൽ ആരെങ്കിലും ആദ്യം കടലിൽ പോയിരിക്കണമല്ലോ. അയാളെ ഒഴുക്കു വിഷമിപ്പിച്ചേക്കാം. തിമിംഗലം ഭയപ്പെടുത്തിയിരിക്കാം. സ്രാവ് വാഹനത്തിൽ വാലിട്ടു തല്ലിയും ഇരിക്കാം. ഇതു സംഭവ്യമാണ്.

എന്നാൽ അയാളുടെ പേരോ അയാൾ ഉൾക്കൊള്ളുന്ന വർഗത്തിന്റെ പേരോ അന്നു മുക്കുവൻ എന്നായിരിക്കുകയില്ല. മീൻപിടുത്തം തൊഴിലായി സ്വീകരിച്ചതിനുശേഷമേ അവർക്ക് മുക്കുവർ എന്ന പേര് സിദ്ധിച്ചിരിക്കാൻ ഇടയുള്ളൂ. അപ്പോൾ ആ ആദ്യത്തെപ്പേർ എന്തായിരുന്നു? അത് തകഴിയുടെ മൂലഗ്രന്ഥത്തിൽ വിവരിച്ചിട്ടില്ലേ? അയാൾ കരയിൽ

നിന്നു തടിക്കഷണത്തിൽ കയറിയാണ് പോയതെങ്കിലും സ്രാവ് വാലിട്ടടിച്ചപ്പോഴും ചുഴി വലിച്ചപ്പോഴും ആ തടിക്കഷണം എങ്ങനെ വള്ളമായി? വള്ളവും തടിയും രണ്ടല്ലേ?

ചക്രവാളത്തിനപ്പുറത്തേക്കു പോയി ഇന്നും മീൻ പിടിക്കുന്നവരല്ല കേരളത്തിലെ മീൻപിടുത്തക്കാർ. ആ സ്ഥിതിക്ക് ആദ്യത്തെ ആ മത്സ്യവേധകമൻ എങ്ങനെ ഒരു തടിക്കഷണത്തിൽ കയറി ചക്രവാളത്തിനപ്പുറത്തേക്കു പോയി തിരയോടും തിമിംഗലങ്ങളോടും മകരമത്സ്യങ്ങളോടും എതിർത്തു മീനും പിടിച്ച് അപ്പോൾ തന്നെയിങ്ങു കരയ്ക്കുവന്നു? ഈ ചക്രവാളത്തിനപ്പുറംവരെ തുഴഞ്ഞുപോയി ഈ വിക്രമങ്ങളെല്ലാം കഴിഞ്ഞ് ഒരു മീനുംകൊണ്ട് അയാൾക്ക് കരയ്ക്കൽ വരാൻ കുറച്ചു സമയം മതിയായിരുന്നോ? അയാളുടെ ഭാര്യ കടപ്പുറത്തു പടിഞ്ഞാറോട്ടു നോക്കി തപസ്സ് ചെയ്തുകൊണ്ടു നിൽക്കവേ തന്നെ അയാൾ തിരിച്ചുവന്നിരിക്കണം. അയാൾ തിരിച്ചുവരുന്നതുവരെ അവൾ തപശ്ചര്യയിൽ തന്നെ നിന്നുമിരിക്കണം. അപ്പോൾ തിരയ്ക്കപ്പുറം വരെയല്ലാതെ അയാൾ പോയിരിക്കയില്ല. പോകേണ്ട ആവശ്യവുമില്ല. എന്തുകൊണ്ട്? അന്നുവരെ കടൽമത്സ്യങ്ങൾക്ക് കരയിൽ ശത്രുക്കളില്ലായിരുന്നതു നിമിത്തം തിരക്കുഴിയിൽതന്നെ ധാരാളം മത്സ്യങ്ങൾ (വലുതും ചെറുതും) ഉണ്ടായിരുന്നു.

ഈ കഥ ഇന്നത്തെ മുക്കുവനും വിശ്വസിക്കുന്നു എന്നും അവൻ അവന്റെ മുക്കുവത്തിയോട്, ആ പഴയ മുത്തശ്ശിയെപ്പോലെ തപസു ചെയ്യാൻ ആവശ്യപ്പെടുകയാണെന്നും തകഴി ഉറപ്പിച്ചുപറയുന്നു. അതൊരന്ധവിശ്വാസമല്ലെന്നു ചാരിത്ര്യത്തെ പൊക്കിപ്പിടിച്ചുകൊണ്ട് തകഴി സ്ഥാപിക്കയാണ് ഈ ഭാഗം കൊണ്ട്.

ഇങ്ങനെയുള്ള യുക്തിശൂന്യങ്ങളും തത്വവിഹീനങ്ങളുമായ അന്ധവിശ്വാസ പ്രമാണങ്ങൾ മുക്കുവന്റെ തലയിൽ പിടിച്ചു കയറ്റിവച്ച് അവന്റേതാണെന്നു പറഞ്ഞു തകഴി *ചെമ്മീനി*ലൂടെ മുതലെടുക്കുകയാണ് ചെയ്തിരിക്കുന്നത്.

മുക്കോൻ കടലിൽ പോകുമ്പോൾ ഇപ്പോൾ കടപ്പുറത്തുനിന്നു തപസു ചെയ്യുന്ന മുക്കുവത്തി നീർക്കുന്നത്തുമില്ലെന്നു *ചെമ്മീൻ* വ്യക്തമായി തെളിയിക്കുന്നുണ്ട്. ഇന്നത്തെ മുക്കുവന്റെ തപസിനുവേണ്ടിയുള്ള ആജ്ഞ അവന്റെ മുക്കുവത്തി തിരസ്കരിക്കയാണോ? മുക്കുവൻ അത്ര ശക്തിഹീനനായോ? ഇല്ല, അവൻ അങ്ങനെ ആവശ്യപ്പെടുന്നില്ലെന്നുള്ളതാണ് വാസ്തവം. അവനറിയാം കടല് തപസുകൊണ്ട് കായലാകയില്ലെന്നും കടലിനകത്തൊരു കടലമ്മയില്ലെന്നും.

ചെമ്മീന്റെ കാലം

തൃക്കുന്നപ്പുഴനിന്നു നേരെ കിഴക്കേക്കരയിറങ്ങി റോഡിൽ ചെന്നു വണ്ടി കയറി ഹരിപ്പാട്ടു പോകാറായിട്ടു വളരെ കുറച്ചു വർഷങ്ങളേ ആകുന്നുള്ളു. പളനി അങ്ങനെ വണ്ടി കയറി ഹരിപ്പാട്ടു പോയി ഊണും കഴിച്ചു

കറുത്തമ്മയ്ക്ക് ഒരു കസവു നേര്യതും വാങ്ങി വന്ന കഥ ചെമ്മീൻ പന്ത്രണ്ടാം അധ്യായത്തിൽ വിവരിക്കുന്നു. അതേ അധ്യായത്തിൽത്തന്നെ പട്ടുജമ്പറും പുടവയും കൂടി ആവശ്യപ്പെടുന്ന കറുത്തമ്മയേയും കാണാം.

അപ്പോൾ *ചെമ്മീനി*ലെ കഥ നടക്കുന്നത് റൗക്കയുടെയും ജായ്ക്കെറ്റിന്റെയും കാലം കഴിഞ്ഞു. ജമ്പറിന്റെ അവസാന കാലഘട്ടത്തിലാണ്. ബ്ലൗസിന്റെ കാലം ആരംഭിച്ചതോടെയാണ് റോഡിൽ ചെന്നു വണ്ടികയറി ഹരിപ്പാട്ടു പോകാൻ തൃക്കുന്നപ്പുഴക്കാർക്ക് സൗകര്യം ലഭിച്ചത്. അപ്പോൾ കഥയ്ക്ക് ഒരു വ്യാഴവട്ടത്തിനപ്പുറം പഴക്കമില്ല എന്നു സ്പഷ്ടം.

എല്ലാ തൊഴിലാളിവിഭാഗങ്ങളും അവരെ ചൂഷണം ചെയ്തുകൊണ്ടിരുന്ന വർഗക്കാരോടു സമരം ചെയ്തു സ്വാതന്ത്ര്യം നേടിക്കഴിഞ്ഞ കാലമാണത്. സമുദായങ്ങളിലെ മാമൂലുകളോടും അനാചാരങ്ങളോടും പടവെട്ടി പുതുമയോടെ പുരോഗതിക്ക് കളമൊരുക്കിയ കാലഘട്ടമാണത്. തൊടീലിന്നും തീണ്ടലിന്നുമെതിരായി സമരം ചെയ്തു ക്ഷേത്രപ്രവേശന വിളംബരം പ്രഖ്യാപനം ചെയ്യിച്ച ആയിരത്തിനൂറ്റിപ്പന്ത്രണ്ടിന്റെയും സന്താനമാണക്കഥാകാലഘട്ടം. ഒരു ജാതിയും ഒരു മതവും ഒരു ദൈവവുമേയുള്ളൂ എന്ന ശ്രീനാരായണ സന്ദേശം ഒരു തത്വമായി സകല ജനങ്ങളും അംഗീകരിച്ചുകഴിഞ്ഞ കാലമാണത്. മഹാരാജാവിന്റെ പരമാധികാരത്തിൻകീഴിൽ ജനങ്ങളോടു ഉത്തരവാദിത്വമുള്ള ഭരണം തിരുവിതാംകൂറിൽ ഏർപ്പെടുത്തണമെന്നു വാദിക്കുകയും കൊച്ചിയിൽ അതു പരിപൂർണമായി നടപ്പിൽ വരുത്തിക്കഴിയുകയും ചെയ്ത കാലമാണത്. അതേ കാലഘട്ടത്തിൽത്തന്നെ ഇവിടെ ഉത്തരവാദഭരണം വന്നു. പ്രായപൂർത്തി വോട്ടവകാശം വന്നു. രാജഭരണം പോയി. തിരു-കൊച്ചി സംസ്ഥാനങ്ങൾ ഒന്നായി, ഇന്ത്യൻ യൂണിയനിൽ ലയിച്ചു. രാജ്യം അപ്പഴപ്പോൾ ഉറപ്പുള്ള രാഷ്ട്രീയ പാർലമെന്ററി പാർട്ടികളുടെ ഭരണത്തിൽ ആകുന്ന നിയമവും വന്നു. ഭരണവിഷയത്തിൽ പണ്ടുപണ്ടേയുണ്ടായിരുന്ന മാമൂലുകളെല്ലാം തകർന്നു തരിപ്പണമായി. ഇങ്ങനെ രാഷ്ട്രീയമായും സാമൂഹികമായും സാമ്പത്തികമായും മതപരമായും വലിയ പരിവർത്തനങ്ങൾ ഉണ്ടായി. അധ്വാനിക്കുന്ന ജനവിഭാഗങ്ങൾക്ക് അവരെ ആരു ഭരിക്കണമെന്നുള്ളതിനെക്കുറിച്ചും സമ്മതിദാനത്തെക്കുറിച്ചും ശരിയായ സ്വയംനിർണ്ണയാവകാശബോധം ഉണ്ടായിക്കഴിഞ്ഞ കാലമാണത്.

ആ കാലഘട്ടത്തിൽ അമ്പലപ്പുഴ താലൂക്കിലെന്നല്ല, തിരുവിതാംകൂറിലെ സകല താലൂക്കുകളിലെയും തുറയിലരയന്മാരുടെയും അധിപതികളുടെയും അധികാരങ്ങൾ അസ്തമിപ്പിച്ചു സമുദായ പരിഷ്കർത്താക്കൾ വെന്നിക്കൊടി നാട്ടിക്കഴിഞ്ഞിരുന്നു. തൽസ്ഥാനങ്ങളിൽ സംഘങ്ങളും യോഗങ്ങളും നിലയുറപ്പിച്ചുവരുന്നു.

അമ്പലപ്പുഴ താലൂക്കിൽ തോട്ടപ്പള്ളി മുതൽ ആലപ്പുഴ വരെയുള്ള പ്രദേശങ്ങളിൽ അരയസമുദായത്തിലെ അധ്വാനിക്കുന്ന ജനവിഭാഗങ്ങൾ ദുഷിച്ചു നാറിയ ജന്മി മുതലാളിത്ത വ്യവസ്ഥിതിയോടും എതിർക്കുന്ന കാലഘട്ടമാണത്.

ആ കാലഘട്ടത്തിൽ മാമൂലിനെതിരായി വള്ളവും വലയുമിടാൻ ആവേശംകൊള്ളുന്ന ചെമ്പൻകുഞ്ഞിനെ പൂട പൊഴിഞ്ഞ ഒരു തുറയിലരയനെ സൃഷ്ടിച്ച് അയാളുടെ മുമ്പിൽ കുനിച്ചുനിർത്തുന്നു. മനുഷ്യനെ സ്നേഹിച്ച കറുത്തമ്മയെ ഘോരഘോരമായി കടലമ്മയെ കൊണ്ടു ശിക്ഷിപ്പിക്കുന്നു. അതിനുവേണ്ടി, മുമ്പ് ആരും കേട്ടിട്ടില്ലാത്തതും അന്നുമിന്നും ആരും വിശ്വസിക്കാത്തതുമായ ഒന്നുരണ്ട് പഴഞ്ചൻ കഥകൾ കൃതയുഗത്തിൽനിന്നേ കെട്ടിവലിച്ചുകൊണ്ടുവന്ന് ഈ ഇരുപതാം നൂറ്റാണ്ടിന്റെ ഉത്തരാർധവുമായി കൂട്ടിക്കെട്ടുന്നു! എന്തിന്? കടലിനകത്തൊരു കടലമ്മയുണ്ടെന്നും ആ ഉഗ്രമൂർത്തി ചാരിത്ര്യം കെട്ട മുക്കുവത്തികളുടെ ഭർത്താക്കന്മാരെ കൊന്നുകളയുമെന്നും അരുതായ്മയും മാമൂലും തെറ്റിച്ചു വള്ളവും വലയും ഇറക്കുന്നവരെ ഒരുപോലെ നശിപ്പിച്ചുകളയുമെന്നും സ്ഥാപിക്കാൻ വേണ്ടി!

ചെമ്മീനിലെ ജാതിവിഭാഗം

*ചെമ്മീനി*ൽ അരയസമുദായത്തിലെ ജാതിവിഭാഗത്തെപ്പറ്റി വിവരിച്ചിരിക്കുന്നത് വളരെ നേരംപോക്കിനുള്ള ഒരു കാര്യമാണ്. തകഴി ബുദ്ധിപൂർവം ഒഴിഞ്ഞുനിന്നുകൊണ്ട് ഈ അരയസ്മൃതിയിലെ ജാതിവിഭാഗശാസനം അച്ചൻകുഞ്ഞ് എന്നൊരു കഥാപാത്രത്തെക്കൊണ്ടാണ് വിവരിക്കുന്നത്. ഇന്നു ജീവിച്ചിരിക്കുന്ന അരയർ ആരും ഈ നിയമശാസ്ത്രത്തെ അനുകൂലിക്കയില്ലെന്നുള്ളതുകൊണ്ട് തകഴി തന്നെ ആ അബദ്ധത്തിന്റെയും ഉത്തരവാദിത്വം ചുമക്കണം.

ഒന്നാമതായി വലക്കാരൻ എന്നൊരു ജാതി ഈ സമുദായത്തിലില്ല. വള്ളവും വലയും നടത്തുന്ന ആർക്കും ഈ പേരുണ്ടാകുന്നതാണ്. വലക്കാരനെന്നുള്ളത് ഒരു പ്രത്യേക ജാതിയായി വിവരിച്ചിരിക്കുന്നതു തെറ്റാണ്. മരയ്ക്കാൻ എന്നും മുക്കുവൻ എന്നും നുളയൻ എന്നുമുള്ള നാമങ്ങളെല്ലാം അരയന്റെ പര്യായങ്ങളാണ്. തെക്കൻ തിരുവിതാംകൂറിൽ നുളയനെന്നും മധ്യതിരുവിതാംകൂറിൽ ചിലേടത്ത് മരയ്ക്കാനെന്നും ചിലേടത്ത് അരയനെന്നും ഉത്തര തിരുവിതാംകൂറിൽ ചിലേടത്ത് അരയനെന്നും ചിലേടത്ത് മുക്കുവനെന്നും കൊച്ചിയിൽ അരയനെന്നും മലബാറിൽ അരയനെന്നും മുക്കുവനെന്നും പ്രാദേശികമായി വിളിച്ചുപോന്നിരുന്നു. ഈ കഥയുടെ കാലഘട്ടത്തിൽ അങ്ങനെയുമില്ല. അരയൻ എന്ന പൊതുനാമത്താൽത്തന്നെ ഹിന്ദു മത്സ്യപ്പിടുത്തക്കാർ അറിയപ്പെടുന്നു.

പിന്നെ ഈ കാലഘട്ടത്തിൽ അരയന്മാർക്കില്ലാത്ത ജാതിവിഭാഗം ഉണ്ടാക്കിവയ്ക്കാൻ തകഴി *ചെമ്മീനി*ലൂടെ ശ്രമിച്ചതിന് എന്തെങ്കിലും ഉദ്ദേശമുണ്ടോ? വായിൽ തോന്നിയതു കോതയ്ക്ക് പാട്ടാവാം. എന്നാൽ ഒരു സമുദായത്തെ ചിത്രീകരിക്കുമ്പോൾ ചരിത്രവും വസ്തുസ്ഥിതിയും അനുകൂലിക്കണമെന്നുള്ളത് ഓർക്കേണ്ട ഒരു കാര്യമാണ്.

ഈ ജാതിവിഭാഗത്തിൽ അരയൻ, മുക്കുവൻ, മരയ്ക്കാൻ, വലക്കാരൻ, പിന്നൊരു പഞ്ചമജാതി എന്നിങ്ങനെ അഞ്ചായി തിരിച്ചിരിക്കുന്നു.

നാലും മനസിലായി. ഈ പിന്നൊരു പഞ്ചമജാതി എന്നു പറയുന്നതിനു പേരില്ലയോ? ആ ജാതി എവിടെയുണ്ട്? നീർക്കുന്നത്തു തന്നെയുണ്ടോ? സാമ്പിളിനും മാത്രമെങ്കിലും ആ ജാതിയെ ഒന്നു കാണിച്ചുതരാമോ? തകഴിയോടു ചോദിക്കയാണ്.

എങ്ങനെ ഈ പേരുകളുണ്ടായി?

അരയന്മാർ മുത്തു മുങ്ങുകയും മീൻപിടിക്കയും പ്രധാന തൊഴിലായി സ്വീകരിച്ച കാലം തുടങ്ങി മുക്കുവരെന്നുള്ള പേരുണ്ടായി. കപ്പലോട്ടവും നാവിക വാണിജ്യവും തൊഴിലാക്കിയപ്പോൾ മരക്കലർ എന്നു പേരുണ്ടായി. അതിന്റെ തൽഭവമാണ് മരയ്ക്കാന്മാർ. അൻപത്തഞ്ചു കൊല്ലം കഴിഞ്ഞിട്ടേയുള്ളു മരക്കലം കൊണ്ടുള്ള മീൻപിടുത്തം മധ്യതിരുവിതാംകൂറിലുള്ളവർ നിർത്തിവച്ചിട്ട്. ഈ മരക്കലത്തിന് 'പാറ്' എന്നാണ് മലയാളത്തിലുള്ള പേര്.

ആ മാമൂൽ

വലക്കാരന്മാർക്കല്ലാതെ മുക്കുവന്മാർക്ക് വള്ളവും വലയും നടത്താൻ പാടില്ലെന്നുള്ള മാമൂലും ഇതേവരെ അരയസമുദായത്തിൽ ഉണ്ടായിട്ടില്ലാത്തതാണ്. മുക്കുവൻ എന്നു പറഞ്ഞാൽത്തന്നെ മീൻ പിടിക്കുന്നവനെന്നാണർഥം.

വള്ളവും വലയുമില്ലാതെങ്ങനെ മീൻ പിടിക്കും? എല്ലാറ്റിനേക്കാളും ഏറെച്ചിരിപ്പിക്കുന്ന ഒരു കഥയാണീ മാമൂൽ പ്രസംഗം! ഇതൊക്കെ തകഴിക്ക് ഏതു ദിവ്യൻ ഉപദേശിച്ചു എന്നാണറിയേണ്ടത്.

തകഴിയുടെ മീൻപിടുത്തം!

ഇനി തകഴി മീൻപിടുത്തത്തെ എങ്ങനെ ഈ നോവലിൽ കൈകാര്യം ചെയ്തിരിക്കുന്നു എന്നു നോക്കാം. ചെമ്പൻകുഞ്ഞിന്റെ വള്ളം ആദ്യമായി ഇറക്കുന്ന ദിവസം പെയ്ത്തുനോക്കി അയാളുടെ ഭാര്യ ചക്കിയും മകൾ കറുത്തമ്മയും കടപ്പുറത്തു നിൽക്കയായിരുന്നു. പെയ്ത്തെന്താന്നെന്നു കറുത്തമ്മ ചക്കിയോട് ചോദിച്ചു. ലക്ഷണം കണ്ടിട്ട് അയലയാണെന്നു ചക്കി മറുപടി പറഞ്ഞു: "അപ്പോൾ തുടങ്ങിയപ്പോഴേ നമുക്ക് നല്ലതാ" എന്നു കറുത്തമ്മ പറഞ്ഞു സന്തോഷം പ്രകടിപ്പിച്ചു.

പക്ഷേ, വള്ളം കോരും കഴിഞ്ഞടുത്തപ്പോൾ അതിൽ അയലയല്ല മത്തിയാണ്!

പന്ത്രണ്ടാളുകൾ കേറിപ്പോകുന്ന താങ്ങുവള്ളമാണത്. അതിൽ താങ്ങുവല കൊണ്ടേ പെയ്യാനൊക്കൂ. അയലയും ചാളയും പിടിക്കുന്നതിന് പ്രത്യേകം വലകളുണ്ട്. അവ നീട്ടുവലകൾ (wall nets) ആണ്; കോരുവലകളല്ല. താങ്ങുവല കോരുവലയാണ്. അതിൽ കോരിപ്പിടിക്കാവുന്ന മത്സ്യങ്ങളെല്ലാം പെടും. എന്നാൽ, കണ്ണിയിൽ കെട്ടുന്ന അയല, ചാള (മത്തി) എന്നിവ താങ്ങുവലയിൽപ്പെടാറില്ല. അതിലേക്ക് പ്രത്യേകം വല വേണം. സാധാരണ അയലവലയും ചാളവലയും പോരാ. അയല

വലയിൽ ചാള പെടുകയില്ല. ചാളവലയിൽ അയലയും പെടുകയില്ല. വലുപ്പച്ചെറുപ്പമനുസരിച്ച് പറ്റുവലയും തെളിവലയും പ്രത്യേകം പ്രത്യേകം ഉപയോഗിച്ചേ അയല പിടിക്കാനൊക്കൂ. ഇതു തന്നെയാണ് ചാളയെ സംബന്ധിച്ചും ഉള്ള കണക്ക്.

അയലപ്പെയ്ത്തു കണ്ടു സന്തോഷിച്ച ചക്കിയിൽ നിന്നും മകളിൽ നിന്നും ഒരു സംഗതി വ്യക്തമാകുന്നു; അയല പിടിക്കാനുള്ള വല അതിലുണ്ടെന്ന്. മത്തിയും പിടിച്ചുകൊണ്ടു കരയ്ക്ക് വന്നതിൽനിന്ന് ഒരു സംഗതി തെളിയുന്നു, മത്തി പിടിക്കാനുള്ള വലയും അതിലുണ്ടായിരുന്നെന്ന്. അങ്ങനെ അയലവലയും മത്തിവലയും താങ്ങുവലയും ഒന്നിച്ച് ഒരേസമയം ഒരു വള്ളത്തിൽ വച്ചു കൊണ്ടുപോകാൻ സാധ്യമല്ല. അങ്ങനെ ഒരു നടപടി ഇന്നോളമുണ്ടായിട്ടുമില്ല. അവിടെ തകഴിക്ക് തെറ്റുപറ്റി. ഈ തെറ്റ് അവിടെക്കൊണ്ടും അവസാനിച്ചില്ല; അതു തൃക്കുന്നപ്പുഴ ക്കടപ്പുറത്തു തുടരുന്നു.

പളനി തനിച്ചാണ് ഒരു ചെറുവള്ളത്തിൽ കയറി ചൂണ്ടലിടാൻ പോകുന്നത്. വലിയ തരം ശ്രാവിനെയും മറ്റും പിടിക്കുന്നതിന് ഉൾക്കടലിൽ പോയാണ് ചൂണ്ടലിടുന്നത്. ഈവിധം മീൻപിടിക്കുന്ന സമ്പ്രദായത്തിനാണ് ആഴക്കടൽ മത്സ്യബന്ധനം (Deep sea fishing) എന്നു പറയുന്നത്. പക്ഷേ, ഇതൊരാളെക്കൊണ്ടു മാത്രം സാധിക്കുന്ന കാര്യമല്ല. വള്ളത്തിൽ അമരം വയ്ക്കാനും പായ് കെട്ടി ഓടിക്കാനും ചൂണ്ട നിരത്തിയിടാനും വലിവ് നോക്കാനും മീൻ ചൂണ്ടലിൽ പിടിച്ചാൽ മയത്തിന് ചരട് ഇളക്കിക്കൊടുക്കാനും മുറുക്കാനും നാലുപേരെങ്കിലും വേണം. ഈ ചൂണ്ടപ്പണി സാധാരണഗതിയിൽ മധ്യതിരുവിതാംകൂറിലെ അരയന്മാർ നടത്തിവരുന്നില്ല. അവർ വൻമീൻവല കൊണ്ട് ഡീപ് സി ഫിഷിങ് നടത്തുന്നവരാണ്. തൃക്കുന്നപ്പുഴ ഒട്ടു തീരെയും ഇല്ല. ചൂണ്ടൽ ഇടാനും വൻമീൻവല പെയ്യാനും ഉപയോഗിക്കുന്നത് നൂവലവള്ളവും താങ്ങുവള്ളവുമാണ്. നൂവലവള്ളത്തിൽ തണ്ടു വലിക്കാനും അമരം വയ്ക്കാനും നാലഞ്ചുപേർ വേണം. ഉൾക്കടലിൽ വച്ചു മറിഞ്ഞോ മുങ്ങിയോ പോകാത്ത വള്ളമാണ് വേണ്ടത്, ചെറുവള്ളങ്ങളല്ല. വളരെ ദൂരം പോകുമ്പോൾ, ഇത്രയും പേരുണ്ടായാൽപ്പോലും അവർ തണ്ടു പിടിച്ചും തുഴഞ്ഞും ക്ഷീണിച്ചു പോകാറുണ്ട്. കാറ്റനുകൂലമുള്ളപ്പോൾ പായ് കെട്ടി ഓടിച്ച് ഈ വള്ളങ്ങൾ ഉൾക്കടലിൽ കൊണ്ടുപോകാനും കൊണ്ടുവരാനും എളുപ്പമുണ്ട്. അതുകൊണ്ട് വൃശ്ചികം മുതൽ മീനം വരെയുള്ള കാലഘട്ടത്തിലേ വൻമീൻ വല (ഓട്ടവല) യ്ക്ക് കേരളത്തിലെ മീൻപിടുത്തക്കാർ, വിശേഷിച്ചു തിരുവിതാംകൂർകാർ ഒരുങ്ങാറുള്ളൂ. സത്യം ഇങ്ങനെയിരിക്കെ പള്ളാത്തുരുത്തിയാറ്റിൽ ഒരു കൊതുമ്പു വള്ളമിട്ടു ചെറുമച്ചെക്കൻ ചൂണ്ടലിടുന്നതു പോലുള്ള നിസ്സാര മനോഭാവത്തോടെ പളനി ഒറ്റയ്ക്ക് കടലിനെ സംബന്ധിച്ചിടത്തോളം ഒരു കൊതുമ്പെന്നു പോലും പറയാനില്ലാത്ത ചെറുവഞ്ചിയിൽ കയറി ചൂണ്ട കൊണ്ടു മകരവേട്ട നടത്തുവാൻ അങ്ങുൾക്കടലിലേക്ക് പോകയാണ്! എന്തൊരസംഭവ്യവും അഭൂതപൂർവവുമായ ഒരു മീൻപിടി

ത്തമാണിത്. കടലാസിൽ ഇങ്ങനെയൊക്കെ എഴുതാം; കടലിനോടും മത്സ്യ വ്യവസായ നിയമങ്ങളോടും ഈ കസർത്തുവിദ്യകൾ ഒന്നും വില പ്പോകയില്ല.

വളരെക്കാലത്തെ പരീക്ഷണ നിരീക്ഷണങ്ങളുടെ ഫലമായിട്ടാണ് മത്സ്യപ്പിടുത്ത സമ്പ്രദായം ഇന്നീക്കാണുന്ന വിധത്തിൽ അതിന്റെ ഉപ ജ്ഞാതാക്കൾ എത്തിച്ചേർത്തത്. അവരുടെ തത്സംബന്ധമായ പ്രയോഗ മാർഗങ്ങൾ തന്നെയാണ് മത്സ്യപിടുത്ത ശാസ്ത്രങ്ങളായി മാറിയിട്ടുള്ള തും. എന്നാൽ തകഴി അതൊക്കെ എടുത്തമ്മാനമാടുകയാണ്. മീൻപി ടുത്ത സമുദായക്കാരും ആ മീൻപിടുത്ത വ്യവസായവും അദ്ദേഹത്തിന് ശിവമൂലിയാണ്; ഓർക്കാനിപ്പിക്കുന്ന ഗഞ്ചാ!

അരയന്റെ സ്വഭാവം

പരീക്കുട്ടിക്ക് മീൻകച്ചവടം ചെയ്തുകൊടുക്കാത്ത ചെമ്പൻകുഞ്ഞിന് ഒരുദ്ദേശ്യമുണ്ടെന്ന് ചക്കിയോടുള്ള സംഭാഷണത്തിൽ തകഴി വെളിപ്പെ ടുത്തുന്നു. അതു മറ്റൊന്നുമല്ല. അങ്ങനെ കച്ചവടം ചെയ്യാൻ കൊടുത്താൽ അയാൾക്ക് കൊടുക്കാനുള്ളതിൽ തട്ടിക്കഴിച്ചെടുക്കും. അപ്പോൾ കേറി പ്പോകുന്നവർക്ക് പങ്കു കൊടുക്കാൻ സാധിക്കാതെ വരും. അവർ പിണ ങ്ങിയാൽ വള്ളവും മുടങ്ങും. അങ്ങനെ വരാതിരിക്കാൻ അയാൾ രൊക്കം പണം ആവശ്യപ്പെടുകയല്ലാതെ പരീക്കുട്ടിക്ക് ചരക്കു കൊടുക്കയില്ലെന്നു പറഞ്ഞിട്ടില്ല. ഔസേപ്പും ഗോവിന്ദനും ഇങ്ങനെയാണ് വള്ളക്കാരെ അടി മകളാക്കിയിട്ടുള്ളത്. പണം തന്നിട്ടുള്ളയാൾക്കടിമപ്പെടരുതെന്നുള്ളത് ഒരു മാമൂലിന്റെ ലംഘനമാണ്. അതുശിർപ്പോടെ അനുഷ്ഠിച്ച ചെമ്പൻകു ഞ്ഞിനെ നോക്കി തകഴി പറകയാണ് "മീൻ കാണുമ്പോൾ ഇതരയന്റെ സ്വഭാവമാണ്" എന്ന്! ഇതൊരു സാമാന്യ നിർവചനമായതുകൊണ്ട് കേര ളക്കരയിലുള്ള എല്ലാ അരയനേയും ഇത് ബാധിക്കും. അങ്ങനെ വേണ്ടി യില്ലായിരുന്നു. ആ സ്വഭാവം ചെമ്പൻകുഞ്ഞിൽ മാത്രം നിർത്തിയാൽ മതിയായിരുന്നു; അതും മര്യാദയല്ല. ഒരു സമുദായത്തെ ആകമാനം ബാധി ക്കുന്ന ഈ അപമാനകരമായ നിർവചനവും തകഴിയെ അരയസമുദായ വിദ്വേഷിയാക്കി നിർത്തിയിരിക്കുകയാണ്. തകഴി അരയസമുദായത്തെ ചുവരാക്കി ഇനി തന്റെ സാഹിത്യ ചിത്രമൊന്നും വരയ്ക്കണ്ട എന്നവർ കൈചൂണ്ടിപ്പറയാൻ തക്കവണ്ണം അദ്ദേഹം ഈ നിർവചനം കൊണ്ട് വളർന്നിട്ടുണ്ട്.

അരയത്തികൾക്ക് ഒരു നിർവചനം

"നീണ്ട നാവും അസ്ഥാനത്തിലുള്ള നീട്ടിയ ഉച്ചാരണവും ആത്മ ബലവും എന്തുവന്നാലും കുലുക്കമില്ലാത്ത മന:സ്ഥിതിയും ഉള്ള അര യത്തികളാകുന്ന ഭദ്രകാളികൾ!"

ഇതാണ് തകഴി അരയത്തികൾ എന്നുള്ളതിന് കൊടുത്തിരിക്കുന്ന നിർവചനം. ഭദ്രകാളിയെ ഒരു രൗദ്രദേവതയായിട്ടാണ് വർണിക്കപ്പെട്ടു

കാണുന്നത്. ആ ഭദ്രകാളി ഒരിക്കൽ മഹിഷാസുരനെക്കൊന്നു, പിന്നൊരിക്കൽ താരകാസുരനെക്കൊന്നു, പിന്നെയും പല കൊലകളും നടത്തി. ശത്രുസംഹാരം നടത്തിയശേഷം അവരുടെ രക്തവും കുടിച്ചു കുടൽമാലയും വലിച്ചു കടിച്ചുപിടിച്ച് ഒരു കൈയിൽ വാളും മറുകൈയിൽ ശത്രുവിന്റെ തലയും പിടിച്ച് ദംഷ്ട്രങ്ങളും വെളിക്കു കാണിച്ചു നിൽക്കുന്ന ഭദ്രകാളിയുണ്ടല്ലോ, ഓരോ അരയത്തിയും അങ്ങനെയുള്ള രൗദ്രവേഷക്കാരിയാണ്; കാളിയാണ്! നീണ്ട നാവും അസ്ഥാനത്തുള്ള നീട്ടിയ ഉച്ചാരണവും നീർക്കുന്നത്തെ അരയത്തികൾക്കുണ്ടെന്നു തകഴി മനസിലാക്കി സ്ഥലീപുലാകന്യായേന ആ ലക്ഷണം തോവാള മുതൽ തുളുനാടു വരെയുള്ള അരയത്തികളിൽ ഒരുപോലെ കാണുമെന്നുറപ്പിച്ചുകൊണ്ടാണ് *ചെമ്മീനിൽ* ഈ അബദ്ധം കുത്തിക്കുറിച്ചത്. മോശപ്പെട്ടതെങ്കിലും ഒരു സമുദായത്തിലെ സ്ത്രീകളെ ആകമാനം ബാധിക്കുന്ന ഒരു സംഗതി സൂചിപ്പിക്കുമ്പോൾ വിവേകവും സമത്വബോധവും കൈവിടുന്നതു വിവരക്കേടാണ്. ഭദ്രകാളിയെന്നാരെപ്പറഞ്ഞാലും കേൾക്കുന്ന സ്ത്രീക്കും അവളുടെ ആളുകൾക്കും തീരാത്ത അമർഷവും കോപവും ഉണ്ടാക്കും. അത്ര ആക്ഷേപകരമായ അപഹാസ്യമായ - ഒരു പേരാണത്. ആ സ്ഥിതിക്ക് ഈ ഭദ്രകാളി ഭത്സനം അരയന്മാരെ ആകമാനം അപമാനിതരാക്കുന്നുണ്ട്. നീണ്ട നാക്കും അസ്ഥാനത്തുള്ള നീട്ടിയ ഉച്ചാരണവും ഇല്ലാത്തവരാരും അരയത്തികളല്ലെന്നു കൂടിയാണ് ഈ ചെമ്മീൻ ആസ്വദിച്ച് ആകാശവൽഗനം ചെയ്യുന്ന ആരും വിധിയെഴുതാനിടയുള്ളത്. കഷ്ടം തന്നെ! ആ വിധിയെഴുത്തിൽനിന്ന് മോചിക്കുവാനുള്ള രക്ഷാമാർഗം മലയാള ഭാഷയുടെ ഉച്ചാരണശുദ്ധി പരിപാലിച്ചുകൊണ്ടുവരുന്ന കേരളത്തിലെ അരയസ്ത്രീകൾ അന്വേഷിച്ചുകൊള്ളട്ടെ.

എങ്കിലും ഒരു സംഗതി ഇവിടെ ഉദ്ധരിച്ചുകൊള്ളട്ടെ!

"Arayas speak Malayalam and resemble the other Malayalis in their manners, customs and mode of dress." (അരയന്മാർ മലയാളം സംസാരിക്കുന്നു. വേഷത്തിലും ആചാരത്തിലും വസ്ത്രധാരണരീതിയിലും അവർ മറ്റു ഹിന്ദുക്കളോടു സമമാണ്).

1931-ലെ സെൻസസ് റിപ്പോർട്ടിൽ നിന്നുദ്ധരിച്ചതാണീ ഭാഗം. തകഴിയുടെ *ചെമ്മീനി*ലെ കഥാപാത്രങ്ങൾ (ആ പരീക്കുട്ടി പോലും) സ്ത്രീപുരുഷഭേദമന്യേ അസ്ഥാനത്ത് നീട്ടിപ്പറയുന്നവരായിട്ടാണ് കാണുന്നത്; സ്ത്രീകൾ മാത്രമല്ല ഔസേപ്പ് എഴുതിക്കൊണ്ടുവന്ന കരാർപത്രം ഒന്നു വായിച്ചുപോലും നോക്കാതെയാണ് ചെമ്പൻകുഞ്ഞ് അതിലൊപ്പിട്ടതെന്ന് തകഴി പറയുന്നു. ആ സ്ഥിതിക്ക് ചെമ്പൻകുഞ്ഞിന് വായിക്കാനറിയാമായിരുന്നു. അങ്ങനെ എഴുത്തു പഠിച്ച ചെമ്പൻകുഞ്ഞും പഠിക്കാത്ത ചക്കിയും ഒന്നുപോലെയാണ് നീട്ടിപ്പറയുന്നത്. അവനെഴുത്തു പഠിച്ചിട്ടും പ്രയോജനമില്ല!

ഇനി, അമ്പലപ്പുഴ താലൂക്കിലെ, നീട്ടിപ്പറയുന്ന നീണ്ട നാക്കുകാരായ ഭദ്രകാളികളും അവരുടെ ഭർത്താക്കന്മാരും ആരാണെന്നു നോക്കാം.

"Another, according the *Dheevarolpathy* is that they are the Arayan descendants of the king Dushyantha of Puranic fame and they were brought to Travancore from the bank of the Krishna River, by the Chempakasseri chief of Ambalapuzha." (ധീവരോൽപ്പത്തിയനുസരിച്ച് ഒരു വിഭാഗം അരയന്മാരുടെ ആദിചരിത്രം, അവർ പുരാണ പ്രസിദ്ധ നായ ദുഷ്യന്ത മഹാരാജാവിന്റെ പിൻവാഴ്ചക്കാരായ ആര്യസന്തതിക ളാണെന്നും അവരെ കൃഷ്ണാ നദീതീരത്തുനിന്നും അമ്പലപ്പുഴ ചെമ്പ കശ്ശേരി രാജാവ് തിരുവിതാംകൂറിലേക്ക് വരുത്തിയതാണെന്നുമാണ്).

ഇതും സെൻസസ് റിപ്പോർട്ടിൽ നിന്നുദ്ധരിച്ചിട്ടുള്ളതാണ്. അപ്പോൾ നീട്ടിപ്പറയുന്ന ഇവരുടെ പൂർവരാജ്യവും ഭാഷയും വേറെയായിരുന്നു. അവ രിവിടെ വന്നു മലയാളം മാതൃഭാഷയാക്കിയവരാണ്; കൃഷ്ണാനദിയിലെ മീൻപിടുത്തം നിർത്തി ഇവിടെ വന്നു കടലിൽ മീൻ പിടിക്കാൻ പഠിച്ചവ രാണ്. അമ്പലപ്പുഴ രാജാവിന്റെ കാലംതൊട്ട് അവർക്ക് അവിടത്തെ ഉയർന്ന ഹിന്ദുക്കളുമായി അടുത്തു നിത്യസഹവാസത്തിനുള്ള അവസരം ഉണ്ടായിട്ടുണ്ട്. പോർട്ടുഗീസുകാരുടെയും ലന്തക്കാരുടെയും ആക്രമണ മുണ്ടായപ്പോഴും സാമൂതിരി നാവികപ്പട കുഞ്ഞാലിമരയ്ക്കാരുടെ നേതൃ ത്വത്തിൽ ചെമ്പകശ്ശേരി രാജ്യം പിടിക്കാൻ വന്നപ്പോഴും ചെമ്പകശേരി രാജ്യത്തെ രക്ഷിച്ച നാവികപ്പടയും സൈന്യ നായകന്മാരും ഈ അരയ ന്മാരായിരുന്നു. "കല്ലൂർക്കാടൻ പറ" അമ്പലപ്പുഴ കല്ലൂർക്കാട്ടരയന്റെ നിത്യ സ്മാരകമാണ്. ഇങ്ങനെ ചരിത്രപാരമ്പര്യമുള്ള അമ്പലപ്പുഴത്താലൂക്കിലെ അരയന്മാരുടെ ഇന്നത്തെ തലമുറയെ നോക്കി കൊഞ്ഞനം കുത്തുന്ന തകഴി അർഥമില്ലാതെ നീട്ടിയെഴുതുന്ന ഒരാൾ എന്ന പരിഹാസത്തിനും അർഹനാണ്. *ചെമ്മീൻ* തൊലി നീക്കിത്തിന്നാൽ നല്ല സ്വാദുള്ള ഒരു വസ്തുവാണ്. എന്നാൽ, തകഴിയുടെ *ചെമ്മീനി*ന് അകവും പുറവും ഒരു പോലെ തൊലി മാത്രമാണ്.

കറുത്തമ്മയെപ്പറ്റി

കറുത്തമ്മയെ ആ പരീക്കുട്ടിയുടെ മുമ്പിൽ അർധ നഗ്നയായി നിർത്തിയതും ആ നിലയിൽ അവളെ നോക്കി അയാൾ പൊട്ടിച്ചിരിക്കാൻ ഇടയാക്കിയതും അപമര്യാദയായിപ്പോയി. ഈ നഗ്നചിത്രമാണ് ഒന്നാം അധ്യായത്തിൽ നാം കാണുന്നത്. *തകഴിക്ക് സാഹോദര്യ സംസ്കാര ബുദ്ധി നശിച്ചുപോയോ എന്ന് സഹൃദയന്മാർ സംശയിച്ചുപോകും ഈ ഭാഗം വായിച്ചാൽ. പക്ഷേ, ഒരു മരയ്ക്കാത്തിപ്പെണ്ണിനെ അങ്ങനെ നഗ്ന യായി നിർത്തുന്നത് മാടശ്ശേരി മാധവവാര്യർക്കും മറ്റും നോക്കി രസി ക്കുവാനുള്ള വക നൽകുന്നുണ്ട്.

---

* ഈ ചിത്രമാണ് പിന്നീട് ചെമ്മീൻ നോവലിന്റെ ഇംഗ്ലീഷ് പതിപ്പുകളുടെ മുഖചിത്ര മായി കൊടുത്തത് പ്രസാധകർ.

അവളെ വിവാഹം ചെയ്തു പളനിയുടെ വീട്ടിൽ കൊണ്ടുവന്ന ശേഷം ആരും വിരുന്നിനു ക്ഷണിച്ചില്ല. ഇത് അരയസമുദായത്തിൽ ഇന്നോളമില്ലാത്ത ഒരു നടപടിയാണ്. അവൻ കയറുന്ന വള്ളത്തിന്റെ ഉട മസ്ഥൻ, കൂടെക്കേറി പോകുന്നവർ എന്നിങ്ങനെ കുറെപ്പേരെങ്കിലും ആ തൃക്കുന്നപ്പുഴ നാട്ടിൽ പളനിയെയും അവന്റെ ഭാര്യയെയും വിരുന്നിന് ക്ഷണിക്കുമായിരുന്നു. അവളെ കച്ചവടത്തിന് കൂട്ടിപ്പോകാനും അവൾക്ക് പേറെടുക്കാനും ഹൃദയമുണ്ടായ പെണ്ണുങ്ങൾക്ക് അവളെ ക്ഷണിച്ച് ഇത്ര വല്ലതും കൊടുത്ത് വിരുന്നൂട്ടാൻ വയ്യായ്കയില്ല.

അവൾക്ക് സ്വന്തം വീട് വിലക്കപ്പെട്ടു പോയെങ്കിലും കാക്കാഴത്തും പുന്നപ്രയും ധാരാളം ബന്ധുക്കളുണ്ടായിരുന്നു. അവരിൽ ആരെക്കൊണ്ടെങ്കിലും വിളിപ്പിക്കേണ്ടതായിരുന്നു. തകഴി അതു ചെയ്തില്ല. കാരണം സമുദായത്തിന്റെ ഹൃദയത്തിലേക്ക് അദ്ദേഹം ഇറങ്ങിച്ചെന്നില്ല. അതിന്റെ സ്നേഹപാരവശ്യങ്ങൾ, ആരു പോലുമില്ലാത്തവരോടുള്ള അനുകമ്പ, സൽക്കാര താൽപ്പര്യം, ഔദാര്യോപചാരങ്ങളിലുള്ള നിർബന്ധ വ്രതം എന്നിവ അദ്ദേഹം കണ്ടിട്ടില്ല.

അവളുടെ അമ്മ ചക്കി മരിക്കാൻ നേരത്ത് പഞ്ചമിയെ പിടിച്ചേൽപ്പിച്ചത് നല്ലപെണ്ണിനെയാണ്. ആ സ്ത്രീ പാപ്പിക്കുഞ്ഞിനോടുപോലും പഞ്ചമിക്കു വേണ്ടി ഏറ്റു വഴക്കിട്ടു. ചെമ്പൻകുഞ്ഞിനെയും ശകാരിച്ചു. അത്ര മാതൃഹൃദയമുള്ള നല്ലപെണ്ണ് ചെമ്പൻകുഞ്ഞിനെ പേടിച്ച് തൃക്കുന്നപ്പുഴ വരാതിരിക്കില്ല, കറുത്തമ്മയെ കാണാതെയും ഇരിക്കില്ല. മണ്ണാർശ്ശാലയിൽ പോകാനെങ്കിലും ആ നല്ലപെണ്ണിനെ തള്ളിവിട്ടു തൃക്കുന്നപ്പുഴ വരുത്തി കറുത്തമ്മയെ സന്ദർശിപ്പിച്ചു സമാധാനിപ്പിക്കേണ്ടത് സമുദായത്തിൽ ഇന്നോളമുള്ള കൂട്ടക്കൂറിന്റെ അടിസ്ഥാനത്തിൽ ആവശ്യമായിരുന്നു. തകഴി അതു ചെയ്തില്ല. അങ്ങനെ സമുദായത്തിന്റേതായി കാണേണ്ടതായ സ്നേഹപ്രകടനം, അനുകമ്പ, മമത, കടമ, ബന്ധം മുതലായവ തകഴി ഈ നോവലിൽനിന്നും പിഴുതെറിഞ്ഞിരിക്കുകയാണ്. ഇതിൽ അരയസമുദായത്തിന്റെ യാതൊന്നുമില്ല.

കറുത്തമ്മയെ, തൃക്കുന്നപ്പുഴ നിന്നു കിഴക്കോട്ടു മീൻകച്ചവടത്തിന് അയക്കുന്നതും ചരിത്രവിപര്യയമായ ഒരാചാര ലംഘനമാണ്. നവോഢയായ ഒരു തരുണിയെ സാധാരണ മീൻകച്ചവടത്തിന് പോകുന്ന നാട്ടിൽപ്പോലും വിടാറില്ല. തൃക്കുന്നപ്പുഴ നാട്ടിൽ യുവതികൾ മീൻ വിൽക്കാൻ പോകുന്ന നടപടിയും ഇല്ല. എന്നിട്ടും തകഴി കറുത്തമ്മയെ മീൻ വിൽക്കാൻ വിടുന്നു. അവൾ ഗർഭിണിയായിട്ടുകൂടി ഒരു കരുണ കാണിക്കാതെ. നാട്ടുനടപ്പും സമുദായാചാരവും എങ്ങനെയിരുന്നാലും തകഴിക്ക് ഒരു കുന്തവുമില്ല. തോന്നിയതെങ്ങെഴുതണം. അത്രേ വേണ്ടൂ.

കയറിനെപ്പറ്റി

തകഴി *ചെമ്മീനിൽ* കയറ്റിവച്ചിട്ടുള്ള അബദ്ധങ്ങളുടെ മകുടം ചാർത്തലാണ് *കയറി*നെ പറ്റിയുള്ള ഭാഗം. "ഒരു മരയ്ക്കാത്തിയും തൊണ്ടു

തല്ലിയും കയറു പിരിച്ചും കഴിയുന്നില്ല. അതൊന്നും പറഞ്ഞിട്ടുള്ളതല്ല" – ഇതാണ് ആ ഭാഗം.

അതൊന്നും പറഞ്ഞിട്ടില്ല എന്നു പറയുന്നതിന്റെ അർഥം കയറിന്റെ ശാങ്കര സ്മൃതിയിൽ അവൾക്കതു വിധിച്ചിട്ടില്ലെന്നാണ്! എന്റെ ശിവശങ്കരപ്പില്ലേ! താങ്കൾക്ക് ഈ കയർ നിയമസംഹിത എവിടെ നിന്നാണ് കിട്ടിയത്! തകഴിയിൽനിന്ന് കാൽവച്ചാൽ അമ്പലപ്പുഴ കച്ചേരിയിലും അവിടുന്നു കാൽ വച്ചാൽ സാഹിത്യ പരിഷത്തിലേക്കും മാത്രം ചെന്നെത്തിയാൽ *കയറി*ന്റെ ചരിത്രം ലഭിക്കയില്ല. തിരുവിതാംകൂറിൽ കയറു പിരി പ്രധാന തൊഴിലാക്കി അതുകൊണ്ട് പണ്ടുപണ്ടേ ജീവിച്ചുവരുന്നവരാണ് അരയസ്ത്രീകൾ. തൃക്കുന്നപ്പുഴയിലും അതു പുതിയതല്ല. നീർക്കുന്നത്തോ കാക്കാഴത്തോ കുറവാണെങ്കിൽ ആ കുറവ് പുന്നപ്ര, ആലപ്പുഴ എന്നീ പ്രദേശങ്ങൾ പരിഹരിച്ചുകൊണ്ടാണിരിക്കുന്നത്.

കയറിന്റെ ഉത്ഭവം

ആദ്യമായി ഈ കയറു കണ്ടുപിടിച്ചതു തന്നെ മീൻപിടുത്തത്തിന്റെ ആവശ്യത്തിനാണ്. അങ്ങനെയുണ്ടാക്കിയ കയറ് വിപണികളിൽ വിൽപ്പനയ്ക്കുകൂടി ഉണ്ടാക്കാൻ കഴിഞ്ഞത് പെരുമാൾതുറ, ആലപ്പാട്ടുതുറ എന്നീ ദിക്കുകാർക്കാണ്. അങ്ങനെ പ്രസിദ്ധിയാർജിച്ച പെരുമാൾതുറക്കയറ് ഇപ്പോൾ അഞ്ചുതെങ്ങു കയറായി മാറി. ആലപ്പാടൻ കയർ ഇന്നും അതേ പേരിൽ തുടരുന്നു. ആലപ്പാടൻ കയർ ഇന്നും അരയത്തികളുടെ കുത്തകയാണ്.

ആലപ്പുഴ കയർ പാണ്ടികശാലക്കാരുമായി മൊത്ത വ്യാപാരം നടത്തിയിരുന്നവർ അരയന്മാരാണ്. ഇന്നത് പലരുടെയും കൈയിലായി.

ഇങ്ങനെ കടലിന്റെ മക്കൾ തന്നെ കണ്ടുപിടിച്ച കയർ വ്യവസായം ഇന്ന് കേരളക്കര മുഴുവൻ വ്യാപിച്ചു. എട്ടുലക്ഷത്തിൽപ്പരം ആളുകൾ ആ തൊഴിലിൽ ഏർപ്പെട്ട് തിരു–കൊച്ചിയിൽ ജീവിക്കുന്നുണ്ട്. അവരും ഈ കയറ് കണ്ടുപിടിച്ച ആദ്യത്തെ മുക്കുവർക്കും അവരുടെ പിൻവാഴ്ചക്കാർക്കും കടപ്പെട്ടവരാണ്.

അങ്ങനെയുള്ള കയറുണ്ടാക്കിയ കരയുടെയും മകളാണ് കറുത്തമ്മ. അവളെ തൃക്കുന്നപ്പുഴ കയറു പിരിക്കുന്ന ഒരു അരയന്റെയോ ഈഴവന്റെയോ വീട്ടിൽ റാട്ടു കറക്കാൻ അയച്ചാലും മതിയായിരുന്നു. അങ്ങനെയും ചെയ്യാതെ അവൾക്ക് പരിചയമില്ലാത്ത നാട്ടിൽ, അവൾക്ക് പരിചയമില്ലാത്ത മീൻകച്ചവടത്തിന് അയക്കുകയാണ് തകഴി ചെയ്തത്. അന്നാട്ടിലെ ചെറുപ്പക്കാരികൾ ആരും ഏർപ്പെട്ടിട്ടില്ലാത്ത തൊഴിലിൽ!

തകഴി *കയറി*നെപ്പറ്റി ഇത്രയും അറിവുകെട്ടവനാണെന്ന് അറിഞ്ഞിരുന്നില്ല. ഈ അറിവ് മാത്രം വെച്ചുകൊണ്ടാണോ ഇനി *കയർ* എഴുതാൻ പോകുന്നത്? ആ കയറിൽ ശിവശങ്കരപ്പിള്ള കുരുങ്ങിച്ചാകയേയുള്ളൂ. മറ്റാരും കുരുങ്ങുമെന്നു തോന്നുന്നില്ല.

ചെമ്മീൻ

ഇത്രയും അവാസ്തവനിഷ്ഠങ്ങളും ഇന്നത്തെ അരയമുദായത്തിന്റെ പുരോഗതിയും ജീവിതപ്രശ്നങ്ങളുമായി യാതൊരു പൊരുത്തവും തൊട്ടു തീണ്ടിയിട്ടില്ലാത്തവയുമായ കെട്ടുകഥകൾ കൊണ്ട് ഈ *ചെമ്മീൻ* നിർമിക്കുന്നതിന് തന്നെയും തകഴി പല ഇംഗ്ലീഷ് നോവലുകളിൽ നിന്നും ഛായാപഹരണം ചെയ്തിട്ടുണ്ടെന്ന് സ്തുതിപാഠകന്മാർ തന്നെ പ്രകാരാന്തരേണ സമ്മതിക്കുന്നുണ്ട്. The old Man and the Sea, Blue Lagoon, Plumed Serpent, Lifes Little Ironies തുടങ്ങിയ ആംഗലേയ കഥകൾ കാണാൻ ഈ *ചെമ്മീൻ* ഒരു ടെലിവിഷൻ ആയിരിക്കാം. ഇതിന് *ചെമ്മീൻ* എന്ന പേരു തന്നെ നിരർഥമാണെന്ന് തകഴിയുടെ സ്തുതിപാഠകന്മാർ തന്നെ അപലപിച്ചിട്ടുണ്ട്. അത്രയും ഒരാശ്വാസം അവർ തന്നിട്ടുണ്ട്.

പ്രയോഗ വൈകല്യങ്ങൾ

ഈ *ചെമ്മീനിൽ* പദപ്രയോഗങ്ങളുടെ വൈകല്യത്തെക്കുറിച്ചും പറയാനുണ്ട്. ഉദാഹരണമായി നിശ്ചിന്തയ്ക്ക് പകരം നിഷ്ചിന്ത പലേടത്തും പ്രയോഗിച്ചിരിക്കുന്നു. അന്യമതസ്ഥൻ എന്ന അർഥത്തിൽ വിമതസ്ഥൻ പ്രയോഗിച്ചിട്ടുണ്ട്. തകഴിക്ക് ദ്വേഷം (ദ്വേഷ്യം) ഉള്ളത് വെറും ദേഷ്യമാണ്! ഇങ്ങനെ പലതും; പിന്നെ കറുത്ത കാറും!

ഉപസംഹാരം

സർദാർ കെ എം പണിക്കർ വിശ്വവിഖ്യാതനായ ഒരു സാഹിത്യകാരനാണ്. അദ്ദേഹം ഈ അബദ്ധജടിലമായ *ചെമ്മീൻ* ഇംഗ്ലീഷിലേക്ക് വിവർത്തനം ചെയ്യുകയെന്നു വച്ചാൽ ഈ നോവലിന്റെ അന്തസത്ത ലോകമെങ്ങും എത്തിക്കയാണെന്നർഥം. അതോടൊപ്പം ഇവിടെ അധിഷ്ഠാന ചരിത്രമുള്ളവരെന്ന് പാശ്ചാത്യ പൗരസ്ത്യദേശങ്ങളിൽ അറിയപ്പെടുന്ന ഒരു സമുദായസ്ഥർ മീൻ പിടിക്കാൻപോലും അറിഞ്ഞുകൂടാത്തവരായി അധഃപതിച്ചിരിക്കുന്നു എന്നും വരുത്തുകയാണ്.

ഈ നിരൂപണം വായിച്ചതിന് ശേഷം അദ്ദേഹം *ചെമ്മീനിന്റെ* ഭാഷാന്തരീകരണത്തിന് ഉദ്യമിക്കട്ടെ, ഉദ്യമിക്കാതിരിക്കട്ടെ. (*ചെമ്മീനിന്റെ* ഇംഗ്ലീഷ് വിവർത്തനം സർദാർ കെഎം പണിക്കർ നിർവഹിച്ചില്ല - (പ്രസാധകർ).

അന്യാധീനമായ രണ്ടിടങ്ങഴി

പ്രദീപൻ പാമ്പിരികുന്ന്

വംശമോ പ്രസ്ഥാനമോ ആയി പരിണമിക്കുകയാണ് തകഴിയുടെ നോവലുകളിൽ കഥാപാത്രങ്ങളുടെ വിധി. അവർ ആഴത്തിലേക്കല്ല അലകളിലേക്ക് വ്യാപിക്കുന്നു. ഒരാൾ ഒറ്റയ്ക്കൊരു സമൂഹമാണവിടെ. ഇങ്ങനെ വ്യവസ്ഥാപിതമാവാനുള്ള നിയോഗമാണ് *രണ്ടിടങ്ങഴിയിലെ* കോരനെ ദളിത് സ്വത്വത്തിൽ നിന്ന് വഴിതെറ്റിച്ചുകളയുന്നത്. സംഘടിക്കുകയെന്നാൽ സ്വയം ഉപേക്ഷിക്കുകയാണെന്നത് ദളിത് ജീവിതത്തിന്റെ ദുരന്തഹാസ്യമാകുന്നു. മറ്റാരുടെയോ പാടത്ത് വിത്തിറക്കി മറ്റാരുടെയോ മുറ്റത്ത് കൊയ്തുവെച്ച് ഒരുപിടി നെല്ലിനുവേണ്ടി നീട്ടിയ പഴമുറം മാത്രമായി പരിണമിച്ച ദളിതർ സംഘടിക്കുമ്പോഴും മറ്റാരുടെയോ കീഴാളരായിത്തീരുന്നു. ദളിതൻ നേതാവാകുമ്പോൾ പോലും സവർണ സംഘടനാ സംസ്കാരത്തിന്റെ നേതാവാകുകയാണ് ചെയ്യുന്നത്. കോരൻ ആവേശത്തോടെ സ്വീകരിച്ച കർഷകത്തൊഴിലാളി യൂണിയനും ദളിതരെ സംരക്ഷിക്കാഞ്ഞതിന്റെ കാരണം മറ്റൊന്നല്ല. തന്നെ ബലി കഴിച്ച് തനിക്കെതിരായിത്തീരുന്ന ദളിത് ചരിത്രത്തിന്റെ ആവർത്തനം തന്നെയാണ് *രണ്ടിടങ്ങഴിയിലും* സംഭവിക്കുന്നത്. ചരിത്രത്തോടൊപ്പം നടക്കുകയെന്ന ഖ്യാതി തകഴിക്കുണ്ട്.

ഫ്യൂഡൽ നന്മകൾ കൊണ്ട് ചരിത്രത്തെ തിരിച്ചുപിടിക്കാനുള്ള ശ്രമം ഒ വി വിജയന്റെ തലമുറകളിലുണ്ട്. ഇതിന്റെ പിതൃഭൂമി തകഴിയാണ്. ദയ നിറഞ്ഞ തമ്പുരാൻചിത്രങ്ങൾ കോരനിലും കർഷകരിലും സുലഭം. "അതവന്റെ തമ്പുരാനാണോ, തമ്പുരാന് അവനെ സ്നേഹിക്കാൻ കഴിയുമോ" (പേജ് 51 1988) എന്ന യുക്തി എത്ര ലളിതമായാണ് വർഗവൈരുധ്യങ്ങളെ ലഘൂകരിക്കുന്നത്. അധ്വാനമല്ല തൊഴിലാളിയാണ് സ്നേഹിക്കപ്പെടുന്നതെന്ന തെറ്റിദ്ധാരണ ശരിയായ പൊതുബോധമായി സ്വീക

രിക്കപ്പെടുകയാണിവിടെ. നന്മകൾ നിറഞ്ഞ തമ്പുരാനെ ഈ നോവൽ ബോധപൂർവം സൃഷ്ടിക്കുന്നുണ്ട്. കോരന്റെ രോഷങ്ങളെ നിർവീര്യമാക്കുന്ന ഒരടിയൊഴുക്കായി ഇതു മാറുന്നു. ജന്മി–ദളിത് ബന്ധങ്ങളിലെ സാമൂഹ്യവൈരുധ്യമല്ല, നന്മ/തിന്മയെന്ന ജന്മിയുടെ വൈയക്തികതയാണ് ദളിത് ജീവിതം നിർണയിക്കുന്നതെന്ന ലളിതവിശ്വാസം ഈ നോവൽ സ്വീകരിക്കുന്നു. *രണ്ടിടങ്ങഴി* സമർപ്പിച്ചിരിക്കുന്ന മടിയേത്തറ കുഞ്ഞേപ്പൻ എന്ന ഭൃത്യനോടുള്ള സ്നേഹം പോലും അയാൾ ഭൃത്യനായതുകൊണ്ടു മാത്രം സ്വീകരിക്കപ്പെടുന്ന ഫ്യൂഡൽ മനോഭാവത്തിന്റേതാണെന്ന് കാണാൻ വിഷമമില്ല. ദളിതന്റെ ശരി പോലും ജന്മിത്ത മൂല്യം സൃഷ്ടിച്ച ശരികളായി മാറിപ്പോവുന്നു.

കാർഷിക ബന്ധങ്ങളുടെ ഹൃദ്യതകൾ നിറഞ്ഞ കുട്ടനാടൻ കൃഷിയുടമയുടെ പക്ഷമാണ് തകഴിയുടേതെന്ന് *രണ്ടിടങ്ങഴി*യുടെ ആന്തരിക ഘടന വെളിപ്പെടുത്തുന്നുണ്ട്. ഭൂതകാല നന്മകളുടെ ആവർത്തിച്ചുവരുന്ന ഓർമകൾ നോവലിലെ ദളിത് അനുഭവങ്ങളെ സാമൂഹിക പ്രശ്നമെന്ന നിലയിൽ നിന്ന് വൈയക്തികമാക്കി ചുരുക്കുന്നു. കോരന്റെ ദളിത് ആഴങ്ങളിൽ നിന്ന് കർഷകതൊഴിലാളിയെന്ന കുറേക്കൂടി ഉയർന്ന തലത്തിലേക്ക് പ്രശ്നം ലഘൂകരിക്കപ്പെടുകയാണ്. യഥാർഥ ദളിതൻ അപ്പോഴേക്കും നോവലിന്റെ ഭാഗമല്ലാതായി പരിണമിക്കുന്നു. ഈ ഉപരിപ്ലവതയാണ് തകഴിയെ ചുരുക്കുന്നത്.

സ്വന്തം ജോലിയിൽ സംതൃപ്തി നിറഞ്ഞവരാണ് *രണ്ടിടങ്ങഴി*യിലെ ദളിത് കർഷകർ. അധ്വാനിക്കുകയെന്ന കേവലാനന്ദമാണ് കോരനടക്കമുള്ള ദളിതരിലുള്ളത്. അതിന്റെ ഫലശൂന്യതയെക്കുറിച്ച് അവർക്ക് ഉത്ക്കണ്ഠയില്ല. അധ്വാനിക്കുകയാണ് ദളിതരുടെ ജന്മോദ്ദേശ്യമെന്ന ജന്മിപക്ഷം തന്നെയാണ് നോവൽ പുലർത്തുന്നത്. ഔസേപ്പിന്റെ വിളനിലങ്ങളിൽ കോരന്റെ ഉത്സാഹങ്ങൾ ഈ ഫലേച്ഛയില്ലാത്ത അധ്വാനം എന്ന ബോധത്തെ ന്യായീകരിക്കുന്നുണ്ട്. അധ്വാനത്തിന് ആധ്യാത്മികമാനം നൽകി ചൂഷണോപാധിയാക്കുന്ന സവർണതന്ത്രം ദളിതന്റെ പക്ഷമല്ല.

കോരൻ രാഷ്ട്രീയവൽക്കരിക്കപ്പെടുന്നതിന്റെ സാമൂഹിക പശ്ചാത്തലമാണ് *രണ്ടിടങ്ങഴി*യുടെ ഘടന. എന്നാൽ കോരൻ സ്വയം ജന്മിയായി പതിക്കുന്നതാണ് ഈ നോവൽ നൽകുന്ന ദളിത് അനുഭവം. പ്രശ്നങ്ങളിലുള്ള കോരന്റെ റൊമാന്റിക് ഇടപെടലുകൾ ജാതിയിലധിഷ്ഠിതമായ സാമൂഹിക വ്യവസ്ഥയ്ക്കെതിരായ വിപ്ലവശ്രമങ്ങളുടെ ആഴമില്ലായ്മയെ സൂചിപ്പിക്കുന്നു. ചിരുതയിലുള്ള കോരന്റെ ആസക്തികൾ ഔസേപ്പിനോട് വായനയെ പൊരുത്തപ്പെടുത്തുന്നതിലേക്കാണ് നയിക്കുന്നത്. കോരന്റെ ചിരുതയെ നേടുന്നതിനുള്ള ത്യാഗങ്ങളെ പൊലിപ്പിക്കുന്ന പ്രതിനായകൻ മാത്രമായിത്തീരുകയാണ് ഔസേപ്പ് എന്ന ജന്മി. നിശബ്ദമായി ഔസേപ്പിന്റെ വ്യവസ്ഥകൾ അംഗീകരിക്കുന്ന കോരനെയാണ് നാം സ്നേഹിച്ചുപോകുന്നത്. ഇങ്ങനെ സവർണ വായനക്കാരന് അനു

കൂലവും ദളിത് വിരുദ്ധവുമായ വ്യവസ്ഥ നോവൽ രൂപീകരിക്കുന്നു. മലയാളിയുടെ വായനാനുഭവം എപ്പോഴും സവർണമാണ്.

ജന്മിക്കും വിളയ്ക്കും വേണ്ടി സഹപ്രവർത്തകരെപ്പോലും ദയനീയമായി അധ്വാനിപ്പിക്കാൻ കൂട്ടുനിൽക്കുന്ന ഒരു ജന്മി കോരനിൽ രൂപീകരിക്കപ്പെടുന്നുണ്ട്. *ചെമ്മീനി*ലെ ചെമ്പൻകുഞ്ഞിന്റെ അധികാരാസക്തികൾ തന്നെ കോരനിലും നാം ദർശിക്കുന്നു. കോരനിൽ അടിസ്ഥാനപരമായി പ്രവർത്തിക്കുന്ന വൈരുധ്യങ്ങളെല്ലാം ജന്മിത്തപരമാണ്. പ്രണയം പോലും അധികാരപരമാണ് *രണ്ടിടങ്ങഴിയിൽ.* ഈ അധികാരഭാവമാണ് കോരനിൽ രാഷ്ട്രീയമായി വളരുന്നത്. അധികാരമില്ലെങ്കിൽ സാമൂഹികബന്ധമില്ല. സാമൂഹികബന്ധങ്ങൾ അധികാരത്തെ ആശ്രയിച്ചുനിൽക്കുന്നു എന്ന് ഫൂക്കോ നിരീക്ഷിക്കുന്നുണ്ട്. തന്റെ ഭാര്യയെ ചാത്തന് കൈമാറാൻ അയാൾ അർഹത നേടുന്നതങ്ങനെയാണ്. ജന്മിമനോഭാവവും പിന്നീട് സംഘടനയും നൽകിയ അധികാരമാണ് കോരനിൽ ഇത്തരം ഒരു അവബോധത്തിന് കാരണമായി ഭവിക്കുന്നത്.

നോവലിന്റെ സമഗ്രഘടന ഈ നിരീക്ഷണത്തെ ന്യായീകരിക്കുന്നുണ്ട്. കോരന്റെ ആത്മാർഥതയെ ആകെത്തന്നെ കോമിക്കായി തകർക്കുന്ന ഒരു രഹസ്യവഴി നോവൽ പാഠത്തിന്റെ ഭാഷയിൽ കാണാം. വിവാഹം മുതൽക്കുതന്നെ കോരന്റെ ജീവിതത്തെ നോവലിന്റെ ഗൗരവമായ ആഖ്യാനഘടനയ്ക്ക് വിരുദ്ധമായി നിർത്തിയിരിക്കുന്നു. "അയാളെപ്പോലെ തമ്പ്രാനെ കരുതുന്നോനെ കണ്ടിട്ടില്ല" എന്ന കൊയ്ത്തുകാരുടെ ശാപവും കറ്റ തിരിച്ചു വയ്പ്പിക്കുന്ന തമ്പുരാന്റെ നിർഭയത്വവും ഈ പരിഹാസ്യതയെ വെളിപ്പെടുത്തുന്നുണ്ട്. സ്വപ്നങ്ങൾ മുഴുവൻ വയലിൽ വിളയിക്കുന്ന ഒരു മനുഷ്യന്റെ വ്യർഥതകളെ നാം അറിയുന്നു. ചിരുതയെ ചാത്തനു നൽകുന്ന ബോധം വിപ്ലവാത്മകമായ സകല മൂല്യങ്ങൾക്കും വിരുദ്ധമായിരിക്കുന്നു. ഇങ്ങനെ തൊഴിലാളി സത്തയെ മുഴുവൻ നോവലിന്റെ സമഗ്രതയ്ക്ക് വിപരീതമാക്കി നിർത്തുകയും അധികാരസ്വഭാവമുള്ള കോരനെ സ്ഥാപിക്കുകയുമാണ് *രണ്ടിടങ്ങഴി* ചെയ്യുന്നത്. കൃതിയുടെ സമഗ്രതയാണ് പ്രധാനമെന്ന് പോൾ റിക്കോർ പറയുന്നത് ഓർമിക്കുക.

സ്വയം അംഗീകരിച്ച ഒരധികാരവ്യവസ്ഥ നോവലിനുണ്ട്. അത് കോരനും ചാത്തനും ദളിതർക്കും എതിരാകുന്നത് നാം ഇവിടെ കാണുന്നു.

സഹനത്തെ അംഗീകരിക്കുന്ന ഒരു പ്രത്യയശാസ്ത്രം *രണ്ടിടങ്ങഴി*യിലുണ്ട്. നിരന്തരമായ സഹനം പ്രതിരോധത്തെ ചോർത്തിക്കളയുന്നുവെന്ന മൗവിന്റെ സൂചന നമ്മുടെ ശുഭപ്രതീക്ഷകളെ അസ്ഥാനത്താക്കുന്നു. ചിരുതയടങ്ങുന്ന സ്ത്രീസമൂഹം ഭയം കൊണ്ട് നല്ലവരായിരിക്കുകയാണ്. സ്ത്രീകളിൽ നിർവികാരമായി സ്വാംശീകരിക്കപ്പെടുന്ന 'ഭർത്താവറിയരുത്' എന്ന സാമാന്യബോധം (Common Sense – ഗ്രാംഷി) യഥാർഥത്തിൽ ഈ നോവലിന്റെ പ്രതിരോധ നാട്യങ്ങൾക്ക് പ്രതികൂല

മായിത്തീരുന്നു. പ്രതിരോധത്തിന്റെ ആത്മവീര്യം നേടാത്ത സ്ത്രീസമൂഹത്തെ ആദർശവൽക്കരിക്കുന്ന സവർണ്ണ പ്രത്യയശാസ്ത്രമാണ് ഇവിടെയും പ്രവർത്തിക്കുന്നത്. ജാതീയമായും പുരുഷാധിപത്യപരമായും രണ്ടു തരത്തിൽ അവമതിക്കപ്പെടുന്ന ദളിത് സ്ത്രീകൾ ഒരു സവർണ്ണ ഫെമിനിസ്റ്റ് കൊടിക്കുകീഴിലും അണിയായിരിക്കുന്നില്ല. കോരന്റെ മികച്ച സഹിഷ്ണുത പോലും ചിരുതയെ മറ്റൊരാളുടെ പ്രജയാവാനാണ് ഉപദേശിക്കുന്നതെന്നോർക്കുക.

കാഴ്ചപ്പാടിന്റെ ധീരതയല്ല തകഴിയുടെ *രണ്ടിടങ്ങഴി* നമുക്ക് നൽകുക. സവർണ്ണ നേതൃത്വത്തിലേക്ക് ദളിത് ജീവിതത്തെ ദത്ത് നൽകുന്ന ചരിത്രദുരന്തങ്ങളുടെ സാഹിത്യാനുഭവമാണത്. എല്ലാ നേതൃത്വവും അണികളെ തിരിഞ്ഞാക്രമിക്കാം എന്ന് ഇത് നമ്മെ ഓർമിപ്പിക്കുന്നു. തന്നിൽ നിന്നല്ലാതെ ഒന്നും നമുക്ക് പ്രതീക്ഷിക്കേണ്ടതില്ല. ശുഭപ്രതീക്ഷയുടെ അടിസ്ഥാനം കലർപ്പില്ലാത്ത ഭീതിയാണെന്ന് ഓസ്കാർ വൈൽഡ് പറയുന്നുണ്ടല്ലോ.

(1998)

ശരീരം ലൈംഗികത സദാചാരം തകഴിയുടെ ആഖ്യാനങ്ങൾ

ജി ഉഷാകുമാരി

ജീവിതത്തെയും കലയെയും സംബന്ധിച്ച വമ്പിച്ച പൊളിച്ചെഴുത്തുകൾ നടന്ന ഇരുപതാംനൂറ്റാണ്ടിന്റെ ആദ്യദശകങ്ങൾ കേരളത്തിന്റെ സാമൂഹിക ചരിത്രത്തിലെ ഏറ്റവും ചലനാത്കമായ കാലയളവാണ്. അതുവരെ പിന്തുടർന്നിരുന്ന ജീവിതമൂല്യങ്ങളും സാമൂഹികക്രമങ്ങളും രാഷ്ട്രീയവ്യവസ്ഥകളുമൊക്കെ മാറ്റിമറിക്കപ്പെടുകയോ ചോദ്യം ചെയ്യപ്പെടുകയോ ചെയ്തു. ഇങ്ങനെ ഉഴുതുമറിക്കപ്പെട്ട, പരിവർത്തനോന്മുഖമായ ഒരു ഭൂമികയാണ് തകഴി രചനകളുടെ പശ്ചാത്തലം. ചലനാത്മകമായ സമൂഹത്തിന്റെ പരിക്രമണഘട്ടം എന്ന സ്ഥൂലപശ്ചാത്തലത്തിൽ നിന്നുകൊണ്ട് മാനുഷികമായ ഉള്ളടക്കങ്ങളെ (human content) പുതിയ മൂല്യങ്ങൾക്കും സ്വപ്നങ്ങൾക്കും അനുസൃതമായി പുതുക്കിപ്പണിയുകയായിരുന്നു തകഴിയുൾപ്പെടെയുള്ള എഴുത്തുകാർ ചെയ്തത്. മിലാൻ കുന്ദേര *The Art of the Novel* എന്ന കൃതിയിൽ ചൂണ്ടിക്കാണിക്കുന്നതുപോലെ ചരിത്രത്തെ അസ്തിത്വത്തിന്റെ മുദ്രകളും മാനങ്ങളുമുള്ള സന്ദർഭമാക്കി മാറ്റുക എന്ന കലാപരമായ ഉത്തരവാദിത്വമാണ് തകഴി നിറവേറ്റിയത്. അസ്തിത്വമെന്നത് കൂടുതൽ സങ്കീർണവും യാഥാർഥ്യനിഷ്ഠവുമായ മൂർത്തതയായി ഈ കൃതികളിൽ നിറയുന്നു. പൊതുമണ്ഡലവും സ്വകാര്യമണ്ഡലവും തമ്മിലുള്ള അനുരഞ്ജനങ്ങളും വിള്ളലുകളും ഒരു നേർ അടയാളമായി തകഴികൃതികളിൽ വെളിപ്പെടുന്നത് അതുകൊണ്ടാണ്. സൗന്ദര്യശാസ്ത്രപരമായി പരിചരിക്കുമ്പോൾ അതു മനുഷ്യാസ്തിത്വത്തിന്റെ ചരിത്രവുമായുള്ള നിർദയവും അനിവാര്യവുമായ അഭിമുഖീകരണങ്ങളാവുന്നു. എന്നാൽ ഈ മനുഷ്യാസ്തിത്വം യഥാർഥത്തിൽ എത്രത്തോളം സാമാന്യവൽകൃതമാണ്? ആ ഏറ്റുമുട്ടലുകളെ ഭരിക്കുന്ന മുൻവിധികൾ എന്തെല്ലാം? മനുഷ്യാവസ്ഥയുടെ ഭാഗധേയത്തെ അതുസമഗ്ര

മായും ഏറ്റെടുക്കുന്നുണ്ടോ? മനുഷ്യൻ എന്ന സംവർഗത്തിനകത്തു സ്ത്രീപ്രതിനിധാനം ചോർന്നു പോകുന്നതെങ്ങനെ? അതിനാധാരമായ ലിംഗഘടനയെ വ്യവസ്ഥ എങ്ങനെ സാധൂകരിക്കുന്നു? ഇത്തരം അന്വേഷണങ്ങൾ പുതിയ കാലത്തുനിന്നുകൊണ്ട് നാം തകഴി കൃതികളോട് ആരായുമ്പോൾ ഉരുത്തിരിഞ്ഞുവരുന്ന ലിംഗപരിപ്രേക്ഷ്യത്തിലാണ് ഈ ലേഖനത്തിന്റെ ഊന്നൽ. ശരീരത്തെയും ലൈംഗികതയെയും സംബന്ധിച്ച മണ്ഡലങ്ങളിൽ നമ്മുടെ സാഹിത്യവ്യവഹാരങ്ങൾ വച്ചുപുലർത്തുന്ന മാമൂലുകളെത്തന്നെ അടിസ്ഥാനപരമായി ചോദ്യം ചെയ്യുന്ന ഒരു സമീപനമാണിവിടെ പ്രസക്തം. കേരളീയ പൊതുമണ്ഡലത്തിലെ ലിംഗാധികാരത്തെയും ലിംഗഭേദമൂല്യങ്ങളെയും സ്ഥിരീകരിക്കുന്നതിൽ ഈ സാഹിത്യവ്യവഹാരങ്ങൾ വഹിക്കുന്നപങ്ക് സംശയമെന്യേ സ്ഥാപിക്കപ്പെട്ടിട്ടുള്ളതാണ്.

ആൺനോട്ടം, കാമന, പുരാവൃത്തം

ഊർജസ്വലമായ ആൺ-പെൺ ആകർഷണത്തിന്റെയും ശാരീരിക പ്രലോഭനങ്ങളുടെയും വർണനകൾ തകഴികൃതികളിൽ എമ്പാടും ചിതറിക്കിടക്കുന്നു. ലൈംഗികത അവിടെ വർണക്കൊഴുപ്പോടെ ആഖ്യാനം ചെയ്യപ്പെടുന്നു. ആൺ-പെൺ വ്യത്യസ്തതയിലുള്ള ഊന്നൽ അതിനോടുള്ള ആദിമവും അനാദിയുമായ കൗതുകാത്ഭുതങ്ങൾ, ശക്തമായ ലൈംഗികവാഞ്ഛ ഇവ മറയില്ലാതെ ഈ ആഖ്യാനങ്ങളിൽ തെളിയുന്നു. ഉണർവുള്ള ജീവസുറ്റ യഥാതഥഭാഷയിലുള്ള ഈ വർണനകളിൽ ആഖ്യാതാവ് ഒട്ടുമാറി നിന്നുകൊണ്ട് തന്റെ വീക്ഷണസ്ഥാനത്തെ പേർത്തും പേർത്തും ഇളക്കിയുറപ്പിക്കുന്നതു കാണാം.

"കറുത്തമ്മ പൊട്ടിച്ചിരിച്ചു. പരീക്കുട്ടിയും പൊട്ടിച്ചിരിച്ചു. നീണ്ടുനീണ്ട ചിരി! എങ്ങനെ എന്തിനായി അവർ അങ്ങനെ ചിരിച്ചു? എന്തോ? അടക്കാൻ വയ്യാതെ അവർ ചിരിക്കുകയാണ്!" (പുറം 11 *ചെമ്മീൻ* ഡി സി ബുക്സ്, കോട്ടയം 1995)

മറ്റൊരു സന്ദർഭം

"ഏന്നേം ഇങ്ങിനെ നോക്കാതെ!" അവളുടെ ചിരി മാഞ്ഞു. എന്തോ ഒരു തെറ്റ് പരീക്കുട്ടി അറിയാതെ ചെയ്തു. പരീക്കുട്ടി പറഞ്ഞു.

"കറുത്തമ്മ എന്നെ ചിരിപ്പിച്ചേച്ച്.."

"ഓ!"

കറുത്തമ്മ അവളുടെ മാറത്തു കൈകൊണ്ട് ഒരു ഗുണനചിഹ്നം സൃഷ്ടിച്ചു തിരിഞ്ഞുനിന്നു. പെട്ടെന്ന് അവൾ ഒന്നുകൂടി ചൂളി. അവൾ ഒറ്റ മുണ്ടാണ് ഉടുത്തിരിക്കുന്നത്.

"ഓ, എന്താണിതു കൊച്ചുമുതലാളീ?" (പുറം 12, *ചെമ്മീൻ*)

ഈ ഉദ്ധരണികളിൽ പ്രകടമായ ഭിന്നവർഗ ലൈംഗികകാമനകളുടെ പച്ചയായ ആവിഷ്ക്കാരം സ്ത്രീപുരുഷങ്ങളുടെ കർതൃ/വിഷയിസ്ഥാനങ്ങളെ നിർണയിക്കുന്നിടത്താണ് ലിംഗാധികാരം പ്രവർത്തിക്കുന്നത്.

നോക്കുന്നത് പുരുഷനും നോക്കപ്പെടുന്നത് സ്ത്രീയും. ഈ ദ്വന്ദ്വസ്ഥാനങ്ങൾക്കിടയിൽ പ്രവർത്തിക്കുന്ന ലിംഗാധികാരഘടനയെ ഉറപ്പിക്കും വിധത്തിലാണ് ലൈംഗികതയും അതു സംബന്ധിച്ച ഇച്ഛകളും കൃതിയിൽ പ്രവർത്തിക്കുന്നത്. കറുത്തമ്മയും പരീക്കുട്ടിയും ഒന്നിച്ചുള്ള സന്ദർഭങ്ങളിലെല്ലാം ഇതു കാണാം.

ഇച്ഛകളുടെമേൽ വ്യവസ്ഥ ഏൽപ്പിക്കുന്ന സമ്മർദങ്ങളും ആഘാതങ്ങളുമാണ് *ചെമ്മീനിന്റെ* ഉള്ളടക്കത്തിൽ പിരിമുറുക്കം സൃഷ്ടിക്കുന്നത്. ലിംഗാധികാരഘടനയ്ക്കു പുറമേ സാമ്പത്തികവും സാമുദായികവുമായ ഘടനകളും കൂടിച്ചേർന്ന് ഈ സംഘർഷങ്ങളെ ഇരട്ടിപ്പിക്കുന്നു. ശാരീരികവും മാനസികവുമായ കാമനകൾക്കുമേലുള്ള കടിഞ്ഞാണായി ഇവിടെ പ്രവർത്തിക്കുന്നത് കൽപ്പിത കഥയാണ്. ഇവിടെയും ലക്ഷ്യബിന്ദു സ്ത്രീശരീരമാണ്. സ്ത്രീയുടെ പരിശുദ്ധിയെക്കുറിച്ചുള്ള പുരാവൃത്തം ഒരു ചുഴലിയായി, ആർത്തലച്ചുവരുന്ന കടൽത്തിരകളായി കറുത്തമ്മയുടെ ജീവിതത്തെ വലയം ചെയ്യുന്നു. വലയിൽ അകപ്പെട്ടുപോയ മൽസ്യത്തെപ്പോലെ അവൾ ആ കഥയിൽ ശ്വാസംമുട്ടി പിടയുകയാണ്. ചാരിത്ര്യത്തെ സംബന്ധിച്ച് കാഴ്ചപ്പാടുകളുടെ സനാതനത്വത്തെ ശാശ്വതീകരിച്ചുകൊണ്ട് ദുർജ്ഞേയവും ഭീഷണവും സങ്കീർണവുമായ വർണനകളിലൂടെ കടലും ആഖ്യാനത്തിൽ സന്നിഹിതമാവുന്നു.

പെൺശരീരത്തെ കാമനകളുടെ വിഷയമാക്കി ചിത്രീകരിക്കുന്നരീതിയാണ് നാം *ചെമ്മീനിന്റെ* ആദ്യഭാഗത്തുകണ്ടതെങ്കിൽ അതേ സ്ത്രീശരീരത്തിന്റെ ഇച്ഛകളെ ഒരു പുരാവൃത്തംകൊണ്ട് തടവിലാക്കുന്ന കാഴ്ചയാണ് കഥയ്ക്കുള്ളിൽ പിന്നീടു നാം കാണുന്നത്. പ്രണയത്തിനും ദാമ്പത്യത്തിനുമിടയിൽപ്പെട്ടുഴലുന്ന കറുത്തമ്മ സ്വേച്ഛാകാമനകൾക്കും നിയന്ത്രിതകാമനകൾക്കുമിടയിൽത്തന്നെയാണ്. ദാമ്പത്യത്തിനുള്ളിലെ സ്ത്രീയുടെ വിശ്വസ്തത എന്നത് അങ്ങേയറ്റം സൂക്ഷ്മവും തീവ്രവുമായ ജീവന്മരണപ്രശ്നമായി കഥയ്ക്കുള്ളിൽ പടരുന്നത് നമുക്കു കാണാം. പരീക്കുട്ടിക്കു തിരിച്ചുകൊടുക്കാനുള്ള പണത്തെച്ചൊല്ലിയുള്ള നെറികേടിനെക്കാൾ, ചെമ്പൻകുഞ്ഞിന്റെ അത്യാർത്തിയെക്കാൾ, കറുത്തമ്മയെ വിവാഹം കഴിപ്പിച്ചുവിടാനുള്ള ചെമ്പൻകുഞ്ഞിന്റെ അനാസ്ഥയേക്കാൾ, കറുത്തമ്മയ്ക്ക് പരീക്കുട്ടിയോടു പാലിക്കാൻ കഴിയാതിരുന്ന നീതിയേക്കാൾ തീക്ഷ്ണവും ഗുരുതരവുമാണത്. ഏകപക്ഷീയമായ ഈ ലൈംഗികപരിശുദ്ധി കറുത്തമ്മ, പളനി എന്നീ രണ്ടു വ്യക്തികളെ മാത്രമല്ല കഥാപാത്രങ്ങളെ ഒന്നടങ്കം കടലിനെ ചുറ്റിപ്പറ്റിയുള്ള എല്ലാറ്റിനെയും ബാധിക്കുന്നിടത്താണ് ചെമ്മീനിന്റെ ദുരന്തപാരമ്യം. പ്രകൃതിയുടെ/കടൽത്തിരകളുടെ അനിച്ഛാപൂർവകമായ യാദൃച്ഛികതപോലെ ദുരന്തം അവരെയെല്ലാം വിഴുങ്ങുന്നു. ചെമ്പൻകുഞ്ഞും പളനിയും പരീക്കുട്ടിയും കറുത്തമ്മയും കൈക്കുഞ്ഞുമടക്കം എല്ലാവരും ഒരേ ദുരന്തഹേതുവിൽ പെട്ടുപോകുന്നു. കഥയ്ക്കുള്ളിലെ പുരാവൃത്തസൂചനകളുടെ ആവർത്തനത്തിലൂടെ തിടംവയ്ക്കുന്ന കറുത്തമ്മയുടെ 'പാപ' വാഞ്ഛകളും വില

ക്കുകളും ലിംഗാധികാരഘടനയെ സ്ഥിരീകരിച്ചുകൊണ്ടാണ് നിലനിൽക്കുന്നത്. മനുഷ്യന്റെ അസ്തിത്വത്തെയല്ല മറിച്ച് സ്ത്രീയുടെ സവിശേഷമായ ലൈംഗികാസ്തിത്വത്തെയാണ് പ്രതിസന്ധിയിലാഴ്ത്തുന്നത്. അവളിൽ ആരോപിതമായ സദാത്മകഗുണങ്ങളുടെ സ്ഥിരീകരണമാണ് ഇവിടെ പുരാവൃത്തം ആവശ്യപ്പെടുന്നത്. ആൺകോയ്മാസമൂഹം സൃഷ്ടിച്ച ഏകപക്ഷീയമായ ദാമ്പത്യപരിശുദ്ധിയെ ഒട്ടും ചഞ്ചലപ്പെടുത്താതെയാണത് സ്ത്രീകർതൃത്വത്തെ ഇളക്കി പ്രതിഷ്ഠിക്കുന്നത്. സൗന്ദര്യശാസ്ത്രത്തിന്റെ പരിചരണങ്ങളിലൂടെ കടലും പുരാവൃത്തവും മുക്കുവരുടെ ജീവിതമൂല്യങ്ങളുമടങ്ങുന്ന കഥയിലൂടെ തകഴി സാമൂഹ്യമൂല്യങ്ങളുടെ ഒരു ബദൽ സൃഷ്ടിക്കുകയല്ല; മറിച്ച് അത്തരം മൂല്യങ്ങളുടെ ആഖ്യാനപരമായ ഒരു മാധ്യസ്ഥത (mediation) തന്നെയാണ് നിർവഹിക്കുന്നത്. പ്രണയം, കാമം, ദുര, ഭ്രാന്ത്, മറവി, രോഗം, അനാഥത്വം, ദാരിദ്ര്യം, മരണം എന്നിങ്ങനെ അടിസ്ഥാനപരമായ ജീവിതാവസ്ഥകളുമായുള്ള അഭിമുഖീകരണത്തിലൂടെ അവയെ കഥയ്ക്കുള്ളിലെ ഈടുവയ്പ്പുകളായി നിലനിർത്തിക്കൊണ്ട് അനിവാര്യമായ ദുരന്തത്തിലൂടെ സ്ത്രീസദാചാരത്തെ ഒരു ഏകപക്ഷീയമൂല്യമായി സ്ഥാപിച്ചെടുക്കുക തന്നെയാണ് തകഴി ചെയ്യുന്നത്.

വർഗസമരം സദാചാരം തമസ്കരിക്കപ്പെടുന്ന സ്ത്രീകർതൃത്വം

1956 ൽ എഴുതിയ *ചെമ്മീനി*ലെ നിഹിതമായ ലൈംഗികരാഷ്ട്രീയത്തിൽനിന്നും ഭിന്നമാണ് 1949 ൽ രചിക്കപ്പെട്ട *രണ്ടിടങ്ങഴി*യിലെ ആൺ–പെൺ അവസ്ഥ. ചെമ്മീനിൽ നിന്നും വ്യത്യസ്തമായി കൂടുതൽ പ്രകടവും ചലനാത്മകവുമായ ഒരു സാമൂഹികരാഷ്ട്രീയ ഭൂമികയാണ് *രണ്ടിടങ്ങഴി*യിലുള്ളത്. വിപുലമായ ജനാധിപത്യവൽക്കരണ പ്രക്രിയയുടെ പശ്ചാത്തലമാണീ കൃതിക്കുള്ളത്. സമൂഹത്തിന്റെ അടിത്തട്ടിൽ യാതൊരു അസ്തിത്വവുമില്ലാതെ മൃഗതുല്യരായി കഴിഞ്ഞുവന്ന ഒരു ജനതയുടെ തിരിച്ചറിവിന്റെയും പോരാട്ടത്തിന്റെയും കഥയാണ് ഇതിലെ സ്ഥൂലപ്രമേയം. പുതിയ സമ്പന്നവർഗങ്ങൾ സമൂഹത്തിന്റെ കീഴ്ത്തട്ടിലേക്ക് ജനാധിപത്യമൂല്യങ്ങളെ കടത്തിവിടാൻ മടിച്ചുനിന്നപ്പോൾ തൊഴിലാളി/കർഷകവർഗ രാഷ്ട്രീയം ആ കടമ ഏറ്റെടുത്തുകൊണ്ടു മുന്നേറുന്ന കഥയ്ക്കുള്ളിൽ ഉപരിവർഗത്തിന്റെയും കീഴാളവർഗത്തിന്റെയും ഏറ്റുമുട്ടൽ അനിവാര്യമായിത്തീർന്നു. നോവലിന്റെ രാഷ്ട്രീയവ്യാപ്തി ഒറ്റനോട്ടത്തിൽ ബാഹ്യമായി അതു തന്നെയാണ്. എന്നാൽ *രണ്ടിടങ്ങഴി* മുന്നോട്ടുവയ്ക്കുന്ന കീഴാളവിപ്ലവപ്രത്യയശാസ്ത്രത്തിന്റെ ഉണർവിനുള്ളിൽ ദമിതമായിക്കിടക്കുന്ന കാമനാവിനിയമങ്ങൾ നോവലിനുള്ളിൽ മറ്റൊരു രാഷ്ട്രീയ പാഠം നിർമിക്കുന്നുണ്ട്. മേൽപ്പറഞ്ഞ കീഴാള വർഗസമരമെന്ന ബൃഹദാഖ്യാനത്തെ താങ്ങിനിറുത്തുന്ന സൂക്ഷ്മ പ്രത്യയശാസ്ത്രമായി കൃതിക്കുള്ളിൽ വളരുന്ന കാമനകളെയും ലിംഗാധികാരഘടനകളെയും നോക്കിക്കാണാനാണ് ഇവിടെ ശ്രമിക്കുന്നത്.

കോരനെ നോവലിസ്റ്റ് അവതരിപ്പിക്കുന്നതുതന്നെ ചിരുതയെ സ്വന്തമാക്കാനായി അവൻ അനുഭവിക്കുന്ന ക്ലേശങ്ങളിലൂടെയും അതിൽ നേടുന്ന വിജയത്തിലൂടെയും മറ്റുമാണ്. വിവാഹദിനത്തിൽ ചിരുതയുടെ പിതാവിന്റെ വാശിയെത്തുടർന്നുണ്ടായ വഴക്കിൽ അയാൾ തന്റെ ബന്ധുമിത്രാദികളെപ്പോലും അവഗണിച്ച് അവൾക്കനുകൂലമായ നിലപാടിൽ ഉറച്ചുനിൽക്കുന്നു. അവളുടെ സൗന്ദര്യം, ചലനങ്ങൾ, വൃത്തിയുള്ള വേഷം, കളിചിരികൾ, വേല ചെയ്യാനുള്ള കഴിവ്, ചുറുചുറുക്ക്, തന്റേടം ഇതെല്ലാം അഭിമാനത്തെ ജ്വലിപ്പിച്ചു. ചുരുക്കത്തിൽ അവൾ വിലപിടിപ്പുള്ള ഒരുവസ്തുവായി അയാൾക്ക്. അവൾ കൊച്ചുതമ്പുരാന്റെ കണ്ണിൽപ്പെടുമ്പോൾ അയാളും ഭയാകുലനായി. അവളെ ബലാൽക്കാരം ചെയ്യാൻ ശ്രമിച്ച ജന്മിപുത്രനെ കൊന്നതിനാണ് കോരൻ ജയിലിൽ പോകുന്നത്. രാഷ്ട്രീയ പ്രവർത്തനത്തിനിടയിൽ ഒളിവിൽ കഴിയുമ്പോൾ പലപ്പോഴും അയാൾ അവളെ ചാത്തനു കൈമാറാൻ ശ്രമിച്ചു. ജയിലിൽ കാണാൻ ചെന്നപ്പോൾ ഒരിക്കൽ അയാൾ അവളുടെ കൈയെടുത്ത് ചാത്തന്റെ കൈയിൽവച്ചു കൊടുക്കുകപോലും ചെയ്യുന്നു. ഇവിടെയെല്ലാം നാം കാണുന്നത് സ്ത്രീയുടെ വസ്തുവൽകൃത ശരീരമാണ്. അതു പുരുഷന്റെ ഇച്ഛയ്ക്കും കൈവശാവകാശത്തിനും കൈയേറ്റത്തിനും കൈമാറ്റത്തിനും വിധേയമാകുന്നു.

സ്ത്രീശരീരത്തിന്റെ വസ്തുവൽകൃതമായ നിർമിതിക്ക് അനുരോധമായിത്തന്നെ ഇതിലെ പൗരുഷവും പുനർനിർവചിക്കപ്പെടുന്നുണ്ട്. ആദ്യഘട്ടത്തിൽ അത് മത്സരാധിഷ്ഠിതമാണ്. ചിരുതയെ സ്വന്തമാക്കുന്നതിലൂടെ ചാത്തനെ പരാജയപ്പെടുത്തിക്കൊണ്ടാണ് ഒരു വിജയിയായിക്കൊണ്ട് കോരൻ തന്റെ പൗരുഷം സ്ഥാപിക്കുന്നത്. പിന്നീടുള്ള ഘട്ടങ്ങളിൽ ഈ പൗരുഷം വഴിമാറി വിപ്ലവപ്രവർത്തനങ്ങളിൽ ഇടപെടുന്ന ഒരു പൗരുഷകർതൃത്വം മേൽക്കൈ നേടുന്നു. സ്ത്രീശരീരത്തിന്റെയും ചാരിത്ര്യത്തിന്റെയും രക്ഷകനായ പൗരുഷകർതൃത്വം ചാത്തന് സ്വയം ചാർത്തിക്കൊടുത്തു കൊണ്ടാണിത് സംഭവിക്കുന്നത്. ചാത്തനെ സംബന്ധിച്ചും അവൾ മോഹവസ്തുതന്നെ. ഇവരുടെ സമീപനത്തിലും അവൾ സ്വേച്ഛാകർതൃത്വമല്ല. ആത്യന്തികമായി പുരുഷേച്ഛയ്ക്കനുസരിച്ച് നിയന്ത്രിക്കപ്പെടുന്ന ഒന്നാണവളുടെ കർതൃത്വം,.

തന്റെ രാഷ്ട്രീയനിയോഗത്തിൽ ഊന്നിയ പൗരുഷമാണ് കോരനെക്കൊണ്ട് ഇങ്ങനെ പറയിക്കുന്നത്:

"നീ വിചാരിച്ചതു നിന്റെ പറേൻ ഇനീം പുഞ്ചക്കണ്ടത്തില് മേല എടുത്തു നെക്കു കൊണ്ടുതരുമെന്നാ. അവൻ ജേലുകേറാനാ നോക്കുന്നേ."

പെട്ടെന്നു പറയാൻ അവൾക്കും ഉത്തരമുണ്ടായിരുന്നു.

"എന്നാലെക്കൊണ്ട് ഏനും അതിനാ പോണെ."

അതു കോരനുവിശ്വാസമായില്ല.

അവൾ തുടർന്നു: "നിങ്ങൾ ആണുങ്ങാക്കു മാത്രം മതിയോ യോഗം?

ഞങ്ങൾ പെണ്ണുങ്ങളും യോഗമൊണ്ടാക്കും. ഞങ്ങാക്കും കാര്യമൊണ്ട്" കോരൻ ചിരിച്ചുപോയി. അവൾ കാര്യമായി പറയുകയാണ്.

"ചോരേം നീരുമൊള്ള പറക്കിടാത്തിക്കം കഴിയണം. ഏനും അങ്ങനെ ജേലിപ്പോകും."

"പെണ്ണേ പിരാന്തു പറയാതെ. വേണേ വേറെ വല്ലോൻ്റേം കൂടെ പോ."

"പിന്നല്യോന്ന്!" (പുറം 92. *രണ്ടിടങ്ങഴി*)

ചിരുത ആവേശപൂർവം ആഗ്രഹിക്കുന്ന വിപ്ലവപങ്കാളിത്തം കോരൻ ഉദാസീനതയോടെ തള്ളിക്കളയുകയാണിവിടെ. അവളുടെ രാഷ്ട്രീയ കർതൃത്വം എന്നത് നോവലിന്റെ കേന്ദ്രലക്ഷ്യത്തെത്തന്നെ പ്രതികൂല മായി ബാധിക്കും. അതുകൊണ്ടുതന്നെ അവളുടെ രാഷ്ട്രീയേച്ഛയെ തമ സ്കരിച്ചുകൊണ്ടുള്ള നിലപാടാണിവിടെ അനുവർത്തിക്കുന്നത്. പുരുഷ ന്മാർ നടത്തുകയും നയിക്കുകയും ചെയ്യുന്ന വിപ്ലവത്തിന്റെ കാഴ്ചക്കാ രിയോ വിധേയയോ ആണവർ. ഫലത്തിൽ അവൾ വീണ്ടും സ്വന്തം സ്ത്രീശരീരത്തിന്റെ തടങ്കലിലേക്ക് ലിംഗകർതൃത്വത്തിലേക്ക് മടങ്ങുന്നു.

"പുഷ്പവേലിൽ ചാക്കോയുടെ ഉറ്റുനോട്ടം! മറിയയുടെ വാക്കുകൾ! അവൾ അവളെത്തന്നെ എങ്ങനെ രക്ഷിക്കും? വല്ലവിധവും പത്തുമാസം തികഞ്ഞു പ്രസവിച്ചാൽ – പെറ്റാൽ ഭയപ്പെടാനില്ലെന്നല്ലേ പറയുന്നത്? എങ്ങനെ ആ പത്തുമാസക്കാലം രാത്രികൾ കഴിയും? എന്നാലും അയാൾക്ക് അവളുടെ ധനത്തെ രക്ഷിക്കണം." (പുറം 99. *രണ്ടിടങ്ങഴി*)

അടിച്ചേൽപ്പിക്കപ്പെട്ട സാഹോദര്യത്തിലും പുനഃക്രമീകരിക്കപ്പെട്ട ബന്ധങ്ങൾക്കിടയിലും ദമിതമായ കാമനകൾ ചാത്തനിലും ചിരുതയിലും പ്രകാശനം തേടുന്നതു കാണാം.

"അവൾ ചാത്തനെ ഭയപ്പെട്ടു; ചാത്തന്റെ സേവനങ്ങളെ ഭയപ്പെട്ടു. അവളുടെ കാലടികൾ വഴുതിയേക്കും.

ഒരു ദിവസം അവൾ പറഞ്ഞു.

"എല്ലാം കർമമാ. അപ്പൻപറഞ്ഞ പെൺപണം ചാത്തച്ചൻ കൊടു ത്തിരുന്നെങ്കില്..."

ചാത്തൻ അവളുടെ മുഖത്ത് ഉറ്റുനോക്കി. അവനറിയാതെതന്നെ അവന്റെ മുഖം ആശകൊണ്ടു പ്രകാശിച്ചു." (പുറം 101. *രണ്ടിടങ്ങഴി*)

പുറത്തു മഞ്ഞുകൊണ്ടു കുളിർന്നു വിറച്ചുകിടക്കുന്ന ചാത്തനെക്കു റിച്ച് അവൾ അനുതാപത്തോടെ പലപ്പോഴും ചിന്തിക്കുന്നു. എങ്കിലും അവൾ പതറാതെ ഉറച്ചുനിൽക്കുന്നു. താൻ മറ്റൊരാളിന്റെ 'പറയി'യാണെന്ന ചിന്ത അവളെ ഭയപ്പെടുത്തുന്നു.

ഏകദാമ്പത്യനിഷ്ഠമായ ചാരിത്ര്യബോധമാണിവിടെ ചിരുതയെ ഞെരുക്കുന്നത്. മധ്യവർഗമൂല്യങ്ങളിൽനിന്നു കീഴാള ജീവിതങ്ങൾ സ്വാംശീകരിച്ചെടുത്ത ലൈംഗികസദാചാരത്തെച്ചൊല്ലി ചാത്തനും ചിരു തയും അനുഭവിക്കുന്ന വൈകാരിക സമ്മർദമാണ് കൃതിയുടെ വൈകാ രികതലത്തെ സംഘർഷഭരിതമാക്കുന്നത്. ഇച്ഛകൾക്കും സ്വയം അടി

ച്ചേൽപ്പിക്കുന്ന സദാചാരവ്യവസ്ഥകൾക്കുമിടയിൽ വൈകാരികമായി ഒരു പ്രതിസന്ധി രൂപപ്പെടുന്നു. പ്രതിസന്ധിയുടെ പ്രത്യയശാസ്ത്രമാണ് *രണ്ടിടങ്ങഴി*യെ വികാരതീക്ഷ്ണമാക്കുന്നത്. കോരനുൾപ്പെടെയുള്ളവരുടെ ത്യാഗത്തെയും വിപ്ലവത്തെയും ജ്വലിപ്പിച്ചുകാട്ടുന്നതും അതുതന്നെ. രാഷ്ട്രീയസമരങ്ങൾക്കും അവയുടെ അനിശ്ചിതത്വങ്ങൾക്കും അതിന്മേലുള്ള തീർപ്പുകൾക്കുമെല്ലാം അപ്പുറം ശാരീരികകർതൃത്വത്തിൽ തളയ്ക്കപ്പെട്ട സ്ത്രീയുടെ ഉടമസ്ഥതയും നിലനിൽപ്പുമാണ് *രണ്ടിടങ്ങഴി* എന്ന നോവലിനെ മുന്നോട്ടു കൊണ്ടുപോകുന്നത്.

പരിണാമഗുപ്തിയുടെ ആഖ്യാനരാഷ്ട്രീയം വിശകലനം ചെയ്യുമ്പോൾ നാംകാണുന്നത് അതാണ്.

“ഒരിക്കലും ഉണ്ടാകാത്ത ഒരു തന്റേടം ചാത്തനു കൈവന്നു. അവൻ ചിരുതയുടെ കൈ പിടിച്ചു. കോരന്റെ കൈയിൽ വച്ചുകൊടുത്തു. പൗരുഷത്തിന്റെയും സന്മാർഗത്തിന്റെയും തന്റേടത്തോടെ അവൻ പറഞ്ഞു: “ഞങ്ങൾ ആങ്ങളയും പെങ്ങളും ആയിരുന്നു.” ചിരുത കോരന്റെ ശരീരത്തിലേക്ക് തളർന്നുവീണു (പുറം 116. *രണ്ടിടങ്ങഴി*)

ചെമ്മീനിൽ സദാചാരനിയമങ്ങൾ കാമനകൾക്കു മുന്നിൽ അടിയറ വച്ച കറുത്തമ്മയും പരീക്കുട്ടിയും വരിച്ച അനിവാര്യമായ ദുരന്തങ്ങൾക്കു വിപരീതമായി ഇവിടെ ആവേശകരമായ ശുഭാന്തമായ ഒരു വിപ്ലവാന്തരീക്ഷമാണ് ചിത്രീകരിക്കപ്പെടുന്നത്. ആഖ്യാനഘടനയിലെ വൈരുധ്യങ്ങൾക്കപ്പുറം സ്ത്രീശരീരത്തെ കേന്ദ്രീകരിച്ചു രൂപപ്പെട്ട ലൈംഗികമായ ശുദ്ധി/അശുദ്ധി സങ്കൽപ്പങ്ങളും കാമനാവിനിമയങ്ങളുമാണ് ഇവിടെ കലാപരമായ സാക്ഷാൽക്കാരത്തിന് ഉപയോഗിക്കപ്പെടുന്നത്. വർഗസമരത്തിന്റെ ബൃഹദ് ആഖ്യാനസ്ഥലിയിൽ ലിംഗരാഷ്ട്രീയം തമസ്കരിക്കപ്പെട്ടുപോവുകയാണിവിടെ. ലൈംഗികതയുടെയും ലിംഗാധികാരത്തിന്റെയും ഘടനകളെ വിള്ളലേൽപ്പിക്കാതെയും അവയെ സാധൂകരിച്ചുകൊണ്ടുമാണിവിടെ കലയും പ്രത്യയശാസ്ത്രവും മുന്നോട്ടുവയ്ക്കപ്പെടുന്നത്.

തകഴിയുടെ ആദ്യകാലരചനകളായ ‘ത്യാഗത്തിന്റെ പ്രതിഫലം’ ‘പതിതപങ്കജം’ മുതൽ ‘സാഹസം’ ‘ആദ്യത്തെ പ്രസവം’ തുടങ്ങിയ കഥകളിലുമെല്ലാം ആവർത്തിക്കുന്ന ചാരിത്ര്യമെന്ന മൂല്യത്തെ ലിംഗരാഷ്ട്രീയത്തിന്റെ വെളിച്ചത്തിൽ പരിശോധിക്കുമ്പോൾ കൂടുതൽ സമഗ്രമായ ഉൾക്കാഴ്ചകൾ ലഭിക്കും. അവ അതതു ആഖ്യാനങ്ങളുടെ സൗന്ദര്യശാസ്ത്രനിലപാടുകളെ മെരുക്കിയെടുത്തതിന്റെ കാഴ്ചകൾ വെളിപ്പെടും.

സ്വവർഗകാമനകൾ

ഭിന്നവർഗ ലൈംഗികതയിൽ ശക്തമായി ഊന്നിയ ഭാവുകത്വപരിസരത്തിൽ നിന്നുകൊണ്ട് ലിംഗാധികാരത്തിന്റെ സാമ്പ്രദായിക ഘടനകളെ തകഴി എങ്ങനെ സ്വാംശീകരിച്ചുവെന്നു നാം കണ്ടു. എന്നാൽ അവ

യിൽനിന്നു വ്യത്യസ്തമായി സ്വവർഗകാമനകളുടെ സൂചനകൾ ഉള്ളട ങ്ങുന്ന ഒട്ടനവധി കഥകൾ തകഴി രചിച്ചിട്ടുണ്ട്. 'ചങ്ങാതികൾ' 'സാഹോ ദര്യം' രഹസ്യങ്ങൾ തുടങ്ങിയ കഥകൾ അവയിൽ പ്രധാനപ്പെട്ടവയാ ണ്.

'ചങ്ങാതികളി'ൽ കമലയും മീനുവുമെന്ന രണ്ടുപെൺകുട്ടികളുടെ സൗഹൃദത്തിലൂന്നിയ ശാരീരിക അടുപ്പമായാണ് സ്വവർഗ ലൈംഗികത കടന്നുവരുന്നത്.

നിർബന്ധിതമായ കന്യകാത്വവും സ്നേഹരഹിതമായ പരിതഃസ്ഥി തിയും പെരുമാറ്റങ്ങളും രണ്ടു കന്യാസ്ത്രീകളെ പരസ്പരം പരിധിവിട്ട് അടുപ്പിക്കുന്നു. തങ്ങളെ ആ നിലയിലെത്തിച്ച ചുറ്റുപാടുകളോടുള്ള പ്രതി ഷേധമെന്ന നിലയ്ക്കാണ് ആഖ്യാനത്തിൽ സ്വവർഗ താൽപ്പര്യങ്ങൾ വരു ന്നത്.

"ഒരുത്തിയും തനിച്ചല്ല. ഒരുത്തിക്ക് മറ്റൊരുത്തി കൂട്ടുണ്ട്. ക്ലാരമ്മ ത്രേസ്യമ്മയെ ശുശ്രൂഷിച്ചു. പകരം ത്രേസ്യാമ്മ ക്ലാരമ്മയെ രക്ഷിച്ചു. ഇടിയും മഴയും കൊണ്ട് ഭയങ്കരമായ രാത്രിയിൽ അവർ പരസ്പരം ചൂടു കൊടുത്തു. പേമാരിയുടെ പുലമ്പൽ ക്ലാരമ്മയെ ഭയപ്പെടുത്തി. പുറം തലോടിക്കൊണ്ട് ത്രേസ്യാമ്മ സമാധാനപ്പെടുത്തി. "പേടിക്കാതെ" എന്ന് ഇരുവർക്കും ഓരോ ഓമനപ്പേരുകൾ ഉണ്ട്. അവർ ഓരോരുത്തരും പ്രാർഥിച്ചു. എനിക്കു മുൻപേ കർത്താവിൽ ലയിക്കണം. എനിക്കു മുൻപേ കർത്താവിൽ ലയിക്കണമെന്ന്."

(*രഹസ്യങ്ങൾ*)

'സാഹോദര്യം' രണ്ടു പുരുഷന്മാരുടെ സ്വവർഗരതിയാണ് ചിത്രീക രിക്കുന്നത്. ഈ കഥയിൽ ജീവപര്യന്തം തടവുശിക്ഷയ്ക്കു വിധിക്കപ്പെട്ട് ഒരു സെല്ലിൽ അടയ്ക്കപ്പെട്ട രണ്ടു പുരുഷന്മാർ ഒരു മധ്യവയസ്കനും യുവാവും – അവരുടെ ലൈംഗിക വികാരങ്ങളുടെ ആവിഷ്കാരമാണ് കാണുന്നത്. അവർ സ്വയം മറന്ന് പരസ്പരം ശാരീരികമായി സമർപ്പി ക്കുകയും ലയിക്കുകയും ചെയ്യുന്നു.

"മകളുടെ മകൾ" എന്ന കഥയിൽ പിതാവും മകളും തമ്മിലുള്ള ലൈംഗികമായ അഭിനിവേശത്തിന്റെ സൂചനകൾ കടന്നുവരുന്നു.

മേൽപ്പറഞ്ഞ കഥകളിലെല്ലാംതന്നെ ലൈംഗികതയുടെ പ്രരൂപഗു ണങ്ങളിൽ വ്യതിയാനം സൃഷ്ടിച്ചുകൊണ്ടുള്ള ആഖ്യാനമാണ് കഥാ കൃത്ത് നിർമിച്ചിട്ടുള്ളത്. എങ്കിൽത്തന്നെയും സ്വാഭാവികമായ ലൈംഗി കപരിചരണങ്ങൾക്കകത്തല്ല അവ വിന്യസിക്കപ്പെടുന്നതും വ്യാഖ്യാനി ക്കപ്പെടുന്നതും. അമർത്തപ്പെട്ടതോ വ്യവസ്ഥീകരിക്കപ്പെട്ടതോ ആയ ലൈംഗികതകൾക്കപ്പുറം വിചിത്രവും അസാധാരണവുമായ, അവിചാ രിതമായി മനുഷ്യബന്ധങ്ങളിൽ നിഴലിടുന്ന സ്വവർഗകാമനകളായാണവ അടയാളപ്പെടുന്നത്. സാഹചര്യങ്ങളെയും ജീവിതാവസ്ഥകളെയും സംബ ന്ധിച്ച ഒരു സന്ദർഭം അവയ്ക്കു പശ്ചാത്തലമാകുന്നുമുണ്ട്. മേൽപ്പറഞ്ഞു വച്ച സാമ്പ്രദായിക ലിംഗവ്യവസ്ഥകൾക്കുനേരെയുള്ള മുൻവിധികളി

ല്ലാത്ത അന്വേഷണപഥങ്ങൾക്ക് ഇത്തരം കഥകൾ സാധ്യത നൽകുന്നു വെന്നതാണ് അവയുടെ പ്രസക്തി.

"ദയ, സ്നേഹം, വാൽസല്യം തുടങ്ങിയ പരിചിതമായ വികാരങ്ങളും വിരലിൽ എണ്ണിക്കഴിഞ്ഞു. ആ വീണയ്ക്ക് ഇനിയും അജ്ഞാതമായ കമ്പി കൾ വളരെയുണ്ട്. ഒരു ശാസ്ത്രജ്ഞനും മതാചാര്യനും കണ്ടെത്താനാ വാത്ത കമ്പികൾ. അവയ്ക്കു പേരില്ല. അവയാണ് ആ ഇടുങ്ങിയ മുറി യിൽ മീട്ടിത്തുടങ്ങിയത്." (*സാഹോദര്യം*)

(2011)

ചരിത്രത്തെ ഭാവന നെയ്യുമ്പോൾ: തകഴിയുടെ കഥകളിലെ പ്രത്യയശാസ്ത്ര ജാഗ്രത

എൻ സന്തോഷ് കുമാർ

ആഗോളീകരണം രൂപപ്പെടുത്തിയെടുത്ത കൃത്രിമമായ സുഭിക്ഷതയിൽ ഭൂതകാലത്തെ മറന്ന് സുഖഭോഗാസക്തികളിൽ അഭിരമിക്കുന്ന മലയാളിയെ കടന്നുവന്ന ചരിത്രത്തെ ഓർമിപ്പിക്കുകയാണ് തകഴി ശിവശങ്കരപ്പിള്ളയുടെ എഴുത്തുകളുടെ ഇന്നത്തെ വായന. കേരള സമൂഹത്തെയും രാഷ്ട്രീയത്തെയും നിർമിച്ചെടുത്ത കാലഘട്ടത്തിലൂടെ കടന്നുവന്നതായതുകൊണ്ടു തന്നെ തകഴിയുടെ എഴുത്തുകൾ കേരളത്തിന്റെ രാഷ്ട്രീയ സാംസ്കാരിക ചരിത്രവുമായിത്തീരുന്നുണ്ട്. ജീവൽ സാഹിത്യപ്രസ്ഥാനത്തിന്റെയും പുരോഗമന സാഹിത്യ പ്രസ്ഥാനത്തിന്റെയും ഭാഗമായി സോദ്ദേശ്യ സാഹിത്യരചന നിർവഹിക്കാൻ ബോധപൂർവം തന്നെ തകഴി ശ്രമിച്ചിരുന്നുവെങ്കിലും സമൂഹം നേരിടുന്ന പ്രശ്നങ്ങളെ വൈകാരികമായി അനുഭവിച്ചുതന്നെ വളരെ സൂക്ഷ്മമായി ആവിഷ്കരിക്കാൻ കഴിഞ്ഞുവെന്നതാണ് തകഴിയുടെ പ്രത്യേകത. അതുകൊണ്ടു തന്നെ തകഴിയുടെ *തെരഞ്ഞെടുത്തകഥകളിൽ* 'അവൻ തിരിച്ചുവരും,' 'ചരമരംഗം', 'കറാച്ചിയിൽ നിന്ന്', 'ഗാന്ധിജിയുടെ അന്ത്യം', 'സ്വത്തുകാരുടെ നാട്ടിൽ' തുടങ്ങിയ അഞ്ചു കഥകളൊഴികെ ഒന്നുംതന്നെ ഇന്ന് സോദ്ദേശ്യസാഹിത്യത്തിന്റെ ഭാഗമായി വായനക്കാരന് വായിച്ചെടുക്കാൻ കഴിയില്ല. തകഴി തന്നെ തെരഞ്ഞെടുത്ത *തെരഞ്ഞെടുത്ത കഥകൾ* (നാഷണൽ ബുക്ക് സ്റ്റാൾ, കോട്ടയം: 1965) അദ്ദേഹം കൈകാര്യം ചെയ്ത വിഷയങ്ങളുടെ വ്യാപ്തി വ്യക്തമാക്കുന്നുണ്ട്.

അധികാരഘടന, വധശിക്ഷ, സദാചാരം, ലൈംഗികതൃഷ്ണ, ലൈംഗിക വിൽപ്പന, പ്രണയത്തിന്റെ സാമ്പത്തികശാസ്ത്രം, സ്വാതന്ത്ര്യം ഉപയോഗിക്കാനറിയാത്ത സമൂഹം, തിരസ്കരിക്കപ്പെടുന്ന വൃദ്ധമാതാപിതാക്കൾ, പാരമ്പര്യത്തെ കളിയാക്കൽ, പട്ടിണി, പ്രണയം, അരികി

ലേക്ക് മാറ്റിനിർത്തിയ ജീവിതങ്ങൾ, കുറ്റവാളികൾ, തടവുകാർ, അവിഹിത ഗർഭം പേറുന്നവർ, ദുരാഗ്രഹികൾ, അന്ധർ, ശാരീരികവും മാനസികവുമായ വളർച്ച മുരടിച്ചവർ, വന്ധ്യത, കൂട്ടിക്കൊടുപ്പുകാർ, വേശ്യാവൃത്തി, കുടുംബവിഭജനം, അതിര് വഴക്ക്, കക്ഷിരാഷ്ട്രീയാതിപ്രസരം തുടങ്ങി തകഴി പ്രശ്നവൽക്കരിക്കുന്ന മേഖലകൾ വിപുലമാണ്. മലയാളിയുടെ ജീവിതത്തിന്റെ അടിത്തട്ടിനെത്തന്നെയാണ് തകഴി രേഖപ്പെടുത്തിയത്.

സമകാലീന എഴുത്തുകളെക്കാൾ കേരളീയ സമൂഹം ഇന്ന് നവോത്ഥാനകാല എഴുത്തുകളെക്കുറിച്ച് ചർച്ച ചെയ്യുന്നുണ്ട്. എഴുത്തുകാരുടെ ജന്മശതാബ്ദിയെക്കാൾ അവ മുന്നോട്ടു വെക്കുന്ന ജീവിതത്തിന്റെയും ആശയങ്ങളുടെയും സൂക്ഷ്മതയും ദൃഢതയും തന്നെയാവണം ഇതിനു കാരണം. സമകാലീന കേരളത്തിലെ സാമൂഹ്യ ജീവിതത്തിനകത്ത് രൂപപ്പെട്ടുവരുന്ന പല പ്രശ്നങ്ങളും നവോത്ഥാനകാല സാഹിത്യം ഉയർത്തിപ്പിടിക്കുന്നുണ്ടെന്നു കാണാം. ഉപഭോഗതൃക്ഷ്ണകളെ ഉൽപ്പാദിപ്പിക്കുന്ന ആഗോളീകരണം രൂപപ്പെടുത്തിയെടുത്ത പ്രച്ഛന്നമായ ധാരാളിത്തത്തിനകത്ത് അടിസ്ഥാനവർഗത്തിന്റെ പ്രശ്നങ്ങൾ കൂടുതൽ രൂക്ഷമാവുകയാണുണ്ടായത്. സമകാലീന എഴുത്തുകളെക്കാൾ അവയെ സമീപിക്കാനും നേർക്കുനേർ എതിരിടാനും നവോത്ഥാനകാല എഴുത്തുകൾക്ക് കഴിയുന്നുണ്ട്. ആ തലമുറയ്ക്കുണ്ടായിരുന്ന ആശയ വ്യക്തതയും സാമൂഹ്യസാമ്പത്തിക സമത്വം എന്ന ഉറച്ച ആശയബോധവും സാമൂഹ്യബോധവും ഇല്ലാത്ത എഴുത്തു സമൂഹം എഴുത്തധികാരവ്യവസ്ഥയ്ക്കകത്ത് അവനവന്റെ നിലനിൽപ്പിന് മാത്രമായി നടത്തുന്ന വ്യക്തിവാദങ്ങളും ആത്മരതിയും തമ്മിലുള്ള വൈരുധ്യങ്ങളാണ് ഇതിന് അടിസ്ഥാനം. എഴുത്ത് അതിന്റെ യഥാർഥ സത്തയിൽനിന്ന് തെന്നിമാറി വിൽപ്പനച്ചരക്കായിത്തീരുന്നതോടെ വിൽപ്പനയ്ക്കാവശ്യമുള്ള അലങ്കാരങ്ങളായി സാമൂഹ്യപ്രശ്നങ്ങളെ എഴുത്തു സമൂഹം ഉപയോഗിക്കുന്നു. ആത്മാർഥതയില്ലാത്തതും വിപണനോദ്ദേശ്യത്തോടുകൂടിയതുമായതിനാൽത്തന്നെ ജീർണിച്ച് അഴുകിയതായി മാത്രം ഇത്തരം സാഹിത്യപ്രവർത്തനങ്ങൾ ഒടുങ്ങുന്നു. അതോടൊപ്പം എഴുത്തധികാര വ്യവസ്ഥയ്ക്കകത്തെ കിടമത്സരം കടുത്ത കുറ്റവാളികളെ രൂപപ്പെടുത്തിയെടുക്കുന്ന എഴുത്തുസമൂഹത്തെ സൃഷ്ടിക്കുന്നു.

എങ്ങനെയെല്ലാമാണ് കേരളത്തിന്റെ രാഷ്ട്രീയവും സാമൂഹ്യവുമായ അധികാരഘടനയെ തകഴി ആഖ്യാനവിധേയമാക്കുന്നതെന്നും, സാധാരണ മനുഷ്യരെ ഈ അധികാരശ്രേണിക്കകത്ത് എവിടെയാണ് സ്ഥാനീകരിക്കുന്നതെന്നും സ്വാഭാവികമായും ആലോചനാവിഷയമാക്കേണ്ടതാണ്. *വെള്ളപ്പൊക്കത്തിൽ* എന്ന കഥയിൽ അടുക്കടുക്കായ അധികാരഘടന വെളിപ്പെടുത്തി ഓരോ വർഗത്തേയും കൃത്യമായിതന്നെ അടയാളപ്പെടുത്തുന്നുണ്ട്. ഏറ്റവും ഉയരത്തിൽ സ്ഥിതി ചെയ്യുന്ന ദൈവത്തെ കഴുത്തറ്റം വെള്ളത്തിൽ മുങ്ങിക്കിടക്കുന്നതിലൂടെ അധികാരമില്ലാത്തതും

നിഷ്ഫലവുമായ അധികാരസങ്കൽപ്പമായി അവതരിപ്പിക്കുന്നു. അതോടെ സർവശക്തനും സർവവ്യാപിയുമായ ദൈവസങ്കൽപ്പം തന്നെ ചോദ്യം ചെയ്യപ്പെടുന്നു. തൊട്ടുതാഴെ, ചേനപ്പറയന്റെ തമ്പുരാൻ വെള്ളം പുരയ്ക്കകത്തേക്കു കയറാൻ തുടങ്ങിയപ്പോൾത്തന്നെ തന്റെ ആശ്രിതരെപ്പോലും ഓർക്കാതെ സ്വന്തം കാര്യം നോക്കി രക്ഷപ്പെടുന്നു. ആശ്രിത സമൂഹത്തെക്കുറിച്ചുപോലും ഓർക്കാത്ത ജന്മിത്തവ്യവസ്ഥയെയും ഇങ്ങനെ തുറന്നു കാണിക്കുന്നു. ഇതിനു താഴെ സാധാരണ മനുഷ്യർ. അവർ രക്ഷപ്പെടാൻ അവസരം ലഭിച്ചപ്പോൾ തങ്ങളെ ആശ്രയിച്ചു ജീവിക്കുന്ന വളർത്തുമൃഗങ്ങളെക്കുറിച്ചുപോലും ആലോചിക്കാതെ സ്ഥലം വിടുന്നു. അതേ സമയം ഈ പൊതുസമൂഹം നിലനിൽപ്പിനായി വേവലാതിപ്പെടുന്നതിനാൽത്തന്നെ പരസ്പരം സഹായിക്കുകയും വഞ്ചിക്കുകയും ചെയ്യുന്നവിധത്തിൽ നന്മതിന്മകളോടു കൂടിയ മാതൃകതന്നെ. അവസാനം വിനീതവിധേയനായ പട്ടിമാത്രം ബാക്കിയാവുന്നു. കുത്തിയൊലിച്ചുവരുന്ന വെള്ളപ്പരപ്പിൽ യജമാനന്റെ മുതലിനു കാവൽനിന്ന് ഭയവും വിശപ്പും അനുഭവിക്കുന്ന പട്ടി മുഖ്യധാര മാറ്റിനിർത്തിയ നികൃഷ്ടമായ മനുഷ്യജന്മം തന്നെയാണ്. ഒരധികാരകേന്ദ്രത്തിനും വേണ്ടാത്ത; കാവൽപ്പട്ടിയായി മാത്രം അടയാളപ്പെടുത്തുന്ന അരികിലേക്ക് മാറ്റിനിർത്തപ്പെട്ട മനുഷ്യജന്മത്തിന്റെ നിരർഥകമായ, പട്ടിക്കു സമാനമായ ജീവിതത്തെ *വെള്ളപ്പൊക്ക*ത്തിലൂടെ തകഴി ഓർമിപ്പിക്കുന്നു. ഇങ്ങനെ സാധാരണ മനുഷ്യരെ; അവരുടെ ദയനീയമായ ജീവിതാവസ്ഥകളെ തകഴി വായനക്കാരനുമുമ്പിൽ അടയാളപ്പെടുന്നു.

*വെള്ളപ്പൊക്ക*ത്തിലെ ഈയൊരു സാമൂഹ്യാവസ്ഥ കുട്ടനാട്ടിലെ സാധാരണ മനുഷ്യരുടെ ജീവിതാവസ്ഥ തന്നെയാണ്.

> “തൊഴിലാളിയുടെയും കുടുംബത്തിന്റെയും സേവനം ഏതു ദിവസവും രാവെന്നോ പകലെന്നോയില്ലാതെ യജമാനന് ആവശ്യപ്പെടാം. പകരം അദ്ദേഹം അവന്റെ കുടുംബത്തിന്റെ ക്ഷേമത്തിനായി നിലകൊള്ളും. ഇതായിരുന്നു കുട്ടനാട്ടിലെ അലിഖിത വ്യവസ്ഥ. ഈ യജമാന–ഭൃത്യബന്ധം എല്ലാ അർഥത്തിലും അസമത്വം നിറഞ്ഞതായിരുന്നു. നൂറ്റാണ്ടുകളോളം ഈ ബന്ധം തുടർന്നുവന്നത് കേവലാധിപത്യത്തിലൂടെ മാത്രമല്ല; ജാതീയമായ ആധിപത്യത്തിലൂടെ തന്നെയായിരുന്നു. നിൽക്കുന്ന ഇടവും കഴിച്ച ഭക്ഷണവും മറക്കരുത് എന്ന് പുലയത്തൊഴിലാളികൾ സ്ഥിരമായി ഉപദേശിക്കപ്പെട്ടു. പഴയ യജമാനന്റെയടുത്തു നിന്നും മാറി പുതിയ യജമാനന്റെയടുത്ത് പണിക്ക് പോകേണ്ടിവന്ന തൊഴിലാളി ആത്മഹത്യചെയ്ത കഥ തകഴി *കയറിൽ* വിവരിക്കുന്നുണ്ട്. ഭൃത്യൻ യജമാനനുവേണ്ടി സന്തോഷത്തോടെ മരിക്കാനും തയാറായിരുന്നു. എന്നാൽ ഒറ്റ യജമാനനും സേവകനുവേണ്ടി ബലിയർപ്പിക്കാൻ തയാറായില്ല.”

(കെ ടി റാം മോഹൻ: *Tale of the rice*, CDS Monograph series തിരുവനന്തപുരം 2006 – സംക്ഷിപ്തവിവർത്തനം) ഉദ്ധരിക്കുന്ന ഈ ഭാഗം *വെള്ളപ്പൊക്കത്തിൽ* വളരെ സൂക്ഷ്മമായിത്തന്നെ ആഖ്യാനം ചെയ്യുന്നുണ്ട്. വേലക്കാരനെ സഹായിക്കാൻ തയ്യാറാവാതെ സ്വന്തം ജീവൻ രക്ഷിക്കാൻ ചേനപ്പറയന്റെ തമ്പുരാൻ സ്ഥലം വിടുന്നതുപോലെ തന്റെ ഭൃത്യനായ പട്ടിയെക്കുറിച്ചോർക്കാതെ ചേനപ്പറയനും സ്വജീവൻ രക്ഷിക്കാൻ ജാഗ്രത കാട്ടുന്നു. എന്നാൽ അധികാരവ്യവസ്ഥയിൽ, ജാതീയമായും സാമ്പത്തികമായും കീഴ്ത്തട്ടിൽ നിൽക്കുന്ന മനുഷ്യന്റെ പ്രതിനിധിയായ പട്ടി മാത്രം ഈ നിയമങ്ങളെല്ലാം പാലിക്കുന്നു. "ഇരിക്കുന്ന ഇടവും കഴിച്ച ഭക്ഷണവും" മറക്കാനാവാത്ത അവൻ തന്റെ യജമാനനനുവേണ്ടി വിശപ്പും ദാഹവും മറന്ന് മരണാവസ്ഥയിലും കാവൽനിന്ന് ജീവൻ വെടിയുന്നു. ഇങ്ങനെ തകഴി ആഖ്യാനം ചെയ്യുന്ന പട്ടിയിലൂടെ കുട്ടനാടിന്റെ അക്കാലത്തെ രാജനീതിയുടെ വൈരുധ്യങ്ങൾ തന്നെയാണ് വെളിപ്പെടുന്നത്.

356 ആളുകൾക്കും 67 കുട്ടികൾക്കും, പട്ടി, പൂച്ച, കോഴി, മുതലായ വളർത്തു ജീവികളും ഐകമത്യത്തോടെ, ദേവൻ കഴുത്തറ്റം വെള്ളത്തിൽ നിൽക്കുന്ന അമ്പലത്തിന്റെ മൂന്നു മുറിയുള്ള മാളികപ്പുറത്ത് വസിക്കുന്നുണ്ടെങ്കിലും ചേന്നപ്പറയന് അമ്പലത്തിൽ പ്രവേശനമില്ലാത്തതിനാൽ അവിടെ സ്ഥാനമില്ല. ഇവിടെ ചരിത്രത്തിന്റെ പശ്ചാത്തലത്തിലുള്ള വായനയിലാണ് പട്ടിക്കും കോഴിക്കും പൂച്ചയ്ക്കും പ്രവേശനമുള്ള അമ്പലത്തിൽ ജാതീയമായ അയിത്താചരണത്തിന്റെ ഭാഗമായി ചേന്നപ്പറയന് അമ്പലത്തിൽ പ്രവേശനമില്ലെന്ന് വെളിപ്പെടുന്നത്. അമ്പലത്തിൽ കഴിയുന്നവരുടെ ജാതി തിരിച്ചുള്ള വെളിപ്പെടുത്തലുകളുമില്ല. അമ്പലത്തിൽ പ്രവേശനമുള്ള വിഭാഗങ്ങളുടെ ഐക്യംമാത്രമാണ് ഇവിടെ എന്ന് ഊഹിക്കാം. ഇവിടങ്ങളിൽ ആഖ്യാതാവിന്റെ മൗനം കഥയെ നിഗൂഢവൽക്കരിക്കുന്നുണ്ട്. ദുരന്തങ്ങൾ ജാത്യാതീതമായി മനുഷ്യരെ ഏകോപിപ്പിക്കുന്നു എന്ന സന്ദേശമാണോ ഈ മൗനത്തിലൂടെ തകഴി മുന്നോട്ടു വെക്കുന്നത് എന്ന് സന്ദേഹിക്കേണ്ടിയിരിക്കുന്നു.

മഴയെക്കുറിച്ചുള്ള കാൽപ്പനിക ഭാവനകളെയെല്ലാം അട്ടിമറിച്ചുകൊണ്ടാണ് തകഴി *വെള്ളപ്പൊക്കത്തിൽ* ആഖ്യാനം ചെയ്യുന്നത്. സുന്ദരവും ഇന്ദ്രിയാനുഭവവുമായി മഴയെ അവതരിപ്പിക്കുന്നത് സുരക്ഷിത സാഹചര്യങ്ങളിൽ ജീവിക്കുന്ന എഴുത്തു സമൂഹമാണ്. എന്നാൽ വെള്ളപ്പൊക്കത്തിന്റെയും പട്ടിണിയുടെയും രോഗങ്ങളുടെയും മധ്യത്തിൽ ജീവിക്കേണ്ടിവരുന്ന ദരിദ്രനായ, കയറിക്കിടക്കാൻ സുരക്ഷിതമായ ഇടമില്ലാത്ത; ചോർന്നൊലിക്കുന്ന, തകർന്നു വീഴാവുന്ന കൂരയ്ക്കു കീഴിൽ ഏതു സമയവും വെള്ളമൊഴുകിവരുമെന്ന ഭയത്തിൽ; അരക്ഷിതമായി, മഴ നൽകുന്ന പട്ടിണിയും രോഗങ്ങളും ഓർക്കുമ്പോൾ ഈ കാവ്യഭാവന അട്ടിമറിയുന്നു. ഇങ്ങനെ തീർത്തും കീഴാളമായ അനുഭവത്തെത്തന്നെയാണ് *വെള്ളപ്പൊക്കത്തിൽ* തകഴി ആവിഷ്കരിക്കുന്നത്. അതുകൊണ്ടു

തന്നെ അടിസ്ഥാനവർഗത്തിന്റെ വിഹ്വലതകൾ അനുകമ്പയോടെ ആവിഷ്ക്കരിക്കാൻ ശ്രമിച്ച തകഴിയുടെ *തെരഞ്ഞെടുത്ത കഥകളു*ടെ ആദ്യകഥതന്നെ *വെള്ളപ്പൊക്കത്തിൽ* ആയത് യാദൃച്ഛികമല്ല. ഇതേ സമീപനം തന്നെയാണ് ദരിദ്രമായ ജീവിത സാഹചര്യങ്ങളിൽ മാത്രം കഴിച്ചുകൂട്ടാൻ വിധിക്കപ്പെടുന്ന സാധാരണമനുഷ്യരെ ആഖ്യാനം ചെയ്യാൻ തകഴിയെ പ്രേരിപ്പിക്കുന്നത്.

ഇങ്ങനെ തീർത്തും ഓരത്തേക്ക് തള്ളിമാറ്റപ്പെട്ട ഒരു മനുഷ്യനെ അവതരിപ്പിക്കുന്നുവെന്നതുതന്നെയാണ് തകഴിയുടെ *പട്ടാളക്കാരൻ* എന്ന കഥയുടെ പ്രത്യേകത. സ്വാഭാവികമായും കഥയിൽ പ്രത്യക്ഷപ്പെടുന്ന യുദ്ധത്തിന്റെ ദയനീയമായ അവസ്ഥയെ തീവ്രതരമാക്കുന്നത് രാമൻനായരുടെ സാമൂഹികമായ അന്യവൽക്കരണമാണ്. ആധുനികതയുടെ വക്താക്കൾ പോലും ഇത്തരത്തിൽ പൊതുസമൂഹത്തിൽനിന്ന് അന്യവൽക്കരിക്കപ്പെട്ട ഒരു മനുഷ്യനെ അവതരിപ്പിച്ചുകാണുന്നില്ല. തെരുവുനീളെ തെണ്ടിനടന്ന ബാല്യകാലത്തുപോലും ആരും വിളിക്കാത്ത പേര് എവിടെനിന്ന് കിട്ടിയെന്ന് അത്ഭുതപ്പെടുന്ന, തെണ്ടിയായ രാമന് ലഭിച്ച പട്ടാളജീവിതവും വിവാഹജീവിതവുമെല്ലാം അമൂല്യമാകുന്നത് ഇത്തരത്തിൽ സാമൂഹ്യമായ അന്യവൽക്കരണത്തെ ശക്തമായി അവതരിപ്പിക്കാൻ കഴിയുന്നതിനാൽത്തന്നെയാണ്. നാട്ടിലേക്ക് അവധിക്ക് തിരിച്ചുവന്നപ്പോൾ എവിടേക്കാണു പോകേണ്ടതെന്നോ ആരെയാണ് കാണേണ്ടതെന്നോ അറിയാത്ത, ആരും തിരിച്ചറിയുക കൂടി ചെയ്യാത്ത രാമന് കാത്തിരിക്കാനൊരു പെണ്ണും വീടും ഉണ്ടാകുമ്പോഴേക്കും അയാൾ യുദ്ധത്തിൽ മരിച്ചുപോയിരുന്നു. യുദ്ധം ഇല്ലാതാക്കുന്ന ജീവിതങ്ങളെ ശക്തമായി അവതരിപ്പിക്കുന്ന ഇക്കഥ വളരെ കൃത്രിമമായി, ഇറക്കുമതി ചെയ്ത ദർശനങ്ങളുടെ ഇരുട്ടിൽ "ഞാനാരാ നാണുനായരേ?" എന്നും ചോദിക്കുന്ന *പ്രഭാതം മുതൽ പ്രഭാതം വരെ* എന്ന കഥയെക്കാൾ ശക്തമാവുന്നത് സാമൂഹ്യമായ അന്യവൽക്കരണത്തെ മുന്നോട്ടുവെക്കാൻ കഴിയുന്നതിനാൽത്തന്നെയാണ്. ഇങ്ങനെ ഓരത്തേക്ക് മാറ്റിനിർത്തിയ മനുഷ്യനെ ശക്തമായി ആവിഷ്കരിച്ച എഴുത്തുകാരൻ മലയാളത്തിൽ *പട്ടാളക്കാരനി*ലൂടെ തകഴി തന്നെയാണ്.

ഇത്തരത്തിൽ ആധുനികതയുടെ അംശങ്ങളെ സ്വാധീനിക്കുന്ന എഴുത്തുകൾ മാത്രമല്ല മാധവിക്കുട്ടിയുടെ കഥകളുടെ സ്വഭാവങ്ങൾ കൂടി വായിച്ചെടുക്കാനാവുന്ന കഥകളും തകഴിയുടേതായുണ്ട്. *ഇതാണു സന്മാർഗി, അറുപതാം വയസിൽ, ചങ്ങാതികൾ, പെൺമക്കൾ, കുരുടന്റെ ചാരിതാർത്ഥ്യം, വെളുത്ത കുഞ്ഞ്, ആ സുന്ദരിയുടെ ഭർത്താവ്, പ്രതീക്ഷകൾ, കല്യാണിയുടെ കഥ, ഒരു അമ്മിയുടെ കഥ* തുടങ്ങിയവ മാധവിക്കുട്ടിയുടെ എഴുത്തുലോകവുമായി ചേർന്നുനിൽക്കുന്ന കഥകൾ തന്നെയാണ്. ഇങ്ങനെ പിൽക്കാല മലയാള സാഹിത്യത്തെ നിർണയിക്കുന്ന എഴുത്തുകളുടെ മുന്നോടിയും തകഴിയിൽ വായിച്ചെടുക്കാം.

കുരുടന്റെ ചാരിതാർത്ഥ്യം, പെൺമക്കൾ, വെളുത്തകുഞ്ഞ്, ദല്ലാൾ,

കല്യാണിയുടെ കഥ, ഒരുകണക്കുതീർക്കൽ തുടങ്ങിയ കഥകളിൽ ശരീരം വിറ്റ് ജീവിക്കുന്ന സ്ത്രീകളെ ആഖ്യാനം ചെയ്യുന്നുണ്ട്. ഇതേക്കുറിച്ച് ജോസഫ് മുണ്ടശ്ശേരി *തെരഞ്ഞെടുത്ത കഥകളു*ടെ അവതാരികയിൽ വിശദമാക്കുന്നുണ്ട്.

> ദാരിദ്ര്യത്തിൽ നിന്നും മോചനം നേടാൻ അറ്റകയ്യിനു "ലൈംഗിക"ത്തെ വാണിഭമാക്കുക- ഇതിനു സ്ത്രീപക്ഷത്തിനേ സാധ്യതയുള്ളൂ. പുരുഷപക്ഷത്തിൽ ഇല്ലേ ഇല്ല; പിന്നെ മടിശീലയാണെങ്കിൽ പുരുഷന്റെ കൈയിലാണുതാനും. ചുരുക്കത്തിൽ സ്ത്രൈണജീവിതത്തിന്റെ താളം തെറ്റലുകൾക്കിത്രയേറെ പ്രാധാന്യം കൽപ്പിക്കാൻ എന്റെ സ്നേഹിതനെ പ്രേരിപ്പിച്ചത് അവയിലടങ്ങിയ ലൈംഗിക ലിപ്സമാത്രമല്ല. അവയുമായള്ളിപ്പിടിച്ചിട്ടുള്ള സാമ്പത്തിക വൈഷമ്യം കൂടിയാണ്.

പട്ടിണിയും പരിവട്ടത്തിലും മാനം വിറ്റ് ജീവിക്കേണ്ടിവന്ന താഴേത്തട്ടിലെ മനുഷ്യജീവിതങ്ങൾ കേരളത്തിന്റെ ഇന്നലകളിലെ മാത്രമല്ല, ഇന്നിന്റെയും യാഥാർഥ്യം തന്നെയാണ്. ഈ ശരീരവിൽപ്പനയ്ക്കുപിന്നിലെ സാമ്പത്തിക രാഷ്ട്രീയം വളരെ സൂക്ഷ്മമായിത്തന്നെ മുണ്ടശ്ശേരി അവതരിപ്പിക്കുന്നുണ്ട്. സമകാലീന വസ്തുതയായ പെൺവാണിഭങ്ങൾ അപഗ്രഥിക്കുമ്പോഴും മുണ്ടശ്ശേരിയുടെ ഈ സാമ്പത്തിക രാഷ്ട്രീയ വിശകലനം പ്രസക്തമാണെന്ന് കാണാം. ഇങ്ങനെ ഓരത്തേക്ക് തള്ളിമാറ്റിയ മനുഷ്യർ തന്നെയാണ് തകഴിയുടെ കഥകളുടെ സ്വഭാവത്തെ നിർണയിക്കുന്നത്. സാമൂഹ്യജീവിതത്തിന്റെ അടിത്തട്ടിലെ മനുഷ്യർ ഇത്തരത്തിൽ തകഴിയുടെ എല്ലാക്കഥകളിലും കയറി വരുന്നുണ്ട്. അവരുടെ വിശപ്പും ദാഹവും ആസക്തികളും നിറഞ്ഞ നിത്യജീവിതവ്യവഹാരങ്ങൾ ആഗോളീകരണത്തിന്റെ ഇക്കാലത്ത് സുഭിക്ഷതയുടെ കണ്ണാടിക്കൂട്ടിൽ കാണാമറയത്തേക്ക് മാറ്റപ്പെട്ടുവെങ്കിലും വളരെ ആഴത്തിൽത്തന്നെ സാമൂഹ്യജീവിതത്തിൽ അവ നിലനിൽക്കുന്നുണ്ട് എന്നതുകൊണ്ടുതന്നെ പെൺവാണിഭങ്ങളുടെ ഇക്കാലത്തും ഈ എഴുത്തുകൾ പ്രസക്തമാണ്. മാത്രമല്ല; അനുഷ്ഠാനങ്ങളായല്ല; വസ്തുനിഷ്ഠമായി വൈകാരികമായിതന്നെ അനുഭവിപ്പിക്കാൻ കഴിയുന്നുവെന്നതാണ് തകഴിയുടെ എഴുത്തുകളെ സവിശേഷമാക്കുന്നത്. ഇത്തരത്തിൽ ചരിത്രപരമായ കാരണങ്ങളാൽ ഓരത്തേക്ക് മാറ്റിനിർത്തപ്പെടുന്ന കർഷകന്റെ കഥയാണ് *കൃഷിക്കാരൻ*. നിലം പാട്ടത്തിനെടുത്ത് അധ്വാനിച്ച് കൃഷി ചെയ്യുന്നവൻ നിലമില്ലാത്ത വെറും കർഷകത്തൊഴിലാളിമാത്രമായിത്തീരുന്നതിന്റെ ചരിത്രപരമായ പരിണാമത്തെ ഇക്കഥയിൽ വായിച്ചെടുക്കാം. ജന്മിയുടെ കൈയിൽനിന്ന് അമ്പത്പറ നിലം പാട്ടത്തിനെടുത്ത് കൃഷി ചെയ്യുന്ന പാരമ്പര്യകൃഷിക്കാരന്, വ്യാവസായികാടിസ്ഥാനത്തിൽ, സത്യവും ധർമവും കൈവെടിഞ്ഞ്, കൃഷിയിടത്തിൽ പാലിക്കേണ്ട സാമാന്യമര്യാദകൾ പോലും ഉപേക്ഷിച്ച് അമിത രാസവളപ്രയോഗം നടത്തി

കൃഷിചെയ്യുന്ന വ്യാവസായിക കൃഷിക്കാരനോട് മത്സരിക്കേണ്ടിവരുന്നു.

അമിതമായ രാസവളവും കീടനാശിനികളും ഉപയോഗിച്ച് മണ്ണിനെ വിഷലിപ്തമാക്കുന്നതിനെതിരെ പാരിസ്ഥിതികജാഗ്രത മുന്നോട്ടുവെക്കുന്ന ഈ കഥ കേരളത്തിലെ രാഷ്ട്രീയചരിത്രത്തെ വളരെ കൃത്യമായിത്തന്നെ രേഖപ്പെടുത്തുന്നുണ്ട്.

> കുട്ടനാടൻ വയലേലകളിലും കുമരകം തുടങ്ങിയ ഇടങ്ങളിലും 1930 കളിൽത്തന്നെ ഇത്തരത്തിൽ വ്യാവസായികാടിസ്ഥാനത്തിൽ വൻതോതിൽ കൃഷി ചെയ്യുന്ന ക്രിസ്തീയ സമൂഹം രൂപപ്പെടുന്നുണ്ട്. സമീപസ്ഥമായ വയലേലകൾ ചേർന്ന് വലിയ ഒരു പാടശേഖരം തന്നെ കൃഷി ചെയ്യാൻ പാട്ടത്തിനെടുത്ത ഇവർ ഉയർന്ന സാമ്പത്തിക സ്ഥിതിയാലും ഉൽപ്പാദനക്ഷമതകൊണ്ടും ജന്മിമാർക്കുംപ്രിയപ്പെട്ടവരായിത്തീർന്നു.പഴയകുട്ടനാട്ടിൽ (അപ്പർ കുട്ടനാട്) കോട്ടയം, ചങ്ങനാശ്ശേരി, തിരുവല്ലാ ഭാഗങ്ങളിലുള്ള കാശുകാരായ ക്രിസ്ത്യാനികൾ സമീപസ്ഥങ്ങളായ ധാരാളം വയലേലകളടങ്ങിയ പാടശേഖരം പാട്ടത്തിനെടുത്ത് കൃഷിയിറക്കി. ജന്മിമാരായ നായർ, നമ്പൂതിരി, ദേവസ്വം ഭൂപ്രഭുക്കന്മാരിൽ നിന്നും പാട്ടത്തിനെടുത്ത് കൃഷി ചെയ്തിരുന്ന നായർ കുടിയന്മാരുടെ ഉപകുടിയാന്മാരായി ഭൂമി പാട്ടത്തിനെടുത്താണ് ഇവർ കൃഷിയിറക്കിയിരുന്നത്. പുതിയ കുട്ടനാട്ടിൽ (ലോവർ കുട്ടനാട്) ഈ അവസരമാകുമ്പോഴേക്കും കായൽ നികത്തി കൃഷിഭൂമിയൊരുക്കുന്ന പ്രക്രിയ നടക്കുന്നതിനാൽ ഇതിനായി കാശിറക്കിയ പണക്കാരായ സിറിയൻ ക്രിസ്ത്യാനികൾ നായർ ജാതിക്ക് തുല്യമായ പദവിയോടുകൂടിയ ഭൂപ്രഭുക്കന്മാരായിത്തീർന്നു. ഒപ്പം അധ്യാപകരും വക്കീലന്മാരുമുൾപ്പെട്ട കായൽക്കരയിൽ താമസമാക്കിയ ഒരു പുതിയ ഉദ്യോഗസ്ഥരായ ജന്മിവർഗവും ഇത്തരത്തിൽ രൂപപ്പെട്ടുവന്നു. അധികാരകേന്ദ്രങ്ങൾ വളരെ വിദൂരത്ത് മാറ്റി നിർത്തിയ ഭൂരഹിതകർഷകർക്കും സാമ്പത്തിക, സാമൂഹ്യകാരണങ്ങളാൽ ഈ കൃഷിഭൂമിയൊരുക്കൽ പ്രക്രിയയിൽ ഇടം ലഭിച്ചു.

(കെ ടി റാം മോഹൻ: *Tale of the rice*, CDS Monograph series തിരുവനന്തപുരം 2006 – സംക്ഷിപ്തവിവർത്തനം).

ഇതിൽനിന്ന് വ്യത്യസ്തമായാണ് പഴയ കുട്ടനാട്ടിൽ സംഭവിച്ചത്. തകഴി ഈ യാഥാർത്ഥ്യത്തെ വളരെ സൂക്ഷ്മതയോടെ ആവിഷ്കരിക്കുന്നുണ്ട്. ജന്മിക്കും, പുത്തൻ വ്യാവസായിക കൃഷിക്കാർക്കുമിടയിൽ കൃഷിയോടു വാത്സല്യമുണ്ടായിരുന്ന പാരമ്പര്യകൃഷിക്കാർ ഞെരിഞ്ഞമർന്നു. വ്യാവസായികാടിസ്ഥാനത്തിൽ ട്രാക്ടറും രാസവളങ്ങളും കീടനാശിനികളും ഉപയോഗിച്ച് കൃഷിചെയ്ത ഇവർക്ക് വൻവിളവ് ലഭിച്ചു. ജന്മിമാരും പണക്കാരായ ഈ വിഭാഗത്തെ പിന്തുണച്ചു. സ്വാഭാവികമായും പാട്ടനെല്ല് കൊടുത്ത് പട്ടിണിയും പരിവട്ടവുമായിക്കഴിയുന്ന പാരമ്പര്യ കൃഷിക്കാർ

പിന്തള്ളപ്പെട്ടുപോയി. ആ ചതിയുടെ കഥയാണ് *കൃഷിക്കാരനിൽ* തകഴി വരച്ചുകാട്ടുന്നത്. കൂടുതൽ പാട്ടം നൽകാമെന്നേറ്റ് ജന്മിമാരെ പ്രലോഭിപ്പിച്ചും കൃഷിയിടത്തിൽ പാലിക്കേണ്ട ധാർമികതയും നീതിയും വെടിഞ്ഞ് വെള്ളം കൊടുക്കാതെയും ഒഴുക്കിക്കളയാനനുവദിക്കാതെയും കൃഷി നശിപ്പിച്ചും പാട്ടക്കൃഷിക്കാരെ ബുദ്ധിമുട്ടിച്ച് കാർഷികവൃത്തിയിൽനിന്ന് അവരെ ഒഴിവാക്കി അവരുടെ ഭൂമിപാട്ടത്തിനേറ്റ ഇവർ പാരമ്പര്യ കർഷകരുടെ അഭിമാനത്തെത്തന്നെ തകർത്തുകഴിഞ്ഞു. ഇങ്ങനെ ഭൂമി നഷ്ടപ്പെട്ട് കാർഷികവൃത്തിയിൽനിന്ന് അന്യവൽക്കരിക്കപ്പെട്ട ഉത്സാഹിയായ പാരമ്പര്യകൃഷിക്കാരന്റെ സ്വപ്നങ്ങളുടെ ചാരത്തിൽനിന്നാണ് മേലനങ്ങാതെ കൃഷിചെയ്യുന്ന ലാഭം മാത്രം മോഹിക്കുന്ന പുത്തൻ കാർഷിക വർഗം ഉയർന്നുവന്നത്. ഇതോടെ കർഷകരായിരുന്ന പാരമ്പര്യ കൃഷിക്കാർ കൃഷി ചെയ്യാൻ നിലമില്ലാതെ അന്യരുടെ വയലേലകളിലെ കർഷകത്തൊഴിലാളികൾ മാത്രമായി മാറി. പഴയ കുട്ടനാടിന്റെ ഈയൊരു ചരിത്രത്തെ വളരെ വിദഗ്ധമായിത്തന്നെ ആവിഷ്കരിക്കുകയാണ് *കൃഷിക്കാരനിൽ* തകഴി. പാരമ്പര്യമായി തങ്ങളുടെ കൃഷിയിടം പാട്ടത്തിനെടുത്ത് പാട്ടം കൃത്യമായി നൽകിയ കർഷകരോടുപോലും കൂടുതൽ പാട്ടം നൽകാൻ പുതിയ വർഗമെത്തിയപ്പോൾ വിട്ടുവീഴ്ച ചെയ്യാൻ ജന്മിവർഗം തയാറായില്ല. ചതിയിൽ കൃഷി നശിച്ച് പാട്ടം നൽകാൻ കഴിയാതെ നിസ്സഹായരായിത്തീർന്ന പാരമ്പര്യ കർഷകർക്കുമേൽ തങ്ങളുടെ നിഷ്ഠൂരമായ ശാഠ്യങ്ങൾ നടപ്പിലാക്കി അവർ മുന്നേറി. തൊള്ളായിരത്തി നാൽപ്പതിൽ കുട്ടനാടൻ കർഷകത്തൊഴിലാളി യൂണിയൻ രൂപീകരണം വരെ തിരുവായ്ക്കെതിർവായില്ലാതെ ഈ ദ്രോഹനടപടികൾ തുടർന്നു.

ഇതേ കാലഘട്ടത്തിൽ തന്നെ മലബാർ മേഖലയിലും പാട്ടം, വാശി, നുരി, വെച്ചുകാണൽ തുടങ്ങിയ കൊള്ളപ്പിരിവുകൾ നൽകാൻ നിവർത്തിയില്ലാത്ത പാരമ്പര്യമായി കൃഷിചെയ്തു വന്ന കർഷകരെ കൃഷിഭൂമിയിൽനിന്ന് പുറത്താക്കുകയും അവർ പാട്ടത്തിനുപോലും നിലമില്ലാത്തവരായിത്തീരുകയും ചെയ്തു.

> ജന്മിയും കണാരിയും മേൽച്ചാർത്തുകാരനും കൃഷിക്കാർക്കെതിരെ കുതിരകയറുകയും അവരുടെ ഇഷ്ടത്തിനൊത്ത് വിധികിട്ടാവുന്ന കോടതി സംവിധാനം ഉപയോഗിച്ച് കൈവശഭൂമിയും കൃഷിഭൂമിയും വീടും വീട്ടുപറമ്പും വരെ ഒഴിപ്പിക്കുകയും ചെയ്തു.

തോൽവിറക് സമരം: അനുഭവസാക്ഷ്യം: സി കൃഷ്ണൻ നായർ. *സി കൃഷ്ണൻ നായർ* എഡിറ്റർ: വി.പി.പി.മുസ്തഫ 2010)

ബ്രിട്ടീഷ് പൊലീസ് സംവിധാനവും ജന്മിമാർക്ക് പിന്തുണയേകി കർഷകരെ മർദിച്ചൊതുക്കി. തൊള്ളായിരത്തി നാൽപ്പതുകളിൽ കർഷകസംഘവും കമ്യൂണിസ്റ്റ് പാർട്ടിയും ശക്തമാവുന്നതുവരെ ഇതുതന്നെയായിരുന്നു അവസ്ഥ. ഇങ്ങനെ പാരമ്പര്യമായി കൃഷി ചെയ്തുവരുന്ന കർഷകരെ കൃഷിഭൂമിയിൽനിന്ന് ഒഴിവാക്കി സമ്പന്നവർഗത്തെ കുടിയാ

ന്മാരായി നിശ്ചയിച്ച് കൃഷിഭൂമി അവരെ കൃഷി ചെയ്യാൻ ഏൽപ്പിക്കുകയും ചെയ്തു. പാരമ്പര്യ കർഷകരാകട്ടെ, കൃഷി ചെയ്യാൻ നിലമില്ലാത്തവരായിത്തീർന്ന് മേലനങ്ങാതെ കൃഷി ചെയ്യിക്കുകമാത്രം ചെയ്യുന്ന പുത്തൻ കൃഷിക്കാരുടെ കർഷകത്തൊഴിലാളികൾ മാത്രമായി മാറുകയും ചെയ്തു. ഇങ്ങനെ ജന്മിക്കും കർഷകത്തൊഴിലാളികളായി മാറ്റപ്പെട്ട പാരമ്പര്യകൃഷിക്കാർക്കുമിടയിൽ കൃഷിയെടുപ്പിക്കുകമാത്രം ചെയ്യുന്ന പുതിയ ഒരുവിഭാഗം രൂപപ്പെട്ടു. അധ്വാനിക്കുന്ന പാരമ്പര്യകൃഷിക്കാർക്ക് അക്കാലം മുതലേ ഇപ്രകാരം കൃഷിഭൂമി അന്യമാവുന്നുണ്ട്. ഈ യാഥാർഥ്യമാണ് തകഴി *കൃഷിക്കാരനിൽ* വളരെ സൂക്ഷ്മമായി ആഖ്യാനം ചെയ്യുന്നത്. സമൂഹത്തിൽനിന്നും ഒറ്റപ്പെട്ടുപോയ *വെള്ളപ്പൊക്ക*ത്തിലെ പട്ടിയെ സാമൂഹ്യ സാമ്പത്തിക സാംസ്കാരിക രാഷ്ട്രീയ മേഖലകളിൽനിന്നെല്ലാം അന്യവൽക്കരിക്കപ്പെട്ട മനുഷ്യനായി *കൃഷിക്കാരനിൽ* വീണ്ടും തകഴി ആഖ്യാനം ചെയ്യുന്നു.

ഭൂപരിഷ്കരണ നിയമം നടപ്പിലായതോടെ കേരളത്തിൽ ജന്മിത്തം അവസാനിക്കുകയും കൃഷിഭൂമി കുടികിടപ്പുകാരനായ കർഷകർക്ക് ലഭിക്കുകയും ചെയ്തു. ഭൂമി കർഷകനിലെത്തിയതോടെ കേരളത്തിലെ സാമ്പത്തിക അസന്തുലിതാവസ്ഥ ചെറിയതോതിലെങ്കിലും തകരുകയും ചെയ്തു. ഇങ്ങനെ ഒരു നിശ്ശബ്ദ വിപ്ലവമായിരുന്നു ഭൂപരിഷ്കരണ നിയമം. നെല്ലുകുത്തുമില്ലുകൾ ധാരാളമായി കേരളീയഗ്രാമങ്ങളിൽ പ്രവർത്തനമാരംഭിച്ചതുപോലും ഈ ചരിത്രപ്രക്രിയയ്ക്കു ശേഷമാണ്. ഒരു ജന്മികൈയ്യടക്കി വെച്ചിരുന്ന വസ്തുവകകൾ, അനേകം പേർക്കായി വീതിച്ചു നൽകിയ സമത്വബോധം തന്നെയായിരുന്നു ഈ നിശ്ശബ്ദ വിപ്ലവത്തിന്റെ സൈദ്ധാന്തികതലം. അപ്പോൾപോലും കൃഷിഭൂമിയില്ലാത്ത കർഷകത്തൊഴിലാളികൾക്ക് ഭൂമി ലഭിക്കുകയുണ്ടായില്ല എന്നത് യാഥാർഥ്യം തന്നെയാണ്. സ്വാഭാവികമായും കേരളം പിന്നീട് ചർച്ച ചെയ്ത ഒരു സുപ്രധാന സംഗതി ഇവിടെ പ്രശ്നവൽക്കരിക്കപ്പെടുന്നുണ്ട്. കൃഷിക്കാരനിൽ വളരെ നിഗൂഢമായി വർത്തിക്കുന്നതും ഈ വിഷയം തന്നെയാണ്. കൃഷിഭൂമി യഥാർഥ കർഷകന് ലഭിച്ചില്ല എന്നും അധ്വാനിക്കുന്ന കർഷകർക്കുപകരം അധ്വാനിക്കാത്ത കൃഷി നടത്തിപ്പുകാർക്കാണ് ലഭിച്ചതെന്നുമുള്ള പരാതി അന്നേ രൂപപ്പെട്ടുവരികയും പുതിയ നൂറ്റാണ്ടിൽ ഭൂസമരങ്ങളുടെ പശ്ചാത്തലത്തിൽ ഇത് സജീവമായി ചർച്ച ചെയ്യപ്പെടുകയുമാണ്. കർഷകർക്ക് ഭൂമി നൽകാൻ നിയമ നിർമാണം നടത്തി ഭൂമി നൽകുന്നതിൽ ജാഗ്രത കാണിച്ചവർക്കുപോലും പിഴച്ചുപോയ ഒരു ചുവടാണ് *കൃഷിക്കാരനിൽ* തകഴി മുൻകൂട്ടി ചൂണ്ടിക്കാണിക്കുന്നത് എന്നു പറയാം. ഈ കഥ എഴുതിയശേഷം സംഭവിച്ച ചരിത്ര വസ്തുതകളെ മുൻകൂട്ടിക്കണ്ട് പ്രശ്നവൽക്കരിക്കാൻ കഴിഞ്ഞു എന്നതുതന്നെയാണ് *കൃഷിക്കാര*ന്റെ മേന്മ.

ഭൂപരിഷ്കരണ നിയമം നിലവിൽ വന്നപ്പോൾ പതിനഞ്ച് ഏക്കറിലധികം വരുന്ന ഭൂമി കുടിയന്മാർക്ക് പതിച്ചുനൽകിയപ്പോൾ, അപ്പോഴേക്കും

കൃഷിഭൂമിയിൽനിന്ന് ഒഴിവാക്കപ്പെട്ട പാരമ്പര്യമായി കൃഷി തൊഴിലായി സ്വീകരിച്ച സാധാരണക്കാരനല്ല, മറിച്ച്, അതിനിടയിൽ പുതുതായി രൂപപ്പെട്ട മേലനങ്ങാത്ത കർഷകവർഗത്തിനായിരുന്നു. കൃഷിഭൂമി ലഭിച്ചത്. ഭൂപരിഷ്കരണനിയമം നടപ്പിൽ വന്നാൽ *കൃഷിക്കാരനി*ൽ കൃഷിയെ സ്നേഹിച്ച, സ്വയം അധ്വാനിച്ച് കാർഷികവൃത്തിയിൽ ഏർപ്പെട്ട കേശവൻ നായർക്കല്ല, കൃഷിയെ ലാഭമാർഗവും വ്യവസായവുമായി മാത്രംകരുതിയ മണ്ണിനെ സ്നേഹിക്കാത്ത, കർഷകത്തൊഴിലാളികളെക്കൊണ്ട് പണിയെടുപ്പിച്ച, കാർഷിക മധ്യവർത്തി എന്നുവിശേഷിപ്പിക്കാവുന്ന ഇടത്തട്ടുകാരനായ ഔതക്കുട്ടിക്കാണ് ഭൂമി ലഭിക്കുക. ഇങ്ങനെ യഥാർഥ കർഷകൻ കൃഷിഭൂമിയിൽനിന്ന് ആട്ടിയകറ്റപ്പെടുകയും മേലനങ്ങാത്ത കാർഷിക മധ്യവർത്തികൾക്ക് കൃഷിഭൂമി ലഭിക്കുകയും ചെയ്തത് കേരളത്തിന്റെ കാർഷിക വ്യവസ്ഥയുടെ തകർച്ചയ്ക്കിടയാക്കിയ വസ്തുതയാണ്. കാർഷിക മധ്യവർത്തികൾ കർഷകത്തൊഴിലാളികളെക്കൊണ്ട് പണിയെടുപ്പിച്ചുമാത്രം കൃഷിയിലേർപ്പെട്ട് സമ്പന്ന മധ്യവർഗമായി ത്തീർന്നു. അധ്വാനത്തിൽനിന്ന് അന്യവൽക്കരിക്കപ്പെട്ട ഈ സമ്പന്ന മധ്യവർഗത്തിന് മക്കൾക്ക് ഉന്നതവിദ്യാഭ്യാസം നൽകാനും വെള്ളക്കോളർ ജോലികളിൽ പ്രവേശിപ്പിക്കാനും സാധിച്ചു. കാർഷികവൃത്തിയെ പ്രാഥമികമായ കടമയായല്ല കേവലം ഉപജീവന മാർഗമായും കൃഷിയിടത്തെ 'സ്ഥലം എന്ന മുതൽ' ആയുമാണ് ഇവർ കണ്ടത്. ഇത്തരത്തിൽ നിക്ഷേപങ്ങളായിത്തീർന്ന സ്ഥലങ്ങൾ സ്വാഭാവികമായും കാർഷികവൃത്തിയിൽ നിന്നും അന്യവൽക്കരിച്ച് കൂടുതൽ ലാഭം ലഭിക്കുന്ന വസ്തുക്കളായി ത്തീർന്നു. ഇതോടൊപ്പം മുടക്കുമുതൽ കൈയിലുണ്ടായിരുന്നതിനാൽ ഉയർന്ന വെള്ളക്കോളർ തൊഴിൽ മേഖലയിലേക്ക് പോകാതെ ഇതേ വിഭാഗങ്ങളിലെ പ്രബലർ കൂടുതൽ ലാഭമാഗ്രഹിച്ച് കേരളത്തിന്റെ വാണിജ്യരംഗവും ഏറ്റെടുത്തു. പാരമ്പര്യമായി കച്ചവടം ചെയ്തുപോരുന്ന വൻകിട കച്ചവടക്കാർക്കു സമാന്തരമായി ഒരു ശ്രേണിതന്നെ ഇവർ ഉണ്ടാക്കി. പിൽക്കാലത്ത് പല വൻ ബിസിനസ് ഗ്രൂപ്പുകളും ഈ വിഭാഗത്തിൽ നിന്നാണ് രൂപപ്പെട്ടത്.

ഭൂപരിഷ്കരണമെന്ന വിപ്ലവകരമായ നിയമനിർമാണം നടന്നിട്ടും കൃഷിഭൂമി ലഭിക്കാതെപോയ; പാരമ്പര്യമായി മേലനങ്ങി കൃഷിത്തൊഴിലിലേർപ്പെട്ട യഥാർഥ കർഷകർ വെറും കൂലിപ്പണിക്കാർ മാത്രമായ കർഷകത്തൊഴിലാളികളായിച്ചുരുങ്ങി. അധ്വാനിക്കുന്ന വിഭാഗങ്ങൾക്കുതന്നെ ഭൂമി എന്ന ഭൂപരിഷ്കരണ നിയമത്തിന്റെ യഥാർഥ ഗുണഫലത്തെ വിഴുങ്ങാനുള്ള തമോഗർത്തം നേരത്തേതന്നെ സാമൂഹ്യമായി രൂപപ്പെട്ടിരുന്നു. ഇതിനെ പൂർണമായും മറികടക്കാൻ കഴിഞ്ഞില്ല എന്നത് വസ്തുതയാണ്. വയലിൽ പണിയെടുത്ത പുലയവിഭാഗം (പുലം-വയൽ, പുലയൻ-വയലിൽ പണിയെടുക്കുന്നവൻ) ഇങ്ങനെ കുടികിടപ്പവകാശമായി ഭൂമിയില്ലാത്തതിനാൽ കർഷകത്തൊഴിലാളികളായി മാത്രം മാറി. ആദിവാസികളും ഇതേപോലെ കുടികിടപ്പവകാശമില്ലാത്തതിനാൽ ഭൂരഹിത

രായിത്തീർന്നു. ബീഡി, കയർ, കശുവണ്ടി വ്യവസായം ശക്തമായ കാലത്ത് ഈ സാധാരണ വിഭാഗങ്ങൾ തന്നെയാണ് ഈ മേഖലകളിലേക്ക് ആകർഷിക്കപ്പെട്ടത്. പിന്നീട് കാർഷിക മേഖലയെക്കാൾ നിർമാണ മേഖലയ്ക്ക് പ്രാധാന്യം ലഭിച്ചപ്പോൾ ഈ വിഭാഗങ്ങൾ കൂടുതൽ കൂലി ലഭിക്കുന്ന നിർമാണത്തൊഴിലുകളിൽ ഏർപ്പെട്ടു. ഇങ്ങനെ കേരളത്തിൽ കാർഷികവൃത്തി എന്ന സംസ്കാരം തന്നെ ഇല്ലാതായി. കൃഷി തൊഴിലാക്കിയ കർഷകർക്ക് ഭൂമി ലഭിച്ചില്ല എന്നത് കേരളത്തിലെ കാർഷിക വ്യവസ്ഥ നേരിട്ട തകർച്ചയുടെ അടിസ്ഥ ാനകാരണം തന്നെയാണ്. കേരളത്തിന്റെ ചരിത്ര രാഷ്ട്രീയ സാമ്പത്തിക സാംസ്കാരിക മേഖലകളെ മാറ്റിപ്പണിത ഈ പ്രക്രിയ അപഗ്രഥിക്കാനുള്ള സൂക്ഷ്മമായ ആശയലോകത്തെ വ്യക്തമാക്കാൻ കുട്ടനാടിന്റെ കാർഷിക മേഖലയിൽ ജീവിച്ച തകഴിക്ക് കഴിയുന്നുവെന്നതു തന്നെയാണ് *കൃഷിക്കാരന്റെ* പ്രത്യേകത. തകഴി, തന്നെ പ്രാഥമികമായി ഒരു കൃഷിക്കാരനായാണ് അടയാളപ്പെടുത്തുന്നത്. വക്കീൽ വൃത്തിയും സാഹിത്യ പ്രവർത്തനവും അതുകഴിഞ്ഞുള്ള ഏർപ്പാടു മാത്രമാണെന്ന് അദ്ദേഹം വിശ്വസിച്ചു. വക്കീൽ വൃത്തി കുട്ടനാട്ടിലെ കൃഷിക്കാരുടെ പ്രശ്നങ്ങൾ പഠിക്കുന്നതിന് അദ്ദേഹത്തെ സഹായിച്ചിരിക്കണം. ഇങ്ങനെ മണ്ണിനെ അനുഭവിച്ച് ജീവിച്ച കൃഷിക്കാരൻ ഭാവിയിൽ സംഭവിക്കാവുന്ന കാർഷിക സംസ്കാരവുമായി ബന്ധപ്പെട്ട സാമൂഹ്യ രാഷ്ട്രീയ സാമ്പത്തിക പരിണാമങ്ങൾ സൂക്ഷ്മമായിത്തന്നെ ആഖ്യാനം ചെയ്യുന്നുവെന്നതാണ് *കൃഷിക്കാരനെ* മലയാളത്തിലെ എക്കാലത്തെയും മഹത്തായ കഥകളിലൊന്നാക്കി മാറ്റുന്നത്. അടിസ്ഥാനവർഗത്തോടൊപ്പം നിലയുറപ്പിച്ച് അവർ ഓരത്തേക്ക് മാറ്റപ്പെടുന്ന കേരള രാഷ്ട്രീയത്തിലെ സാമൂഹ്യ പ്രക്രിയ ചൂണ്ടിക്കാട്ടാൻ തകഴിക്ക് കഴിഞ്ഞുവെന്നത് അദ്ദേഹത്തിൽ രൂപപ്പെട്ടിട്ടുള്ള അടിസ്ഥാനവർഗബോധം ശക്തവും ആത്മാർഥവും സത്യസന്ധവുമായതിനാലാണ്. ഇത് കൃത്യമായ രാഷ്ട്രീയ നിലപാടുകളാൽ മാത്രമേ സാധ്യമാവൂ.

(2012)

തകഴിയുടെ ചരിത്രാന്വേഷണ പരീക്ഷകൾ

ഡോ. പി എസ് രാധാകൃഷ്ണൻ

ചലനാത്മകമാണ് തകഴിയുടെ ചരിത്രബോധം. അതിൽ മാനവികതയുടെ ആവേഗമുണ്ട്. മാനുഷികത്തോട് അനുതാപവും. ചരിത്രത്തിലോ രാഷ്ട്രീയത്തിലോ അന്തിമമായ തീർപ്പുകളില്ല. തകഴിയുടെ ചരിത്രവിജ്ഞാനം ജനകീയമാണ്. ബഹുജനപക്ഷമാണ് തന്റെ രാഷ്ട്രീയനിലപാടുകൾക്ക് രൂപവും രൂപാന്തരവും പകരുന്നത്. ഇന്ത്യയായാലും തിരുവിതാംകൂറായാലും കുട്ടനാടായാലും തകഴിയുടെ എഴുത്തിടം സ്വതന്ത്രമായ സാമൂഹികമണ്ഡലമാണ് ആരായുക. തകഴിയുടെ ചരിത്രവീക്ഷണം രേഖീയമാവാതെ പോകുന്നതിനൊരു കാരണമതാണ്. തുറന്നതും സമകാലീനവുമായ രൂപഘടന നിലനിറുത്താൻ തകഴിയുടെ കഥകൾ എപ്പോഴും ശ്രദ്ധിക്കുന്നു. പലപ്പോഴും ഒരു ദൃക്സാക്ഷിയുടെ നിലയും നോട്ടവുമാണ് കഥാകാരന്. അതു ചിലപ്പോൾ വാചാലമാവും; ചിലപ്പോൾ മിതവാക്കാവും; അപൂർവമായി സന്ദിഗ്ധവും സ്വപ്നങ്ങൾകൊരുത്ത് കാലത്തെ കാൽപ്പനികമാക്കാൻ തകഴി മുതിരാറില്ല. സാമാന്യമായി അനുഭവചരിതമാണ് കഥയെഴുത്തിൽ തകഴിക്ക് പ്രമാണം. ആശയങ്ങളെ ഭൗതികമായ വ്യവഹാരങ്ങൾക്കുള്ളിൽ നിന്നാണ് തകഴി മനസിലാക്കിയത്. കമ്യൂണിസത്തോടും ഗാന്ധിസത്തോടുമുള്ള പ്രതികരണങ്ങളിൽപ്പോലും ഉപാധിയാകുന്നതും മാനുഷികതയോടുള്ള ആഭിമുഖ്യമാണ്. തകഴിയുടെ കഥാകഥനത്തിലെ രാഷ്ട്രീയപ്രത്യയശാസ്ത്രം പ്രയോഗവാദത്തെയാണ് പിൻതുടരുന്നത്. ചുറ്റുപാടുകൾക്ക് എഴുത്തുകാരന്റെ നിലപാടുകളിൽ ഇടപെടാനാകുന്നു എന്നതാണ് ഇതിനുള്ള സവിശേഷത. വർഗചൂഷണത്തെയും വിവേചനത്തെയും കുറിച്ചുള്ള കാഴ്ചപ്പാടിൽ വന്ന മാറ്റങ്ങൾ ഇതാണ് സൂചിപ്പിക്കുന്നത്. *തോട്ടിയുടെ മകനി* (1947) ൽ നിന്നും *രണ്ടിടങ്ങഴി* (1948) യിലും *ഏണിപ്പടികളി* (1963) ലും എത്തിച്ചേരുമ്പോൾ

ഈയൊരു വ്യത്യാസം കൂടുതൽ പ്രകടമാകുന്നുണ്ട്. സാമ്പത്തിക ശക്തികളുടെ താൽപ്പര്യങ്ങളിൽ നിന്നാണ് വർഗബന്ധങ്ങൾ ഉരുത്തിരിയുന്നതെന്ന് ഒരു ഘട്ടത്തിൽ അദ്ദേഹം വിശ്വസിച്ചു. പിന്നീടത് പ്രത്യയശാസ്ത്രമണ്ഡലത്തിൽ നിന്നും മനസിലാക്കാൻ ശ്രമിക്കുന്നതും കാണാം. ഇക്കാലയളവിലുണ്ടായ കഥകളിലും സാമ്പത്തികതയിൽനിന്നും സാമൂഹികതയിലേക്കുള്ള അന്തരം പ്രകടമാണ്. തകഴിക്ക് പ്രിയപ്പെട്ട റിയലിസത്തിന്റെ സന്നിവേശത്തിൽപ്പോലും ഈ മാറ്റങ്ങൾ കാണാം. കഥാകഥനത്തിനുള്ളിലെ യാഥാർഥ്യനിർമിതിയിൽ വന്ന ഘടനാപരമായ വ്യതിയാനത്തെ അടയാളപ്പെടുത്തുന്നു. കൃതികളിലെ രാഷ്ട്രതന്ത്രത്തിന്റെ അന്തരംഗം കൂടുതൽ പ്രശ്നഭരിതമാകുന്നത് ഇതിനെത്തുടർന്നാണ്. *രണ്ടിടങ്ങഴി*യെ ചരിത്രവൽക്കരിക്കുന്ന വിപ്ലവബോധം കാൽപ്പനികമായിരുന്നുവെന്ന തിരിച്ചറിവ് തകഴിയെയും ധർമസങ്കടത്തിലാക്കിയിട്ടുണ്ട്. *പേരില്ലാക്കഥ* (1956)യിലും *അനുഭവങ്ങൾ പാളിച്ചകളി* (1967)ലും ഇതൊരുതരം സന്ദിഗ്ധതയും നൈരാശ്യവുമായിത്തീരുന്നു. *പേരില്ലാക്കഥ*യിലെ സഖാവ് ശ്രീധരൻ രാഷ്ട്രീയപ്രസ്ഥാനത്തിനു മുൻപിൽ നടത്തുന്ന കുമ്പസാരവും ചെല്ലപ്പനുണ്ടാകുന്ന അന്യവൽക്കരണവും പല തെറ്റിദ്ധാരണകൾക്കും ഇടയാക്കുകയും ചെയ്തു. തനിക്കു ചുറ്റും സംഭവിക്കുന്ന ആധുനികീകരണത്തിന്റെ ആഘാതവും ഉള്ളിൽ താലോലിച്ച രാഷ്ട്രീയതയുടെ അപ്രായോഗികതയും തമ്മിലുള്ള ഉരസൽ തകഴിയുടെ ചരിത്രബന്ധങ്ങളെ കൂടുതൽ സങ്കീർണമാക്കുകയായിരുന്നു. ആഖ്യാനത്തെ ആത്മവിമർശനമാക്കുന്നതും മറ്റൊന്നല്ല. തീർപ്പുകളെക്കാൾ വിചാരണയിൽ മുഴുകുന്നതിനാൽ നിയതമായ അന്ത്യം അവിടെനിന്നും പ്രതീക്ഷിക്കരുത്. നിഗമനമല്ല; നിതാന്തമായ ജാഗ്രതയാണ് തകഴിയുടെ വഴി. അതുകൊണ്ടാവണം തകഴിയുടെ നിലപാടുകൾ എപ്പോഴും സഞ്ചലിതമാവുന്നത്. ഭൂനിമയങ്ങളും കാർഷികബന്ധങ്ങളും പ്രാദേശികതയുമെന്നപോലെ നാഗരികതയും തകഴിയുടെ രാഷ്ട്രീയകർതൃത്വത്തിലുണ്ട്. കുട്ടനാട്ടിൽ മാത്രമായി സ്ഥിതപ്പെടുന്ന ഒന്നല്ലത്. തിരുവിതാംകൂർ രാഷ്ട്രീയത്തിലും ദേശീയ പ്രസ്ഥാനത്തിലും അതിന് പടർപ്പുകളുണ്ട്.

ദേശീയ സമരങ്ങളും കോളനിവാഴ്ചയും ലോകമഹായുദ്ധങ്ങളും ആധുനിക ജീവിതമാതൃകകളും ഇടകലർന്ന രാഷ്ട്രീയ - സാമൂഹിക കാലാവസ്ഥയെയാണ് തകഴിക്ക് അഭിമുഖീകരിക്കേണ്ടിയിരുന്നത്. അന്നേവരെ തുടർന്നുപോന്നതിൽനിന്നും വിഭിന്നമായ പുതിയൊരു പൗരസമൂഹത്തിന്റെ ഭാഗമായിരുന്നു തകഴിയും. പ്രാദേശികതലത്തിൽ സാക്ഷരതാനിരക്കിൽ വന്ന വർധന, ഗദ്യരൂപങ്ങൾ നേടിയെടുത്ത ജനകീയത, സാംസ്കാരികമനോഭാവത്തിലുണ്ടായ മാറ്റം, പത്രമാസികകൾക്ക് കൈവന്ന വിശ്വാസ്യത, റേഡിയോ വഴിയുണ്ടായ ആഗോളസമ്പർക്കം– ഇവയെല്ലാം ഒത്തുചേർന്ന് പുതിയൊരു കാലസങ്കൽപ്പത്തെ ഒരുക്കിയെടുക്കുകയായിരുന്നു. അതിലും പ്രധാനം ഭരണപരിധിക്ക് പുറത്ത് സ്വതന്ത്രമായ പൊതുമണ്ഡലത്തിന് ഇവ വഴിയൊരുക്കി എന്നതാണ്. അക്കാ

ലത്തുണ്ടായ രാഷ്ട്രീയ മുന്നേറ്റങ്ങൾ നിലവിലുള്ള അധികാരവ്യവസ്ഥയെത്തന്നെ തകിടം മറിക്കുന്നതായിരുന്നു. സാമുദായികമായ ജനസംഖ്യാനിരക്കിന് ആനുപാതികമായി നിയമസഭയിൽ പ്രാതിനിധ്യം ഉണ്ടാവണമെന്ന ആവശ്യം ശക്തമാവുന്നതും പിന്നീട് സഫലമാവുന്നതും ഇക്കാലത്താണ്. അക്കാലത്ത് ജനായത്തഭരണത്തിനായി നടന്ന പ്രക്ഷോഭങ്ങൾ ദേശീയപ്രസ്ഥാനത്തെ അതേ നിലയ്ക്ക് അനുവർത്തിക്കുന്നതായിരുന്നില്ലെന്നതും ശ്രദ്ധേയമാണ്. പൊതുജനാഭിപ്രായത്തിന് പ്രാഥമിക പരിഗണന ലഭിക്കുന്ന, പൗരസമൂഹത്തിന് നിർബാധം ഇടപഴകാനും സംവദിക്കാനും കഴിയുന്ന തുറസായ പൊതുമണ്ഡലം തന്നെയായിരുന്നു അന്നത്തെ ജനകീയസമരങ്ങൾ ലക്ഷ്യമാക്കിയത്. എഴുത്തുകാരുടെ സ്വകാര്യമായ കർതൃരൂപം പൊതുകർതൃരൂപമായിത്തീരുന്ന ചരിത്രസന്ദർഭത്തിലാണ് തകഴിയുടെയും ദേവിന്റെയും ബഷീറിന്റെയും ലളിതാംബികയുടെയും സരസ്വതിയമ്മയുടെയുമൊക്കെ സാഹിത്യ ശാസ്ത്രം പാകമാകുന്നത് അധികാരവിമർശനത്തിന്റെയും രാഷ്ട്രീയസംവാദങ്ങളുടെയും സാംസ്കാരികപ്രവർത്തനങ്ങളുടെയും കേന്ദ്രമായ പൊതുഇടം രൂപാന്തരപ്പെടുന്നതിന്റെ ദൃശ്യങ്ങൾ ഇവരുടെ കഥാകഥനങ്ങളിൽ സ്വാഭാവികമായി വന്നുചേരുകയായിരുന്നു. ചരിത്രവിജ്ഞാനത്തിന്റെ ഉപാദാനങ്ങൾ തകഴി കൈവശമാക്കുന്നതും സമകാലീനമായ പൊതുമണ്ഡലത്തിൽനിന്നാണ്. 'കേസരി സദസി'ൽ തകഴിക്ക് ലഭിച്ച പരിഗണന ഇതിന് അനുകൂലമായി. ബഹുജനാഭിപ്രായങ്ങളുടെയും മാനവികമായ ആശയങ്ങളുടെയും ജനാധിപത്യരാഷ്ട്രീയത്തിന്റെയും വ്യാവഹാരികഭൂമികയിലാണ് തകഴിയുടെ ചരിത്രാവബോധം പാകപ്പെടുന്നത്. ഏകാന്തപഥികൻ (1969) എന്ന കഥാസമാഹാരത്തിന് എഴുതിയ ആമുഖത്തിൽ എഴുത്തിലെ കലയും കാലവും എന്താണെന്ന് വ്യക്തമാക്കുവാൻ തകഴി ശ്രമിക്കുന്നുണ്ട്.

> എന്റെ ഇന്നോളമുള്ള സാഹിത്യസംഭാവനകൾക്ക് സാമൂഹ്യബോധത്തിന്റേതായ ഗുണവിശേഷം എന്തെങ്കിലും ഉണ്ടെങ്കിൽ അതു ഞാൻ ബോധപൂർവം എഴുതാൻ തുടങ്ങിയ കാലഘട്ടത്തിന്റെ പ്രത്യേകതയും, എ ബാലകൃഷ്ണപിള്ളയുമായുള്ള സമ്പർക്കവും കൊണ്ട് മാത്രമായിരുന്നു. ദേശീയ സമരത്തിൽ ഇടതുപക്ഷവും വലതുപക്ഷവും ഉണ്ടായപ്പോൾ മാർക്സിസം അടക്കമുള്ള തത്വശാസ്ത്രത്തിന്റെ സ്വാധീനം കൊണ്ട് എന്റെ സാമൂഹികബോധത്തിന് വ്യക്തമായ ഒരു രൂപമുണ്ടായി... ജീവിതത്തിനാകെ ഒരു പരിവർത്തനം വരുത്തുവാൻ ജീവിതത്തിന്റെ കണ്ണായസന്ധികളിൽ വിരൽ ചൂണ്ടിക്കൊണ്ട് മാർക്സ് എന്ന ആ മനുഷ്യൻ വാദിച്ചതാണ് ബുദ്ധിജീവികളെ ആകർഷിച്ചത്. ചുരുക്കത്തിൽ മാർക്സിസത്തിന് എന്റെ സാമൂഹികബോധത്തിന് വ്യക്തമായ രൂപം നൽകാൻ കഴിഞ്ഞു. പറയാനുള്ളതെന്തെല്ലാണ്, അവ വ്യക്തമാ

> യപ്പോൾ ഞാനെഴുതിയതിന് രൂപം ഉണ്ടായി. അതുകൊള്ളാമെന്ന് ആളുകൾ പറയാനും തുടങ്ങി.

ഇവിടെ വ്യക്തമാകുന്ന വസ്തുതകളിലൊന്ന് ഭൗതികജീവിതവുമായുള്ള ബന്ധത്തിനുള്ളിൽ നിന്നാണ് തകഴിയുടെ രാഷ്ട്രീയ പ്രത്യയശാസ്ത്രം രൂപപ്പെടുന്നതെന്നതാണ്. സിദ്ധാന്തങ്ങൾകൊണ്ടല്ല പ്രയോഗസാധുതകൊണ്ടാണ് ചരിത്രത്തെയും രാഷ്ട്രീയത്തെയും അദ്ദേഹം ഉൾക്കൊണ്ടതും കഥാകഥനത്തിലേക്ക് പരിവർത്തിപ്പിച്ചതും. മനഷ്യവർഗത്തിലെ അധഃസ്ഥിതവിഭാഗത്തിന്റെ വാദം ജയിപ്പിക്കുകയെന്ന ധർമമാണ് മാർക്സിസത്തിൽനിന്നും തകഴി വികസിപ്പിച്ചെടുത്തത്. ഇതാവട്ടെ തുടർപ്രക്രിയയുടെ പരിണാമദശയിലൂടെ കടന്നുപോവുകയും ചെയ്തു. *തോട്ടിയുടെ മകനി*ലെ വർഗസമരത്തിന്റെ രാഷ്ട്രീയം *രണ്ടിടങ്ങഴി*യിൽ കാൽപ്പനിക റിയലിസത്തിലേക്ക് ഭാവാന്തരപ്പെടുന്നത് അവസരവാദപരമായിരുന്നില്ലെന്ന് ചുരുക്കം. രാഷ്ട്രീയാവബോധം തുടർന്നങ്ങോട്ട് ആദർശപരമാവുകയായിരുന്നു. സദാചാരവ്യവസ്ഥയെയും ലൈംഗികതയെയും വൈരുധ്യാത്മകമായി സമീകരിച്ച കഥാകാരൻ തന്നെയാണ് *രണ്ടിടങ്ങഴി*യിൽ സ്ത്രീപുരുഷബന്ധത്തെ ആദർശവൽക്കരിക്കുന്നത്. *ഏണിപ്പടി*കളിലാവട്ടെ അതിജീവനമല്ല, സഹജീവനമായി പ്രശ്നം. തകഴിയുടെ ആദർശം വ്യാജമായ ആശയസംഹിതയല്ല. ജീവിതമനോഭാവത്തെ കഥാത്മകമാക്കുന്ന രസതന്ത്രമാണ്. *ഓർമയുടെ തീരങ്ങളിൽ* തകഴി എഴുതുന്നു:

> കൃഷി ചെയ്യുന്നത് മനുഷ്യന് ആഹാരകത്തിന് വേണ്ടിയാണെന്നുള്ള ആദർശംവിട്ട് അതൊരു വ്യവസായമാണ്. ലാഭമുണ്ടാക്കാനാണ് എന്ന നിലവന്നതോടെ കർഷകത്തൊഴിലാളിയും കർഷകനും തമ്മിലുള്ള ഹൃദയത്തിന്റെ ഐക്യം ഇല്ലാതായി.

ഇതൊരു പ്രസ്താവമെന്നതിനപ്പുറം തകഴിയുടെ എഴുത്തിനെ ജൈവമാക്കുന്ന വിശ്വാസം കൂടിയാണ്. ആധുനികമായ കാർഷികബന്ധവും വ്യവസ്ഥകളും കൃഷിക്കാരനെ എങ്ങനെ അന്യാധീനനാക്കുന്നുവെന്ന് തകഴി പലപാട് എഴുതിയിട്ടുള്ളതാണ്. ട്രാക്ടറും പുതിയ വളങ്ങളും ഉപയോഗിച്ച് നല്ല വിളവും പെരുത്ത ലാഭവുമുണ്ടാകുന്ന ഒരു വ്യവസായി കൃഷി ചെയ്യുന്ന പാടത്തിന്റെ നടുക്ക് അമ്പതുപറ നിലം ജീവിതമായി കരുതുന്ന കേശവൻനായരെ (കൃഷിക്കാരൻ)പ്പോലുള്ളവർ തകഴിയുടെ കർതൃപ്രതിനിധാനങ്ങളാണ്. കൂടുതൽ ലാഭത്തിനായി തന്നെ ഒഴിപ്പിക്കാൻ നോക്കുന്ന ജന്മിയോട് കയർക്കുന്ന കേശവൻനായർ ആധുനികമായ കാർഷികവ്യവസ്ഥയ്ക്ക് പുറത്തുനിൽക്കുന്നയാളാണ്. അഥവാ അതിൽനിന്ന് പുറത്താക്കപ്പെട്ടയാളാണ്. ആധുനികമായ പ്രലോഭനങ്ങൾ കൂടാതെ നേരും നെറിയും സ്നേഹവും കടപ്പാടും പാരമ്പര്യവുമൊക്കെ മണ്ണിൽനിന്നും കിളിർപ്പിച്ചെടുക്കുന്നയാൾ. കേശവൻനായരെപ്പോലുള്ള

വരുടേത് നിശ്ശബ്ദമായ ഒറ്റപ്പെട്ട പോരാട്ടമാണ്. മണ്ണിനുമേൽ ബാഹ്യമായ ഒരിടപെടലും അനുവദിക്കാത്ത കർഷകന്റെ വിശ്വാസം പേറുന്നവരാണിവർ. ആയുസിലെ സ്നേഹം മണ്ണിന് പകർന്നവർ. അവർ നയിക്കുന്നത് തോൽക്കുമെന്നറിഞ്ഞുള്ള പോരാട്ടമാണ്. തകഴിയുടെ രാഷ്ട്രീയം അവർക്കൊപ്പമാണ്. മാനുഷ്യകത്തിനുമേലുള്ള ആധുനികതയുടെ കൈയേറ്റങ്ങളോട്... യാതൊരു വിട്ടുവീഴ്ചയ്ക്കും ഇവർ തയാറല്ല. മുന്നറിയിപ്പും പ്രതിരോധവും ഫലിക്കാതെ ഒടുക്കം സ്വന്തം ജൈവവ്യവസ്ഥയിൽ നിന്നും ഭ്രഷ്ടരാകുന്ന അനേകരുടെ നിസ്സഹായത, തകഴിയും വലിയൊരളവിൽ പങ്കുവയ്ക്കുന്നുണ്ട്. 'കൃഷിക്കാരൻ' പോലെ 'തഹസിൽദാരുടെ അച്ഛ'നിലെ കേശവശാർ, വിമോചനത്തിലെ കിളി എന്നിവയിലെല്ലാം ശകലിതരൂപത്തിൽ ഇതു കാണാം. മനുഷ്യസമൂഹത്തിനിടയിലെ പാരസ്പര്യത്തെ ആധുനികീകരണം നിശ്ശൂന്യമാക്കുമെന്ന് അദ്ദേഹം ഭയന്നിരുന്നു. ആധുനികമായ സാമൂഹികമണ്ഡലത്തിന്റെ ആവിർഭാവത്തിൽ പങ്കാളിയായിരുന്ന വ്യക്തി തന്നെയാണ് അതിന്റെ പാർശ്വഫലങ്ങളിൽ ആകുലനാകുന്നതും. ആന്തരികമായി സംഭവിച്ച ഇത്തരമൊരു പിളർപ്പിന് കേവലമൊരു രചനാതന്ത്രം എന്നതിനപ്പുറമൊരു സാധ്യത ഉണർത്താൻ തകഴിക്കായി. കഥയിലും ആത്മകഥയിലും അഭിമുഖങ്ങളിലും ഇതിന് അദ്ദേഹം തുടർച്ചയുമേകി. ആത്യന്തികമായ മാനവവിമോചനം സുന്ദരമായ ആശയവും അഗാധമായ അനുഭവവുമാണ്, സാഹിത്യത്തിൽ. ഭൗതികസാഹചര്യത്തിൽ വിമോചനം മരീചികയായി തുടരുകയാണ്. തകഴിയുടെ എഴുത്തിലും ഇങ്ങനെയൊരു വൈരുധ്യമുണ്ട്. ചിലപ്പോഴെങ്കിലും വിമോചനത്തെ സാങ്കേതികമായി സംജ്ഞയായി അദ്ദേഹം ഉൾക്കൊള്ളാൻ ശ്രമിക്കുന്നതായി തോന്നാം. സമുഹശ്രേണിയുടെ അനേകം പടവുകളിലായി വ്യാപിച്ചുപോകേണ്ട ധർമമായി വിമോചനത്തെ തകഴി കഥാവൽക്കരിച്ചിട്ടുമുണ്ട്. കൃഷിക്കാരൻ, വിമോചനം, തഹസിൽദാരുടെ അച്ഛൻ തുടങ്ങിയ കഥകൾക്കിടയിൽ വ്യാവഹാരിക തുടർച്ചകളിൽ ഇതുണ്ട്. ജന്മിയും പാട്ടക്കാരനും; കിളിയും വിൽപ്പനക്കാരനും; കർഷകപിതാവും തഹസിൽദാരായ മകനും എന്നിങ്ങനെ സമൂഹശ്രേണിയിൽ പ്രതിമുഖമായി നിലനിൽക്കുന്ന പ്രതിനിധാനങ്ങളെ അണിനിരത്തി ആഖ്യാനത്തിന് പിരിമുറുക്കം ഉളവാക്കാൻ തകഴി ശ്രമിക്കാറുണ്ട്. ഇക്കൂട്ടരുടെ വൈകാരികബന്ധങ്ങൾക്കുള്ളിൽ നിന്നും വിമോചനത്തിന്റെ അന്തരാർഥങ്ങളിലേക്ക് പോകാൻ തകഴി ശ്രമിക്കുന്നുമുണ്ട്. 'വിമോചനം' എന്ന കഥയിൽ വിമുക്തിയെന്നത് സന്ദിഗ്ധമായ അഭിലാഷമാണ്. വിമോചനാനന്തര ജീവിതമാണ് ആഗ്രഹത്തെ മരീചികയാക്കുന്നത്. കൂടുവിട്ടുപറന്നുപോയ കിളിയെച്ചൊല്ലി കേഴുന്ന വിൽപ്പനക്കാരൻ ഒരുവശത്ത്. തന്നെ വിട്ട് വിദൂരതയിലേക്ക് പറന്നകന്ന കിളിയുടെ മടക്കം അയാൾ തുടർന്നും പ്രതീക്ഷിക്കുന്നു. കിളിയാവട്ടെ അസുലഭമായ സ്വാതന്ത്ര്യം അനുഭവിക്കാവുന്ന അവസ്ഥയിലുമല്ല. ആദ്യത്തെ ആവേശം പോയതോടെ അതിരുകളില്ലാത്ത ആകാശം കിളിക്ക് വേണ്ടാതെയായി. പറക്കാനും തീറ്റകൊറിക്കാ

നുമൊക്കെ മറന്ന് നിശ്ചലരൂപമായി ആരെയോ കാത്തിരിക്കുന്ന കിളിയുടെ ചിത്രം കഥാന്തത്തിലുണ്ട്. 'പറവത്തം' വിട്ടകന്ന കിളിയും 'കർഷകത്വം' അടിയറവുവച്ച കേശവൻനായരും വിമോചനാനന്തര ജീവിതത്തിന്റെ വൈയക്തികദുരന്തം പ്രതിനിധീകരിക്കുന്നവരാണ്. മണ്ണ് അന്യാധീനമായിട്ടും കർഷകന്റെ ജീവിതവും പെരുമാറ്റവും ഉപേക്ഷിക്കാൻ വിസമ്മതിക്കുന്ന കേശവൻനായർ നവലോകക്രമത്തിന് പുറത്ത് സ്വയം സ്ഥാനപ്പെടുത്തുന്നയാളാണ്. താൽക്കാലികമായ ആഹ്ലാദത്തിനപ്പുറം, സ്വാതന്ത്ര്യത്തെ മരവിപ്പായി തിരിച്ചറിയുകയാണല്ലോ 'വിമോചന'ത്തിലെ കിളി. വ്യവസ്ഥയുടെ അകവും പുറവുമായി തുടരേണ്ടിവരുന്ന വിമോചിതരുടെ വിഭക്തജീവിതം തകഴിയുടെ കഥകൾക്ക് വിഷയമാവുന്നത് ഇതാദ്യമല്ല. ഫ്യൂഡൽ സ്ഥിതി വിശേഷത്തെയും അതിലെ വർഗബന്ധങ്ങളെയും വൈകാരികമായി ഭാഷ്യപ്പെടുത്തുകയാണ് തകഴി. തകഴിയുടെ ചരിത്രനിരീക്ഷണത്തിൽ ഇത് സാധൂകരിക്കുന്നുമുണ്ട്. എന്നാൽ ആധുനികപൗരത്വത്തെ ഫ്യൂഡൽ വ്യവസ്ഥയിലെ ചില 'നന്മകൾ' ഉപയോഗിച്ച് നേരിടുന്നതിൽ 'മനുഷ്യത്വം മാത്രമല്ല തകഴിയുടെ രാഷ്ട്രീയപക്ഷപാതവും വെളിവാകുന്നുണ്ട്. പഴയ സ്ഥിതി പുലരണമെന്ന ഒരു കാരണവരുടെ – ഉടമയുടെ– അബോധകാമനയാണ് തകഴിയുടെ നിലപാടുകളെ രൂപപ്പെടുത്തുന്നതെന്നുപോലും തോന്നാം. താൻ കൂടിയുൾപ്പെടുന്ന പാരമ്പര്യത്തെ വർഗസമരവും സാമൂഹിക മനഃശാസ്ത്രവും മറ്റും ഉപയോഗിച്ച് നിരന്തരം വിചാരണ ചെയ്തയാൾകൂടിയാണ് തകഴി. മനുഷ്യബന്ധങ്ങളെ നിരാധാരമാക്കുകയും പ്രകൃതിയിൽനിന്നും അന്യവൽക്കരിക്കുകയും ചെയ്യുന്ന ആധുനികീകരണത്തെ തന്റെ ആവാസവ്യവസ്ഥയ്ക്കുള്ളിൽ നിന്നും അപനിർമിക്കുകയാണ് കഥാകാരൻ. പാരിസ്ഥിതികത കൊണ്ട് യാന്ത്രികമുതലാളിത്തത്തെ പ്രശ്നവൽക്കരിക്കുന്നത് ഇതിന്റെ ഭാഗമായാണ്. മാനവികപക്ഷത്ത് നിൽക്കുമ്പോൾ നൈതികമെന്ന് തോന്നാമെങ്കിലും പഴയ നാടുവാഴിത്തത്തോടുള്ള വൈകാരിക താൽപ്പര്യം തകഴിയുടെ ചരിത്ര–രാഷ്ട്രീയ അവബോധത്തെ ദുരൂഹമാക്കുന്നുമുണ്ട്. ഉഭയപരമായി വ്യാഖ്യാനിക്കാവുന്ന സൗന്ദര്യശാസ്ത്രവും പ്രത്യയശാസ്ത്രവുമാണ് തകഴിയുടെ കഥാകഥനത്തിൽ അന്തർലീനമാകുന്നത്. തകഴി എഴുതിയത് സൂക്ഷ്മ ചരിത്രമാണ്. അക്കാദമിക വ്യവഹാരങ്ങൾ മറന്നുപോയ പ്രാദേശികയാഥാർഥ്യങ്ങളെയാണ് തകഴി ചരിത്രമാക്കിയത്. ആധുനികമായ ലോകവ്യവസ്ഥ പ്രാദേശികബന്ധങ്ങളിൽ ഏൽപ്പിച്ച വിള്ളലുകൾ സാമാന്യചരിത്രവിജ്ഞാനത്തിന്റെ രേഖകൾക്കപ്പുറമാണ്. തകഴിക്കാകട്ടെ അതാണ് പ്രമാണം. വിഷയം മണ്ണും മനുഷ്യനും. ഇവയ്ക്കിടയിലെ ഇണക്കങ്ങളിലും പിണക്കങ്ങളിലുമാണ് തകഴിയുടെ ഉപാദാനങ്ങൾ. പ്രാദേശികമായ ചരിത്രാനുഭവങ്ങളാണ് കഥകളെ ഘടനീകരിക്കുന്നതെന്നു പറയാം. പ്രദേശപരിധിക്ക് പുറത്ത് ദേശീയമായ മുഖ്യധാരയും തകഴിയെ പ്രലോഭിപ്പിച്ചിട്ടുണ്ട്. ഇന്ത്യാ വിഭജനവും ഗാന്ധിജിയുടെ ദർശനവും വിഷയമാക്കുന്നത് സ്വാതന്ത്ര്യാനന്തര സന്ദർഭത്തിലാണ്.

ഗാന്ധിജിയോട് എക്കാലവും സംശയാത്മതമായ ഒരകലം തകഴി നിലനിർത്തിയിരുന്നു. ഗാന്ധിജിയെ തന്നിൽനിന്നും അന്യവൽക്കരിച്ചുകാണാനായിരുന്നു താൽപ്പര്യം. സ്വാതന്ത്ര്യസമരകാലത്ത് ഗാന്ധി സ്വീകരിച്ച പല നിലപാടുകൾക്കും കൊടുക്കേണ്ടിവന്ന വില വളരെ വലുതാണെന്ന് തകഴി വിശ്വസിച്ചു. ഗാന്ധിയൻ സമരമാർഗത്തിലെ ദൗർബല്യങ്ങൾ കഥാകാരൻ മറച്ചു വയ്ക്കുന്നില്ല. സമരങ്ങളെ അതിന്റെ തീവ്രമുഹൂർത്തത്തിൽ തല്ലിക്കെടുത്തിയതിനെ അപലപിക്കുന്നുമുണ്ട്. ഗാന്ധിയെ ദൈവീകരിക്കുന്നതിനോടുള്ള അമർഷം കഥകളുടെ സംവാദമണ്ഡലത്തിലുണ്ട്. 'ഗാന്ധിജിയുടെ അന്ത്യം' 'ചരമരംഗം' എന്നീ കഥകളിലും ആത്മകഥയായ *ഓർമയുടെ തീരങ്ങളിലും* തകഴിയുടെ നിലപാട് വ്യക്തമാണ്. ചരിത്രവും കഥയുമായുള്ള അന്യോന്യത ആഖ്യാനത്തിൽ കൂടുതൽ നേർത്ത് പോകുന്നുണ്ട്. വസ്തുതാകഥനത്തിന്റെ ഭാഷണരൂപം ഒരുക്കി അതിനുള്ളിൽ കഥയുടെ വഴക്കങ്ങൾ അനുവർത്തിക്കാനാണ് തകഴി മുതിരുന്നത്. ഗാന്ധിയുടെ തത്വശാസ്ത്രം പ്രായോഗികമല്ലെന്നും ഇന്ത്യൻ സമൂഹത്തിൽ അവ ലയിച്ചതായും കഥാകാരൻ കുരുതുന്നില്ല. എന്നല്ല, ഗാന്ധിയൻ നയങ്ങളിലെ അസ്ഥിരതയാണ് വിഭജനം പോലുള്ള മഹാദുരന്തം വരുത്തിത്തീർത്തതെന്നും അദ്ദേഹം കരുതി. മാത്രവുമല്ല, സാഹിത്യസംസ്കാരത്തെ പ്രകോപിപ്പിക്കാൻ ഗാന്ധിയുടെ ജീവിതത്തിനായില്ലെന്ന് തകഴി പലപ്പോഴും ആവർത്തിച്ചിട്ടുണ്ട്. ആശയസംഹിതകളിൽ തനിക്കാവശ്യമുള്ളത് മാത്രം സ്വീകരിച്ചയാളാണ് തകഴി. മാർക്സിസത്തിലും സോഷ്യലിസത്തിലും മാനവികതയുടെ വേരുകളാണ് തകഴി തേടിപ്പോയത്. ഗാന്ധിയെക്കുറിച്ചുള്ള നിലപാടുകളെ നിർണയിച്ചത് ഇവയൊക്കെത്തന്നെയാണ്. അത് തകഴിയുടെ ഗാന്ധിയാണ്. കഥകളിൽ അനുവാചകർ അഭിമുഖീകരിക്കുന്നത് ഈ 'തകഴിയൻ' ഗാന്ധിയെയാണ്. ഇവിടെ വൈക്കം മുഹമ്മദ് ബഷീറുമായൊരു താരതമ്യം അനിവാര്യമാണ്. അദൃശ്യമായും അഭാവമായും ഗാന്ധി, ബഷീറിനെ എങ്ങനെയെല്ലാം പുനർരചിച്ചു എന്നത് സമാന്തരമായി ആലോചിക്കാവുന്നതാണ്. ബാല്യത്തിൽ വൈക്കത്തെത്തിയ ഗാന്ധിനെ തൊട്ടതിലെ ആവേശംകണ്ട് ഉമ്മയുണ്ടാക്കിയ പുകിലിൽനിന്നാണ് ബഷീറിൽ രാഷ്ട്രീയം വരുന്നതുതന്നെ. ഇന്ത്യാവിഭജനവും തുടർന്നുണ്ടായ കലാപവുമെല്ലാം ബഷീറിനെയും ബാധിച്ചിരുന്നു. കണ്ടാൽ തിരിച്ചറിയാനാവാത്ത കൂറ്റൻ മതിൽക്കെട്ടിന്റെ ഇരുവശത്തുനിന്നും എക്കാലത്തേക്കുമായി വേർപിരിയേണ്ടിവന്ന ബഷീർ–നാരായണിമാരുടെ വേദനയിൽ വിഭജനദുരന്തത്തിന്റെ അമൂർത്ത രേഖകളുണ്ട്. എതിർപാർത്തിരുന്ന ജയിൽമോചനം അസമയത്ത് യാഥാർഥ്യമായപ്പോൾ ബഷീറിന് നിഷേധിക്കാനുണ്ടായിരുന്നത് സ്വാതന്ത്ര്യം മാത്രമായിരുന്നു. Who wants freedom? Who wants to be free? എന്ന ചോദ്യം മതിലുകൾക്കപ്പുറം മുഴങ്ങുന്ന ഒന്നാണ്. വിഭജനരാഷ്ട്രീയം വരുത്തിയ ശിഥിലകർതൃത്വത്തിന്റെ തുടർച്ച ബഷീറിന്റെ അനന്തമായ യാത്രകളിലുണ്ട്. സ്വതന്ത്രഭാരതത്തിൽ നിന്നും സ്വയം കൽപ്പിച്ചെടുത്ത ഭ്രഷ്ടായും

ബഷീർയാത്രകളെ മനസിലാക്കാവുന്നതാണ്. ബഷീർ വിഭജനത്തെ തന്റെ കർതൃരൂപത്തിന്റെ പിളർപ്പായി ഏറ്റെടുത്തയാളാണ്. തകഴിയാവട്ടെ ദൃക്സാക്ഷിയുടെ തലത്തിലാണ് കാര്യങ്ങളെ കാണുന്നത്.വാദിയുടെ പക്ഷത്തും സാക്ഷിയുടെ പക്ഷത്തും ആഖ്യാതാവ് മാറിമാറിവരുന്നു. പ്രതിഭാഗത്ത് ഗാന്ധിയും. വിചാരണയും വിധിതീർപ്പുമെല്ലാം നടപ്പാക്കുന്നത് ആഖ്യാതാവാണെന്നതുകൊണ്ട് വാദത്തെ കുറച്ച് കാണണമെന്നില്ല. മുതലാളി-തൊഴിലാളി വ്യവസ്ഥയുടെ പടർപ്പ് ബിർള-ഗാന്ധി ബന്ധത്തിലും കഥാകാരൻ ആരോപിക്കുന്നുണ്ട്. മുതലാളിമാർ അവരുടെ ലാഭത്തിനായി ഗാന്ധിയെ അണിയിച്ചൊരുക്കുകയായിരുന്നു എന്ന് "ഗാന്ധിജിയുടെ അന്ത്യ'ത്തിലും 'ചരമരംഗ'ത്തിലും പ്രസ്താവം തന്നെയുണ്ട്. ആത്മാവിന്റെ അയൽക്കാരനായിരുന്ന മനുഷ്യനെ കലാകാരന്മാരും സൈദ്ധാന്തികരും ദാർശനികരും പൗരമുഖ്യരുമൊക്കെ ചേർന്ന് സാധാരണക്കാർക്ക് അപ്രാപ്യനാക്കിയതിലെ നിശ്ശബ്ദ രോഷം ഇക്കഥകളിലുണ്ട്. "ഗാന്ധിജി പറഞ്ഞത് ഭാരതത്തിലെ നാൽപ്പതു കോടിക്കും മനസിലാകുന്നതാണ്. ഒരു വ്യാഖ്യാനവും വേണ്ട. അതെല്ലാം ആ നാൽപ്പതുകോടിയുടെയും കാര്യങ്ങളാണ്" എന്ന് ഗാന്ധിജിയുടെ അന്ത്യത്തിൽ ഇതുപ്രകടമാവുകയും ചെയ്യുന്നു. ആഖ്യാതാവായ 'ഞാൻ' – അമ്മ – ഗൗരീശങ്കർ എന്നീ മൂവരും മൂന്നുനിലയ്ക്ക് ഗാന്ധിയെ മനസിലാക്കിയവരാണ്. ആഖ്യാതാവ് ആധുനികതയുടെ പ്രതിനിധാനമാണ്. ഗൗരീശങ്കറാവട്ടെ, ഗാന്ധിയെ ഹൈന്ദവീകരിക്കാൻ പാടുപെടുന്ന ഹിന്ദുവാദിയും. ഗാന്ധിയെ നേരിട്ട് കാണണമെന്ന ഒരൊറ്റ മോഹവുമായി ഇറങ്ങിത്തിരിക്കുകയും അഭാവത്തിൽ അദ്ദേഹത്തെ തിരിച്ചറിയുകയും ചെയ്യുന്ന വൃദ്ധമാതാവ് വ്യക്തിപ്രതിരൂപത്തിനും അപ്പുറം ജീവിതമുള്ള സാന്നിധ്യമാണ്. ഗാന്ധിയുടെ മരണത്തെ സ്വാഭാവികമായ ദശാപരിണാമമായി അവർ തിരിച്ചറിയുന്നു. അതിൽ ആത്മാനന്ദം അനുഭവിക്കുന്നു. ഭീഷ്മരെപ്പോലെ ഗാന്ധിയും സ്വച്ഛന്ദ മൃത്യുവാണെന്നവർ വിചാരിക്കുന്നു. *ഭാഗവതവും ഭഗവദ്ഗീതയും* കൊണ്ട് ഗൗരീശങ്കർ എത്ര വ്യാഖ്യാനിച്ചിട്ടും ഗാന്ധിയുടെ അന്ത്യവും അതിന്റെ പൊരുളും വൃദ്ധയ്ക്ക് തിരിയുന്നില്ല. കഥയുടെ ഫലശ്രുതിയിൽ ആഖ്യാതാവ് ഉന്നയിക്കുന്നത് ഉടമ-അടിമ പ്രശ്നം തന്നെയാണ്. ഗാന്ധിയുടെ 'മാനസാന്തര' സിദ്ധാന്തം മുതലാളിത്തത്തിന്റെ അധീശപ്രവണതകളെ ആവിയാക്കാൻ പര്യാപ്തമല്ലെന്ന് അയാൾ തുറന്നു പറയുന്നു. പാവപ്പെട്ടവന്റെ സ്വാഭാവിക വിപ്ലവാസക്തിയെ ഗാന്ധിയുടെ ഇടപെടലുകൾ മരവിപ്പിച്ചു കളഞ്ഞെന്ന് ആരോപിക്കുകയും ചെയ്യുന്നു. ഇത് ഫലത്തിൽ പാരമ്പര്യത്തെ പുനഃസ്ഥാപിക്കുകയായിരുന്നുവത്രെ. 'ചരമരംഗ'ത്തിൽ ഗാന്ധിയുടെ മരണരംഗത്തെ 'നാച്യുറലിസ്റ്റ്' രീതിയിൽ അവതരിപ്പിക്കുന്നുണ്ട്. മരണവും മരണാനന്തരവും മാത്രമല്ല, മരണത്തിൽ നിന്നും ഗാന്ധി രക്ഷപ്പെട്ടിരുന്നെങ്കിൽ എന്നൊരു സാധ്യതയും ചരമരംഗം മുന്നോട്ടുവയ്ക്കുന്നുണ്ട്. ആഖ്യാനത്തിൽ 'ഞങ്ങളും അയാളും' ആണ് പ്രധാനമായുള്ളത്. 'ഞങ്ങളുടെ വാദങ്ങളെ യുക്തിബന്ധമായി

ഖണ്ഡിച്ച് കൊണ്ടാണ് ഗാന്ധിയെ 'അയാൾ' അമാനുഷികീകരിക്കുന്നത്.

ബഹുജനത്തിന്റെ ഭാഗമായി തന്നെ സ്ഥിരപ്പെടുത്താനുള്ള ഗാന്ധിയുടെ കാമനയാണ് തകഴിയുടെ കഥകൾ പ്രശ്നവൽക്കരിക്കുന്നത്. പല കാര്യത്തിലും ഗാന്ധി പുലർത്തിയിരുന്ന ഉദാരത അദ്ദേഹത്തെ ചില ഘട്ടങ്ങളിലെങ്കിലും സാമാന്യജനത്തിന് അനഭിമതനാക്കിയിട്ടുണ്ട്. ഇതുപക്ഷേ, താൽക്കാലികമായ പ്രതിഭാസമായിരുന്നു. ഗാന്ധിയെ തങ്ങളുടെ ഉറ്റ ബന്ധുവോ അമ്മയോ അച്ഛനോ ഒക്കെയാക്കി രൂപാന്തരപ്പെടുത്തുന്ന രീതിയുടെ മറ്റൊരു വശമായിരുന്നു ഇത്. തകഴിയുടെ ഭാഗത്ത് ചിന്തിച്ചാൽ ആഖ്യാതാവാണ് തനിക്കു വേണ്ടി ഹാജരാവുന്നതെന്നു കാണാം. തന്റെതന്നെയോ തന്നെ ബാധിക്കുന്നതോ ആയ എല്ലാ വീഴ്ചകൾക്കും അയാൾ പ്രതിസ്ഥാനത്ത് നിറുത്തുന്നത് ഇന്ത്യയിലെ ഏറ്റവും ജനസമ്മതിയുള്ള ഒരു പിതൃരൂപത്തെയാണ്. പ്രതിയുടെമേൽ ആരോപിക്കുന്ന കുറ്റച്ചാർത്തുകൾ തത്വത്തിൽ തന്റെ നേർക്ക് തിരിച്ചുവരുമെന്ന് അയാൾക്കറിയാഞ്ഞിട്ടല്ല. ആന്തരികമായ വൈരുധ്യങ്ങൾകൊണ്ട് നിർമിതമായ രാഷ്ട്രീയ കർതൃത്വമായിരുന്നു ഗാന്ധിയുടേത്. പാരമ്പര്യത്തോടും സമകാലീനതയോടും സന്ദിഗ്ധവും ദ്വന്ദ്വമാനവുമായ മനോഭാവം ഗാന്ധി മരണംവരെയും നിലനിറുത്തിയിരുന്നു. മരണാനന്തരം ഗാന്ധിക്ക് വ്യത്യസ്ത തലങ്ങളിൽ ഉണ്ടായ അപനിർമിതി അടിസ്ഥാനപ്പെടുത്തുന്നതും ഇതേ ജീവിതത്തെയാണ്. ഇവിടെ തകഴിയുടെ ഗാന്ധിയൻ കഥകൾക്ക് വിട്ടുപോകുന്ന കാര്യം ഗാന്ധിയുടെ സാമൂഹികദർശനം ഉണ്ടാക്കിയ പ്രതികരണങ്ങളാണ്. അവ ഏറ്റവും പ്രതിസന്ധിയിലാക്കിയത് ബ്രാഹ്മണ്യത്തെയായിരുന്നു. കാലാകാലങ്ങളിലായി അവർ ആസൂത്രിതമായി ചിട്ടപ്പെടുത്തിയ സാമൂഹികശ്രേണിയെ പാടെ തലകീഴാക്കുന്ന രാഷ്ട്രീയവീക്ഷണമായിരുന്നു ഗാന്ധിയുടേത്. ഇങ്ങനെയൊരു പ്രതലത്തിൽ നിന്നു ചിന്തിച്ചാൽ ഗാന്ധിയെ അദ്ദേഹത്തിന്റെ അനുയായികളേക്കാൾ ഉൾക്കൊണ്ടത് പ്രതിയോഗികളായ മതമൗലികവാദികളായിരുന്നുവെന്ന് ആഷിഷ് നന്ദി സമർഥിക്കുന്നുണ്ട്, ഗാന്ധിയുടെ ആശയലോകം പൗരോഹിത്യത്തിന്റെതായിരുന്നില്ല. ദൈനംദിന വ്യവഹാരങ്ങളുടെ പ്രായോഗികലോകമാണ്. അതിഭൗതികതയും ആത്മീയവാദവും വെടിഞ്ഞ് കർമയോഗത്തിന്റെ ഭൗതിക രാഷ്ട്രീയമാണ് അദ്ദേഹം മുന്നോട്ട് വച്ചത്. ഗാന്ധി നടത്തിയ ബൗദ്ധികതയുടെ അപനിർമിതി ഇന്ത്യൻ സാഹചര്യത്തിൽ ബ്രാഹ്മണ്യത്തിന്റെ അപക്രോഡീകരണത്തിലാണ് കലാശിച്ചത്. മഹാരാഷ്ട്രയിലെ ചിത്പവൻ ബ്രാഹ്മണനായ നാഥുറാം ഗോഡ്സെ ഗാന്ധിവധം 'ധർമ'സ്ഥാപനമായി കരുതിയതിന് പിന്നിലെ ചോദനയും വ്യത്യസ്തമല്ല. ഗാന്ധിവധത്തിന്റെ ദേശീയമായ അന്തരംഗം തകഴിയുടെ കഥാഖ്യാനത്തിന് പുറത്താണ് സ്ഥിതി ചെയ്യുന്നത്. ഗാന്ധിയെ തന്റെ പ്രായോഗികചരിത്രത്തിലേക്ക് സമീകരിക്കാനായിരുന്നു തകഴി ശ്രമിച്ചത്. ഇങ്ങനെയുള്ള ഏകീകരണത്തിന്റെ പരിമിതി വിഷയത്തെ വിഷയിയുടെ തലത്തിൽ ന്യായീകരിക്കപ്പെടുമെന്നതാണ്. തകഴിയുടെ ഗാന്ധിയൻ ഭാഷ്യ

ത്തിൽ ഇതു സംഭവിച്ചിട്ടുണ്ട്. അതിനൊരു കാരണം ദേശീയമണ്ഡലത്തിലെ വൈവിധ്യത്തെയും വൈരുധ്യങ്ങളെയും തമസ്കരിച്ചുകൊണ്ട് ഗാന്ധിയെന്ന ഒറ്റവിഷയത്തിലേക്ക് വിഭജനരാഷ്ട്രീയത്തെ കേന്ദ്രീകരിച്ചതാണ്. എങ്കിലും തകഴിക്ക് ന്യായം പറയാൻ ഒന്നിപ്പോഴും അവശേഷിക്കുന്നു. അത് സാഹിത്യവ്യവഹാരത്തിൽ താൻ എപ്പോഴും ഉയർത്തിപ്പിടിച്ച മാനവികതാദർശനമാണ്. എന്നാൽ ആ ദർശനത്തിന്റെ പാഠഭേദങ്ങളും പാഠാന്തരങ്ങളും തകഴി എത്രത്തോളം സ്വാംശീകരിച്ചു എന്നത് പുതിയ ചിന്താവിഷയമാണ്.

(2011)

ജാതിയും വർഗവും തകഴിയുടെ കൃതികളിൽ

ഡോ. ഒ കെ സന്തോഷ്

മലയാളത്തിലെ സാഹിത്യ-സാംസ്കാരിക സംവാദങ്ങളുടെ ദിശ നിർണയിക്കുന്നതിൽ പുരോഗമന സാഹിത്യ പ്രസ്ഥാനത്തിനുള്ള പങ്ക് ആർക്കും നിഷേധിക്കാനാവില്ല. വെറും സാഹിത്യവിചാരങ്ങളിൽ മാത്രം കുടുങ്ങിക്കിടക്കുന്ന സംഘടനയായിരുന്നില്ല ഇത്. സാമൂഹികവികാസത്തെ ഗുണപരമായി സ്വാധീനിക്കുന്ന രാഷ്ട്രീയ പ്രത്യയശാസ്ത്രത്തിന്റെ ഉള്ളുറപ്പിൽ കേന്ദ്രീകരിച്ച് മനുഷ്യസമൂഹത്തിന്റെ ഭാവിയെ കുറിച്ചുള്ള ആലോചനകളായിരുന്നു ഇവിയിൽ മുഖ്യം. അത് സാർവലൗകികമായി വികസിച്ച രാഷ്ട്രീയ പരിണാമങ്ങളോട് അഭേദ്യമായി ബന്ധപ്പെട്ടാണ് നിലനിന്നത്. ചരിത്രത്തിന്റെ മുന്നേറ്റങ്ങളിൽ പങ്കാളികളാകാനുള്ള ആഹ്വാനമായിരുന്നു പുരോഗമന സാഹിത്യപ്രസ്ഥാനത്തിന്റെ മുഖ്യപ്രമേയമെന്ന് പറയാം.

പുരോഗമന സാഹിത്യം ചരിത്രത്തിന്റെ ഇന്ധനമാണെന്ന് എം എൻ വിജയൻ നിരീക്ഷിച്ചിട്ടുണ്ട്. ചരിത്രത്തെ മുന്നോട്ടു നയിക്കുവാൻ ഉപയുക്തമായ ചാലകശക്തിയാവാൻ കെൽപ്പുള്ള സാഹിത്യസാംസ്കാരിക ഉള്ളടക്കമാണ് പുരോഗമന സാഹിത്യത്തിന് ഉണ്ടായിരുന്നത് എന്നതാണ് ഈ നിരീക്ഷണത്തിന്റെ അടിസ്ഥാനം. വിവിധ ചരിത്രഘട്ടങ്ങളിൽ രൂപപ്പെട്ട ആശയങ്ങളുടെ സ്വാധീനം മനുഷ്യസമൂഹത്തിൽ ഏറിയും കുറഞ്ഞും ഉണ്ടായിട്ടുണ്ട്. തത്വചിന്താപരമായ വ്യത്യസ്തധാരകൾ, മതപരമായ വിശ്വാസങ്ങളുടെ വൈവിധ്യങ്ങൾ, ശാസ്ത്രീയാന്വേഷണങ്ങളുടെ തകർച്ചയും ഉയിർത്തെഴുന്നേൽപ്പും തുടങ്ങി സമൂഹത്തിന്റെ ഭാഗധേയങ്ങളെ നിർണയിച്ച ഘടകങ്ങളെ അപ്രധാനമായി കരുതാനാവില്ല. എന്നാൽ പ്രത്യയശാസ്ത്രപരമായി മനുഷ്യരിൽ രൂഢമൂലമായ വിമോച

നാഭിലാഷങ്ങളെ മൂർത്തവൽക്കരിക്കുകയായിരുന്നു പുരോഗമന സാഹിത്യത്തിന്റെ ലക്ഷ്യം.

സാർവലൗകികമായി മനുഷ്യസമുദായത്തിൽ രൂപപ്പെട്ട പ്രതിസന്ധികൾ രൂക്ഷമായ ഘട്ടത്തിലാണ് സർഗാത്മക പ്രതിരോധത്തിന്റെ അനിവാര്യത എഴുത്തുകാർക്ക് ബോധ്യപ്പെട്ടത്. തീക്ഷ്ണമായ യാഥാർഥ്യങ്ങൾ തങ്ങൾ നേരിടുമ്പോൾ വെറും സൗന്ദര്യപക്ഷത്ത് നിലയുറപ്പിക്കുന്നതിലെ പരിഹാസ്യത അവർക്കിടയിൽ ചർച്ച ചെയ്യപ്പെട്ടു. ലാവണ്യാധിഷ്ഠിതമായി സാഹിത്യ വ്യവഹാരങ്ങളെ കണ്ടവർക്കും പുതിയ പ്രതിസന്ധികൾ പുനരാലോചനയ്ക്ക് പ്രേരണയായി. ആഗോളമായി രൂപപ്പെട്ട അധികാര ധ്രുവീകരണങ്ങൾ, 1930 കളിലെ സാമ്പത്തിക മാന്ദ്യം, നീറിപ്പുകഞ്ഞുകൊണ്ടിരിക്കുന്ന യുദ്ധ സാധ്യതകൾ, 1917 ലെ റഷ്യൻ വിപ്ലവം സൃഷ്ടിച്ച പ്രതീക്ഷകൾ, ആധുനിക ദേശരാഷ്ട്രങ്ങൾ നേരിടുന്ന അധിനിവേശത്തിന്റെ വെല്ലുവിളികൾ, ഒന്നാംലോക മഹായുദ്ധത്തിന്റെ ഭാഗമായി ശിഥിലാവസ്ഥയിലായ രാഷ്ട്ര സംവിധാനങ്ങൾ തുടങ്ങി മനുഷ്യസമൂഹം ഏറ്റവും നിർണായകമായ പ്രതിസന്ധികളിലൂടെ കടന്നുപോവുകയായിരുന്നു.

ഇന്ത്യയിലും അക്കാലത്ത് സാമ്രാജ്യത്വ ചൂഷണത്തിനെതിരെ തീക്ഷ്ണമായ പ്രക്ഷോഭങ്ങൾ രൂപപ്പെടുകയായിരുന്നു. എന്നാൽ പുരോഗമന രാഷ്ട്രീയം ദേശീയവാദ പ്രസ്ഥാനത്തിൽ നിന്നും വേറിട്ട നിലപാടുകളായിരുന്നു ഈ പ്രക്ഷോഭങ്ങളിൽ സ്വീകരിച്ചത്. എവിടെയും ചൂഷകർക്കും ചൂഷിതർക്കും ഒരേ രൂപവും ഭാവവുമാണുള്ളതെന്ന് സ്ഥാപിക്കുന്നതിലായിരുന്നു അവരുടെ ശ്രദ്ധ. ഭരണകൂടങ്ങളെ തന്നെ അവിശ്വസിക്കുകയും മുതലാളിത്തപരമായ എല്ലാ മൂല്യമണ്ഡലങ്ങളെയും തിരസ്കരിക്കുവാനും അവർ ആഹ്വാനം ചെയ്തു. യഥാർഥ തൊഴിലാളിവർഗത്തിന്റെ നേതൃത്വത്തിൽ രൂപപ്പെടുന്ന സാമൂഹികാധികാര ശക്തിക്കേ ചൂഷണം ഇല്ലായ്മ ചെയ്യുവാൻ കഴിയൂ എന്നും പ്രചരിപ്പിച്ചു.

പുരോഗമന സാഹിത്യപ്രസ്ഥാനം – തുടക്കത്തിൽ ജീവൽസാഹിത്യ പ്രസ്ഥാനം – അതിന്റെ പ്രാരംഭഘട്ടം മുതൽ വ്യക്തമായ ലക്ഷ്യത്തോടുകൂടിയാവണം സർഗാത്മകൃതികൾ രചിക്കപ്പെടേണ്ടതെന്ന നിലപാടാണ് പുലർത്തിയത്. രാജ്യത്തെ കർഷകർ–കർഷകത്തൊഴിലാളികൾ തുടങ്ങിയ വിപ്ലവമുന്നണിയെ പ്രചോദിപ്പിക്കുന്ന വിധത്തിലായിരിക്കണം കൃതികളുടെ ഉള്ളടക്കം രൂപപ്പെടുത്തേണ്ടത്. അത് ദരിദ്രന്റെ പക്ഷത്തും ചൂഷണത്തിന്റെ എതിർപക്ഷത്തും നിലയുറപ്പിച്ചാവണം വികസിപ്പിക്കേണ്ടത് എന്ന കാര്യത്തിലും തർക്കമില്ല. വിപ്ലവത്തിന്റെ ചാലകശക്തിയായി വിഭാവന ചെയ്യപ്പെട്ട സാഹിത്യം, സൗന്ദര്യപക്ഷത്തു നിന്ന് പൂർണമായും വിമോചിപ്പിക്കപ്പെടണം എന്നും വിലയിരുത്തപ്പെട്ടു. കാരണം വ്യവസ്ഥാപിത സാഹിത്യത്തിന്റെ അഭിരതികൾ ഫ്യൂഡൽ സാമൂഹികാവസ്ഥയെ പുനരുൽപ്പാദിപ്പിക്കുന്നതാണെന്ന നിലപാടായിരുന്നു പുരോഗമന സാഹിത്യത്തിന് ഉണ്ടായിരുന്നത്.

ദളിത്/കീഴാള പ്രമേയങ്ങൾ സാഹിത്യത്തിൽ

ഉള്ളടക്കത്തിൽ പുലർത്തിയ രാഷ്ട്രീയ വീക്ഷണങ്ങളെ, ആഖ്യാനത്തിലെ ജീവിതസന്ദർഭങ്ങളുമായി ചേർത്തുവെക്കുകയായിരുന്നു പുരോഗമന സാഹിത്യം ചെയ്തത്. രാഷ്ട്രീയ ലക്ഷ്യങ്ങൾക്ക് അനുയോജ്യമായ രീതിയിൽ പാത്രസൃഷ്ടി നടത്തി തികച്ചും പ്രചാരണപരമായ ഉദ്ദേശ്യം പൂർത്തിയാക്കുന്ന രചനകളുമുണ്ടായി. എന്നാൽ ഈ പരിമിതികൾ നിലനിൽക്കുമ്പോഴും സൗന്ദര്യബോധത്തിലും സംവേദനത്തിലും നവീനമായ വഴികൾ പുരോഗമന സാഹിത്യം തുറന്നു. ഇതിൽ ഏറ്റവും പ്രധാനപ്പെട്ട സവിശേഷത, കീഴാള/ദളിത് ജീവിതങ്ങളെ പ്രമേയ കേന്ദ്രത്തിലേക്ക് കൊണ്ടുവന്നു എന്നുള്ളതാണ്. ഉന്നതകുലത്തിലുള്ളവരുടെ ജീവിത പ്രകാശനത്തിനുള്ള മാധ്യമമാണ് സർഗാത്മക രചനകൾ എന്ന ബോധ്യത്തിൽ പിളർപ്പുണ്ടായി.

നവോത്ഥാനപൂർവ നോവലുകളിൽ ആവിഷ്കരിക്കപ്പെട്ട കീഴാള ജീവിതം, കൊളോണിയൽ താൽപ്പര്യങ്ങൾക്ക് കൂടി വിധേയമായിട്ടാണ് പ്രവർത്തിച്ചത്. തങ്ങളുടെ അവകാശാധികാരങ്ങൾക്ക് സാധൂകരണം നൽകാൻ സാമൂഹികനവോത്ഥാന ശക്തികളായി അധിനിവേശകർ സ്വയം പരിവർത്തനപ്പെടുകയായിരുന്നു. പാശ്ചാത്യ ആശയങ്ങളുടെയും ക്രൈസ്തവ വിശ്വാസത്തിന്റെയും ആശയമണ്ഡലങ്ങൾ ഈ പ്രക്രിയകളെ വളരെയധികം സഹായിക്കുകയും ചെയ്തു. തദ്ദേശീയ ജീവിതം നേരിട്ട വല്ലായ്മകൾക്ക് ഒരറുതി വരുത്തുകയാണ് തങ്ങളുടെ ലക്ഷ്യമെന്ന് പ്രഖ്യാപിക്കുവാനും ഇവർ മടിച്ചില്ല. മേൽശീല പ്രക്ഷോഭങ്ങൾ (1822 –1857) ഈ യാഥാർഥ്യത്തെ വിദഗ്ധമായി സമന്വയിപ്പിച്ച സന്ദർഭമായിരുന്നു എന്ന് ചൂണ്ടിക്കാണിക്കപ്പെട്ടിട്ടുണ്ട്. (*ഘനശ്യാം* ഷാ : 2006. 32–33)

ആത്മീയവും ഭൗതികവുമായ വേർതിരിവ് സൃഷ്ടിച്ച പ്രതിസന്ധികൾ ഇല്ലായ്മ ചെയ്യുക എന്ന ലക്ഷ്യം കൂടിയുണ്ടായിരുന്നു ഈ പ്രവർത്തനങ്ങൾക്ക്. വിശ്വാസപരമായ കാലുഷ്യങ്ങൾ പരിഹരിക്കുന്ന അതേ മനസോടെയും ഊർജത്തോടെയും വിദ്യാഭ്യാസ അവകാശങ്ങൾക്ക് വേണ്ടി പോരാടാനും മിഷണറിമാർ താൽപ്പര്യം കാണിച്ചു. കീഴാളരുടെ പ്രാഥമികമായ അവകാശങ്ങൾ പോലും നിഷേധിക്കുന്ന ഘട്ടത്തിൽ അധികാരികളുടെ മുമ്പിൽ കടുത്ത സമ്മർദം ചെലുത്താനും ഇവർക്കായി. ഇതെല്ലാം സൂചിപ്പിക്കുന്നത് ദളിതരുടെയും കീഴാളരുടെയും അദൃശ്യതയെ ഭേദിക്കുവാൻ വേണ്ടിയുള്ള പ്രവർത്തനങ്ങൾ മതപ്രചാരണത്തോടൊപ്പം മിഷണറിമാർ ഏറ്റെടുത്തു എന്നുള്ളതാണ്.

ചരിത്രപരമായ ഈ യാഥാർഥ്യങ്ങൽ ആഖ്യാനം ചെയ്യുന്നതിൽ നവോത്ഥാനപൂർവ നോവലുകൾ പരിമിതമായ അർഥത്തിലെങ്കിലും വിജയിച്ചു എന്നു പറയാം. എന്നാൽ കീഴാളത്വം തങ്ങളുടെ ആധിപത്യത്തിന് കീഴിൽ വിമോചിപ്പിക്കപ്പെടാത്തതിന്റെ വസ്തുതകളിലേക്ക് തിരിയുവാൻ പലരും വിമുഖത പ്രകടിപ്പിച്ചു. സ്വയം നിർവാഹകത്വ ശേഷി പ്രകടിപ്പിക്കുന്നവരെ പോത്തേരി കുഞ്ഞമ്പുവിന്റെ *സരസ്വതീവിജയ* (1892) ത്തിൽ

ആവിഷ്കരിക്കുന്നുണ്ട്. കൊളോണിയൽ ഘടനയുടെ ഭിന്നരൂപങ്ങളിൽ നിന്ന് ആർജിച്ചെടുത്ത കഴിവുകളാണ് അവരെ അതിന് പ്രാപ്തരാക്കുന്നത്. വിദ്യാഭ്യാസം, തൊഴിൽ എന്നിവയിലൂടെ കൈവരിക്കുന്ന സാമൂഹികാന്തസാണ് *സരസ്വതീവിജയ*ത്തിൽ കേന്ദ്ര പ്രമേയം. ഇത് നിഷേധിച്ച സാമൂഹിക-സാംസ്കാരിക അധീശത്വത്തോടുള്ള പ്രതികരണം വ്യക്തികൾ തമ്മിലുള്ള സംഘർഷത്തിലേക്ക് ചുരുക്കി എന്ന വിമർശനം നിലനിൽക്കുമ്പോഴും പുതിയ വായനയിൽ സാമൂഹിക പ്രതിസന്ധിയായി തിരിച്ചറിയാവുന്നതാണ്.

ബാഹ്യമായി നേരിടുന്ന പ്രതിസന്ധികളെ അഭിമുഖീകരിക്കുക എന്ന ലക്ഷ്യം കൂടി കീഴാളരുടെ മതപരിവർത്തനങ്ങൾക്കുണ്ടായിരുന്നു. തദ്ദേശീയ സമൂഹത്തിലെ അധികാരത്തിന്റെ ലൗകിക സമസ്യകൾ പരിഹരിക്കുന്നതിനുവേണ്ടി കീഴാളർ മിഷണറി പ്രവർത്തനങ്ങളെ ഉപയോഗിച്ചിരുന്നതായി വിലയിരുത്തപ്പെട്ടിട്ടുണ്ട്. (*എം എസ് എസ് പാണ്ഡ്യൻ* 1993). ജാതിമൂലമുള്ള അവശതകൾ പരിഹരിക്കുവാൻ മിഷണറി സേവനങ്ങൾ സഹായകരമെന്ന് തോന്നുമ്പോഴെല്ലാം ചാന്നാൻമാർ എൽഎംഎസ് സഭയിലേക്ക് തിക്കിത്തിരക്കി കയറിച്ചെല്ലുമായിരുന്നു എന്നും വിശദീകരിക്കപ്പെടുന്നു. ഇവിടെ തങ്ങളുടെ സ്വത്വരൂപീകരണ ശ്രമങ്ങൾക്ക് കൊളോണിയൽ സാമൂഹിക രൂപങ്ങളെ ആശ്രയിക്കുകയായിരുന്നു എന്നു നിസ്സംശയം പറയാം. അധികാരത്തിന്റെ ഇത്തരം പുതിയ മേഖലകളെ സർഗാത്മക സാഹിത്യം ഏറെയൊന്നും പരിഗണിച്ചിരുന്നില്ല.

കാർഷിക/വ്യാവസായിക മേഖലകളിൽ സംഘടിത തൊഴിലാളി വർഗമായി പരിവർത്തിച്ച 1930 കളാണ് ദളിത് ജീവിതാനുഭവങ്ങൾക്ക് തെളിച്ചം കിട്ടിയ മറ്റൊരു സന്ദർഭം. ആധുനിക മതവൽക്കരണത്തിന്റെ ഉള്ളിൽ നിന്ന് വിശ്വാസപ്രതിസന്ധി പരിഹരിച്ചതിന് ശേഷമായിരുന്നില്ല തൊഴിലാളി കർതൃത്വത്തിലേക്ക് ഇവർ പ്രവേശിച്ചത്. 'ജാതി'യുടെ പേരിൽ പിന്തുടരുന്ന പ്രത്യക്ഷമായ അസ്പൃശ്യതയുടെയും സാമൂഹികമായ അന്യവൽക്കരണത്തിന്റെയും തീവ്രത കുറഞ്ഞിരുന്നു. ഈ ഘട്ടത്തിലെ സാഹിത്യം ബഹിഷ്കൃതരെ ഉൾക്കൊണ്ടത് ജാതിസ്വത്വത്തിന്റെ ഭാഗം മാത്രമായിട്ടായിരുന്നില്ല. 'ജാതി' അപ്രധാന ഘടകമായിട്ടല്ല, നവോത്ഥാന മൂല്യങ്ങളുടെ പ്രചാരണത്തിൽ ഒഴിവാക്കേണ്ട 'തിന്മ'യായിട്ടാണ് ഇക്കാലഘട്ടത്തിൽ പരിഗണിക്കപ്പെട്ടിരുന്നത്.

അടിയാള പദവിയിൽ നിന്ന് തൊഴിലാളിയിലേക്ക് മാറുമ്പോൾ ലഭിച്ചത്, ദേശീയവും സാർവദേശീയവുമായ വിതാനങ്ങളിലേക്ക് തങ്ങൾ പരിവർത്തിക്കുന്നു എന്ന ബോധ്യം കൂടിയായിരുന്നു. അടിത്തട്ടിൽ വികസിച്ച വിശ്വാസേതരമായ വ്യവഹാരങ്ങൾ കേന്ദ്രീകരിച്ചത് സംഘടിത പ്രസ്ഥാനങ്ങളിലായിരുന്നു എന്നും കാണാം. ഇടതുപക്ഷ രാഷ്ട്രീയത്തിന്റെ ആവിർഭാവം കേരളത്തിലെ ദളിത്/കീഴാള വിഭാഗങ്ങളിൽ സൃഷ്ടിച്ചത് ഭൗതികതയിൽ ഊന്നിയ വികാസത്തിൽ പങ്കാളിത്തം നേടുവാൻ സമരോത്സുകരാകണം എന്ന തിരിച്ചറിവായിരുന്നു. പുരോഗതി പ്രകൃതിയുടെ

നിയമം ആണെന്ന ശാസ്ത്രീയ യുക്തിയും സ്ഥാപിക്കപ്പെട്ടു. സർഗാത്മക രചനകൾ വിശേഷിപ്പിച്ചും നോവൽ സാഹിത്യം ഈ യാഥാർഥ്യത്തെ വളരെ പെട്ടെന്ന് സ്വാംശീകരിച്ച് നടപ്പിലാക്കി.

ദേശീയബോധം തീക്ഷ്ണമായ രാഷ്ട്രീയ പരിവർത്തനങ്ങൾക്ക് വഴി മാറിക്കൊടുത്ത സന്ദർഭം കൂടിയായിരുന്നു അത്. ഇന്ത്യൻ നാഷണൽ കോൺഗ്രസ് എന്ന മഹാപ്രസ്ഥാനത്തിനുള്ളിൽ ഇടതുപക്ഷ ആശയങ്ങൾ പുലർത്തിപ്പോന്ന സോഷ്യലിസ്റ്റ് ചേരിയോടായിരുന്നു പുരോഗമന സാഹിത്യത്തിന്റെ ചാർച്ച. സാമൂഹികവിപ്ലവത്തിന് ഉതകുന്ന വിധത്തിലേക്ക് സാഹിത്യ പ്രവർത്തനങ്ങളെ ഇവർ മാറ്റി. എന്നാൽ തകഴിയും ദേവും ബഷീറും ഉൾപ്പെടുന്ന എഴുത്തുകാർ സ്വാകാര്യാനുഭവങ്ങളുടെ ആഖ്യാനമായും നോവലിനെ സങ്കൽപ്പിച്ചതായി ഇ വി രാമകൃഷ്ണൻ വിലയിരുത്തിയിട്ടുണ്ട്. അദ്ദേഹം എഴുതി:

> അധികാരത്തെക്കുറിച്ചുള്ള പുതിയൊരു ജനകീയ സങ്കൽപ്പമാണ് തകഴി–ബഷീർ പ്രഭൃതികളെ പ്രചോദിപ്പിച്ചത്. അനുഭവത്തിന്റെ സൂക്ഷ്മ ലോകത്തെ ആവിഷകരിക്കണമെങ്കിൽ ഭാഷാ വ്യവഹാരങ്ങളുടെ പ്രാദേശിക രൂപങ്ങളിലേക്ക് മടങ്ങണമെന്ന് ഈ എഴുത്തുകാർ തിരിച്ചറിഞ്ഞു. സംഘർഷങ്ങളുടെ പൊതുമണ്ഡലത്തിന് സമാന്തരമായി കർതൃത്വത്തിന്റെ പ്രേരണകളെ രൂപപ്പെടുത്തുന്ന ഒരു സ്വകാര്യലോകം ഉണ്ടായിവരുന്നതിനെ ഈ എഴുത്തുകാർ സാക്ഷ്യപ്പെടുത്തുന്നു. (ഇ വി രാമകൃഷ്ണൻ 2010–13).

സ്വകാര്യലോകം എന്ന് സൂചിപ്പിക്കപ്പെടുന്നത് ദളിതരും കീഴാളരും സ്ത്രീകളും മറ്റു പാർശ്വവൽക്കരിക്കപ്പെട്ടവരും ഉൾപ്പെടുന്ന സമാന്തര അനുഭവ മണ്ഡലമാണെന്ന് വ്യക്തമാണ്. സ്വകാര്യതയുടെ ആഗ്രഹങ്ങൾ സൃഷ്ടിക്കുന്ന ബൂർഷ്വാ മൂല്യങ്ങൾ വഹിക്കുന്നവരായിരുന്നില്ല ഇവരുടെ നോവലുകളിലെ കഥാപാത്രങ്ങൾ. നടുനിവർത്തി സാമൂഹിക അനീതികളോട് പ്രതികരിക്കുന്നവരായിരുന്നു ഇവരുടെ നോവലുകളിലെ നായകന്മാർ എന്ന കാര്യവും സുവിദിതമാണ്.

തകഴിയുടെ വേറിട്ട വഴി

എഴുത്തിനെ അടിമുടി ഗ്രസിച്ച ആഭിജാത്യം തകഴിയിൽ എത്തുമ്പോൾ വഴിമാറുന്നതായി കാണാവുന്നതാണ്. 1930 കളുടെ പൊതുസവിശേഷത മാത്രമായിരുന്നില്ല വരേണ്യഭാവുകത്വത്തിന്റെ ഈ തിരസ്കാരം. ബഹുവിധമായ ആവിഷ്കാരങ്ങൾ നിർമിക്കപ്പെടാൻ പ്രധാനപ്പെട്ട കാരണം അനുഭവങ്ങൾക്ക് പ്രാധാന്യം നൽകിയതുകൊണ്ടാണ്. ബഷീറിന്റെ ശബ്ദങ്ങൾ, ജന്മദിനം തുടങ്ങിയ കഥകൾ സംവേദനത്തിൽ സൃഷ്ടിച്ച വിസ്ഫോടനം സാഹിത്യചരിത്രത്തിന്റെ ഭാഗമാണ്. കീഴാള ജീവിതം തന്റെ ആദ്യകാല കഥകളിൽ വ്യാപകമായി രേഖപ്പെടുത്തിയെന്നും അത് ജീവിതാനുഭവങ്ങളുടെ തുടർച്ച കൂടിയാണെന്നും ആത്മ

കഥയിൽ തകഴി രേഖപ്പെടുത്തുന്നുണ്ട്. (തകഴി 2007 – 389) രണ്ടിടങ്ങഴി പ്രസിദ്ധീകരിക്കപ്പെട്ട സന്ദർഭത്തിലെ വിസ്ഫോടനങ്ങൾ സ്മരിച്ചുകൊണ്ടാണ് തകഴി ഇത് ചൂണ്ടിക്കാണിക്കുന്നത്. പ്രമേയത്തിൽ തകഴിക്കഥകൾ മുന്നോട്ടുവെച്ച ബഹിഷ്കൃതരുടെ ജീവിതം നോവലിലേക്ക് പരിവർത്തനപ്പെടുത്തുകയായിരുന്നു അദ്ദേഹം.

വിപ്ലവകരമായ രാഷ്ട്രീയമാറ്റങ്ങൾക്ക് സാക്ഷ്യം വഹിച്ച കാലത്തിന്റെ കൂടി പ്രതിഫലനമായിരുന്നത്. സാമൂഹിക സന്ദർഭങ്ങൾക്ക് നേരെ മുഖം തിരിഞ്ഞുനിൽക്കുവാൻ എഴുത്തുകാർക്ക് കഴിയുമായിരുന്നില്ല. മാറുന്ന ലോക സാഹചര്യങ്ങൾ, മുതലാളിത്തത്തിനെതിരെ രൂപപ്പെടുന്ന രാഷ്ട്രീയ സഖ്യങ്ങൾ ഇതിനെല്ലാമുപരി തൊഴിലാളിവർഗ രാഷ്ട്രീയത്തിന് ലോകത്തെമ്പാടുമുണ്ടായ സ്വാധീനം തുടങ്ങിയവയെല്ലാം തകഴിയെ പ്രചോദിപ്പിച്ചിരിക്കണം. അതിനെ സ്വന്തം ചുറ്റുപാടിലെ ജീവിതവുമായി സമന്വയിപ്പിക്കുവാൻ അദ്ദേഹത്തിന് കഴിഞ്ഞു.

ദേശീയ സാഹിത്യത്തിൽ അക്കാലത്തുണ്ടായ പരിവർത്തനങ്ങളും തകഴിയിലെ സർഗശക്തി ഊതിക്കത്തിക്കുവാൻ പ്രേരണയായി. ക്ലാസിസത്തിന്റെ വ്യവസ്ഥാപിതവും നിശ്ചലവുമായ ഘടനകളിൽ നിന്ന് വേറിടുവാൻ ഒരുകൂട്ടം സാഹിത്യകാരന്മാർ ആഗ്രഹിച്ചിരുന്ന കാലം. മനുഷ്യാനുഭവങ്ങളെ വിസ്മൃതമാക്കി ഉപരിവർഗ വിനോദമായി സാഹിത്യത്തെ തരംതാഴ്ത്തുന്നതിന് എതിരെ രൂപപ്പെട്ട ഉണർവായിരുന്നു ഇത്. പ്രേംചന്ദ്, മുൽക്ക് രാജ് ആനന്ദ് തുടങ്ങിയവർ നേതൃത്വം നൽകിയ നവീനമായ ഈ പ്രസ്ഥാനത്തിലേക്ക് തകഴിയും സ്വാഭാവികമായി ആകർഷിക്കപ്പെട്ടു. കാരണം മനുഷ്യാനുഭവങ്ങളുടെ യഥാർഥലോകം സർഗാത്മക എഴുത്തുകാരെ എപ്പോഴും പ്രലോഭിപ്പിച്ചുകൊണ്ടിരിക്കും. ഇപ്രകാരം രൂപപ്പെട്ട ദേശീയമായ പരിവർത്തനങ്ങൾ മലയാളത്തിൽ സൃഷ്ടിച്ച അലയൊലികളുടെ മുഖ്യപ്രേരണയും തകഴിയായിരുന്നുവെന്ന് ചരിത്രം. ജീവൽസാഹിത്യ പ്രസ്ഥാനമായി മലയാളത്തിൽ വേരുറച്ച പ്രവണതകളുടെ പ്രധാനപ്പെട്ട വക്താക്കളിൽ ഒരാൾ തകഴിയായിരുന്നു.

എന്നാൽ പുരോഗമന സാഹിത്യത്തിന്റെ നിശ്ചിത ഘടനയ്ക്കുള്ളിൽ തന്റെ സർഗാത്മകതയെ തളയ്ക്കുവാൻ വിസമ്മതിച്ച എഴുത്തുകാരനാണ് തകഴി. പലപ്പോഴും സംഘടനാപരമായ ശാസനാധികാരങ്ങളെ അവിശ്വസിച്ച്, തന്റേതായ വീക്ഷണങ്ങൾ പ്രകടിപ്പിക്കുവാൻ അദ്ദേഹത്തിന് കഴിഞ്ഞു. കെ പി അപ്പൻ എഴുതുന്നത് ഇപ്രകാരമാണ്.

> രാഷ്ട്രീയം സാഹിത്യത്തിനുമേൽ പതിക്കുമ്പോൾ ഉണ്ടാകുന്ന പീഡിതാവസ്ഥ തകഴിയുടെ കലാസൃഷ്ടികൾ പ്രകടിപ്പിക്കുന്നില്ല. പൊതുവിൽ അത് ജനതയെ കാത്തിരിക്കുന്ന എല്ലാവിധ കാരാഗൃഹങ്ങൾക്കുമെതിരായ സാഹിത്യമാണ്. ഇക്കാര്യത്തിൽ തകഴിയിലെ കഥാകാരൻ പലപ്പോഴും ഒരു ലിബറൽ ബൂർഷ്വാസിയുടെ കാഴ്ചപ്പാടാണ് സ്വീകരിക്കുന്നത്. (കെ പി അപ്പൻ – 2000:132).

കാഴ്ചപ്പാടിന്റെ ധീരതയും സ്വാതന്ത്ര്യവുമാണ് ഇക്കാര്യത്തിൽ തകഴിയുടെ സവിശേഷതയെന്നും കെ പി അപ്പൻ നിരീക്ഷിക്കുന്നുണ്ട്. യഥാർഥത്തിൽ ചരിത്രത്തിൽ നിന്ന് തകഴി വീണ്ടെടുത്ത ജീവിതങ്ങളോട് അദ്ദേഹം പുലർത്തിയ പ്രതിബദ്ധതയായിരുന്നു ഈ വീക്ഷണത്തിന്റെ പിന്നിലെ ധീരതയെന്നും പറയാവുന്നതാണ്. കുട്ടനാടൻ കാർഷിക വ്യവസ്ഥയിൽ കീഴാളരും ദളിതരും അവിഭാജ്യ ഭാഗമായിരുന്നുവല്ലോ. പണിയെടുക്കുവാൻ അവർ കാണിക്കുന്ന ഉത്സാഹത്തിനും ജാഗ്രതയ്ക്കും ഇടയിൽ അടിമ-ഉടമ ബന്ധത്തിന്റെ ഊഷ്മളതയും സ്വാധീനിച്ചിരുന്നു. തകഴി പങ്കുവയ്ക്കുന്ന അനുഭവലോകം പാരസ്പര്യത്തിന്റെയും സ്നേഹത്തിന്റെയും ഭൂതകാലത്തെ ഓർമിപ്പിക്കുന്നതാണ്. വ്യവസായവൽക്കരണത്തിനും വാണിജ്യപരമായ ലാഭത്തിനും മുമ്പുള്ള അക്കാലം ഒരുപാട് നന്മകളുടേതു കൂടിയാണെന്ന് തകഴി എഴുതുന്നുണ്ട്.

അധഃസ്ഥിതരും അവഗണിക്കപ്പെട്ടവരുമായ ജനവിഭാഗങ്ങളുടെ ജീവിതത്തെ സൂക്ഷ്മമായി കണ്ടറിയാനും സുലളിതമായി ആവിഷ്കരിക്കാനുള്ള വൈദഗ്ധ്യമാണ് എഴുത്തുകാരനെന്ന നിലയിലുള്ള തകഴിയുടെ വിജയത്തിന് കാരണമെന്ന് പോൾ മണലിൽ നിരീക്ഷിക്കുന്നുണ്ട്. (*പോൾ മണലിൽ*, 2005: 14). 1940-കളിൽ നോവൽ സാഹിത്യത്തിൽ തകഴിക്കൊപ്പം സജീവമായ ബഷീറും കേശവദേവും തകഴിയോളം ഇക്കാര്യത്തിൽ വിജയിച്ചില്ല എന്നും അദ്ദേഹം പറയുന്നു. ഇതിന് പ്രധാനപ്പെട്ട കാരണവും തകഴി നേരിട്ട ജീവിതസന്ദർഭങ്ങളുടെ വ്യത്യസ്തതയാണെന്നും കാണാം.

യഥാതഥമായ ആവിഷ്കാരങ്ങൾ ഈ അനുഭവമണ്ഡലങ്ങളെ അനുഭവവേദ്യമാക്കുന്നതിൽ വലിയ തോതിൽ വിജയിച്ചിട്ടുണ്ട്. കാലവും ദേശവും അഭിന്നമാകാത്ത ആഖ്യാനരീതിയിയായിരുന്നു റിയലിസം പിന്തുടർന്നത്. സ്വാഭാവികമായും കുട്ടനാടിന്റെ ജീവിതത്തുടിപ്പുകൾ ദളിതരുടെ വേദനകൾ കൂടി ഉൾപ്പെടുന്നതായിരുന്നു. സാമുദായികമായി ഏകീകരിക്കപ്പെട്ടില്ലെങ്കിലും പറയരും പുലയരും സൃഷ്ടിച്ച അധ്വാനത്തിന്റെ താളമായിരുന്നു കാർഷിക സമ്പന്നതയ്ക്ക് അടിസ്ഥാനം. അതിൽ വേദനകളും ഇല്ലായ്മകളും മാത്രമായിരുന്നില്ല പ്രതിഫലിച്ചത്. പ്രതിരോധത്തിന്റെ ജൈവികമായ കുതറലുകളും ഉണ്ടെന്നത് മലയാള സാഹിത്യത്തിൽ ശക്തമായി ആവിഷ്കരിച്ചത് തകഴി ശിവശങ്കരപ്പിള്ളയായിരുന്നു.

ദളിത് സാഹിത്യത്തിന്റെ മൗലിക സ്വഭാവങ്ങളിൽ പ്രധാനപ്പെട്ടതായി പ്രതിരോധത്തെ ശരൺകുമാർ ലിംബാലെ രേഖപ്പെടുത്തുന്നുണ്ട്. (*ശരൺകുമാർ ലിംബാലെ,* 2004-03). സവർണതയും സാംസ്കാരിക അധിനിവേശത്തിനെതിരെയുള്ള ചെറുത്തുനിൽപ്പുമാണ് ഇതിൽ മുഖ്യം. എന്നാൽ തകഴി, വർഗവൈരുധ്യങ്ങൾ കൂടി പ്രതിരോധത്തിന്റെ ഭാഗമായി പരിഗണിക്കുന്നു. ജാതിയും വർഗവും ചൂഷണത്തിന് കാരണമാകുന്ന ഘടകങ്ങളാണ്. ഇതുകൂടാതെ ലിംഗവിവേചനത്തിന്റെ സൂചനകളും തകഴിക്കഥകൾ വിശദീകരിക്കുന്നുണ്ട്. പെൺകഥകളിൽ കരുത്തിന്റെയും

പ്രതിരോധത്തിന്റെയും ഇളകാത്ത പ്രതിനിധികളെ കണ്ടെത്താവുന്നതാണ്. നാട്ടുവഴികളിൽ അവരുടെ ഉറച്ച കാലടികളും മുഴക്കമുള്ള വാക്കുകളും തകഴി വരച്ചിടുന്നു. ദളിത്/കീഴാള സ്ത്രീകളും തങ്ങൾക്കെതിരെയുള്ള അതിക്രമങ്ങളെ തന്ത്രപരമായും കരുത്തുറ്റ പ്രതിരോധത്താലും മറികടക്കുന്ന ദൃശ്യങ്ങളാൽ സമ്പന്നമാണ് ഇവ. ലിംഗരാഷ്ട്രീയം ശക്തമായ ചർച്ചയാവാത്ത അക്കാലത്തുപോലും, പെണ്ണിന്റെ പ്രതിരോധം തകഴി രേഖപ്പെടുത്തി. ഇത് ദളിത്/സ്ത്രീ രാഷ്ട്രീയത്തിന്റെ സർഗാത്മക ഉണർവിന്റെ സൂചനകളായി വായിച്ചെടുക്കാം.

ഇപ്രകാരം ഒരു കലാകാരൻ എന്ന നിലയിൽ പൊതുബോധത്തിന് തൃപ്തികരമല്ലാത്ത നിരവധി പ്രമേയങ്ങൾ രേഖപ്പെടുത്താൻ തകഴിക്ക് കഴിഞ്ഞു. ദാമ്പത്യബന്ധങ്ങളുടെ തകർച്ച, അവിഹിത ബന്ധങ്ങൾ, വ്യഭിചാരത്തെ ന്യായീകരിക്കുന്ന പെൺയുക്തികൾ തുടങ്ങി അരാജകവാദമെന്ന് പൊതുവെ ആക്ഷേപിക്കപ്പെടാവുന്ന വിഷയങ്ങളാണവ. വ്യക്തിമനസിന്റെ നിഗൂഢഭാവങ്ങളുടെ കുരുക്കഴിക്കാൻ തകഴിയിലെ എഴുത്തുകാരൻ ജാഗരൂകനായിരുന്നു. സ്ത്രീ–പുരുഷ ബന്ധങ്ങൾ തിരകളില്ലാത്ത കടൽ പോലെയല്ലെന്ന് അദ്ദേഹം ഉറച്ചു വിശ്വസിച്ചു. സദാചാര സങ്കൽപ്പങ്ങളിൽ പുലരുന്ന അധികാരത്തിന്റെ നൃശംസതകളെ മറയില്ലാതെ വെളിപ്പെടുത്തുന്ന ഒട്ടനവധി കഥകളുണ്ടായി. സാമൂഹ്യവൈരുധ്യങ്ങൾ ഇല്ലാതാക്കുന്നതിനുവേണ്ടി ബലി നൽകുന്ന ജീവിതങ്ങൾ ആഖ്യാനങ്ങളിൽ ആവർത്തിച്ചു. ചരിത്രം അതേപടി രേഖപ്പെടുത്തുന്ന എഴുത്തുകാരനായിരുന്നില്ല തകഴി. ജീവിതത്തിന്റെ വൈവിധ്യങ്ങളെ സ്വാഭാവികമായി ചിത്രീകരിക്കുമ്പോൾ സൃഷ്ടിക്കപ്പെടുന്ന ആഖ്യാന പരിസരം മാത്രമായിരുന്നു തകഴിക്ക് ചരിത്രം. അതുകൊണ്ടുതന്നെ വിപുലമായ അദ്ദേഹത്തിന്റെ കാൻവാസ് വ്യക്തിയും സമൂഹവും തമ്മിലുള്ള സംഘർഷങ്ങൾക്ക് നിരന്തരം വേദിയായി.

*രണ്ടിടങ്ങഴി*യും *തോട്ടിയുടെ മക*നും *വേശ്യാപദാന കഥ*കളും വ്യക്തികളേക്കാൾ സമൂഹമാണ് പ്രധാനം എന്ന ആശയം പങ്കു വെക്കുന്നുണ്ടെന്ന് *കൈരളിയുടെ കഥ*യിൽ എൻ കൃഷ്ണപിള്ള എഴുതി. എങ്കിലും വ്യക്തികളുടെ മോഹങ്ങളുടെയും മോഹഭംഗങ്ങളുടെയും കഥ കൂടിയാണ് ഇവയെന്ന് നിരീക്ഷക്കപ്പെടുന്നു. (*ഡോ. ജോർജ് ഇരുമ്പയം*: 1991–99) ചരിത്രത്തിന്റെ ദ്രുതമാറ്റങ്ങൾ അവതരിപ്പിക്കുമ്പോഴും വ്യക്തിക്കുള്ള പങ്ക് ആർക്കും നിഷേധിക്കാനാവില്ല. വ്യക്തമായ രാഷ്ട്രീയ പക്ഷങ്ങളിലേക്ക് രചനകളെ കൊണ്ടുപോകാൻ എഴുത്തുകാരൻ നിർബന്ധിക്കപ്പെടുമ്പോഴാണ് സമൂഹം അവിഭാജ്യഘടകമായി മാറുന്നത്.

സാമൂഹികനിരപേക്ഷമായ വ്യക്തിസത്തയെ സ്ഥാപിക്കാനാണ് തകഴി ശ്രമിച്ചതെന്ന് ഇപ്പറഞ്ഞതിനർഥമില്ല. എങ്കിലും നവോത്ഥാനത്തിന്റെ സംഘസ്വഭാവത്തിന്റെ തിരയിളക്കം പല സൂക്ഷ്മ ലോകങ്ങളെയും വിസ്മരിപ്പിക്കുവാൻ പ്രേരിപ്പിക്കുന്നുണ്ട്. "ചരിത്രപര യാഥാർഥ്യങ്ങൾ പകർത്തിവച്ച ഒരെഴുത്തുകാരൻ എന്നതിനേക്കാൾ മാനസിക

യാഥാർഥ്യങ്ങൾ കഥയിലൂടെ പ്രകാശിപ്പിച്ച ഒരു കലാകാരൻ എന്ന നിലയിലായിരിക്കും തകഴി ഭാവിയിൽ അറിയപ്പെടാൻ പോകുന്നത്" എന്ന പ്രസന്നരാജന്റെ നിരീക്ഷണം (*പ്രസന്നരാജൻ: 1991–94*). ഈ വസ്തുതയിലേക്കാണ് വിരൽ ചൂണ്ടുന്നത്. വ്യക്തിയുടെ ദൗർബല്യങ്ങളും കരുത്തും പ്രകടിപ്പിക്കുന്നതാണ് തകഴിയുടെ നോവലുകളെല്ലാം തന്നെ. വ്യക്തിവാദത്തിൽ അധിഷ്ഠിതമായ ബൂർഷ്വാ ഉദാരവാദത്തിന്റെ സ്വാധീനം അദ്ദേഹത്തിൽ ശക്തമായുണ്ടായിരുന്നു എന്ന വിമർശനത്തിന്റെ അടിസ്ഥാനവും ഇതുതന്നെ.

കേരളീയ സാമൂഹിക സാഹചര്യങ്ങൾ രേഖപ്പെടുത്തുമ്പോൾ, അതിന്റെ നൈതികവും സദാചാരപരവുമായ പ്രശ്നങ്ങളൊന്നും തകഴിയെ അലട്ടിയിരുന്നില്ല. 'അസ്വാഭാവിക'വും പതിവ് രീതികളെ തകിടം മറിക്കുന്നതുമായ പ്രമേയങ്ങൾ സ്വീകരിക്കുവാൻ കഴിഞ്ഞതും ഇക്കാരണത്താലാണ്. കവിതയിൽ കുമാരനാശാൻ പുലർത്തിയ തന്റേടം തകഴിയെ പ്രചോദിപ്പിച്ചിരുന്നു. വള്ളത്തോൾ കേരളത്തിന്റെ കവിയാണെങ്കിൽ കുമാരനാശാൻ മലയാളത്തിന്റെ മഹാകവിയാണെന്ന് അദ്ദേഹം ആത്മകഥയിൽ രേഖപ്പെടുത്തിയിട്ടുണ്ട്. നിലനിൽക്കുന്ന വ്യവസ്ഥയെ പരിക്കേൽപ്പിക്കുന്നവരോടുള്ള മറയില്ലാത്ത ബഹുമാനം ഈ വാക്കുകളിൽ പ്രകടമാണ്. *ദുരവസ്ഥ*യിലൂടെ ആശാൻ കൈകാര്യം ചെയ്ത അടിത്തട്ടിലെ ജീവിതം, മറ്റൊരു മാധ്യമത്തിലൂടെ തികച്ചും വിപ്ലവകരമായി ആവിഷ്കരിക്കാൻ തകഴിയെ പ്രേരിപ്പിച്ച സംഗതിയും മറ്റൊന്നല്ല. ഇപ്രകാരം വ്യക്തിപരമായ അഭിവാഞ്ഛകൾ, ചരിത്രപരമായ പിൻബലത്തിൽ സാക്ഷാത്കരിക്കുകയാണ് അദ്ദേഹം ചെയ്തത്.

കാർഷിക സംസ്കാരം ശക്തമായ ധാരയായി കഥകളിലും *രണ്ടിടങ്ങഴി* പോലുള്ള നോവലുകളിലും നിലനിൽക്കുന്നുണ്ട്. ശുഭപ്രതീക്ഷ നിറഞ്ഞ ലോകം ഭാവന ചെയ്യുമ്പോൾ ഈടുറ്റ സംസ്കാരത്താൽ സമ്പന്നമായിരിക്കണം എന്ന ചിന്തയായിരിക്കാം ഇതിന് പിന്നിൽ. വ്യവഹാരങ്ങളുടെ സംഘർഷങ്ങളിൽ നിന്നും പാരസ്പര്യത്തിന്റെ സ്വച്ഛന്ദതയാണ് തകഴി വിഭാവന ചെയ്യുന്ന കാർഷിക വ്യവസ്ഥയിലുള്ളത്. *തോട്ടിയുടെ മകനി*ലും ആധുനികവൽക്കരണം വ്യക്തിജീവിതത്തെ മലിനമാക്കി അപകടപ്പെടുത്തും എന്ന വീക്ഷണം സ്ഥാപിക്കപ്പെടുന്നുണ്ട്. ആർത്തി, സ്നേഹരാഹിത്യം, ബഹുമാനമില്ലായ്മ തുടങ്ങിയ ദോഷങ്ങൾ സാമൂഹിക തിന്മയായി വികസിക്കുന്നു. അടിയാളത്തവും ചൂഷണവും ആത്മാഭിമാന ബോധത്താൽ ചോദ്യം ചെയ്യപ്പെടുന്നുണ്ടെങ്കിലും മൗലികമായ കാഴ്ചപ്പാട് ആധുനീകരണത്തിന് എതിരാണ്. സ്വാഭാവികമായ നന്മകളെ ഇല്ലായ്മ ചെയ്ത് സാംസ്കാരികമായ അപചയത്തിലേക്ക് നയിക്കുന്ന ഒന്നായാണ് *രണ്ടിടങ്ങഴി*യിൽ വാണിജ്യവൽക്കരണം കടന്നുവരുന്നത്. അതുകൊണ്ടുതന്നെ മുതലാളിത്ത ചൂഷണത്തിന് എതിരെ പ്രതിരോധം തീർക്കണം എന്ന വർഗവീക്ഷണത്തിനാണ് ഇതിൽ പ്രാമുഖ്യം ലഭിക്കുന്നത്.

കേരളീയ സാമൂഹിക നവോത്ഥാനത്തിൽ അവർണരുടെ പ്രതിരോധങ്ങൾ സവർണ അധീശത്വത്തിനും ഫ്യൂഡലിസത്തിനും എതിരെയായിരുന്നു. എന്നാൽ ദേശീയ പ്രസ്ഥാനത്തിൽ ആശയപരമായുണ്ടായ പിളർപ്പുകൾ രാഷ്ട്രീയ പ്രമേയങ്ങളെ വ്യത്യസ്തവും സങ്കീർണവുമാക്കി. ഈ വൈരുധ്യം ദളിത് പ്രതിരോധങ്ങളെയും സംഘർഷഭരിതവും ദിശാബോധമില്ലാത്തതുമാക്കി. സാമൂഹികമായ ചൂഷണവും അപമാനവീകരണവും ഒരുവശത്ത്. സാമ്പത്തികവും വർഗപരവുമായ അടിച്ചമർത്തൽ മറ്റൊരു ഭാഗത്തും. സമൂർത്തമായ ഈ വൈരുധ്യങ്ങൾ പരിഹരിക്കുവാൻ വിഭിന്നങ്ങളായ നിലപാടുകളാണ് വ്യത്യസ്ത വീക്ഷണങ്ങൾ പുലർത്തിയവർ സ്വീകരിച്ചത്. തകഴിയുടെ രചനകളിൽ ഈ സമസ്യകൾക്കുള്ള രാഷ്ട്രീയ പരിഹാരം വിവരിക്കപ്പെടുന്നുണ്ട്.

സാമൂഹിക പരിഷ്കരണ പ്രസ്ഥാനങ്ങൾ രൂപപ്പെടുത്തിയ ആശയ സംവാദങ്ങളുടെ ദിശ രാഷ്ട്രീയ പ്രയോഗങ്ങൾക്ക് അടിത്തറയാകുന്ന സ്ഥിതി സംജാതമായി. ആധുനിക ജനാധിപത്യത്തിലേക്ക് പ്രവേശിക്കുവാൻ തയ്യാറെടുത്ത് കേരളീയ സമൂഹം നവോത്ഥാനത്തിന്റെ പിന്തുടർച്ച രാഷ്ട്രീയ പ്രസ്ഥാനങ്ങളിൽ കണ്ടെത്തി. ജാതിവിരുദ്ധവും അതിലൂടെ സവർണാധിപത്യത്തിന് എതിരു നിന്നതുമായ മനോഘടന, അധികാര രാഷ്ട്രീയത്തിലേക്കും ട്രേഡ് യൂണിയനിസത്തിലേക്കും വഴിമാറി. ആത്മീയ പ്രസ്ഥാനങ്ങളുടെ ആശയധാരകളെ വിഴുങ്ങിയത് യുക്തിവാദത്തിൽ അധിഷ്ഠിതമായ ആദർശാത്മക ദർശനങ്ങളായിരുന്നു. എവിടെയും ഉദാത്തനും ആദർശവാനുമായ മനുഷ്യനായിരുന്നു സ്വീകാര്യമായ മാതൃക. കീഴാള സമൂഹങ്ങളിൽ നിന്ന് ഉയർന്നുവന്ന പ്രക്ഷോഭധാരകൾ ദേശീയ പ്രസ്ഥാനങ്ങളിലും കമ്യൂണിസ്റ്റ് പ്രസ്ഥാനങ്ങളിലും ലയിച്ചുചേർന്നു. സ്വന്തം ശബ്ദങ്ങളെ അടിയറ വയ്ക്കുവാൻ കീഴാളരെ പ്രേരിപ്പിക്കുംവിധ സാമൂഹ്യമണ്ഡലം രാഷ്ട്രീയത്തിലേക്ക് വികസിച്ചു.

ഈ പരിവർത്തനങ്ങളിൽ ദളിതർക്കും കീഴാളർക്കും നഷ്ടപ്പെട്ടത്, സ്വന്തം നേതൃത്വങ്ങളും ആശയങ്ങളുമായിരുന്നു. സാംസ്കാരികവും സാമ്പത്തികവുമായി കൂടുതൽ ചൂഷണത്തിന് ഇവർ വിധേയരായി. വിദ്യാഭ്യാസത്തിന് ലഭിച്ച ഔപചാരികമായ അംഗീകാരം മാത്രമായിരുന്നു ഇക്കാലത്തെ ഏക നേട്ടം. അതിലൂടെ വളർന്നുവരാൻ കഴിഞ്ഞവർ അഭിമുഖീകരിച്ചത് വിവേചനത്തിന്റെ പുതുരൂപങ്ങളെയാണ്. സ്വത്തുടമസ്ഥതയിലേക്ക് പ്രവേശിക്കുവാൻ ഈ മാറ്റങ്ങൾക്കിടയിലും ദളിതർക്ക് കഴിഞ്ഞില്ല എന്ന യാഥാർഥ്യവും നിലനിൽക്കുന്നു. സങ്കീർണമായ ഈ കാലത്തെ രേഖപ്പെടുത്തുന്നവയാണ് തകഴിയുടെ രചനകൾ. യഥാർഥത്തിൽ സാമൂഹിക പരിഷ്കരണത്തിൽ നിന്ന് ആശയപരവും നേതൃത്വപരവുമായ അന്യവൽക്കരണം നേരിടുന്ന കീഴാളർക്ക് മറ്റൊരു അഭയസങ്കേതം ചൂണ്ടിക്കാണിക്കുകയാണ് തകഴി ചെയ്തത്. പിൽക്കാല ദളിത് മുന്നേറ്റങ്ങളെ ഗുണപരമായി സ്വാധീനിക്കുവാൻ ഈ കൂടുമാറ്റത്തിലൂടെ കഴിഞ്ഞില്ല എന്നതാണ് നവീന ദളിത് പക്ഷം ഉയർത്തുന്ന വിമർശനം. ഫല

ത്തിൽ നവോത്ഥാനത്തോടെ ഉടലെടുത്ത ജാതിവിരുദ്ധത എന്ന മുദ്രാവാക്യം ജന്മിത്ത വിരുദ്ധത എന്ന കേവലത്വത്തിലേക്ക് ചുരുങ്ങിപ്പോകുന്നു. യഥാർഥത്തിൽ ജാതി ഉയർത്തുന്ന പ്രശ്നങ്ങളെ നിശബ്ദമാക്കുകയും നവോത്ഥാന പ്രക്രിയയെ തകിടം മറിക്കുകയുമാണ് ഈ പുതു മാനവിക ബോധം ചെയ്തതെന്നും നിരീക്ഷിക്കപ്പെടുന്നു. (കെ കെ കൊച്ച് 2005:40).

കാർഷിക വ്യവസ്ഥ സൃഷ്ടിച്ച അരക്ഷിതത്വവും അപമാനവീകരണവും സമൂഹത്തിലെത്തിച്ച് അതിലൂടെ ദളിതരുടെ വിമോചനം സാധ്യമാക്കുക എന്ന ലക്ഷ്യം മാത്രമായിരുന്നില്ല തകഴിക്കുണ്ടായിരുന്നത്. ആവിഷ്കാരത്തിൽ പുതുമയും സ്ഫോടകശേഷിയും കൈവരിക്കുമ്പോഴും അക്കാലത്തെ പ്രബലമായ രാഷ്ട്രീയ വിശ്വാസത്തിലേക്കാണ് അദ്ദേഹവും ആകർഷിക്കപ്പെട്ടത്. ദേശീയ പ്രക്ഷോഭം കൊടുമ്പിരിക്കൊള്ളുന്ന സന്ദർഭത്തിലും അതിൽനിന്ന് മാറി നടക്കുവാനുള്ള പ്രേരണയ്ക്ക് പിന്നിലും കേരളത്തിലെ സവിശേഷമായ രാഷ്ട്രീയ കാലാവസ്ഥയാണെന്ന് കാണാം. *അനുഭവങ്ങൾ പാളിച്ചകൾ* എന്ന നോവലിലെ ചെല്ലപ്പൻ എന്ന കഥാപാത്രത്തിന്റെ മികവുറ്റ അവതരത്തിലൂടെ തകഴി ചെയ്തതും ഈ താദാത്മ്യപ്പെടലാണ്. തൊഴിലാളിവർഗത്തിന്റെ മുന്നേറ്റവും മുതലാളിവർഗത്തിന്റെ അപചയവും രേഖപ്പെടുത്തുന്ന ഈ കൃതിയിലും പറയനിലും പുലയനിലും ഉണ്ടായ രാഷ്ട്രീയബോധത്തിന്റെ ശക്തി വെളിപ്പെടുത്തുന്നു. യഥാർഥത്തിൽ അക്കാലത്തെ രാഷ്ട്രീയ മുന്നേറ്റങ്ങളിലൂടെ ദളിതരുടെ വിമോചനം സ്വപ്നം കാണുന്ന നോവലിസ്റ്റിനെയാണ് ഇവിടെ കാണുന്നത്.

സാമൂഹിക ജീവിതത്തിൽ ഒരു 'നല്ല നാളെ'യെ സ്വപ്നം കണ്ടിരുന്ന തകഴി സമൂഹത്തിലെ അധഃസ്ഥിതരും നിന്ദിതരുമായ മനുഷ്യരുടെ കഥകളാണ് പറഞ്ഞത്. കഷ്ടപ്പാടും ദുരിതവുമനുഭവിക്കുന്ന വിഭാഗങ്ങളുടെ ജീവിതചിത്രീകരണമായിരിക്കണം തന്റെ സാഹിത്യമെന്ന് അദ്ദേഹം ആഗ്രഹിച്ചു. സമൂഹത്തിലെ ചൂഷിതരും പീഡിതരുമായ മനുഷ്യരെ നായക കഥാപാത്രങ്ങളാക്കി, ദന്തഗോപുരത്തിൽ നിന്ന് സാഹിത്യത്തെ താഴേക്ക് ഇറക്കി കൊണ്ടുവന്നതിലൂടെ ഒരു നൂതന വിപ്ലവമാണ് തകഴി മലയാള സാഹിത്യത്തിൽ സാധിച്ചത്. മാർക്സിസത്തെയും മാർക്സിസത്തിന്റെ കർമപദ്ധതിയെയും കുറിച്ച് ഒട്ടാകെ അറിയാൻ കഴിഞ്ഞിട്ടും തന്റെ സാഹിത്യജീവിതത്തെ കൂടുതൽ ശക്തമായി സ്വാധീനിച്ചത് തെണ്ടികളുടെയും കുഷ്ഠരോഗികളുടെയും ചൂഷണവിധേയത്വത്തിന്റെ ചിത്രമാണെന്ന് തകഴി ചൂണ്ടിക്കാട്ടുന്നു. (*തകഴി* 1985: 253) ഇപ്രകാരം രാഷ്ട്രീയാവബോധത്താൽ പ്രചോദിതരാവുന്ന ദുർബലരെയും പാർശ്വവൽകൃതരാകെയും അദ്ദേഹം വരച്ചുകാണിച്ചു.

നവോത്ഥാനത്തിന്റെ മൂല്യങ്ങളിൽ ഗണനീയമായ സമത്വം (equality) ആണ് തകഴിയുടെ വിശാലമായ ലക്ഷ്യം. അതിലേക്ക് നടക്കുവാനുള്ള വഴികളാണ് അദ്ദേഹം അധഃസ്ഥിതർക്ക് മുന്നിൽ തുറന്നിട്ടത്.

എന്നാൽ അതിനു പിന്നിലെ പ്രചോദനങ്ങൾ സവർണ പ്രത്യയശാസ്ത്ര മാണെന്നത് കാണാതിരിക്കാനാവില്ല. അധീശത്വം നിർമിച്ച പ്രത്യയ ശാസ്ത്ര ഘടനകളിൽ ഊന്നി സ്വയം നിർവചിക്കുവാൻ അദ്ദേഹം കീഴാ ളരെ പഠിപ്പിച്ചു. സ്വയം നിർണയാവകാശമുള്ളവരായി ദളിതുകളെ കാണാൻ അക്കാലത്തെ ചരിത്രസാഹചര്യങ്ങൾ അനുവദിച്ചിരുന്നില്ല. ജനാധിപത്യരാഷ്ട്രീയത്തിലേക്ക് സ്വയംനിർണയാവകാശത്തിനുള്ള ശേഷിയില്ലാതെ പ്രവേശിച്ച വിഭാഗങ്ങളായിരുന്നു ദളിതുകളും ആദിവാ സികളും. സംഘടിത മുന്നേറ്റങ്ങളിലൂടെ അപ്രത്യക്ഷമാവുന്ന സാമൂഹിക വിഭജനങ്ങളെക്കുറിച്ച് തകഴി അവരെ ഓർമിപ്പിച്ചു. വർഗസംഘർഷത്തി ലൂടെ സ്ഥിതിസമത്വത്തിന്റെ ചൂഷണരഹിതലോകം സ്വപ്നം കാണാൻ പരിശീലിപ്പിച്ചു. ഏതു നിലയ്ക്ക് നോക്കിയാലും ചരിത്രസന്ധികളെ കാലു ഷ്യമില്ലാതെ സ്വീകരിക്കുന്ന ഒരു കലാകാരനെ ഈ മുന്നേറ്റത്തിൽ കാണാം.

സഹായക ഗ്രന്ഥങ്ങൾ

- അപ്പൻ കെ പി
- എൻ കൃഷ്ണപിള്ള, 1958 (2007), *കൈരളിയുടെ കഥ,* ഡി.സി. ബുക്സ്, കോട്ടയം
- ഡോ. എഴുത്തച്ഛൻ കെ എൻ (1997), *സാഹിതീ ചിന്തകൾ* പൂർണാ പബ്ലിക്കേഷൻസ്, കോഴിക്കോട്
- ഗോപാലകൃഷ്ണൻ പി കെ (2000) *പുരോഗമന സാഹിത്യപ്രസ്ഥാനം നിഴലും വെളിച്ചവും,* കേരള സാഹിത്യ അക്കാദമി, തൃശൂർ
- തകഴി ശിവശങ്കരപ്പിള്ള 1948, (2004), *രണ്ടിടങ്ങഴി,* ഡിസി ബുക്സ്, കോട്ടയം
- തകഴി ശിവശങ്കരപ്പിള്ള (2007), *ആത്മകഥ* ഗ്രീൻബുക്സ്, തൃശൂർ
- പോൾ മണലിൽ (2002), *കാലത്തിന്റെ കണ്ണാടിച്ചില്ലുകൾ,* തകഴി യുടെ കയറിലൂടെ ഒരു കേരള ചരിത്രാന്വേഷണം, കറന്റ് ബുക്സ്, കോട്ടയം
- രാജീവൻ ബി (2000) *ഇ എം എസിന്റെ സ്വപ്നം,* ഡിസി ബുക്സ്, കോട്ടയം
- ഡോ. രാജശേഖരൻ എസ് (1994), *നോവലിന്റെ വിതാനങ്ങൾ,* വിദ്യാർഥിമിത്രം, കോട്ടയം
- വാസുദേവൻപിള്ള എ എം ഡോ. (1991). *നോവലും രാഷ്ട്രീയവും,* കേരള സാഹിത്യ അക്കാദമി, തൃശൂർ
- വേണുഗോപാലൻ പി ഡോ. (1997) തകഴി വഴി, കേരള ഭാഷാ ഇൻസ്റ്റിറ്റ്യൂട്ട്, തിരുവനന്തപുരം
- ശങ്കരൻ തായാട്ട് (1982), *പുതിയ പരിപ്രേക്ഷ്യം,* നാഷണൽ ബുക് സ്റ്റാൾ, കോട്ടയം

- ശർമ്മ വി എസ് ഡോ, (1991), *തകഴിയും മലയാള നോവലും*, കേരള സർവകലാശാല, തിരുവനന്തപുരം
- ശ്രീകുമാർ എസ് എസ് ഡോ (2006), *പുരോഗമന സാഹിത്യം കുറ്റ പത്രവും കുമ്പസാരവും*, കറന്റ് ബുക്സ്, കോട്ടയം.
- ഷാജി ജേക്കബ്, (എഡി) (2010) *മലയാള നോവൽ ദേശഭാവനയും രാഷ്ട്രീയ ഭൂപടങ്ങളും*, കേന്ദ്ര സാഹിത്യ അക്കാദമി, ന്യൂദൽഹി.
- സർദാർകുട്ടി ഇ (1993) *പുരോഗമന സാഹിത്യ നിരൂപണം*, കേരള ഭാഷാ ഇൻസ്റ്റിറ്റ്യൂട്ട്, തിരുവനന്തപുരം
- കൊച്ച് കെ കെ (2005), *വായനയുടെ ദലിത് പാഠം*, പൂർണ പബ്ലിക്കേഷൻസ്, കോഴിക്കോട്

(2011)

തകഴിയും വർഗ-സ്വത്വ കാഴ്ചപ്പാടുകളും

രാജേഷ് കെ എരുമേലി

കൊളോണിയൽ ആധിപത്യം ഇന്ത്യയിൽനിന്നും തുടച്ചുനീക്കപ്പെടുകയും മറ്റൊരു സവിശേഷ സമുദായ നേതൃത്വത്തിന്റെ കൈകളിലേക്ക് കേരള സമൂഹം പരോക്ഷമായി എറിയപ്പെടുകയും ചെയ്തഘട്ടത്തിലാണ് തകഴിയുടെ *രണ്ടിടങ്ങഴി* എന്ന നോവൽ വായനക്കാരിലെത്തുന്നത്. അറുപത് വർഷം മുമ്പ് വായനക്കാരിലേക്ക് ഇറങ്ങി വന്ന ഈ കൃതി ആഗോളീകരണത്തിന്റെ രാഷ്ട്രീയ സാമൂഹിക പരിസരത്ത് നിന്നു കൊണ്ടുള്ള വായന ആവശ്യപ്പെടുന്നു. പുരോഗമന സാഹിത്യവഴികളിൽ മറിച്ചും തിരിച്ചും ഇഴകീറിയ നോവലിലെ വർഗ-സ്വത്വസംഘർഷങ്ങൾ പുനർവായനയിലൂടെ സൃഷ്ടിക്കപ്പെടേണ്ടുതന്നെയാണ്. കുട്ടനാട്ടിലെ തൊഴിലാളി അനുഭവത്തിന്റെ പരിസരം/കാഴ്ച/സംഭാഷണം എന്ന രീതിയിൽ *രണ്ടിടങ്ങഴി* ഓരോ സമയത്തും നിരൂപകരുടെ കൈയിലൂടെ കടന്നുപോയിട്ടുണ്ട്. എന്നാൽ ഈ കാഴ്ചപ്പാടുകളെയെല്ലാം അപ്പാടെ തള്ളി അവയൊന്നും വസ്തുതാപരമല്ലെന്ന കാഴ്ചപ്പാട് നിരത്തുകയെന്നത് യഥാസ്ഥിതിക നിലപാടാണെന്ന വിമർശനം നേരത്തേ നിരൂപക സമൂഹം ഉയർത്തിയിട്ടുണ്ട്. *രണ്ടിടങ്ങഴി*യിലെ കഥാപാത്രങ്ങളെ കർഷകത്തൊഴിലാളികളായി മാത്രം കാണുന്ന രീതിയിൽനിന്നും മാറി കേരളത്തിൽ കർഷകത്തൊഴിലാളികളായിരുന്നവർ ദളിതുകൾ പ്രത്യേകിച്ചും കുട്ടനാട്ടിലെ പുലയരും പറയരുമായിരുന്നുവെന്നത് വസ്തുനിഷ്ഠമായി പറയേണ്ടിയിരിക്കുന്നു. മലയാള സാഹിത്യത്തിൽ സമാനമായ മറ്റെല്ലാം കൃതികളിലും ജാതിയുടെ രേഖപ്പെടുത്തൽ സാധ്യമാകുമ്പോൾ ദളിതർ പ്രത്യേകിച്ചും പുലയർ/പറയർ/ആദിവാസി ജനവിഭാഗങ്ങൾ കഥാപാത്രമാകുന്ന ഇടങ്ങളിൽ അവരെയൊക്കെ യാന്ത്രികനിലപാടുകളിലൂടെ പ്രയോഗവൽക്കരിക്കാനുള്ള ശ്രമങ്ങളാണ് നടന്നത്. സമകാലിക സാഹിത്യ സംവാദങ്ങളിൽ

ദളിത് സാഹിത്യമുൾപ്പെടെ ചർച്ചയാകുന്ന ഘട്ടത്തിൽ നിരൂപകർ ഇത്തരം അനുഭവങ്ങളോട് കൂടുതൽ ഐക്യദാർഢ്യം പ്രകടിപ്പിക്കുന്നുണ്ട്.

കമ്യൂണിസ്റ്റ് പ്രസ്ഥാനം ദളിതതർക്കൊപ്പം അവകാശത്തിനുവേണ്ടി സമരം ചെയ്യുന്ന ഘട്ടത്തിലാണ് *രണ്ടടിങ്ങഴി* പിറക്കുന്നത് എന്നാൽ ഉപരിപ്ലവമായ നിരീക്ഷണങ്ങളിലൂടെ *രണ്ടിടങ്ങഴി* വായിക്കാനുള്ള ശ്രമമാണ് ഇവിടെ നടന്നിട്ടുള്ളത്. ഇതിൽനിന്നും വ്യത്യസ്തമായി *രണ്ടിടങ്ങഴി*യുടെ സ്വത്വ പ്രതിസന്ധി സംവാദാത്മകമായി അവതരിപ്പിച്ചത് (ഡോ. പ്രദീപൻ പാമ്പിരികുന്നാണ് *അപഹരിക്കപ്പെടുന്ന രണ്ടിടങ്ങഴി*). കോരന്റെ ദളിത് ആഴങ്ങളിൽ നിന്ന് കർഷകത്തൊഴിലാളിയെന്ന കുറെകൂടി ഉയർന്ന തലത്തിലേക്ക് പ്രശ്നം ലഘൂകരിക്കപ്പെടുകയാണ്. യഥാർഥ ദളിതൻ അപ്പോഴേക്കും നോവലിന്റെ ഭാഗമല്ലാതായി പരിണമിക്കുന്നു. ഈ ഉപരിപ്ലവതയാണ് തകഴിയെ ചുരുക്കിയത്. ഈ നിരീക്ഷണമാണ് പ്രദീപൻ പാമ്പരികുന്നിനെപ്പോലുള്ളവർ മുന്നോട്ട് വച്ചിട്ടുള്ളത്. ഇത്തരത്തിൽ സ്വത്വ സംഘർഷങ്ങളുടെ ഭൂമികയിൽനിന്ന് നോവലിനെ നോക്കുമ്പോൾ തന്നെ സ്ത്രീപക്ഷത്തുനിന്നും മറ്റുമായി പരിശോധിക്കുന്ന രീതിയും ചിലർ നടത്തിയിട്ടുണ്ട്. എന്നാൽ സവർണപക്ഷ നിരൂപകരായ സ്ത്രീ/പുരുഷ നിരൂപകർ ദളിതർക്കിടയിലെ സമത്വ ജീവിത വീക്ഷണത്തെ കണ്ടെത്താതെ 'ഇവർ സംസ്കാരശൂന്യർ'എന്ന പ്രയോഗം നടത്തുകയാണ് ചീത്തപറയുന്നതും ഭർത്താവിനൊപ്പം അഭിപ്രായം പറയുന്നതുമൊക്കെയാണ് സവർണ നിരൂപകർക്ക് സാംസ്കാരിക ശൂന്യമായത്. എന്നാൽ ദളിതരുടെ പ്രതിരോധത്തിന്റെയും പ്രതിഷേധത്തിന്റെയും അടയാളമാണ് ഇതെന്ന് ഇവർ തിരിച്ചറിയാതെ പോകുന്നു.

പുരോഗമന സാഹിത്യപ്രസ്ഥാനം വിതച്ചിട്ട ചില സദാചാര സങ്കൽപ്പങ്ങളും കേസരിയും യൂറോപ്യൻ സാഹിത്യവും ചേർന്നുണ്ടാക്കിയെടുത്ത പരീക്ഷണത്തിന്റെ ഫലമായുണ്ടായ ചിന്താഗതികളും തകഴിയിൽ ഒരു ആന്തരിക സംഘർഷം ഉണ്ടാക്കിയിരുന്നു. ശ്രീനാരായണ ഗുരുവിന്റെ ആത്മീയ ശിക്ഷണത്തിൻ കീഴിൽ ആശാനിലെ കവിയും യോഗിയും തമ്മിൽ നടത്തിയ വടംവലിക്ക് സമാനമായി അതിനെ കാണാം. *രണ്ടിടങ്ങഴി* യുടെ അവസാനം ചാത്തനെ ആദർശവൽക്കരിക്കുന്നതിനുള്ള ശ്രമത്തിനു പിന്നിൽ പുരോഗമന സാഹിത്യപ്രസ്ഥാനം വളർത്തിയെടുത്ത ആശയസംഹിതയുടെ സമ്മർദമുണ്ടായിരുന്നു. ഈ സ്വാധീനശക്തി എഴുത്തുകാരൻ എന്ന നിലയിൽ തനിക്ക് ആസ്വാഭാവികമായ മുറുക്കം ഉണ്ടായിട്ടുണ്ടെന്നും തകഴി സമ്മതിക്കുന്നുണ്ട്.

*രണ്ടിടങ്ങഴി*യുടെ കലാമൂല്യത്തെ ഈ പിരിമുറുക്കം കെടുത്തിക്കളഞ്ഞു. മനുഷ്യ സഹജമല്ലാത്ത ഒരു മരവിപ്പ് ചാത്തനുമേൽ കെട്ടിവയ്ക്കേണ്ടിവന്നു. ഇത്തരത്തിലുള്ള നിരീക്ഷണങ്ങളാണ് ശാരദകുട്ടിയുടേത്. എന്നാൽ ഇവിടെ ശാരദകുട്ടി മറന്നുപോകുന്ന കാര്യം സ്ത്രീയും പുരുഷനും ഒരുമിച്ച് താമസിച്ചാൽ ഉടൻ ലൈംഗികതയുടെ സാധ്യതകൾ ഫണമുയർത്തുമെന്നത് സവർണ സദാചാര ബോധം സൃഷ്ടിച്ച സംസ്കാരിക പ്രശ്നം തന്നെയാണ്.

('അമ്പരന്നുനിന്ന ആ പുരുഷൻ'- ശാരദകുട്ടി, മാതൃഭൂമി ആഴ്ചപ്പതിപ്പ്) ചിരുതയുടെ മേൽ മോഹമുണ്ടായിരുന്നിട്ടും ഒരേ മുറിയിൽ ആങ്ങളയും പെങ്ങളും പോലെ ചാത്തനും ചിരുതയും കഴിഞ്ഞു എന്ന് എഴുതേണ്ടി വരുമ്പോൾ പ്രത്യയശാസ്ത്രത്തിന്റെ സർഗാത്മകതയെയല്ല അതിന്റെ യാന്ത്രികതയെയാണ് തകഴി പിന്തുടരുന്നത്.

പുരോഗമന സാഹിത്യപ്രസ്ഥാനം അവതരിപ്പിച്ച രാഷ്ട്രീയ നൈതിക കാഴ്ചപ്പാടുകൾ തന്നെയാണ് *രണ്ടിടങ്ങഴിയും* *തോട്ടിയുടെ മകനും* എഴുതാൻ തകഴിക്ക് പ്രചോദനമായത്. തൊഴിലാളി വർഗങ്ങൾ/ ആധ്വാനവർഗങ്ങൾ കഥാപാത്രമാകുന്ന കൃതികൾക്ക് പ്രചാരം ലഭിച്ചുവെന്നതാണ് പുരോഗമന സാഹിത്യ പ്രസ്ഥാനത്തിന്റെ, രാഷ്ട്രീയ പ്രത്യയശാസ്ത്ര അടിത്തറ. ഫ്യൂഡൽ അവശിഷ്ടങ്ങൾ അവശേഷിപ്പിച്ച കൊട്ടാര സാഹിത്യവും ഇക്കിളിപ്പെടുത്തുന്ന സാഹിത്യ സൃഷ്ടികൾക്കും അപ്പുറം ചെറുത്തുനിൽപ്പിന്റേയും അതിജീവനത്തിനുവേണ്ടി പൊരുതുകയും ചെയ്യുന്ന മനുഷ്യരുണ്ടെന്ന് കാണിക്കാൻ തകഴിക്ക് കഴിഞ്ഞു. *രണ്ടിടങ്ങഴിയി*ലെ തൊഴിലാളിവർഗം/ ദളിതർ സാംസ്കാരികമായി ഉയർന്നു നിൽക്കുന്നവരാണ് എന്നത് നമ്മുടെ സവർണ നിരൂപകരെ കുറയൊക്കെ അസ്വസ്ഥപ്പെടുത്തിയിട്ടുണ്ട്.

രണ്ടിടങ്ങഴി എഴുതിയ കാലത്ത് നിലനിന്നിരുന്ന സമ്പ്രദായത്തെ ഈ കൃതി പുറത്ത് കാട്ടുന്നു. ദളിത് സ്വത നിർമിതികളിൽ അവർ രൂപപ്പെടുത്തിയ സദാചാരം കാണാതെ പോകുന്ന രീതിയിൽ, പെണ്ണ് കെട്ടാൻ എവിടെ നിന്നെങ്കിലും നീ പണം വാങ്ങിക്കോ എന്നാൽ തമ്പ്രാനോട് ചോദിക്കണം എന്നാണ് വെളുത്ത പറയുന്നത്.

"നീ എവിടെ ചെന്നെങ്കിലും കടം കൊണ്ടോ. പക്ഷേല് തമ്പ്രാനോട് ഒന്നു ചോദിച്ചിട്ടുവേണം. തമ്പ്രാന്റെ ചോറാ നിന്റെ തടി. പണ്ടുപണ്ടേ മൊതലേ നമ്മള് അവിടത്തെ അടിയാരാ"

"എന്നാലെക്കൊണ്ട് തമ്പ്രാനോട് കടം ചോയിച്ചാലെന്താ?" വെളുത്തയുടെ കല്യാണത്തിന്റെ ചെലവുകളെല്ലാം തമ്പ്രാനാണ് വഹിച്ചത് ഇപ്പോൾ പഴയ പ്രതാപം അറയ്ക്കൽ കുടുംബത്തിന് നഷ്ടമായി എന്നാണ് വെളുത്ത പറയുന്നത്. ജൻമിയുടെ തകർച്ച വലിയ രാഷ്ട്രീയ പ്രശ്നമായി അവതരിപ്പിക്കുന്നിടത്ത് ഫ്യൂഡലിസത്തിന്റെ തകർച്ചയിലുള്ള തകഴിയുടെ ആന്തരികവ്യഥകളെ തുറന്നിടുകയാണ്. ഇവിടെ മറ്റൊരു കാര്യം കൂടി പരിശോധിക്കേണ്ടതുണ്ട്. ജീവിത നിലനിൽപ്പിനു നൽകുന്ന സംഭാവനയിൽ തമ്പ്രാക്കളോട് തൊഴിലാളികൾക്ക് വിധേയത്വമുണ്ടായിരുന്നെങ്കിലും ഇതിൽ നിന്നു തന്റെ കഥാപാത്രത്തെ മറികടത്താൻ തകഴി ശ്രമിക്കുന്നില്ല. പുരോഗമന സാഹിത്യകാരനെന്ന് പ്രഖ്യാപിച്ച തകഴിയാണ് ഇത് വീണ്ടും ഉറപ്പിക്കുന്ന രീതിയിൽ കഥാപാത്ര നിർമിതി നടത്തിയത്.

അങ്ങനെ ഒരിടത്തു പെണ്ണുങ്ങൾ തമ്മിൽ വഴക്കുകൂടിക്കൊണ്ടിരിക്കുമ്പോൾ ഇപ്പുറത്ത് അവരുടെ ആണുങ്ങൾ മറ്റൊരു കാര്യം സംസാരിക്കുകയാണ്. ചേന്നന് ഒരു സംശയം

"ഈ പറേരും പെലേരുമില്ലെങ്കില് എങ്ങനാ പുഞ്ചകണ്ടം കൃഷി നടക്കന്നേ?"

"നമ്മ ഒണ്ടെങ്കിലും നമ്മ മേല എടുത്തില്ലെങ്കില് എന്ത് ചെയ്യ്?"

കുഞ്ഞപ്പിയുടെ ചരിഞ്ഞുപോയ ശിരസിൽ നിന്നും ഒരുത്തരമുണ്ടായി

"നമ്മ പട്ന്നിയാകും"

ഇട്യാദി അതിനെ പൂരിപ്പിച്ചു

തമ്പ്രാക്കന്മാരും പട്ണിയാകും

ചേന്നൻ അഭിപ്രായപ്പെട്ടു.

സമകാലിക സാഹചര്യത്തിൽ ശക്തമായി ഉയർന്നു വരുന്ന ഒരു ചോദ്യമാണ്, ചേന്നൻ ഉന്നയിക്കുന്നത്. കുട്ടനാട്ടിലെ കൃഷി നശിച്ച് പാടശേഖരങ്ങളെല്ലാം ശൂന്യമായികിടക്കുമ്പോൾ ഭരണകൂടവും ജന്മിയിൽ നിന്ന് പരിണമിച്ച മുതലാളിയും പറയുന്നത് പാടത്ത് പണിയെടുക്കാൻ തൊഴിലാളികളെ കിട്ടുന്നില്ലെന്നതാണ്. കാർഷികബന്ധങ്ങളുടെയും ഉൽപ്പാദന ഭൂമികയുടെയും സ്ഥലമായ കുട്ടനാട്ടിലെയും മറ്റ് സവിശേഷ കൃഷിഭൂമിയിൽ നിന്നും ദളിതർ പതുക്കെ അപ്രത്യക്ഷമായി. വിവര സാങ്കേതികവിദ്യയുടെയും സാംസ്കാരികമാറ്റത്തിന്റേയും ഭാഗമായി പരമ്പരാഗതമെന്ന് സവർണർ അടിച്ചേൽപ്പിച്ച/വിശേഷിപ്പിച്ച തൊഴിലിടങ്ങളിൽ നിന്നും ദളിതർ മറ്റ് മേഖലയിലേക്ക് പോയിത്തുടങ്ങി.

ദളിതർ വീണ്ടും പാടശേഖരത്ത് ഇറങ്ങണമെന്നാണ് സവർണർ ആക്രോശിച്ചുകൊണ്ടിരിക്കുന്നത്. ഉൽപ്പാദന ബന്ധങ്ങളിലെ ദളിത് സാന്നിധ്യം ഓർമപ്പെടുത്തുന്നു എന്നതാണ് *രണ്ടിടങ്ങഴി*യിലെ പുനർവായനയിൽ സവിശേഷമാക്കുന്ന സംഗതി. കുട്ടനാടിന്റെ ചരിത്രമെഴുതിയപ്പോൾ എൻ കെ കമലാസനൻ കുട്ടനാട്ടിലെ ദളിതരെ കുറിച്ച് പറയുന്നുണ്ട്. (*കുട്ടനാടും കർഷകത്തൊഴിലാളി പ്രസ്ഥാനവും* എൻ കെ കമലാസനൻ. സാംസ്കാരിക പ്രസിദ്ധീകരണ വകുപ്പ് തിരുവനന്തപുരം)

മുതലാളിത്തത്തിലേക്ക് പരിവർത്തിപ്പിക്കപ്പെടുന്ന സമയവും അതിനുശേഷവും ഇവരോട് ഏറ്റുമുട്ടിയത് ആരാണ് എന്ന ചോദ്യം *രണ്ടിടങ്ങഴി*യെകുറിച്ച് നിരൂപണം നടത്തിയ ആരെങ്കിലും ഉന്നയിച്ചതായി കാണുന്നില്ല. കേരളത്തിലെ കമ്യൂണിസ്റ്റ് പ്രസ്ഥാനത്തിൽ സജീവ സാന്നിധ്യമായിരുന്നത് ദളിതരും ഈഴവരുമായിരുന്നു. വടക്ക് ഈഴവരുടേയും തീയ്യരുടേയും ശക്തമായ സാന്നിധ്യമുണ്ടായപ്പോൾ കുട്ടനാട്ടിൽ ദളിതരായിരുന്നു പാർട്ടിയുടെ പോരാട്ട നേതാക്കൾ. കുട്ടനാട്ടിൽ നടന്ന ചെറുത്തുനിൽപ്പിനും പോരാട്ടത്തിനും പിന്നിൽ ദളിതരായിരുന്നു. തൊഴിലാളിയെന്ന സംവർഗത്തിൽ നിന്നുകൊണ്ടുള്ള വിശകലനങ്ങൾ മാർക്സിയൻ വീക്ഷണത്തിന്റെ വൈരുദ്ധ്യാത്മക വിശകലനമാവുന്നില്ല.

ദളിത് അനുഭവത്തെ ആഴത്തിൽ അവതരിപ്പിക്കാൻ ശ്രമിക്കുമ്പോഴും തകഴിയുടെ ഉള്ളിൽ അദൃശ്യമായി കിടക്കുന്ന ബോധം ചിലപ്പോഴെക്കെ പൊന്തി വരുന്നുണ്ട്. ജന്മികൾ കീഴാള സ്ത്രീകൾക്ക് ചില സഹായങ്ങൾ

ചെയ്തിരുന്നുവെന്ന് നോവലിൽ ചിലയിടങ്ങളിൽ പറയേണ്ടി വരുന്നത് അതുകൊണ്ടാണ്.

ഇത്തരത്തിൽ ജന്മിത്വത്തിന്റെയും ദളിതരായ തൊഴിലാളികളുടെയും വിരുദ്ധമായ ദുരവസ്ഥകൾ സൃഷ്ടിക്കാനുള്ള ബോധപൂർവമായ ശ്രമം കൃതിയിൽ നടക്കുന്നുണ്ട്. പുരോഗമന സാഹിത്യ പ്രസ്ഥാനത്തിന്റെ കടന്നുവരവാണ് തകഴിയിലെ എഴുത്തുകാരന് പ്രചോദനമായതെന്ന കാര്യത്തിൽ ഒരു സംശയവുമില്ല. *രണ്ടിടങ്ങഴി* (1949) ഇറങ്ങുന്ന ചരിത്രഘട്ടത്തിൽ തന്നെയാണ് കേശവദേവിന്റെ *ഓടയിൽനിന്ന്* (1944), ഉൾപ്പെടെയുള്ള നോവലുകൾ വായനക്കാരിലെത്തുന്നത്. ഈ സമയത്ത് തൊഴിലാളിവർഗം/ദരിദ്രജനവിഭാഗം പ്രാധിനിത്യമാകുന്ന എഴുത്തുകൾ പ്രത്യക്ഷപ്പെടുന്നുണ്ടെങ്കിലും ദളിതരുടെ ജീവിതം; അതിന്റെ പിടച്ചിലുകളും കുതറലുകളുമെല്ലാം അവതരിപ്പിച്ചത് തകഴി *രണ്ടിടങ്ങഴി*യയിലല്ല *തോട്ടിയുടെ മകനിലാണ്* (1949) .

തോട്ടിയുടെ മകനെയും സാമ്പ്രദായികരീതിയിൽ തൊഴിലാളി വർഗ സാഹിത്യം/ പുരോഗമന സാഹിത്യം എന്ന പരമ്പരാഗത നിരൂപണശാഖയിൽ കെട്ടിയിടാൻ കഴിയില്ല. ആലപ്പുഴയിലെ മുനിസിപ്പാലിറ്റിയിൽ തോട്ടിപ്പണി ചെയ്തിരുന്നത് ദളിതരായിരുന്നു. ആധുനികമായ സാങ്കേതിവിദ്യ വളർന്നതോടെ ഉണ്ടായ മാറ്റം *തോട്ടിയുടെ മകനി*ലെ നോവലിൽ സംഭവിക്കുന്നില്ല. ആദ്യം മുതൽ തോട്ടിപ്പണിയോട് വെറുപ്പുള്ളയാളാണ് ചുടലുമുത്തു. സാഹചര്യങ്ങളുടെ സമ്മർദമാണ് ഇയാളെ തോട്ടപ്പണിയിലേക്ക് നയിക്കുന്നത്. ഇത്തരത്തിൽ തകഴിയുടെ കൃതികളിലെ വർഗസ്വത്വ സംഘർഷങ്ങൾ അന്വേഷിക്കേണ്ടത് മാർക്സിസ്റ്റ് കീഴാള അവബോധത്തിൽ നിന്നു വേണം. *രണ്ടിടങ്ങഴി*യുടെ മൂന്നാം ഭാഗത്ത് വർഗ- രാഷ്ട്രീയബോധം നേടിയ കർഷകത്തൊഴിലാളിയുടെ മുന്നേറ്റത്തിന്റെ ചരിത്രമാണ് അവതരിപ്പിക്കുന്നത് എന്ന കാര്യത്തിൽ തർക്കമില്ല എന്നാൽ സമകാലിക സാഹചര്യത്തിൽ ആരാണ് തൊഴിലാളി വർഗം എന്ന ചോദ്യം ഉയർത്തേണ്ടി വരുന്നു. ഈ നോവലിന്റെ പുനർവായന സാധ്യമാകുന്നതങ്ങനെയാണ്. കാരണം കുട്ടനാടിന്റെ ചരിത്രം നിർമിച്ചതും സമരം ചെയ്തതും അവിടത്തെ ദളിതരാണ്.

റഫറൻസ്

- *നോവൽ സാഹിത്യം* –എം പി പോൾ –പൂർണ കോഴിക്കോട്
- *ഹാസ്യം നോവൽ ശിൽപ്പത്തിൽ* – ഡോ. എസ് വി വേണുഗോപാൻ നായർ മാളുവൻ തിരുവനന്തപുരം
- *ദളിത് സൗന്ദര്യശാസ്ത്രം*– പ്രദീപൻ പാമ്പരികുന്ന്– ഡി സി ബുക്സ് കോട്ടയം
- *മലയാള സാഹിത്യത്തിലെ കീഴാള പരിപ്രേക്ഷ്യം*– ടി കെ അനിൽ കുമാർ–കേരള സാഹിത്യ അക്കാദമി

- *ദളിത് പഠനം സ്വത്വം സംസ്കാരം സാഹിത്യം*- പ്രദീപൻ പാമ്പരികുന്ന്- കേരള ഭാഷാ ഇൻസ്റ്റിറ്റ്യൂട്ട് തിരുവനന്തപുരം
- *നോവൽ സി വി മുതൽ ബഷീർവരെ*- ഡോ. ജോർജ് ഇരുമ്പയം - കേരള സാഹിത്യ അക്കാദമി തൃശ്ശൂർ
- *രണ്ടിടങ്ങഴി* - തകഴി- ഡി സി ബുക്സ് കോട്ടയം
- *കേരളത്തിലെ പുരോഗമന സാഹിത്യ പ്രസ്ഥാനത്തിന്റെ ചരിത്രം*- എം ആർ ചന്ദ്രശേഖരൻ- ഡി സി ബുക്സ് കോട്ടയം

ഭാഗം 3
ഓർമ

ലുബ്ധരിൽ ലുബ്ധൻ

ചെമ്മനം ചാക്കോ

'**ഷെ**മ്മനം ഷാക്കോ' – തകഴി എന്നെ എപ്പോൾ കണ്ടാലും ആദ്യം പറയുന്ന പറച്ചിലാണിത്. അതിൽ സ്നേഹവും വാത്സല്യവും മേമ്പൊടിക്ക് ഹാസ്യവും തുടിച്ചുനിൽക്കും. അങ്ങനെ കേട്ടില്ലെങ്കിൽ എനിക്ക് വലിയ മനഃപ്രയാസം തന്നെ ഉണ്ടാകുമെന്നാണ് എന്റെ തോന്നൽ. അദ്ദേഹം അതിന് അവസരം തന്നിട്ടില്ല. പിന്നെ തകഴി എന്നെ ചൂണ്ടിക്കൊണ്ടു പലപ്പോഴും അടുത്തുനിൽക്കുന്നവരോട് പറയുന്ന ഒരു പറച്ചിലുമുണ്ട്: "ഇവൻ ക്രിസ്ത്യാനികളിൽ ഒരു നല്ലവനാണ്" എന്നിട്ടു മുറുക്കാൻ ചുവപ്പ് തുടിക്കുന്ന ചീറി ഒന്നു കോടുന്നോ എന്ന് തോന്നുമാറ് ചിരിക്കും.

കുറ്റിപ്പുഴ കൃഷ്ണപിള്ള ആലുവ യു സി കോളേജിലെ എന്റെ ഗുരുവായിരുന്നു. ഞാൻ അദ്ദേഹത്തിന്റെ പ്രിയ ശിഷ്യന്മാരിൽ ഒരാളും *വിളംബരം* (1947) എന്ന എന്റെ പ്രഥമ കവിതാസമാഹാരത്തിലൂടെ സാഹിത്യലോകത്ത് എന്നെ അവതരിപ്പിച്ചത് കുറ്റിപ്പുഴയാണ്. അതു ഞാൻ, അദ്ദേഹത്തിന്റെ ശിഷ്യനാകുന്നതിന് ഒരു കൊല്ലം മുമ്പും. 1950 ൽ തിരുവനന്തപുരത്തെത്തിയ ഞാൻ കുറ്റിപ്പുഴ സാർ തിരുവനന്തപുരത്ത് വരുമ്പോഴെല്ലാം ചെന്നു കാണുമായിരുന്നു. അങ്ങനെ ഒരിക്കൽ കുറ്റിപ്പുഴ സാറിന്റെ മുറിയിൽ ചെല്ലുമ്പോഴാണ് ഞാൻ ആദ്യമായി തകഴി ശിവശങ്കരപ്പിള്ളയെ നേരിട്ടു കാണുന്നത്. പരുക്കൻ മട്ട് പുറമേ തോന്നിപ്പിക്കുന്ന കുറ്റിപ്പുഴ സാർ ശിഷ്യവാത്സല്യം വഴിയുന്ന ചുരുക്കം വാക്കുകളിൽ തകഴിക്ക് എന്നെ പരിചയപ്പെടുത്തി. *വിളംബര*ത്തെക്കുറിച്ചും പറഞ്ഞു. ഒരു വാചകലുബ്ധന്റെ മട്ടിൽ തകഴി കേട്ടിരുന്നു മൂളി. അദ്ദേഹത്തിന് കുറ്റിപ്പുഴയോട് കാര്യമായി എന്തോ പറയാനുണ്ടെന്ന് എനിക്ക് തോന്നി. ഞാൻ വൈകാതെ പോന്നു. പാഠപുസ്തക കമ്മിറ്റിയുമായി ബന്ധപ്പെട്ട കാര്യത്തിനാണ് കുറ്റിപ്പുഴ അന്ന് വന്നിരുന്നത്.

പിന്നെപ്പിന്നെ, പല തവണ തകഴിയെ കാണുവാനുള്ള അവസരമുണ്ടായി. നല്ല ഓർമ. രണ്ടാം തവണ കണ്ടപ്പോൾ ഹൃദ്യമായ അന്വേഷണം; ബഹളവും ജാടയുമൊന്നുമില്ലാതെ പരിചയപ്പെടുന്തോറും ആ വ്യക്തിത്വത്തിന്റെ ലാളിത്യം മാറ്റേറ്റി മാറ്റേറിക്കണ്ടു. കുറ്റിപ്പുഴയുടെ മുന്നിലെത്തുമ്പോൾ ഭക്തിയും ഭയവുമൊക്കെ കലർന്ന സ്നേഹമാണ് മനസിൽ നിറയുക. കേശവദേവ് ജ്വലിക്കുന്ന വാക്കും ചിരിയും ഒച്ചയും ആംഗ്യവിക്ഷേപങ്ങളുമായി നമ്മെ സ്വീകരിക്കുന്നു. തകഴിയുടെ മുന്നിൽ ചെല്ലുമ്പോൾ നമ്മുടെ ഭയഭക്തി ബഹുമാനത്തിന്റെ കുമിളകളെല്ലാം അദ്ദേഹം പൊട്ടിച്ചുകളയുന്നു. *തോട്ടിയുടെ മക*നും *രണ്ടിടങ്ങഴിയും ചെമ്മീനും*... 'ഞാനൊന്നുമറിഞ്ഞില്ലേ ദേവനാരായണ' എന്ന മട്ടിലാണ് അദ്ദേഹത്തിന്റെ ഇരിപ്പ്. 'അങ്ങനെ വല്ല അപരാധവും ചെയ്തിട്ടുണ്ടെങ്കിൽ നിങ്ങൾ മാപ്പാക്കണം' എന്നതാണ് ഭാവം. തന്നേക്കാൾ വലിയ പുംഗവന്മാരാണ് വരുന്നവർ എന്നതാണ് അദ്ദേഹത്തിന്റെ നാട്യം. ഇത് ഒരു സ്വഭാവമായാലും കൊള്ളാം, നയമായാലും കൊള്ളാം. രണ്ടാമതോ മൂന്നാമതോ കാണുമ്പോൾ തന്നെ അദ്ദേഹത്തിന്റെ ബീഡിക്കെട്ടിൽ നിന്ന് ഒരു ബീഡി എടുത്തു വലിക്കാൻ നമുക്ക് സ്വാതന്ത്ര്യം തോന്നുന്നു.

തകഴി തന്നിട്ടു നിങ്ങൾ ബീഡി വലിക്കുകയില്ല എന്നാണ് ജനം പറയുന്നത്. 'വിശ്വാസികളുടെ പിതാവായ അബ്രഹാം' എന്നു പറയും പോലെ ഒരു സ്ഥാനമാണ് ലുബ്ധന്മാരിൽ തകഴിക്ക് ആളുകൾ കൽപ്പിച്ചു നൽകി രസിക്കുന്നത്. തകഴിക്ക് ലുബ്ധനാകാതിരിക്കാനും കഴിയും എന്നതിന് എനിക്ക് സാക്ഷി പറയാൻ കഴിയും. പക്ഷേ ആ മേലങ്കി സ്വയം എടുത്തു ധരിക്കുന്നതിന് പോലും തകഴിക്ക് മടിയില്ല. പ്രയോജനമില്ലാതെ വെറുതെ ഓരോന്നു ചെയ്യുന്നവനല്ല ഈ മുൻ പ്ലീഡർ വക്കീൽ. ലുബ്ധന്റെ അങ്കി അണിഞ്ഞാൽ അതിന് അതിന്റെ പ്രയോജനമുണ്ടെന്ന് ഇഷ്ടൻ കണക്കു കൂട്ടിയിട്ടുണ്ടാകും. പിന്നെ സ്വഭാവം ചുറ്റുപാടുകളിൽ നിന്ന് ഊറിക്കൂടുന്നതു കൂടിയല്ലേ? ഇല്ലായ്മയിൽ നിന്ന് പിടിച്ചുപിടിച്ചു കയറിയതല്ലേ? ഓരോ ചുവടും സൂക്ഷിച്ച്; ഓരോ കാശും സൂക്ഷിച്ച്. അല്ലെങ്കിൽ ജീവിതം കുട്ടനാടൻ ചെളിയിൽ മുങ്ങിപ്പോയേനെ. അങ്ങനെ ഉൾക്കണക്കും പൂർവജീവിതവുമുള്ള ഒരാൾക്ക് വാരിക്കോരിച്ചെലവിടുവാൻ നൂറുകോടിയുടെ ഹവാലാപ്പണം കിട്ടിയാലും സാധിക്കുകയില്ല.

വർഷങ്ങൾക്കുമുമ്പ് ഞാനും പുനലൂർ ബാലനും കൂടി തകഴിയെ ക്കാണാൻ വീട്ടിൽ ചെന്നതോർക്കുന്നു. ഏതോ മീറ്റിങ്ങിനു പോയ ഞങ്ങൾ മിച്ചസമയമുള്ളതിനാൽ പെട്ടെന്ന് പ്ലാനിട്ടതാണ് സന്ദർശനം. ഭാഗ്യത്തിന് ആൾ വീട്ടിലുണ്ടായിരുന്നു. സമയം ഉച്ച കഴിഞ്ഞിട്ടാണ്. കാത്തച്ചേച്ചി വിഭവസമൃദ്ധമായ കാപ്പി തന്നു. കാരണവർ ഒറ്റമുണ്ടുടുത്ത് തോളത്തൊരു കച്ചത്തോർത്തുമിട്ട് ഞങ്ങളെ നാടു കാണിക്കാനിറങ്ങി. പള്ളിക്കൂടം കണ്ടു. വായനശാല കണ്ടു. സ്ഥലത്തെ ചില പ്രധാനികൾക്കും വഴിയോരത്തിലെ നാട്ടുകാർക്കും വലിയ മഹാന്മാരെന്ന മട്ടിൽ ഞങ്ങളെ പരിചയപ്പെടുത്തി. കുറേ നടന്നു കഴിഞ്ഞപ്പോൾ, ഒരു കടയിൽ നിന്നു

വീണ്ടും ഞങ്ങൾക്ക് ചായ സൽക്കാരം. "ചായക്കടക്കാരന്റെ സംഭാവന യല്ലെങ്കിൽ ഈ തകഴിയോ ലുബ്ധൻ?" എന്ന് ഞാനും ബാലനും അടക്കം പറഞ്ഞു. വള്ളത്തിൽ തോടിനക്കരെയെത്തിച്ച് അവിടെ കാത്തുകിടക്കുന്ന ബസിൽ കയറ്റി ബസ് നീങ്ങിയിട്ടേ ആ നാടൻ കാരണവർ പോയുള്ളൂ. ചെയ്തത് ഇന്റർനാഷണൽ ഫെയിം തകഴി ശിവശങ്കരപ്പിള്ള, രണ്ട് തുക്കട പിൻഗാമികൾക്ക് വേണ്ടി. അന്യരുടെ മുന്നിൽ താഴ്ന്നു നിന്ന് ഉയർച്ച കാട്ടുക; ഇത് തകഴിക്ക് മാത്രം വശമുള്ള ഒരു മാന്ത്രിക വിദ്യയാകുന്നു.

ഒരു രഹസ്യസംഭവം പരസ്യമാക്കാൻ ഞാൻ ഈ അവസരം ഉപ യോഗിക്കുന്നു. തകഴിച്ചേട്ടൻ പൊറുക്കുമാറാകണം. പത്തിരുപതു കൊല്ലം മുമ്പ് നടന്നതാണ് സംഭവമെങ്കിലും ചേട്ടന് ഓർമ്മ കാണും. പി കുഞ്ഞി രാമൻ നായർ അന്ന് തിരുവനന്തപുരത്ത് തമ്പാനൂരിൽ സി പി സത്ര ത്തിലെ ഒരു മുറിയിൽ സ്ഥിരതാമസമാണ്. ഇടയ്ക്കൊക്കെ എന്റെ വീട്ടിൽ വരും. കുഞ്ഞിരാമൻ നായർ വരുന്നത് എന്റെ കൊച്ചുപുത്രികൾക്ക് അത്യന്തം ആഹ്ലാദകരമാണ്. അയഞ്ഞുതൂങ്ങുന്ന ജുബ്ബയുമിട്ട് അദ്ദേഹം കേറിവന്നാൽ, മൂക്കുകണ്ണടയുടെ മുകളിൽ കൂടി നോക്കുമ്പോഴേ പിള്ളേർ ചിരി തുടങ്ങും. ജുബ്ബയുടെ പോക്കറ്റിൽ കൈയിട്ട് മിഠായിയോ കൽക്ക ണ്ടമോ എന്തെങ്കിലും കാണും എടുത്തു കുട്ടികൾക്ക് നൽകും. വല്ല പ്പോഴും മാത്രം ചായ കുടിക്കാൻ നിൽക്കും. ഒരു ദിവസം വൈകുന്നേരം ഞാൻ അദ്ദേഹത്തിന്റെ മുറിയിലെത്തി കൊച്ചുവർത്തമാനം പറഞ്ഞിരി ക്കുമ്പോഴുണ്ട് തകഴി കയറി വരുന്നു മുറിയിലേക്ക്. തീരെ അപ്രതീക്ഷി തമായി. കുഞ്ഞിരാമൻ നായർ തകഴിയുടെ കൈ ബലമായി സ്വന്തം തല യിൽ പിടിച്ചുവച്ച് അനുഗ്രഹിപ്പിച്ചു. സൽക്കാരകുതുകിയായ പി ജോലി ക്കാരനെ തേടുന്നു. ദോശ, ചായ എല്ലാം റെയിൽവേ കാന്റീനിൽ നിന്ന് കൊണ്ടുവരാൻ തിടുക്കം വച്ച് ഇടപാട് ചെയ്യുന്നു. "എടാ കുഞ്ഞിരാമാ, നിന്റെ ചായയും ദോശയും ഒന്നും എനിക്ക് വേണ്ട. നമുക്കിന്നൽപ്പം മദ്യ പിക്കണം. ചെലവെന്റേത്. ഞാൻ *കേരളകൗമുദി*യിൽ പോയിട്ട് വരുന്ന വഴിയാണ്. ഒരു നോവൽ കൊടുത്തതിന്റെ കാശും തന്നാണ് വിട്ടിരിക്കു ന്നത്." ചായയ്ക്കും ദോശയ്ക്കും പകരം പൈന്റും ഉപദംശങ്ങളും വന്നു. മൂന്ന് ഗ്ലാസുകൾ നിരന്നു. കുഞ്ഞിരാമൻ നായർ തടഞ്ഞിട്ടും തകഴിച്ചേട്ട നാണ് കാശു കൊടുത്തയച്ചത്. മാന്യമഹാജനങ്ങളെ നിങ്ങൾ ഇത് വിശ്വ സിക്കണം.

സത്യക്രിസ്ത്യാനിയായ 'ഷെമ്മനം ഷാക്കോ' യാണ് പറയുന്നത്. അതെ, തകഴിക്ക് ലുബ്ധനാകാതിരിക്കാനും കഴിയും!

തകഴി ശിവശങ്കരപ്പിള്ളയുടെ ശതാഭിഷേകത്തിന് 1996 മെയ് 14-ാം തീയതി ഞാനും പോയിരുന്നു. അമ്പലപ്പുഴ ക്ഷേത്രദർശനം കഴിഞ്ഞ് പുറത്തെത്തുന്ന തകഴിയെ എം കെ സാനുവും മോഹനവർമ്മയും തോമസ് മാത്യുവും 'ഷെമ്മനം ഷാക്കോ'യും കൂടി സ്വാഗതം ചെയ്ത പ്പോൾ തെല്ലൊരു അന്തഃക്ഷോഭത്തോടെ തകഴി പറഞ്ഞു. "ഞാൻ പെറ്റി ബൂർഷ്വയാണ്. നിങ്ങൾക്കറിയുമോ? ഇല്ലെങ്കിൽ ഇ എം എസിനറിയാം.

ഈ പെറ്റി ബൂർഷ്വാ മറ്റൊരു ക്ഷേത്രത്തിലും കൂടി പോയിട്ടേ വരുന്നുള്ളൂ. നിങ്ങൾ വീട്ടിലേക്ക് ചെല്ല്."

ഞങ്ങൾ ശങ്കരമംഗലത്തെത്തുമ്പോൾ സാഹിത്യ സുഹൃത്തുക്കളും നാട്ടുകാരും വീട്ടുകാരും എല്ലാമായി നല്ല ആൾക്കൂട്ടം. പന്തലിട്ട് വലിയ തോതിൽ സദ്യവട്ടം. സ്കൂളിൽ വെച്ച് നടന്ന സിമ്പോസിയം കഴിഞ്ഞെത്തിയപ്പോൾ സ്വാദിഷ്ഠമായ വിഭവങ്ങളോടെ തകഴിയുമൊത്ത് കുശാലായ ഉച്ചസദ്യ. വൈകുന്നേരത്തെ സമ്മേളനം തീർന്നപ്പോൾ സമയം രാത്രി എട്ടുമണി അടുത്തിരുന്നു. തിരുവനന്തപുരത്തിന് കാറിൽ പോരാൻ തിടുക്കം കൂട്ടിയ ഞങ്ങളെ തകഴി നിർബന്ധിച്ചു — "വീട്ടിൽ വന്ന് അത്താഴമുണ്ടേ പോകാവൂ! " അതെ, തകഴിക്ക് ലുബ്ധനാകാതിരിക്കാനും അറിയാം.

ശതാഭിഷേകം കഴിഞ്ഞത് നന്നായി,. ബ്രഹ്മാവ് സൃഷ്ടിച്ച പൂർണചന്ദ്രനെ പ്രതിഫലമൊന്നും പറ്റാതെ ആയിരം തവണ കണ്ടതിന് ബ്രഹ്മാവിനോട് തകഴി മുപ്പത് ശതമാനമെങ്കിലും റോയൽറ്റി (കമ്മീഷൻ) ചോദിച്ചിട്ടുണ്ടാകും. ഇരുപത്തഞ്ചെങ്കിലും കിട്ടാതെ സമ്മതിക്കില്ല ഈ 'തകഴിയുടെ മകൻ'. ബ്രഹ്മാവിനുണ്ടോ ആയുസിന് പഞ്ഞം? ഇരുപത്തൊന്നു കൊല്ലം റെഡി. ഇരുനൂറ്റമ്പത് പൂർണചന്ദ്രന്മാർ സൗജന്യം! വേണമെങ്കിൽ, ലുബ്ധനാകാതിരിക്കാനും കഴിയുമല്ലോ.

(1996)

'തകഴി'യും തകഴിക്കാരും

ചെമ്മനം ചാക്കോ

തകഴി എന്ന കുട്ടനാടൻ ഗ്രാമത്തിൽ ജനിച്ച്, വിശ്വസാഹിത്യകാരനായി വളർന്നിട്ടും ജ്ഞാനപീഠം കയറിയിട്ടും ജീവിതകാലം മുഴുവൻ സ്വന്തം ഗ്രാമത്തിൽത്തന്നെ വസിച്ച് ശിവശങ്കരപ്പിള്ള എന്ന സ്വന്തം പേരിനെക്കാൾ തകഴി എന്ന തന്റെ ഗ്രാമത്തിന്റെ പേര് അനുവാചക സഹസ്രങ്ങളുടെ ഹൃദയഭൂമിയിൽ പ്രതിഷ്ഠിച്ച്, തന്റെ ഗ്രാമത്തിന്റെ മണ്ണിൽത്തന്നെ വിലയം പ്രാപിച്ച ഗ്രാമീണരിൽ ഗ്രാമീണനായ മഹാസാഹിത്യകാരനായിരുന്നു 'തകഴി ശിവശങ്കരപ്പിള്ള' അതിപ്രശസ്തമായ അമ്പലപ്പുഴ പാൽപ്പായസത്തെക്കാൾ അദ്ദേഹം ഇഷ്ടപ്പെട്ടത് സമീപത്തുള്ള തകഴിയിലെ ചേറും ചെളിയുമായിരുന്നു എന്നു വേണം കരുതാൻ. ഗതകാല പ്രശസ്തിയുടെ ഓരം പറ്റി 'അമ്പലപ്പുഴ ശിവശങ്കരപ്പിള്ള' എന്ന തൂലികാനാമം സ്വീകരിക്കാതെ അപ്രശസ്തമായ തകഴിയെ തന്റെ പേരിനോടു ചേർത്തതിന്റെ അർഥം മറ്റെന്താണ്? സാഹിത്യരംഗത്തും സാമ്പത്തിക കാര്യങ്ങളിലും വളർച്ചനേടിയ തകഴിക്ക് കേരളത്തിലെ ഏതെങ്കിലും പ്രമുഖ- നഗരത്തിൽ കുടിയേറാൻ സൗകര്യമില്ലാതിരുന്നിട്ടല്ല, ആ മാനസിക ഘടനയിൽ ഗ്രാമത്തിന്റെ തനിമ ആഴത്തിൽ വേരൂന്നിയിരുന്നതുകൊണ്ടാണ് അദ്ദേഹം തകഴിയിൽത്തന്നെ 'ശങ്കരമംഗലം' എന്ന കൂടുകൂട്ടിയതും ഗ്രാമത്തിന്റെ പുണ്യമായി ജീവിച്ചതും. മുഹമ്മദ് ബഷീർപോലും ജന്മസ്ഥലമായ തലയോലപ്പറമ്പിൽനിന്നും മൈലുകൾ ദൂരെക്കിടക്കുന്ന വൈക്കം ആണ് പേരിനോടു ചേർത്തത്.

തകഴി ശിവശങ്കരപ്പിള്ള എത്ര കണ്ടു ഗ്രാമീണ ജീവിതത്തെ ഇഷ്ടപ്പെട്ടിരുന്നു എന്നതിന് ആ വ്യക്തിജീവിതവും അദ്ദേഹത്തിന്റെ സാഹിത്യ ജീവിതവും ഒരുപോലെ തെളിവാണ്. ഒന്നും ഒന്നും ചേർന്ന് ഇമ്മിണി വലിയ ഒന്നായിരിക്കുന്നു ശിവശങ്കരപ്പിള്ളയുടെ ഗ്രാമീണവ്യക്തിമുദ്ര.

കോണകം കെട്ടി, പകിട്ടില്ലാത്ത ഒറ്റമുണ്ടുടുത്ത്, ചിലപ്പോൾ ഒരു കച്ച ത്തോർത്തും തോളിലിട്ട്, ചെരിപ്പുപോലുമെടുക്കാതെ, തകഴിയുടെ ഇട വഴികളിലൂടെ പ്രാഞ്ചിനടക്കുന്ന കാരണവർ വിശ്വപ്രസിദ്ധ സാഹിത്യ കാരനാണെന്നു പറഞ്ഞാൽ വിശ്വസിക്കാൻ, ആദ്യം കാണുന്നവർക്ക് സാക്ഷികളെ ഹാജരാക്കേണ്ടിവരുമായിരുന്നു. വീട്ടിൽ ചെന്നാലോ ആത്മാർഥതയുടെ സുഗന്ധമല്ലാതെ ആർഭാടത്തിന്റെ പ്രകമ്പനങ്ങൾ അവിടെ അനുഭവപ്പെടുകയില്ല. വൈകാതെ, കത്തിനിൽക്കുന്ന ഒരു നില വിളക്കുപോലെ കാത്തച്ചേച്ചി രംഗത്തെത്തുന്നു, വിനീതമായ സ്നേഹ സൽക്കാരങ്ങളുമായി. ഇതിനെക്കാൾ ഗ്രാമീണ വിശുദ്ധിതുളുമ്പുന്ന ദാമ്പ ത്യം ഏതുണ്ട് എന്നാലോചിച്ചിട്ട് ഉത്തരം കിട്ടുന്നില്ലതാനും.

ഗ്രാമത്തിന്റെ സന്തതികളാണ് തകഴിയുടെ കൃതികളിലെ ബഹുഭൂ രിപക്ഷം കഥാപാത്രങ്ങളും. അവയിലെ അന്തരീക്ഷം അതിഗ്രാമീണവും ഇതിനുമുമ്പ് ആരും കൈകാര്യം ചെയ്തിട്ടില്ലാത്തതാകയാൽ അത്യധികം പുതുമയുള്ളതും. തകഴി ശിവശങ്കരപ്പിള്ളയുടെ ആദ്യനോവലായ *ത്യാ ഗത്തിനു പ്രതിഫല*ത്തിലെ പ്രധാനകഥാപാത്രം നെല്ലുകുത്തുകാരി പാറു ക്കുട്ടിയാണ്. ഉന്നത കുടുംബങ്ങളിൽ പോയി നെല്ലുകുത്തി കൊടുക്കു ന്നത് പാവങ്ങളായ സ്ത്രീകളുടെ ജീവിതമാർഗം ആയിരുന്നു. സഹോദ രൻ ഗോപിയുടെ വിദ്യാഭ്യാസത്തിനു പണമുണ്ടാക്കാൻ വ്യഭിചാരവൃത്തി സ്വീകരിച്ചതിന്റെ ദുരന്തകഥയാണ് *ത്യാഗത്തിനു പ്രതിഫലം.* നാടൻ മട്ടിൽ പച്ചയായി വ്യഭിചാരവൃത്തിയുടെ ചിത്രീകരണം നടത്തുന്നത്, അതുവ രേയുള്ള പ്രതിപാദന ശൈലിയിലെ വിപ്ലവകരമായ ഒരു സമീപനം കൂടി ആയിരുന്നു. കാൽപ്പനിക ഭാവനയുടെ വേലിക്കെട്ടുതകർത്തു നോവലിൽ റിയലിസം തള്ളിക്കയറുന്നതും *ത്യാഗത്തിന്റെ പ്രതിഫല*ത്തിൽ ആരംഭി ക്കുന്നു.

നാറുന്ന ജീവിതത്തിന്റെ പ്രതിനിധികളാണ് തകഴിയുടെ അടുത്ത നോവലായ *തോട്ടിയുടെ മകനി*ലെ ഇശക്കു മുത്തുവും ചുടലമുത്തുവും മറ്റും. ചേറിൽ മുങ്ങിത്തുലയുന്ന പുലയപ്പരിഷകളുടെ ക്ഷുദ്രജീവിതം ചിത്രീകരിച്ച് അവരിൽ അവകാശബോധത്തിന്റെ തിരിനാളം കൊളു ത്തുന്നു *രണ്ടിടങ്ങഴി* എന്ന നോവൽ. കോരനും ചിരുതയും തലപ്പുലയ നുമെല്ലാം പുഷ്പവേലിൽ ഔസേപ്പ് എന്ന ഭൂവുടമയെക്കാൾ മാനുഷിക മഹത്വത്തിന്റെ പെരിയ സ്വാമികളാണെന്ന് ലോകം അറിയുന്നത് എഴു ത്തുകാരന്റെ സാമൂഹിക പ്രതിബദ്ധതയുടെ പ്രകാശഗോപുരമായ ഈ അനശ്വര രചനയിലൂടെയാണ്. *ചെമ്മീൻ* എന്ന വിഖ്യാത കൃതിയിലൂടെ കടലോരങ്ങളിലെ മുക്കുവ ജീവിതത്തിന്റെ ഇഴപിരിച്ചു കാണിക്കുന്നു തകഴി ശിവശങ്കരപ്പിള്ള. ചെമ്പൻ കുഞ്ഞും കറുത്തമ്മയും പരീക്കുട്ടിയു മെല്ലാം, അതുവരെ മലയാള വായനക്കാർക്ക് അപരിചിതമായിരുന്ന ഒരു ജനതയുടെ നാടോടി ജീവിതത്തെയും അവരുടെ ഇടയിലെ ഗ്രാമീണ വിശ്വാസങ്ങളെയും ആചാരങ്ങളെയുമെല്ലാം വായനക്കാർക്ക് വിളമ്പിത്ത രുന്നു. മനുഷ്യനും മണ്ണും തമ്മിലുള്ള ബന്ധത്തിന്റെ ഉൾക്കാഴ്ച നൽകുന്ന

ചരിത്രരേഖയാണ് *കയർ*. കേരളത്തിലെ ഗ്രാമീണ ജീവിതത്തിന്റെ അടിത്തറക്കെട്ടുകൾ ഇതുപോലെ കാവ്യമധുരമായി ആവിഷ്കരിച്ച മറ്റൊരെഴുത്തുകാരൻ ഇല്ല.

തകഴി ജന്മശതാബ്ദി സമ്മേളനത്തിൽ തകഴിയുടെ കൃതികളിലെ ഗ്രാമീണത യെക്കുറിച്ച് സംസാരിക്കാൻ 2012 ഏപ്രിൽ 16–ാം തീയതി തകഴി സ്മാരകത്തിൽ എത്തിയ ഞാൻ ശുഷ്കമായ സദസുകണ്ട് നടത്തിയ ഒരു പ്രസ്താവം അവിടെ സംസാര വിഷയമായെന്നു പിന്നീടറിഞ്ഞു. തകഴി എന്ന എഴുത്തുകാരൻ തകഴി എന്ന ഗ്രാമത്തെ സ്നേഹിച്ചതുപോലെ, തകഴിയിലെ ജനങ്ങൾ തകഴി എന്ന എഴുത്തുകാരനെ സ്നേഹിച്ചു കാണുന്നില്ല. ഇത് അവരുടെ അറിവുകേടും നന്ദികേടുമായി വ്യാഖ്യാനിക്കേണ്ടിയിരിക്കുന്നു. ഈ സദസുതന്നെ അതിനു തെളിവാണ് എന്നതായിരുന്നു എന്റെ പ്രസ്താവം. വിശേഷിച്ചും തകഴിയിലെ ചെറുപ്പക്കാരെ അവിടെയെങ്ങും കാണാത്തതിലായിരുന്നു എന്റെ സങ്കടം.

കേരള ചീഫ് സെക്രട്ടറി ശ്രീ കെ ജയകുമാർ ഉദ്ഘാടനം ചെയ്ത സമ്മേളനത്തിൽ മറ്റു പല പ്രമുഖരും പങ്കെടുത്തിരുന്നു. തകഴി എന്ന തേജോഗോളത്തെ കൂടുതൽ ദീപ്തമാക്കി ലോകസാഹിത്യത്തിൽ പ്രതിഷ്ഠിക്കുവാനുള്ള പരിശ്രമങ്ങൾ നടത്തണമെന്നതായിരുന്നു ചീഫ് സെക്രട്ടറിയിൽനിന്നും മറ്റും ഉയർന്നുകേട്ട നിർദേശം

തകിഴിയുടെ രചനകൾ തങ്ങളുടെ സമൂഹത്തിന്റെ മുന്നേറ്റത്തിനും പുരോഗതിക്കും നൽകിയ അടിസ്ഥാനപരമായ സ്വാധീനത്തിന്റെ അർഥഗൗരവം ഇന്നാട്ടിലെ ചെറുപ്പക്കാരുടെ മനസിൽ ഊട്ടിയുറപ്പിക്കുവാൻ വേണ്ട സ്റ്റഡിക്ലാസുകൾ തകഴി സ്മാരകം കേന്ദ്രമാക്കി നടത്തേണ്ടതുണ്ട് എന്ന എന്റെ അഭിപ്രായം ചെറുതെങ്കിലും മുന്നിലുള്ള സദസ്സ് ഹസ്തതാഡനത്തോടെയാണ് സ്വീകരിച്ചത്. രാഷ്ട്രീയ–ജാതിമത–സാമ്പത്തിക നിലവാര പരിഗണനകൾക്കതീതമായി തകഴി പ്രദേശത്തെ യുവജനങ്ങളുടെ ഒരു കൂട്ടായ്മയ്ക്കു രൂപം നൽകി, തകഴി സ്മൃതി മന്ദിരം കേന്ദ്രമാക്കി, മാസത്തിൽ ഒരു നിശ്ചിത ദിവസം, അവിടെ തകഴി എന്ന എഴുത്തുകാരന്റെ സംഭാവനകളുടെ വിവിധ വശങ്ങളെക്കുറിച്ച് ഗൗരവതരമായ പഠനങ്ങളും ചർച്ചകളും പ്രഭാഷണങ്ങളും സംഘടിപ്പിക്കുന്നത് സംഗതമായ അനുസ്മരണച്ചടങ്ങായിരിക്കും. സ്മാരകമന്ദിരത്തിന്റെ നടത്തിപ്പിൽ കൂടുതൽ ഭാഗഭാഗിത്വം ആ കൂട്ടായ്മയ്ക്കു നൽകുകയും വേണം.

മുഖാമുഖവും മറ്റേ സാധനവും

ഏഴാച്ചേരി രാമചന്ദ്രൻ

"**ഞ**ങ്ങൾ രണ്ടു പേരും ഒരേ നക്ഷത്രമാ – രേവതി. ദീർഘായുസ്സാ. അവസാനം വരെ വിവാദങ്ങൾക്ക് നടുവിൽ അങ്ങനെ കുശാലായി ജീവിക്കും." തകഴിയിലെ പടഹാരം മുറിയിൽ ശങ്കരമംഗലം വീടിന്റെ പൂമുഖത്തെ ചാരുകസേരയിൽ കിടന്നുകൊണ്ട് സാക്ഷാൽ തകഴി ഒരിക്കൽ പറഞ്ഞു.

ഇ എം എസിനെക്കുറിച്ചായിരുന്നു കുട്ടനാടൻ ഗാഥാകാരന്റെ പരാമർശം. അവരവരുടേതായ രംഗങ്ങളിൽ രണ്ടുപേരും കടലിനുമപ്പുറത്ത് മലയാളത്തിന്റെ യശസ്സ് പരത്തിയവർ. ഒരാൾ ശങ്കരനും അപരൻ ശിവശങ്കരനും. രണ്ടുപേരും രേവതി നക്ഷത്രക്കാർ.

മുഴുവൻ സമയ രാഷ്ട്രീയ നായകനായ ഇ എം എസിന്റെ സാഹിത്യമുഖം ഒട്ടും ചെറുതല്ല. ജീവൽ സാഹിത്യ പ്രസ്ഥാനത്തിനും മുമ്പ് മുതൽക്കേ കേരളത്തിന്റെ സാംസ്കാരിക മേഖലയിൽ ഇ എം എസിന്റെ വിരൽമുദ്രകൾ പതിഞ്ഞുകിടക്കുന്നു. സാഹിത്യരംഗത്ത് ഇ എം എസിന്റെ കസേരയ്ക്ക് ഇളക്കമില്ല. മുഴുവൻസമയ സാഹിത്യ പ്രവർത്തകനായ തകഴിയുടെ രാഷ്ട്രീയ മുഖത്തിന് തേജസ് ഒട്ടും കുറവല്ല. തുടക്കം മുതലേ തന്റെ സാഹിത്യരചനകൾക്ക് പ്രേരകമായി ഭവിച്ചത് ഇടതുപക്ഷ രാഷ്ട്രീയ പ്രസ്ഥാനങ്ങളായിരുന്നു എന്ന കാര്യം അത്ര പെട്ടെന്ന് നിഷേധിക്കാൻ തകഴിക്കും കഴിയില്ല.

ഈ വീടു പണിയാനുള്ള കല്ലത്രയും വള്ളത്തിൽ കൊണ്ടുവന്ന് ഇറക്കിയതാണ്. തകഴിയിൽ ഇപ്പോൾ തകഴി താമസിക്കുന്ന വീടിന്റെ നിർമാണ കാലത്തെപ്പറ്റി സ്മരിക്കെ അദ്ദേഹം ഒരിക്കൽ പറഞ്ഞു. വീടിന്റെ മുറ്റം മുതൽ അങ്ങോട്ട് തുളുമ്പി നിൽക്കുന്ന കായലായിരുന്നു.

ആ വീടിന്റെ മുൻവശത്തെ ചാരുകസാലയിൽ മടക്കിക്കുത്തിയ ഒറ്റ

മുണ്ടുമായി മിക്കവാറും അശ്രദ്ധനായി ഇടതുകൈ തലയ്ക്ക് പിന്നിൽ മടക്കിവെച്ച് തകഴിയുടെ ഇളവെയിൽ മയക്കം. വീടിന് മുന്നിലൂടെ ചൂളം കുത്തിപ്പാഞ്ഞു പോകുന്ന റെയിൽവണ്ടിയിലിരുന്ന് വിസ്മയാഹ്ളാദത്തോടെ ചിലർ തകഴിയെ കൈചൂണ്ടുന്നു. ഇതാണ് മലയാളത്തിലെ 'യാസ്നായ പോള്യാന'. കായൽനിരകൾ ഇളകിയിരുന്ന നിലമത്രയും കരയായി. എല്ലാറ്റിനും സാക്ഷിയായി കഴിയുന്ന തകഴിക്ക് അനുഭവങ്ങളുടെ പകൽപ്പൂരം.

തകഴി അറുപിശുക്കനാണെന്നാണ് പരക്കെയുള്ള കുപ്രചരണം. വിശ്വസാഹിത്യകാരനാകയാൽ ജീവിതത്തിലെ ചെറിയ കാര്യങ്ങൾക്കും അമിത പ്രാധാന്യവും പ്രചാരവും ലഭിക്കുമല്ലോ. എന്നെ സംബന്ധിച്ചിടത്തോളം ഈ ധാരണ തെറ്റാണെന്ന് ഒത്തിരിവട്ടം ബോധ്യപ്പെട്ടിട്ടുണ്ട്.

തകഴിച്ചേട്ടനെ കാണാൻ ചെന്നപ്പോഴൊക്കെ നല്ല കുശാലായി അവിടെ നിന്ന് കാപ്പി കുടിച്ചിട്ടുണ്ട്. കാത്തച്ചേച്ചിയുടെ കൈപ്പുണ്യം അനുഭവിച്ചിട്ടുള്ളവർക്ക് തകഴിയെപ്പറ്റിയുള്ള അപവാദത്തെ അനുകൂലിക്കുക വയ്യ. എട്ടുപത്താണ്ടുകൾ മുന്നം ഒരു കന്നിപ്പകൽ. ഇടയ്ക്കിടെ സുന്ദരിയുടെ കണ്ണീരു പോലെ ഇളവെയിലിന്നിടയിലൂടെ ചന്നം ചിന്നം ചിണുങ്ങുന്ന കന്നിമഴ.

ചിന്ത വാരികയുടെ ഒരു വാർഷിക പതിപ്പിനായി തകഴിയെ ഇന്റർവ്യൂ ചെയ്യുവാൻ ചെന്നതായിരുന്നു. പത്രാധിപർ സി പി നാരായണൻ രണ്ടുവട്ടം വിളിച്ചു പറഞ്ഞപ്പോൾ ഫോട്ടോഗ്രാഫർ ജോർജിനെയും കൂട്ടി പുറപ്പെട്ടതാണ്. പ്രസിദ്ധ ചലച്ചിത്ര സംവിധായകൻ ശശികുമാറിന്റെ (ഇദ്ദേഹത്തിന്റെ യഥാർഥ പേര് ജോൺ എന്നാണ് – ആലപ്പുഴക്കാരൻ) ജ്യേഷ്ഠപുത്രനാണ് പ്രതിച്ഛായ സ്റ്റുഡിയോ ഉടമ കൂടിയായ ജോർജ്.

രണ്ടാളും കൂടി ശങ്കരമംഗലത്ത് ചെല്ലുമ്പോൾ തകഴി കാപ്പികുടിയും കഴിഞ്ഞ് മുറ്റത്ത് പല്ലും കുത്തിനിൽക്കുന്നു. ആഗമനോദ്ദേശം ചുരുക്കി അറിയിച്ചു. പ്രായമെത്തിയ ഒന്നുരണ്ട് കർഷകത്തൊഴിലാളി സ്ത്രീകൾ മുറ്റത്ത് നിൽക്കുന്നു. അവരോട് കൃഷിപ്പിഴയെപ്പറ്റി സംസാരിക്കുകയായിരുന്നു തകഴി. അവരെ വേഗം യാത്രയാക്കി.

ഇറയത്തുകയറി ചാരുകസേരയിൽ ഇരിപ്പായി. തൊട്ടടുത്ത് വെറ്റിലച്ചെല്ലം. കാത്തയെ നീട്ടിവിളിച്ചു. രണ്ടുപേർ വന്ന കാര്യം അറിയിക്കുന്ന രഹസ്യ സിഗ്നലാണത്. വന്നിരിക്കുന്നവരെ എങ്ങനെ ട്രീറ്റ് ചെയ്യണമെന്നതിന്റെ അടയാള വാക്യങ്ങൾ തകഴിയുടെ വിളിയിലുണ്ടാകും. അതനുസരിച്ചാണ് കാത്തച്ചേച്ചി പ്രവർത്തിക്കുന്നതെന്ന് ചില കുശുമ്പുകാർ പറഞ്ഞുകേട്ടിട്ടുണ്ട്.

ഏറെ വൈകാതെ തന്നെ ഞങ്ങൾ വിഷയത്തിലേക്ക് കടന്നു. ആയിടയ്ക്ക് തകഴി സോവിയറ്റ് യൂണിയനിൽ പോയി വന്നതേയുള്ളൂ. അവിടുത്തെ വിശേഷങ്ങളാണ് കൂടുതലും പറഞ്ഞത്. സാർ ചക്രവർത്തിയുടെ അടിമത്ത നുകത്തിന് കീഴിൽ കഴിഞ്ഞ മനുഷ്യരെ സ്വർഗതുല്യമായ ഒരു ജീവിതാവസ്ഥയിലേക്ക് നയിച്ച ലെനിനെപ്പറ്റി സംസാരിക്കെ തകഴി

എന്ന വികാരജീവിയായ സാഹിത്യകാരന്റെ കണ്ണുകൾ നിറയുന്നത് കണ്ടു.

അവിടെ (സോവിയറ്റ് യൂണിയനിൽ) പിറന്നുവളർന്ന ഓരോ പിഞ്ചു കുഞ്ഞിന്റെ പിൻകഴുത്തിൽപ്പോലും ലെനിന്റെ നിശ്വാസവായു ഏൽക്കുന്ന അനുഭവമാണ്. അവരുടെയൊക്കെ പിന്നിൽ സദാ ലെനിൻ നിൽക്കുന്നു – തകഴി അന്നു പറഞ്ഞ വാചകങ്ങൾ ഇന്നും ഹൃദയത്തിൽ കാറ്റുവിതച്ചു നിൽക്കുന്നു. പിന്നീട് ലെനിന്റെ പ്രതിമയ്ക്ക് മേൽ പുതുതലമുറയുടെ കുട്ടിക്കുരങ്ങന്മാർ തുള്ളിച്ചാടുന്ന വികൃതദൃശ്യം ദൂരദർശനിൽ കാണേണ്ടിവന്നപ്പോഴും തകഴിയുടെ വാക്കുകൾ ഓർക്കാതിരുന്നില്ല.

കുറേനേരം സംസാരിച്ചിരിക്കെ പിന്നെയും കാത്തയെ വിളിച്ചു. കൂടെക്കൂടെയുള്ള ഈ വിളി ശ്വാസോച്ഛ്വാസം പോലെയുള്ള ഒരു അനിവാര്യ പ്രക്രിയയാണ്. തകഴിക്കെന്ന്; അറിയുന്നവർക്കൊക്കെ അറിയും. ഓമനിച്ചുവളർത്തി വലുതാക്കിയ മക്കളും അവരുടെ മക്കളും ഒക്കെ വേർപിരിഞ്ഞ് തങ്ങൾ രണ്ടുപേരും ഒറ്റയ്ക്കായ വാർധക്യ സന്ധ്യയിൽ പ്രിയപ്പെട്ടവളെ അരികിൽ നിർത്തി താലോലിക്കുന്ന ഒരു രംഗം *ചുക്ക്* എന്ന സിനിമയിലുണ്ട്. മധുവും ഷീലയുമാണ് ആ രംഗത്ത്. തകഴിയേയും കാത്തച്ചേച്ചിയേയും കണ്ടിട്ടുള്ളവർക്ക് ഈ രംഗത്തിന് പുതുമയില്ല.

ഒരു വ്യത്യാസം മാത്രം. തകഴിക്ക് മക്കളും പേരക്കിടാങ്ങളും ഒക്കെ പ്രിയപ്പെട്ടവർ. അത്രയേറെ ഇഴയടുപ്പമുള്ള കുടുംബബന്ധമാണ് ഇന്നും ശങ്കരമംഗലത്ത് നിലനിൽക്കുന്നത്. “കാത്തേ മറ്റേ സാധനം ഒരൽപ്പം എടുത്തോണ്ടുവാ. ഇവനും ഒന്ന് രുചിച്ചുനോക്കട്ടെ” കാത്തച്ചേച്ചിയോട് തകഴി പറഞ്ഞു. അവർ തമാശ കൊണ്ട് കസവിട്ട ഒരു കള്ളച്ചിരിയോടെ അകത്തേക്കു പോയി.

സത്യം പറഞ്ഞാൽ ഞാൻ അൽപ്പമൊന്നു പരുങ്ങി. ‘മറ്റേ സാധനം’ എന്ന പ്രയോഗമാണ് എന്നെ കുഴക്കിയത്. തകഴിയെപ്പറ്റി ധാരാളം പലതും കേട്ടിട്ടുണ്ട്. നീണ്ട പത്തുവർഷം ആലപ്പുഴയിൽ കഴിഞ്ഞപ്പോൾ ധാരാളം തവണ ഒരുമിച്ച് യാത്ര, മീറ്റിങ്ങുകൾ ഒക്കെ ഉണ്ടായിട്ടുണ്ട്. ദേശാഭിമാനി ലേഖകനും പാർട്ടി മെമ്പറുമായ എന്നെ ഈ കാരണവർ കുഴിയിൽ ചാടിക്കുമോ? ഫോട്ടോ കള്ളം പറയില്ല. തൊട്ടരുകിൽ ഫോട്ടോഗ്രാഫറും. വെച്ചുനീട്ടിയാൽ നിരസിക്കാം. പക്ഷേ അത് തീരാത്ത നീരസത്തിനിടയാക്കുമോ? നെഞ്ചിടിപ്പ് വർധിച്ചു.

അൽപ്പം കഴിഞ്ഞപ്പോൾ ‘മറ്റേ സാധന’വുമായി കാത്തച്ചേച്ചി കടന്നുവന്നു. തിളങ്ങുന്ന സ്റ്റീൽ പ്ലേറ്റിൽ പുകയില ഇടിച്ചുകൂട്ടിയതു പോലെ എന്തോ സാധനം. ലഹരി പിടിപ്പിക്കുന്ന ഒരു തരം ഗന്ധവും. നേരത്തെയുണ്ടായിരുന്ന അങ്കലാപ്പ് അൽപ്പം മാറി. കുപ്പിയുടെ രൂപത്തിൽ വരുമെന്ന് ഭയപ്പെട്ട അന്തകൻ സ്റ്റീൽ പ്ളേറ്റായി രൂപം മാറിയതോ. കഞ്ചാവു ലേഹ്യം എന്ന് കേട്ടിട്ടുണ്ട്. എനിക്കും ജോർജിനും രണ്ടുമൂന്ന് സ്പൂൺ കാത്തച്ചേച്ചി വിളമ്പി. മറ്റേ സാധനം ഉള്ളംകയ്യിൽ വച്ചുതന്നു.

രുചിച്ചു. ആഹാ, ഒന്നാംതര ചക്ക വരട്ടിയത്. പിന്നെയും കഴിച്ചു.

വളരെ വേണ്ടപ്പെട്ടവർ വന്നാൽ മാത്രം കൊടുക്കുന്നതാണത്. തകഴിയുടെ വേണ്ടപ്പെട്ടവരുടെ ലിസ്റ്റിൽ കടന്നുകൂടിയ അഭിമാനമായിരുന്നു ഉള്ളിൽ. ക്ലൈമാക്സ് അവിടെയുമല്ല. എഴുത്തും സംസാരവും നീണ്ടു. സമയം ഉച്ചയോടടുക്കുന്നു. "കാത്തേ ഇവന്മാര് പോകുന്ന ജാതികളല്ല. ഉച്ചയ്ക്ക് കൂട്ടാൻ വല്ലതും വേണം" അതായത് ഇവർക്കു കൂടി ഉച്ചയൂണ് വേണ മെന്ന് സാരം. തകഴിയെപ്പറ്റിയുള്ള മിഥ്യാധാരണകൾ ഓരോന്നായി പടം കൊഴിക്കുന്നു.

ഉച്ചയ്ക്ക് ഒന്നാന്തരം കുട്ടനാടൻ ഗ്രാമീണ സദ്യ, ഞങ്ങൾക്ക് മാത്രം തൂശനില. തകഴിക്ക് സ്ഥിരമായുള്ള പ്ളേറ്റ്.. അന്ന് കൂട്ടിയതുപോലെ സ്വാദുള്ള താളുകറി പിന്നീട് കൂട്ടിയിട്ടേയില്ല. ഒന്നാന്തരം ചെമ്മീൻകറിയും *ചെമ്മീനിന്റെ* കർത്താവിന്റെ വീട്ടിൽ നിന്ന് ചെമ്മീൻകറിയും ഒരുപാടു വിഭവങ്ങളുമുണ്ടായിരുന്നു. ഒക്കെ സ്വാദിഷ്ഠമായവ.

തകഴി ഊണു കഴിക്കുന്നത് ഞാൻ കൗതുകത്തോടെ നോക്കിയിരുന്നു. പഞ്ചാമൃതം കഴിക്കുന്നതുപോലെ അത്ര സ്വാദിഷ്ഠമായി ഭക്ഷണത്തിന്റെ ഓരോ തരിയും അനുഭവിച്ചാസ്വാദിച്ചു കഴിക്കുന്നതുതന്നെ അത്യപൂർവമായ ഒരു ദൃശ്യകലാനുഭവമാണ്. കുടുംബജീവിതത്തിന്റെ ഇഴകളടുപ്പിക്കുന്ന ശാസ്ത്രസൂത്രം എങ്ങനെയെന്ന് ഈ വിശ്വസാഹിത്യകാരന്റെ അടുത്തുനിന്ന് പഠിക്കണം. തകഴി പറഞ്ഞു: "ഞങ്ങൾ പാത്രത്തിൽ ഒന്നും ബാക്കിവെക്കില്ല. കറിവേപ്പിലയും മുളകിന്റെ കഷണവും മാത്രം ഒഴിവാക്കും." ഭർത്താവ് സ്വാദോടെ ഭക്ഷണം കഴിക്കുന്നതു നോക്കി കാത്തച്ചേച്ചി അരികിൽ. വിഭവങ്ങൾ വീണ്ടും ചോദിച്ചുവാങ്ങി സാവധാനമുള്ള കഴിപ്പ്.

തകഴി ഭക്ഷണം കഴിക്കുന്നതു കണ്ടാൽത്തന്നെ ഏതു വിശപ്പില്ലാത്തവനും കൊതിയും വിശപ്പുമുണ്ടാകും. പട്ടം താണുപിള്ള സാർ ഭക്ഷണം കഴിച്ചിരുന്ന രീതിയെപ്പറ്റി തകഴി അപ്പോൾ പറഞ്ഞു. മുഖ്യമന്ത്രിയായിരിക്കുമ്പോൾ താണുപിള്ളയണ്ണൻ രാത്രി ഭക്ഷണം കഴിക്കുന്നത് തകഴി കൗതുകത്തോടെ നോക്കിനിന്നിരുന്ന പഴയ ഓർമകൾ. ഒന്നാന്തരം പുഴുക്കലരിക്കഞ്ഞിയും ചെറുപയർ പുഴുക്കും ചുട്ട പപ്പടവും ഇടിച്ചമ്മന്തിയും ചേർത്ത് വയറുനിറച്ച് കഞ്ഞി കുടിക്കുന്ന താണുപിള്ള സാറിനെ ശ്രീകണ്ഠൻ നായർക്കൊപ്പം നോക്കിനിന്നിരുന്ന പഴയ തകഴി.

ഊണു കഴിഞ്ഞ് വിസ്തരിച്ചൊരു മുറുക്ക്. പിന്നെ അൽപ്പനേരം പള്ളിയുറക്കം. അതുകഴിഞ്ഞ് എഴുന്നേറ്റാലുടനെ ചായ. വീണ്ടും അരമണിക്കൂർ കൂടി ഞങ്ങൾ സംസാരിച്ചിരുന്നു. പോരാൻ സമയം തകഴി തന്നെ കയ്യൊപ്പു ചാർത്തി ഒരു വിശിഷ്ട സാധനം – *ഔസേപ്പിന്റെ മക്കളുടെ* ഓതേഴ്സ് കോപ്പിയിൽ ഒരെണ്ണം. ഇനിയും തകഴി പിശുക്കനാണെന്ന് എങ്ങനെ പറയാനാകും.

സ്നേഹവും വാത്സല്യവും ആർദ്രതയും മുൻകോപവും ഒക്കെ ഇടകലർന്ന ആ മഹാവ്യക്തിത്വം വജ്രകിരണങ്ങളെല്ലാമൊതുക്കി നിസ്തേജനായി ഏതാനും നാളുകൾ മുന്നം തിരുവനന്തപുരത്ത് ആശുപത്രിയിൽ

കിടന്നു. ശ്രീ ചിത്രാ മെഡിക്കൽ സെന്ററിലെ വിഐപി മുറിയിൽ. ഒരു തരം ജയിൽ വേഷത്തിലുള്ള നീല ളോഹകുപ്പായവുമിട്ട് ശ്വാസം കഴിക്കാൻ നന്നേ ബുദ്ധിമുട്ടിയുള്ള കിടപ്പ്. ആരെയും കടത്തിവിടുന്നില്ല. എം എസ് മണിയുടെ (കേരളകൗമുദി) ഒരടുത്ത ബന്ധുവാണ് ചികിത്സിക്കുന്ന ഡോക്ടർ. അദ്ദേഹത്തെ സേവ പിടിച്ച് അകത്ത് കടന്നു. മരണം ഏതാണ്ടുറപ്പിച്ച മട്ടിലാണ് തകഴിയും. ലോകം കണ്ട തകഴിയുടെ കൺകോണുകളിലെങ്ങോ ദർശന ചാരുതയുള്ള ഒരു തുള്ളി കണ്ണുനീർമുത്ത് തിളങ്ങുന്നതുപോലെ.

ഒന്നും സംസാരിക്കാനാവാതെ നിന്ന് ഒരു ചിരി പാടുപെട്ട് വരുത്താൻ തകഴി ശ്രമിച്ചു. ചുണ്ടുകൾ കോടുന്നതിനാൽ ഉച്ചാരണം അവ്യക്തം. എങ്കിലും ആ അവസ്ഥയിലും നർമ്മം കലർന്ന ദർശനചാരുതയോടെ തകഴി രണ്ട് വരി കവിത ചൊല്ലി:

"എന്തുചിരിയെന്തുകളിയെന്റെ ഭഗവാനെ
കണ്ണുമായുമ്പോളൊരു പാവകളിപോലെ!!"

ആലപ്പുഴയിൽ മാതൃഭൂമിയുടെ ബ്യൂറോ ചീഫായിരുന്ന എം എം വർഗീസിന്റെയടുക്കലെ ഒരു പ്രധാന സന്ദർശകനായിരുന്നു തകഴി. അവിടെവച്ച് നല്ല മൂഡിലിരിക്കുമ്പോൾ ഒത്തിരി തവണ തകഴി ചൊല്ലിക്കേട്ട ഈരടിയായതിനാൽ ഇഴഞ്ഞ സ്വരത്തിലാണെങ്കിലും കേട്ട മാത്രയിൽ മനസിലായി.

കണ്ണുകളിൽ നോക്കി കുറെനേരം നിന്നിട്ട് ഒന്നും മിണ്ടാതെ ഇറങ്ങിപ്പോന്നു. പോകുന്ന വഴിക്കൊക്കെ മനസ്സ് നിറയെ ദുർവിചാരങ്ങൾ പത്രപ്രവർത്തകന്റെ ദുഷ്ടമനസ്സ് നന്നായി പ്രവർത്തിച്ചുതുടങ്ങി. തകഴിയുടെ ജീവിതത്തിലെ ഓരോ രംഗങ്ങളെപ്പറ്റിയുള്ള കേട്ടറിവുകൾ മനസിൽ സ്വരൂപിച്ചു.

രണ്ടാഴ്ച കഴിഞ്ഞപ്പോൾ *രണ്ടിടങ്ങഴിയുടെ* കർത്താവ് ആശുപത്രി വിട്ടു. പിന്നെയും ഒത്തിരി തവണ ഒരുപാടു സ്ഥലങ്ങളിൽ വെച്ച് ഞങ്ങൾ കണ്ടുമുട്ടി. അപ്പോഴൊക്കെ സ്നേഹവാത്സല്യങ്ങൾക്ക് മുന്നിൽ ഹൃദയം കുനിച്ചുനിന്നു.

(1996)

വിദ്യാരംഭം

ചെമ്മനം ചാക്കോ

അന്നേ വിരുതനാ,ണന്നേ കുസൃതിയാ,–
ണന്നേ മനം ധീരമാണല്ലോ.
എന്നെന്നു ചൊല്ലാ; മെഴുത്തു പഠിക്കുവാൻ
ഒന്നാമതായ് പോയ നേരത്തിൽ;
ആരെന്നുചൊല്ലാം; ശിവശങ്കരൻ എന്നു–
പേരുള്ളിളം പൈതലാണല്ലോ.
അക്കുട്ടിയല്ലോ തകഴിക്കുവൻപുകൾ
പിൻക്കാലമെത്തിച്ച സൽപുത്രൻ!

കോണകം കെട്ടിച്ചുകൊച്ചിനെ പെറ്റമ്മ
കോടിക്കുറുമുണ്ടുടുപ്പിച്ചു.
വെറ്റില മൂന്നു, മടയ്ക്ക, യൊരു ചെമ്പു–
തുട്ടുമിളം കൈയിലേൽപ്പിച്ചു.
ചേണെഴും കുട്ടനെത്തന്നമ്മയാൾ ചെറു–
തോണി തുഴഞ്ഞു കൊണ്ടെത്തിച്ചു.
ചക്കുംപുറത്തു കിട്ടാശാൻ കളരിയിൽ,
ദിക്കിലെയക്ഷരമാടത്തിൽ.

കാണിക്കവെച്ചു കാൽതൊട്ടുതൊഴുതൊരു–
മാണിക്യ മുത്തിന്നു കിട്ടാശാൻ
ചെല്ലക്കുടുക്കയിൽ നിന്നു ചൊരിഞ്ഞിട്ട
വെള്ളമണൽ പാകി വേഗത്തിൽ
ചൂണ്ടുവിരലിൽ പിടിച്ചെഴുതിച്ചിട്ടു
ചൊല്ലിക്കൊടുക്കുന്നു:–'അ'–ചൊല്ലൂ!!

പിഞ്ചുവിരൽ നൊന്തകുട്ടി മണൽവാരി
തഞ്ചത്തിൽ ദൂരേയ്ക്കറിയുന്നു;
ചൊല്ലിക്കൊടുത്തതാമക്ഷരം ബാലകൻ
ചൊല്ലാതെ മല്ലിട്ടു നിൽക്കുന്നു!
അന്നേ വിരുതനാ,ണന്നേ കുസൃതിയാ,-
ണന്നേ മനം ധീരമാണല്ലോ.
പൊട്ടിച്ചിരിക്കയായാശാന്റെ തോൽവിയിൽ
മറ്റുള്ള കുട്ടികൾ വാപൊത്തി!
നിർദ്ദയശിക്ഷയ്ക്കുപേർകേട്ടൊരാശാൻ, തൻ
വിദ്യഫലിക്കാതെ വന്നപ്പോൾ
അക്കുട്ടിതന്റെ ചെവിയിൽ മണൽകൂട്ടി-
യുഗ്രം തിരുമ്മി ഞെരിക്കുന്നു!
വാവിട്ടു കേഴേണ്ട കുട്ടി കരയാതെ
വാശിക്കൊടി പോലെ നിൽക്കുന്നു!
'ഇത്രയും പോരുമിന്ന്' ഓതിയാശാൻ:- ബാക്കി-
യത്രയും പിന്നെ; നീ പൊയ്ക്കൊള്ളൂ.!!
അമ്മയും മോനും തിരിച്ചുതുഴഞ്ഞുപോയ്;
മമ്മന്ത്രമായി വിദ്യാരംഭം!

2

പിറ്റേന്നു രാവിലേ തോണി തുഴഞ്ഞുപോയ്
പുത്രനോടൊത്തമ്മ തന്ത്രത്തിൽ.
ചക്കും പുറത്തു കിട്ടാശാൻ കളരിതൻ-
പക്കത്തിലത്തോണിയെത്താനും
വള്ളത്തിൽ നിന്നൊരെടുത്തുചാട്ടം കുട്ടി
വെള്ളത്തിലേയ്ക്കെന്ന് ഭഗവാനേ!
നീന്തലറിയാത്ത കുഞ്ഞിന്റെ വായിലേ-
തക്ഷരം പൊന്തും ഭവനാനോ?
പിന്നാലെചാടി കിണഞ്ഞു തുഴഞ്ഞതാ
തള്ള രക്ഷിക്കയായ് തൻ മോനെ!
വള്ളം നികത്തിത്തിരിച്ചുപോയ് മോനുമൊ-
ത്തുള്ളം പിടയ്ക്കുന്ന പെറ്റമ്മ.
ഒറ്റനാൾ കൊണ്ടുതീർത്തൂ ശിവശങ്കരൻ-
കുട്ടി കിട്ടാശാന്റെ ശിക്ഷ്യത്വം!

അന്നേ വിരുതനാ,ണന്നേ കുസൃതിയാ,-
ണന്നേമനം ധീരമാണല്ലോ!
അച്ഛനെഴുതിച്ചു വീട്ടുമുറ്റത്തു തൻ-
കൊച്ചിനെപിന്നെ മലയാളം!

www.ingramcontent.com/pod-product-compliance
Lightning Source LLC
LaVergne TN
LVHW100803051026
849519LV00006B/1951
* 9 7 8 9 3 8 2 1 6 7 7 3 0 *